சமூக யதார்த்தமும் இலக்கியப் புனைவும்

சமூக யதார்த்தமும் இலக்கியப் புனைவும்

எம்.ஏ. நுஃமான் (பி. 1944)

கவிஞர், இலக்கிய விமர்சகர், ஆய்வாளர். சிறுகதைகளும் எழுதியுள்ளார். அண்ணாமலை பல்கலைக்கழகத்தில் மொழியியலில் கலாநிதி பட்டம் பெற்ற இவர், இலங்கைப் பேராதனைப் பல்கலைக்கழகத்தில் தமிழ்ப் பேராசிரியராகப் பணியாற்றி ஓய்வு பெற்றுள்ளார். ஆசிரியர், இணையாசிரியர், பதிப்பாசிரியர், இணைப் பதிப்பாசிரியர், மொழிபெயர்ப்பாளர் என்ற வகையில் இதுவரை 31 நூல்கள் வெளியிட்டுள்ளார். ஆங்கில, சிங்கள மொழிகளிலிருந்து கவிதைகளும் சிறுகதைகளும் ஆய்வுக் கட்டுரைகளும் தமிழில் மொழிபெயர்த்துள்ளார். இவரது கவிதைகள் ஆங்கிலம், சிங்களம், கன்னடம் முதலியவற்றில் மொழிபெயர்க்கப்பட்டுள்ளன. 'தமிழில் இன்று எழுதும் விமர்சகர்களில் ஆக விவேகமான பார்வை இவருடையதுதான்,' என சுந்தர ராமசாமி இவரைப் பற்றிக் குறிப்பிட்டிருக்கிறார்.

எம்.ஏ. நுஃமான்

சமூக யதார்த்தமும் இலக்கியப் புனைவும்

காலச்சுவடு பதிப்பகம்

அன்பார்ந்த வாசகருக்கு, வணக்கம்.

காலச்சுவடு நூலை வாங்கியமைக்கு நன்றி.
நூலின் உள்ளடக்கம், உருவாக்கம், அட்டைப்படம் இன்ன பிற அம்சங்கள் பற்றிய உங்கள் கருத்துகளையும் ஆலோசனைகளையும் காலச்சுவடு வரவேற்கிறது. தகவல், எழுத்து, வாக்கியப் பிழைகள் தென்பட்டால் கட்டாயம் தெரிவித்து உதவுங்கள். நூல் தயாரிப்பில் கடும் குறைபாடு இருப்பின் மாற்றுப் பிரதி உங்களுக்குக் கிடைக்க காலச்சுவடு ஏற்பாடு செய்யும்.

மின்னஞ்சல்: publisher@kalachuvadu.com
காலச்சுவடு நாகர்கோவில் தலைமையகத்துக்கும் கடிதம் அனுப்பலாம்.

தங்கள்
எஸ்.ஆர். சுந்தரம் (கண்ணன்)
பதிப்பாளர் - நிர்வாக இயக்குனர்

சமூக யதார்த்தமும் இலக்கியப் புனைவும் ❖ இலக்கியத் திறனாய்வுக் கட்டுரைகள் ❖ ஆசிரியர்: எம். ஏ. நுஃமான் ❖ © எம். ஏ. நுஃமான் ❖ முதல் பதிப்பு: டிசம்பர் 2017 ❖ வெளியீடு: காலச்சுவடு பப்ளிகேஷன்ஸ் (பி) லிட்., 669, கே.பி. சாலை நாகர்கோவில் 629001

காலச்சுவடு பதிப்பக வெளியீடு: 799

camuuka yataarttamum ilakkiyap punaivum (Social Reality and Literary Imagination) ❖ Essays on Literary Criticism ❖ Author: M.A. Nuhman ❖ © M.A. Nuhman ❖ Language: Tamil ❖ First Edition: December 2017

Published by Kalachuvadu Publications Pvt. Ltd., 669, K.P. Road, Nagercoil 629001, India ❖ Phone: 91-4652-278525 ❖ e-mail: publications@kalachuvadu.com

ISBN: 978-93-86820-19-8

12/2017/S.No.799, kcp 1920, 18.6 (1) KLL

உள்ளடக்கம்

முன்னுரை

நீண்ட கால இடைவெளியில் நான் அவ்வப்போது எழுதிய 31 இலக்கிய விமர்சனக் கட்டுரைகளின் தொகுப்பு இது. ‘திறனாய்வுக் கட்டுரைகள்’ (1985) என்ற எனது முதல் தொகுப்பில் இடம்பெற்ற ஆறு கட்டுரைகளைத் தவிர ஏனையவை இப்போதுதான் ஒரு தொகுப்பாக வெளிவருகின்றன.

புதுமைப்பித்தன், மௌனி, பிச்சமூர்த்தி, கலைவாணன், க.நா.சு., ராஜநாராயணன், ஜானகிராமன், சுந்தர ராமசாமி, ஜெயகாந்தன், வெங்கட் சாமிநாதன், அம்பை, நீல. பத்மநாதன், தோப்பில் முஹம்மது மீரான் முதலிய தமிழக எழுத்தாளர்கள் பற்றியும் தாகூர் பற்றியும் சமகால ஈழத்துப் படைப்பாளிகள் சிலர் பற்றியும் எனது விமர்சனப் பார்வை இக்கட்டுரைகளில் பதிவாகி யுள்ளது.

தமிழ் இலக்கியமும் சமூகமும், நாட்டார் இலக்கியத்தில் காதல் பாடல்கள், நவீன தமிழ்க் காவியங்கள், பா நாடகங்கள்: சில கோட்பாட்டுப் பிரச்சினைகள் ஆகிய இலக்கியக் கொள்கை சார்ந்த கட்டுரைகளும் இங்கு இடம்பெற்றுள்ளன. பொதுவாக எல்லாக் கட்டுரைகளிலும் சமூக யதார்த்தத்துக்கும் இலக்கியப் புனைவுக்கும் இடையே உள்ள உறவு பற்றிய எனது கண்ணோட்டம் இழையோடியிருப்பதனால் இத்தொகுப்புக்குச் ‘சமூக யதார்த்தமும் இலக்கியப் புனைவும்’ என்ற தலைப்பு பொருத்தமாக இருக்கும் என்று நினைக்கின்றேன்.

இலக்கியத் திறனாய்வு என்பது தனிப்பட்ட விருப்பு வெறுப்புகளின் அடிப்படையில் புகழுரைகளாகவும் வசைபாடல்களாகவும் மாசடைந்துள்ள சூழலில், வலுவான கோட்பாட்டு அடிப்படையில் நடுநிலையான கருத்துக்களை முன்வைக்க முயலும் இக்கட்டுரைகளுக்கு வாசக வரவேற்பு இருக்கும் என்று நம்புகிறேன்.

இக்கட்டுரைகளை வெளியிட்ட இதழ்களுக்கும், நூலாசிரியர்களுக்கும், இக்கட்டுரைகள் பலவற்றைத் தட்டச்சுச் செய்து உதவிய என் அன்புக்குரிய மாணவன் சுமனுக்கும், நூலை வெளியிடும் காலச்சுவடுக்கும் எனது நன்றிகள்.

கண்டி, இலங்கை **எம். ஏ. நுஃமான்**
03.10.2017

1

தமிழ் இலக்கியமும் சமூகமும்

இலக்கியமும் சமூகமும் என்ற பொருள் மிகவும் பழையது. பலராலும் பேசப்பட்டது. அவ்வகையில் அடிபட்டுத் தேய்ந்த தலைப்பு என்றுதான் சொல்ல வேண்டும். இதற்குரிய விளக்கம் இலக்கியக் கொள்கை சார்ந்தது. இரண்டுக்கும் இடையிலான உறவு பற்றியது.

இலக்கியமும் சமூகமும் என்று இணைக்கும் போதே இரண்டும் வேறுவேறு என்பதையும் ஏற்றுக் கொள்கின்றோம். அதாவது இலக்கியம் வேறு சமூகம் வேறு. இந்த வேறுபாட்டை ஏற்றுக்கொண்டுதான் இரண்டுக்கும் இடையே உள்ள தொடர்பு அல்லது உறவு பற்றிப் பேசுகிறோம். அப்படிப் பார்க்கும் போது இலக்கியத்தில் சமூகம் அல்லது சமூகத்தில் இலக்கியம் என்றும் இதை விரித்துப் பேசலாம். எப்படிப் பேசினாலும் இரண்டுக்கும் இடையிலான தொடர்பு அல்லது உறவு பற்றித்தான் நாம் பேசவேண்டி இருக்கும்.

முதலில் இலக்கியத்தை ஒரு தனிப் பொருளாக நோக்கலாம். இலக்கியம் என்றால் என்ன என்ற ஒரு பழைய கேள்வியில் இருந்துதான் நாம் தொடங்க வேண்டும். ஒவ்வொரு இலக்கியக் கொள்கையும் இவ்வினாவுக்கு வெவ்வேறு விளக்கத்தைக் கொடுக் கின்றது. சலிப்புத் தரும் அளவுக்கு ஏராளமான விளக்கங்கள் உள்ளன. நான் ஒரு மொழியியல் மாணவன் என்ற வகையில் இலக்கியம் பற்றிய மொழியியலாளரின் விளக்கத்தை இங்கு தரலாம். இலக்கியம் ஒரு மொழிக்கலை *(literature is a verbal art)*

என்பது அவர்களின் விளக்கம். இது உருவவியல் சார்ந்த விளக்கம். கலை என்பது ஒரு அழகில் பொருள் *(aesthetic product)* என்ற அர்த்தத்தில்தான் இங்கு பயன்படுத்தப்படுகின்றது. ஓவியம், சிற்பம், இசை, நடனம், நாடகம், திரைப்படம் போன்ற பிற கலைகளுக்கு மொழி ஒரு ஊடகமாக இருக்க வேண்டிய கட்டாயம் இல்லை. மொழி இல்லாமல் இவைகள் இருக்கலாம். ஆனால் மொழி இல்லாமல் இலக்கியம் இல்லை. மொழிதான் இலக்கியத்தின் அடிப்படை. அதனால்தான் இலக்கியம் ஒரு மொழிக்கலை என்று வரையறுக்கிறோம்.

மொழியை பல்வேறு தேவைகளுக்கு நாம் பயன்படுத்துகிறோம். மேடைப்பேச்சை இலக்கியமாகக் கருதுவதில்லை. அழைப்பிதழ், நிகழ்ச்சி நிரல், பத்திரிகைச் செய்திகள், அறிக்கைகள், விளம்பரங்கள், கட்டுரைகள் போன்றவற்றைப் பொதுவாக நாம் மொழிக்கலையாக, இலக்கியமாகக் கருதுவதில்லை. ஆனால், கவிதை, சிறுகதை, நாவல் முதலியவற்றை இலக்கியம் என்கிறோம். இவற்றையே மொழிக்கலை என்று பொதுவாக அழைக்கிறோம். அப்படி யென்றால் ஏனைய மொழிப் பிரதிகளிலிருந்து இலக்கியத்தை வேறுபடுத்துவது எது என்ற கேள்வி எழுகின்றது. “ஒரு மொழித் தகவலை ஒரு கலைப்படைப்பாக ஆக்குவது எது” *(What makes a verbal message a work of art?)* என்ற வினாவை உலகப்புகழ் பெற்ற மொழியியலாளரும் உருவவாதத்தின் முன்னோடிகளுள் ஒருவருமான றோமன் யகோப்சன் எழுப்புகிறார். ‘மொழியியலும் கவிதையியலும்’ என்ற தன்னுடைய கட்டுரையில் அதற்கு விளக்கமும் தருகிறார். அது இங்கு அவசியம் இல்லை. ஆனால், இலக்கியம் என்பது இலக்கியம் அல்லாத மொழிப் பிரதிகளிலிருந்து தனக்கே உரிய அழகியல் விதிமுறைகளின் அடிப்படையில் வேறுபடுகின்றது என்ற புரிதல் நமக்கு வேண்டும்.

ஆயினும், இலக்கியத்தின் அழகியல் பற்றிப் பேசும்போது அது இலக்கியத்தின் உருவம் சார்ந்த விஷயம் என்றும் உள்ளடக்கம் அதிலிருந்து வேறுபட்டது என்றும் பலரும் புரிந்து வைத்திருக்கிறார்கள். அவர்களைப் பொறுத்தவரை அழகியல் என்பது ஆடை, அலங்காரம் போன்றது. வெளித்தோற்றத்தை அலங்கரிப்பது, வெளிப்பாட்டு முறை சார்ந்தது. உருவம் வேறு உள்ளடக்கம் வேறு என்ற இந்தப் பார்வையை இருமைவாதம் *(Dulism)* என்பார்கள்.

இலக்கியத்தைப் பொறுத்தவரை இது முற்றிலும் சரியான பார்வை அல்ல. இருமைவாதிகள் கருதுவதுபோல் இலக்கியத்தில் வடிவமும் பொருளும் உடலும் உடையும் போன்றதல்ல. அது உடலும் உயிரும் போன்றது. இரண்டையும் வேறுபடுத்த முடியாது. வேறுபடுத்தினால் இரண்டும் இல்லாது போகும்.

இத்தகைய பார்வையை ஒருமைவாதம் *(Monism)* என்பார்கள். மொழி, இலக்கியத்தைப் பொறுத்தவரை இதுதான் உண்மைக்குக் கிட்டியதாக இருக்கிறது. சொல்லும் பொருளும் ஒரு நாணயத்தின் இருபக்கங்கள் போன்றவை. அதுபோல்தான் இலக்கியத்தின் வடிவமும் பொருளும் ஒன்றிணைந்தவை.

இலக்கியத்தைப் பற்றிப் பேசுகையில் முதலில் இலக்கியத்தை வரையறுத்துக்கொள்ள வேண்டும் என்பதற்காகவே இவ்வளவையும் சுருக்கமாகக் கூறினேன். இலக்கியத்தையும் சமூகத்தையும் இணைத்துப் பேசும்போது சில இலக்கியக் கோட்பாட்டாளர்களும் எழுத்தாளர்களும் ஒருவகை ஒவ்வாமையையும் அசௌகரியத்தையும் வெளிப்படுத்துகிறார்கள். இலக்கியத்தை அரசியல் மயப்படுத்துவதாகவும், இலக்கியத்தைப் பிரச்சாரத்துக்குப் பயன்படுத்த முயல்வதாகவும் குற்றம் சாட்டுகிறார்கள். எல்லாக் காலங்களிலும் இலக்கியத்தில் சமூக உள்ளடக்கமும் அரசியலும் அதன் உள்ளார்ந்த அம்சங்களாக இருந்தே வந்திருக்கின்றன. புறநானூற்றிலும் சிலப்பதிகாரத்திலும் இல்லாத அரசியலா? அவை இன்றும் உயர்ந்த இலக்கியங்களாக மதிக்கப்படுவதற்குக் காரணம் அவை இலக்கியத்தின் உள்ளார்ந்த விதிமுறைகளுக்கு உட்பட்டு உருவான இலக்கியங்களாக இருப்பதுதான்.

இலக்கியப் படைப்புகள் தனிமனிதர்களின் ஆக்கங்கள் எனப் பொதுவாகக் கருதப் படுகின்றன. இளங்கோவின் 'சிலம்பு', கம்பனின் 'ராமாயணம்', பாரதியின் 'புதுமைப்பெண்', ஜானகிராமனின் 'மோகமுள்' என்று நாம் பேசுகிறோம். இது உண்மைதான். ஆனால் உண்மையின் ஒருபாதிதான். மறுபாதி உண்மை இவர்கள் யாவரும் தங்கள் காலத்தின், தாங்கள் வாழ்ந்த சமூகத்தின் உற்பத்தி என்பதுதான். எப்படி ஜானகிராமனால் ஒரு சிலப்பதிகாரம் எழுதியிருக்க முடியாதோ அப்படியே இளங்கோவாலும் ஒரு மோகமுள் எழுதியிருக்க முடியாது. கம்பராலோ இளங்கோவாலோ ஒரு புதுமைப்பெண் பாடியிருக்க முடியாது. ஒவ்வொரு காலத்துச் சமூக அமைப்பும் அதன் தேவைகளும் பிரச்சினைகளும் மொழியும் அவ்வக் காலத்து இலக்கிய மரபுகளைத் தோற்றுவிக்கின்றன. இலக்கியம் ஒரு அழகியல் பொருள் *(literature is an aesthetic product)* என்பது எவ்வளவு உண்மையோ, இலக்கியம் ஒரு சமூகப் பொருள் *(literature is a social product)* என்பதும் அதேயளவு உண்மையாகும். இலக்கியமும் சமூகமும் பற்றிப் பேசும்போது இலக்கியம் பற்றிய இவ்விரு உண்மைகளையும் நாம் மனங்கொள்ள வேண்டும்.

தமிழ் இலக்கியமும் சமூகமும் பற்றிப் பேசுகையில் சமூகம் பற்றிய கருத்தாக்கத்தையும் நாம் பரிசீலிக்க வேண்டும். சமூகம்

என்பது பொதுமைப் படுத்தப்பட்ட ஒரு கருத்தாக்கம். எல்லாச் சமூகங்களும் பல உட்பிரிவுகளையும் உள் அடுக்குகளையும் கொண்டுள்ளன. தமிழ் இலக்கியத்தில் சித்திரிக்கப்படும் தமிழ்ச் சமூகம், இன்னும் சற்றுத் தெளிவாகச் சொல்வதானால் தமிழ் பேசும் சமூகங்கள் இதற்கு விலக்கல்ல.

நவீன காலம் வரையுள்ள பண்டைய, இடைக்காலத் தமிழ் இலக்கியங்களில் சமூகத்தின் மேல்அடுக்கே பிரதான இடம் பெற்றிருப்பதைக் காணலாம். சமூகத்தின் கீழ்அடுக்குகளைப் பற்றிய தகவல்கள் ஆங்காங்கே காணப்படினும் அவை இலக்கியத்தின் மையப் பொருள் ஆனதில்லை. “உலகம் என்பது உயர்ந்தோர் மேற்றே” என்ற கொள்கையே தமிழ் இலக்கியத்தில் நெடுங்காலம் நிலைபெற்று இருந்தது.

பிரித்தானிய காலனித்துவம் புகுத்திய முதலாளித்துவ உற்பத்திமுறையின் விளைவாக ஏற்பட்ட பாரிய சமூக மாற்றங்களின் பின்னர்தான் இலக்கியத்தில் சமூக யதார்த்தமும் சாதாரண மனிதர்களும் பிரதான இடம்பெற முடிந்தது. எனினும், பின்காலனிய சூழலில்தான் எல்லாச் சமூகப் பிரிவினரும், எல்லாச் சமூக அடுக்கினரும் இலக்கியத்தில் தமக்குரிய இடத்தை நிரப்பத் தொடங்கினர்.

தமிழ்ப் பேசும் சமூகம் வர்க்கம், சாதி, மதம், இனத்துவம், பால்நிலை ஆகிய அடிப்படைகளில் உள் அடுக்குகளாகப் பிரிந்துள்ளது. இப்பிரிவுகள் தற்காலத் தமிழ் இலக்கியத்தில் எவ்வாறு வெளிப்பாடு பெற்றுள்ளன என்பதை நாம் இங்கு சுருக்கமாகப் பார்க்கலாம்.

வர்க்கம்

1950 முதல் சுமார் முப்பது ஆண்டுகள் இடதுசாரி இயக்கங்களின் எழுச்சி காரணமாக தமிழ் இலக்கியத்தில் வர்க்க முரண்பாடு முக்கியத்துவம் பெற்றது. இது முற்போக்கு இலக்கியம் என்று பொதுவாக அழைக்கப்பட்டது. தமிழ் இலக்கிய வரலாற்றில் முதல்முறையாக உழைக்கும் மக்களும் அவர்களின் ஆசை அபிலாசைகளும், விடுதலையும் இலக்கியப் பொருளாயின. இதை இலக்கியம் என்று ஏற்றுக்கொள்ளாது எள்ளி நகையாடியவர்கள் அன்றும் இருந்தார்கள், இன்றும் இருக்கிறார்கள். தமிழில் முற்போக்கு இலக்கியம் ஒரு காலகட்ட சமூக – அரசியல் இயக்கத்தின் அழகியல் வெளிப்பாடு என்பதை அவர்கள் புரிந்துகொள்வதில்லை. இலங்கையில் தாழ்த்தப்பட்ட மக்களின் விடுதலைக் குரலாகவும் முற்போக்கு இலக்கியமே செயற்பட்டது என்பதையும் நாம் மனங்கொள்ள வேண்டும்.

சாதி

நவீன தமிழ் இலக்கியத்தைப் பொறுத்தவரை ராஜமையர் – பாரதியார் முதல் அசோகமித்திரன் – சுந்தர ராமசாமி வரை பெரும் பங்களிப்புச் செய்தவர்கள் பலர் பிராமண சமூகத்தைச் சேர்ந்தவர்கள். தமிழ்நாட்டுச் சமூக அமைப்பில் சிறுபான்மையினரான பிராமணர்கள் அரசியல், பொருளாதாரத் துறைகளில் மேலாதிக்கம் பெற்றிருந்தனர். அதேவேளை காலனித்துவகால கல்வி, பொருளாதார முறையின் ஊடாக சமூக அசைவியக்கம் பெற்ற இடைத்தட்டுச் சாதியினரின் சமூக மேலாதிக்கத்துக்கான போட்டி 1930களிலிருந்து திராவிட இயக்கமாக எழுச்சியடைந்தது. தமிழ்ப் பிராமணர்களைத் திராவிட இயக்கம் வெளியொதுக்கியது. (தமிழன் என்று சொன்னால் பார்ப்பானும் உள்ளே வந்துவிடுவான் என்று பெரியார் ஈ. வே. ரா. ஒருமுறை சொன்னார்.) தமிழ் இலக்கியத்தில் திராவிட இயக்கத்தின் சாதனை என்ன என்ற கேள்வி நமக்கு உண்டு. பாரதிதாசன் என்ற பெரிய ஆளுமையைத் தவிர திராவிட இயக்கம் தமிழ் இலக்கியத்தில் யாரையும் உருவாக்கவில்லை. ஒரு பரந்த சமூகப் பார்வையை அது தமிழ் இலக்கியத்துக்கு வழங்கவில்லை.

தாழ்த்தப்பட்ட அடித்தட்டுச் சாதியினரான தலித்துகளைத் திராவிட இயக்கம் தனக்குள் உள்வாங்கவில்லை. தலித் மக்கள் ஆதிக்கச் சாதியினரின் ஒடுக்குதலால் மிகமோசமாகப் பாதிக்கப்பட்டிருந்தனர். எனினும், இடஒதுக்கீட்டு முறையினால் கல்வி வாய்ப்புகளைப் பெற்ற தலித்துகள் 1980களின் பிற்பகுதியிலிருந்து நாடளாவிய நிலையில் அரசியல் ரீதியில் எழுச்சியடைந்தனர். இதன் விளைவாக தலித்தியம் ஒரு இலக்கிய இயக்கமாகவும் கலாச்சாரக் கொள்கையாகவும் தமிழ் இலக்கியத்தில் வேரூன்றியது. தமிழ் இலக்கியத்தில் தாழ்த்தப்பட்ட மக்களின் சமூக யதார்த்தம் அதன் முழுவடிவில் இலக்கியத்தில் வெளிப்பாடுபெறத் தொடங்கியது. ஆரம்பத்தில் தலித் இலக்கியத்தில் மலநாற்றம் வீசுவதாகச் சொன்னவர்கள் உண்டு. அது சொன்னவர்களின் சிந்தனையில் இருந்த மல நாற்றம்தான் என்பதை கடந்த இரண்டு தசாப்தகாலத் தலித் இலக்கியம் நிரூபித்துள்ளது.

பால்நிலை

கடந்த 2000 ஆண்டுகாலத் தமிழ் இலக்கிய வரலாறு ஆண்களின் வரலாறுதான். இலக்கிய உலகில் ஆண்களின் ஏகபோகமே நிலவியது. சங்க இலக்கியத்தில் பேசப்படும் ஔவை முதலிய சில பெண்களும், இடைக்காலத்தில் பேசப்படும்

காரைக்கால் அம்மையார், ஆண்டாள் ஆகியோரும் சில புறநடைகள் என்றே கூற வேண்டும். மற்றும்படி நவீனகாலம்வரை தமிழ் இலக்கிய உலகம் ஆண்களின் உலகம்தான். கடந்த நூற்றாண்டின் தொடக்கத்தில்கூட பெண் உரிமை பெண்விடுதலை பற்றி உரத்துப் பேசியவர்கள் ஆண்கள்தான்.

ஆனால், 1960களுக்குப் பின் தமிழ் இலக்கியத்தில் பெண்களின் இருத்தல் முன் எப்போதையும்விட வலுப்பெறத் தொடங்கியது. குறிப்பாக, 1980க்குப் பின்னர் தமிழ் இலக்கியத்தில் பெண் அடையாளம் முனைப்புப் பெறுகின்றது. பெண்ணியம் ஒரு இலக்கியக் கொள்கையாகப் பெருக்கெடுக்கின்றது. அதுவரை ஆண்களால் கட்டமைக்கப்பட்ட பெண்கள்பற்றிய படிமம் நிராகரிக்கப்பட்டுப் பெண்பற்றிய புதிய படிமம் பெண்களாலேயே வடிவமைக்கப்படுகின்றது. பெண் மொழி, பெண் உடல் என்பன பெண்ணிய அரசியல் சொல்லாடலில் முக்கியம்பெறத் தொடங்குகின்றன. ஏராளமாக பெண் எழுத்தாளர்கள், கவிஞர்கள் முன்னணிக்கு வருகின்றனர். பால்நிலைச் சமத்துவம்பற்றிப் பேசுகின்றனர். இதைத் தமிழ் இலக்கியத்தில் ஒரு புதிய திருப்பமாகக் கொள்ள வேண்டும்.

எனினும், இலக்கியத்தில் ஆண்களின் ஏகபோகம் உடைவதை, இதுவரை பெண்களுக்கு மறுக்கப்பட்ட வார்த்தைகளில் பெண்கள் பேசுவதை சில ஆண் எழுத்தாளர்களால் ஜீரணித்துக்கொள்ள முடியவில்லை என்பது வருந்தத் தக்கது. பண்பாட்டு மீறல் என்ற பெயரில் மீண்டும் பெண்களைக் கூண்டில் அடைக்க முயலும் அவர்களது முயற்சி அவர்களுக்கு வெற்றியளிக்கப் போவதில்லை. வரலாறு அவர்களைத் தாண்டிச் சென்றுவிடும்.

இனத்துவம்

இறுதியாக, தமிழ்ப்பேசும் சமூகங்கள் மத்தியில் எழுச்சியடைந்த இனத்துவம் அல்லது இனத் தேசியம் பற்றியும் தமிழ் இலக்கியத்தில் அதன் வெளிப்பாடு பற்றியும் சிலவார்த்தைகள் பேச விரும்புகிறேன்.

தமிழ்நாட்டில் மொழிவழித் தேசியம் திராவிட இயக்கமாக உருமாறி, திராவிட நாடு திராவிடருக்கே என்ற கோஷமாகி, பின்னர் அதுவும் கைவிடப்பட்டு சாதிச் சண்டைகளுள் சிக்குண்டு சிதைந்து, இன்று ஈழத் தமிழர் போராட்டத்தில் குளிர்காயத் தொடங்கியுள்ளது. தமிழ்நாட்டுத் தமிழ்த் தேசியம் தமிழ் இலக்கியத்தில் எதையும் சாதிக்கவில்லை. உணர்ச்சி கொப்பளிக்கும் தமிழ் உணர்ச்சிப் பாடல்களாக அது வெளிப்பட்டிருப்பதை மட்டும் அதன் அறுவடையாகச் சொல்லலாம்.

இலங்கையில் சுதந்திரத்துக்குப் பின் சிங்கள மேலாதிக்கத்துக்கு எதிராக வளர்ச்சியடைந்த தமிழ்த் தேசியம், தமிழ் ஈழ விடுதலைப் போராட்டமாக வளர்ச்சியடைந்தது. சிங்கள – தமிழ்த் தேசியங்களுக்கு எதிர்வினையாக முஸ்லிம் தேசியம் வளர்ச்சிபெற்றது. இதற்குச் சமாந்தரமாக மலையகத் தமிழ்த் தேசியம் 1960களிலிருந்து எழுச்சிபெற்றது. இலங்கையைப் பொறுத்தவரை இன்று தமிழ்ப்பேசும் சமூகத்தினர் மூன்று தேசிய இனங்களாகப் பரிணமித்துள்ளனர். இலங்கைத் தமிழர், மலையகத் தமிழர், முஸ்லிம்கள் என்னும் இம்முப்பிரிவினரும் சிறுபான்மையினர் என்ற பொது அடையாளத்தையும், தமக்கென்ற தனி இனத்துவ அடையாளத்தையும், சமூக, அரசியல், பொருளாதார நலன்களையும் கொண்டுள்ளனர். கடந்த 30 ஆண்டுகால இனமுரண்பாடும் யுத்தமும் பேரழிவுகளை ஏற்படுத்தி ஓய்ந்துள்ளது. இன்றைய ஈழத்து இலக்கியத்தைப் பொதுவாக இனமுரண்பாட்டின் குழந்தை எனலாம். புலம் பெயர் இலக்கியம் இதன் ஒரு பகுதியாக உள்ளது. 1950களிலிருந்து ஈழத்துத் தமிழ் இலக்கியத்தில் இனத்துவ அடையாளங்கள் ஆழமாகப் பதிந்துள்ளன. இதுபற்றி இங்கு நான் விரிவாகப் பேசவேண்டியதில்லை என்று நினைக்கின்றேன்.

இதுவரை நான் கூறியவற்றைப் பொதுமைப்படுத்தினால், இன்றையத் தமிழ் இலக்கியத்தை, குறிப்பாக, ஈழத்துத் தமிழ் இலக்கியத்தை எதிர்ப்பு இலக்கியம் என்று பொதுமைப்படுத்திக் கூறலாம்.

- வர்க்க ஒடுக்குமுறை, சுரண்டலுக்கு எதிரான இலக்கியமாக
- சாதி அமைப்பு, சாதி ஒடுக்குமுறைக்கு எதிரான இலக்கியமாக
- பெண் அடிமைத்தனம். பால்நிலை சமத்துவமின்மை என்பவற்றுக்கு எதிரான இலக்கியமாக
- இனத்துவ ஒடுக்குமுறைக்கு எதிரான இலக்கியமாக இருப்பதைக் காணலாம்.

இதற்குப் புறம்பான இலக்கியங்கள் பற்றி நான் இங்கு பேசவில்லை.

இன்றைய இலக்கியம் பொதுவாக எதிர்ப்பு இலக்கியம் என்ற வகையில் அதற்கே உரிய பலத்தையும் பலவீனத்தையும் கொண்டுள்ளது. எல்லா வகையான ஒடுக்குமுறைக்கும் எதிரான அதன் தார்மீக எதிர்ப்பே அதன் பலம். இது தமிழ் இலக்கியத்துக்கு ஒரு புதிய வலுவையும் வளத்தையும் கொடுத்திருக்கின்றது என்பதில் ஐயம் இல்லை.

அதேவேளை, அநேக படைப்புகளில் வெளிப்படும் கண்மூடித் தனமான சார்புநிலை அதன் பலவீனமாகின்றது. இதற்கு இன்றைய இலக்கியத்திலிருந்து ஏராளமான உதாரணங்களைக் காட்டமுடியும். இங்கு அது அவசியமில்லை என்று நினைக்கிறேன். அரச வன்முறையின் அவலங்களைப்பற்றி எழுதிய எழுத்தாளர்கள் இயக்கங்களின் வன்முறை பற்றி மௌனம் சாதித்திருக்கிறார்கள். சோபாசக்தி, சக்கரவர்த்தி. சேரன், ஜெயபாலன் போன்ற சிலர் இதில் விதிவிலக்காக இருந்திருக்கின்றனர். அண்மையில் ஒரு சிறுகதைத் தொகுப்புக்கு எழுதிய முன்னுரையில் நான் இதுபற்றிப் பின்வருமாறு குறிப்பிட்டிருந்தேன்.

> "சோபாசக்தி, சக்கரவர்த்தி ஆகிய புலம் பெயர்ந்த எழுத்தாளர்கள்போல் யுத்த சூழலில் விடுதலை இயக்கங்களின் வன்முறை, மனித உரிமை மீறல் போன்ற கருப்பொருட்களை மையமாகக் கொண்ட கதைகளை எழுதியவர்களை ஈழத்தில் மிக அரிதாகவே காணமுடியும். அதற்கான சுதந்திரமும் அவர்களுக்கு இருக்கவில்லை. கோவிந்தன் என்ற புனைபெயரில் இயக்கங்களின் வன்முறையை அம்பலப்படுத்தி 'புதியதோர் உலகம்' நாவலை எழுதிய நோபேட் பின்னர் கொல்லப்பட்டார். இப்பின்ணியில் இந்த மௌனத்தை நாம் புரிந்துகொள்ள முடியும். யுத்தத்துக்குப் பிந்திய சூழலில் இந்த மௌனத்துக்கு விடுதலை கிடைக்கும் என்று நாம் எதிர்பார்க்கலாம்."

இனமுரண்பாட்டுக் காலகட்டத்தில் இனங்களுக்கிடையே குரோதத்தையும் வன்மத்தையும் தூண்டும் வகையிலும் சிலர் எழுதியுள்ளனர். எதிர்ப்பிலக்கியம் என்ற பெயரில் இலக்கிய முதிர்ச்சியற்ற படைப்புகள் ஏராளம் வெளிவந்துள்ளன. இனமுரண்பாட்டையும் மோதலையும் வைத்துக்கொண்டு தமிழ் சினிமாப்பாணியில் கதை கட்டியவர்கள் அநேகர். இவையெல்லாம் நமது பலவீனங்கள்.

இன்றைய இலக்கியம் பற்றிய தீவிரமான திறந்த விமர்சனம் தான் நாளைய இலக்கியத்துக்கு வழிகாட்ட முடியும். விமர்சனம் என்பது புகழ்மாலை சூட்டலாகவே உள்ள இன்றைய சூழல் ஆரோக்கியமானதல்ல. பரிசுக்கும் விருதுக்கும் பாராட்டுக்கும் அலைந்துகொண்டிருக்கும் எழுத்தாளர்களால் உயர்ந்த இலக்கியம் படைக்க முடியாது. கடந்த முப்பது ஆண்டுகால நமது வாழ்க்கை அனுபவம் மிக வளமானது, மிகப் பெறுமதியானது. அதைக் கொண்டு உன்னதமான இலக்கியங்களை நாம் படைக்க முடியும். அதற்கு நமக்கு வேண்டியவை

- இலக்கிய நுண்ணுணர்வு *(literary sensitivity)*
- சமூகக் கடப்பாடு *(Social Commitment)*
- ஒரு தார்மிக தரிசனம் *(a moral vision)*

இவை இருந்தால் இலக்கியத்தில் நிறைய சாதிக்க முடியும். இத்தகைமைகள் உடையவர்கள்தான் உலகின் மிகச் சிறந்த இலக்கியங்களைப் படைத்திருக்கிறார்கள். 1990ஆம் ஆண்டு நான் டாக்டர் சிவாகோ நாவலை வாசித்தேன். சோவியத் புரட்சியின் மனித அவலங்களைப் பேசுகின்ற நாவல் அது. இவ்வளவு விலை தேவைதானா என்ற கேள்வியை அது எழுப்புகின்றது. வன்முறைக்கு எதிரான பாஸ்டர் நொக்கின் வலுவான குரல் அந்த நாவலுக்குள் ஒலிக்கிறது. சோவியத் சார்பாளர்களால் எதிர்ப்புரட்சிகர இலக்கியம் என்று குற்றம் சாட்டப்பட்ட படைப்பு அது. 90ஆம் ஆண்டுகளில் வன்முறை பெருக்கெடுத்த நமது சூழலில் அது நமக்குத் தேவையான உன்னதப் படைப்பாக எனக்குத் தோன்றியது. அத்தகைய படைப்புகள்தான் யுத்த சூழலில் நமது அற உணர்வைத் தூண்டிவிடக்கூடியவை.

இலக்கியம் என்பது ஒரு புனைவுதான். சமூக யதார்த்தத்தைத் தன் ஆற்றலுக்கும் கருத்துநிலைக்கும் ஏற்றவகையில் ஒரு படைப்பாளி தன் படைப்பில் புனைகிறான். போதனை செய்வது படைப்பாளியின் நோக்கம் அல்ல. அவனுடைய படைப்பு வாசகனின் அற உணர்வைத் தூண்டிவிடுமானால் அதுவே அதன் வெற்றி.

சுமார் ஐம்பது ஆண்டுகளுக்கு முன் நான் வாசித்த ஒரு சிறுகதை இன்னும் என் மனதில் உறுத்திக்கொண்டிருக்கிறது. அது இந்திய பாகிஸ்தான் பிரிவினைப் பின்னணியில் எழுதப்பட்ட கதை. இந்துக்களுக்கும் முஸ்லிம்களுக்கும் இடையே வகுப்புவாதமும் குரோதமும் கொழுந்துவிட்டு எரிந்துகொண்டிருந்த பின்னணியில், இலட்சக்கணக்கானவர்கள் கொல்லப்பட்டும் மில்லியன் கணக்கானோர் இடம்பெயர்ந்தும் அடங்காத பழிவாங்கல் வெறி தலைவிரித்தாடிய சூழலில் எழுதப்பட்ட கதை அது. எழுதியவர் இந்தியாவின் மிக முக்கியமான எழுத்தாளர்களுள் ஒருவரான கே.ஏ. அப்பாஸ். 'பழி' என்பது கதையின் தலைப்பு.

கதையின் சாராம்சம் இதுதான். ஒரு இந்து வக்கில். முஸ்லிம் வெறியர்கள் அவனைக் கட்டிவைத்து கண் எதிரிலேயே அவனது மனைவியையும் மகளையும் பாலியல் வல்லுறவு செய்து கொன்று அவனது வீட்டுக்கும் தீவைத்துவிட்டுச் செல்கிறார்கள். அவன் எப்படியோ தப்பிவிட்டான். இரத்தமும் நெருப்பும்

சிவப்பும் மஞ்சளும் மஞ்சளும் சிவப்புமாக அவன் மூளையை அரித்துக்கொண்டிருக்கிறது. பழிவாங்கும் வெறி அவனை ஆட்டிப் படைக்கிறது. ஒரு உயர் குடும்பத்து முஸ்லிம் பெண்ணை அதேமாதிரி மனபங்கப்படுத்திக் கொல்ல வேண்டும் என்ற வெறி அவனை ஊர் ஊராகத் துரத்துகின்றது. கடைசியில் பம்பாய்க்கு வருகிறான். அங்கு ஒரு விபச்சார விடுதியில் பாகிஸ்தானிலிருந்து கொண்டுவரப்பட்ட அழகிய இளம் பெண் ஒருத்தி இருப்பதை அறிந்து அங்கு செல்கிறான். அவளைப் பார்த்த உடனே அவள் உயர் குடும்பத்தைச் சேர்ந்தவள் என்று தெரிகிறது. அவனுடைய பழிவாங்கும் வெறி தலைக்கு ஏறுகிறது. தனி அறைக்குள் கதவை மூடிவிட்டு அவளுடைய ஆடைகளைக் களையச் சொல்கிறான். அவள் தயங்கித்தயங்கி ஒவ்வொன்றாகக் களைகிறாள். மார்புக் கச்சை மட்டும் எஞ்சியிருக்கிறது. அதைக் கழற்ற அவள் மறுக்கிறாள். அவள் கண்கள் குளமாகின்றன. அவன் வெறியோடு ஒரு கையால் கத்தியை உயர்த்திக்கொண்டு மறு கையால் மார்புக் கச்சையைப் பிய்த்து வீசுகிறான். ஆசிரியர் கதையை இப்படி முடிக்கிறார். ஓங்கிய கையிலிருந்து கத்தி கீழே விழுந்தது. அவன் மகளே என்று அலறினான். அவளுடைய மார்புகள் இருக்கவேண்டிய இடத்தில் இரண்டு பெரிய காயங்கள் இருந்தன.

இந்தக் கதை ஒரு புனைவுதான். ஆனால் இது நம் மனதை உலுக்கும் புனைவு. யாரை யார் பழிவாங்குவது என்ற கேள்வியை இது எழுப்புகின்றது. எல்லோரும் ஏற்கனவே பழிவாங்கப்பட்டிருக்கிறார்கள் என்பதுதான் கதையின் செய்தி. மனிதனின் அற உணர்வை உலுப்பிவிடும் இத்தகைய புனைவுகள் காலத்தால் அழியாதவை. இந்திய பிரிவினையைக் களமாகக் கொண்டு அப்பாஸ், சதாத் ஹசன் மண்டோ, குஷ்வந் சிங் போன்றவர்கள். பல கதைகளை எழுதியிருக்கிறார்கள். அவை நமது சூழலுக்கும் பொருத்தமானவை. அவர்கள் வகுப்புவாதிகளின் சார்பில் அன்றி, அற உணர்வின் சார்பில் இருந்திருக்கிறார்கள் என்பதுதான் நாம் கவனிக்க வேண்டியவை. ஆனால் அற உணர்வுபற்றிப் பேசுவதே அபத்தம் என்று கருதும் நண்பர்கள் சிலர் நம் மத்தியில் இருக்கிறார்கள். அது நமக்கு ஆறுதல் தரும் செய்தியல்ல.

இந்த உரையை இன்னும் நீட்ட விரும்பவில்லை. இறுதியாக நாளைய இலக்கியம் எவ்வாறு இருக்கும் என்று ஆருடம் கூறாது எவ்வாறு இருக்க வேண்டும் என்ற என் விருப்பத்தைக் கூறி முடிக்கலாம் என்று நினைக்கின்றேன். தமிழ் பேசும் சமூகங்கள் இன்று ஒரு அரசியல் பண்பாட்டு நெருக்கடிக்குள் சிக்குண்டு

இருக்கின்றன. இன்றைய நமது இலக்கியம் வர்க்க முரண்பாடு பற்றி, சாதி ஒடுக்குமுறை, இனத்துவ மோதல், பால்சமத்துவம் இன்மை என்பவற்றைப் பேசுகின்றது என்றால், நாளைய இலக்கியம் வர்க்க முரண்பாடு அற்ற, இன, பால் சமத்துவம் உள்ள, தனிமனித சுதந்திரமும் சமூக நீதியும் அற உணர்வும் மிக்க சமூகத்தை நோக்கி நம்மைக் கொண்டுசெல்வதாக இருக்க வேண்டும் என்பதே என் விருப்பம்.

இந்த மாநாட்டில் நமது எழுத்தாளர்களிடம் நான் முன்வைக்கும் கோரிக்கை இதுதான். பரிசுக்காகவும் பாராட்டுக்காகவும் விருதுகளுக்காகவும் எழுதாதீர்கள். அவற்றை நிராகரியுங்கள். மக்கள் உள்ளங்களில் தார்மீக உணர்வைக் கிளறிவிடட்டும் நமது எழுத்துகள். அதுவே நாம் பெறக்கூடிய பெரிய விருது.

கொழும்புத் தமிழ்ச் சங்கம், 2012 ஜூன் 2, 3, 4ஆம் திகதிகளில் ‘தமிழ் இலக்கியமும் சமூகமும் – இன்றும் நாளையும்’ என்ற தொனிப் பொருளில் நடத்திய உலகத் தமிழ் இலக்கிய மாநாட்டில் நிகழ்த்திய தொடக்க உரையின் கட்டுரை வடிவம்

2

ராஜநாராயணனின் படைப்புலகம்

ஒரு எழுத்தாளன் தன் படைப்புகளினூடு சித்திரித்துக் காட்டும் உலகினையே இங்கு படைப்புலகு என்று குறிப்பிடுகின்றேன். இது முற்றி லும் உண்மை உலகல்ல. உண்மை உலகின் ஒரு பிரதிபலிப்பு. ஒரு எழுத்தாளனின் படைப்புலகம் இரண்டு அடிப்படைகளிலிருந்து உருவாகின்றது. ஒன்று, அவனுக்கு வெளியே உள்ள புற உலகு. மற்றது, அவனுடைய அக உலகு. எல்லா எழுத்தாளர்களும் தங்களுடைய படைப்புகளுக்குப் புற உலகையே ஆதாரமாகக் கொள்கிறார்கள். அங்கிருந்தே விசயங்களை, கருப்பொருளைப் பெறுகிறார்கள். ஆனால், ஒவ்வொரு எழுத்தாளனும் புற உலகின் உண்மைகளைத் தன் அக உலகின் தன்மைகளுக்கு ஏற்பவே உள்வாங்கிக் கொள்கிறான்; வெளிப்படுத்து கிறான். அவனுடைய வாழ்க்கை நோக்கு, கலைக் கோட்பாடு, அனுபவம், உணர்திறன், படைப்பாற்றல் என்பன அவனுடைய அக உலகின் தன்மைகளை நிர்ணயிக்கின்றன. இதன் அடிப்படையிலேயே ஒரு எழுத்தாளன் மற்ற எழுத்தாளனில் இருந்து வேறுபடுகிறான். இதனாலேயே ஒரு எழுத்தாள னுடைய படைப்புலகு அவனுக்கே உரியதாக, அவனுடைய குறை நிறைகளின் வெளிப்பாடாக அமைந்துவிடுகிறது.

படைப்புகளுக்கு ஆதாரமாக உள்ள புற உலகு ஒருமுகப்பட்டதல்ல பதிலாகப் பன்முகப்பட்டது. கால இட வேறுபாடுகளின் அடிப்படையில் இந்தப் பன்முகத் தன்மை அமைகின்றது. பத்தொன்பதாம் நூற்றாண்டு வாழ்வுக்கும் இருபதாம் நூற்றாண்டு வாழ்வுக்கும் இடையே காலவேறுபாடு உள்ளது. கடந்த கால் நூற்றாண்டுக்கு முந்திய வாழ்வுக்கும் இன்றைய வாழ்வுக்கும் இடையே கூட கால வேறுபாட்டு அம்சங்கள் உள்ளன. அதேபோல கிராமத்துக்கும் நகரத்துக்கும் பெருநகரத்தக்கும் சிறுநகரத்துக்கும் ஒரு கிராமத்துக்கும் பிறிதொரு கிராமத்துக்கும் இடையே இடவேறுபாட்டு அம்சங்கள் உள்ளன. இவ்வகையில் புற உலகு என்பது கால இட ரீதியில் வேறுபடும் வெவ்வேறு பௌதீக அம்சங்களையும் பண்பாட்டுக் கோலங்களையும் சமூக நிலைமைகளையும் வாழ்க்கைப் பிரச்சினைகளையும் உள்ளடக்குகின்றது. உதாரணமாக சென்னையும் தஞ்சாவூரும் கொங்குநாடும் கரிசல் பகுதியும் வெவ்வேறு பௌதீக அம்சங்களையும் பண்பாட்டுக் கோலங்களையும் கொண்டவை. ஜெயகாந்தன், தி. ஜானகிராமன், சண்முகசுந்தரம், கி. ராஜநாராயணன் ஆகியோர் இந்த வாழ்க்கைப் புலங்களை அடிப்படையாகக் கொண்டு தாம் வாழும் காலத்து, தாம் வாழும் சூழலைத் தங்கள் படைப்புகளில் பிரதிபலித்திருக்கிறார்கள். அந்த வகையில் இவர்களது படைப்புகளில் காணப்படும் இந்த வெளிப்படையான வேறுபாடுகள் மட்டுமே இவர்களது படைப்புலகு அல்ல. இவை ஒரு அம்சம் மட்டுமே. முக்கியமான அம்சம் என்று வேண்டுமானால் கூறிக் கொள்ளலாம். இதற்கு மேலாக இந்த வாழ்க்கையை இவர்கள் எவ்வாறு நோக்குகிறார்கள், இந்த வாழ்க்கையின் எந்த அம்சத்தை முதன்மைப்படுத்துகிறார்கள், எத்தகைய வாழ்க்கைக் கண்ணோட்டத்தை – மனோபாவத்தை வெளிப்படுத்துகிறார்கள்; சுருக்கமாகச் சொன்னால் வாழ்க்கை பற்றிய அவர்களது தரிசனம் என்ன, அதை நமக்கு எவ்வாறு தருகிறார்கள் என்பவையெல்லாம் சேர்ந்ததுதான் இவர்களது படைப்புலகு. அது அவர்களுக்கே உரியது. அவர்களுடைய சொந்த சிருஷ்டி. அதனுடைய நிறையும் குறையும் அவர்களையே சார்ந்தது.

ஜானகிராமனதும் ஜெயகாந்தனதும் படைப்புலகு வேறுபடுவது தஞ்சைக்கும் சென்னைக்கும் இடையே உள்ள வேறுபாட்டினால் மட்டுமல்ல. அதற்கும் மேலாக இவர்களது வாழ்க்கை நோக்கு, கலைநெறி என்பவற்றின் அடிப்படையில்தான். இவ்வகையிலேயே ஒரே களத்தை அடிப்படையாக்கொண்ட எழுத்தாளர்களின் படைப்புலகும் வேறுபடக் காண்கின்றோம். உதாரணமாக, கரிசல் வாழ்வை கு. அழகிரிசாமி, ராஜநாராயணன், பூமணி, பா. செயப்பிரகாசம், பொன்னீலன் போன்றோர்

தம் படைப்புகளுக்குப் பின்னணியாகக் கொண்டுள்ளனர். ஆனால், இவர்களுள் ஒருவரது படைப்புலகு மற்றவருடையதைப் போன்றதல்ல. சில ஒற்றுமைகள் இருப்பினும் அடிப்படையான வேறுபாடுகள் உள்ளன. இந்த ஒற்றுமைகள் கரிசல் வாழ்வின் சில பொதுத் தன்மைகளினால் வருவன. ஆயினும், இவர்களுடைய தெரிவு, உருவாக்கும் மனிதர்கள், காட்டும் வாழ்க்கை, இவர்களது தரிசனம் எல்லாம் இவர்களது படைப்புகளை வேறுபடுத்துகின்றன.

2

இக்கட்டுரை ராஜநாராயணனின் படைப்புலகு பற்றியது. அவருடைய படைப்புலகை நான் புரிந்துகொண்ட விதம் பற்றியது. 'ஒரு தடவை மட்டிலும் என் கதைகளை வாசிப்பவர்கள் நன்கு அனுபவிக்க முடியாது' என்று ராஜநாராயணன் சொல்லி இருக்கிறார். எல்லா நல்ல படைப்புகளுக்கும் இது பொருந்தும். ஏற்கனவே அவருடைய படைப்புகள் பெரும்பாலும் எல்லாவற்றையும் அவ்வப்போது படித்திருக்கிறேன். இப்போது இந்தக் கட்டுரைக்காக மீண்டும் எல்லாவற்றையும் ஒருமித்துப் படிக்க நேர்ந்தது. 'அம்மா பிள்ளை அப்பா பிள்ளை' தொகுப்பைத் தவிர. அது ஒரு வருடத்துக்கு முன்பு படித்ததுதான். அப்போது நல்ல மனப்பதிவை அது ஏற்படுத்தவில்லை. இப்போது கிடைத்தவற்றையெல்லாம் திரும்பவும் படித்துப் பார்த்த பிறகு, சிலவற்றை இரண்டு தடவைகளுக்கு மேலும் படித்த பிறகு ராஜநாராயணன் பற்றி ஒரு வார்த்தையில் சொல்லிவிட முடியாது என்று தெரிகிறது. ஆனால் ஒன்று மட்டும் சொல்லலாம். இவர் ஒரு கிராமத்து மனிதன். இவருடைய உணர்வுலகம் இவருடைய கிராமத்தையே சுற்றிச்சுற்றி வருகின்றது. கிராமிய அனுபவத்தை எழுத்தில் சிறைப் பிடிப்பதே இவருடைய நோக்கமாய் இருக்கின்றது.

தமிழில் கிராமத்தைப் பற்றி எழுதியவர்கள் நிறைய இருக்கிறார்கள். தமிழில் உள்ள நல்ல படைப்புகளில் பல கிராமத்தைப் பற்றியவைதான். தமிழில் சிறந்த எழுத்தாளர்களில் பலர் கிராமத்தைப் பற்றி எழுதியவர்கள்தான். தமிழுக்கு மட்டுமன்றி பிற இந்திய மொழிகளுக்கும் இது பொருந்தக்கூடும் என்று தோன்றுகின்றது. இந்தியாவில் மிகப் பெரும்பாலான மக்கள் கிராமங்களில்தானே வாழ்கிறார்கள். அந்த வகையில் இது இயற்கையானதுதான். எனினும் தமிழிலே கிராமத்தைப் பற்றி எழுதிய மற்றவர்களுக்கும் ராஜநாராயணனுக்கும் இடையே ஒரு வித்தியாசம் இருக்கின்றது. இவர் கிராமத்தை ஒரு பற்றார்வத்துடன் அதன் பண்பாட்டு அம்சங்களை அலாதியான மோகத்துடன் பார்க்கிறார். மற்றவர்கள் பொதுவாக அப்படியல்ல.

ஜானகிராமனுக்கு கிராமியப் பண்பாடு அல்ல முக்கியம். மனித உறவுகளின், குறிப்பாக ஆண் பெண் உறவுகளின் அடிப்படைகளைக் கண்டு காட்டுவதிலேயே அவரது கவனமெல்லாம். சண்முக சுந்தரத்தின் அக்கறையோ சொத்துடைமையில் உழலும் மனித முரண்பாடுகளை வெளிப்படுத்துவதாகத்தான் இருக்கிறது. பூமணி, பொன்னீலன், சின்னப்ப பாரதி போன்றோரின் கிராமம் வர்க்க முரண்பாடுகளும் மோதல்களும் நிறைந்தது. ராஜநாராயணனின் கிராமத்தில் வாழ்க்கைப் பிரச்சினைகள் இல்லாமல் இல்லை. வறுமையும் சுரண்டலும் கபடத்தனங்களும் இல்லாமல் இல்லை. ஆயினும், இவற்றுக்கெல்லாம் மேலாக அவரது அக்கறையெல்லாம் கிராமத்துப் பண்பாட்டம்சங்களை வெளிக்கொண்டுவருவதிலேயே இருக்கின்றது. கிராமத்து மக்களின் பழக்கவழக்கங்கள், நம்பிக்கைகள், நடத்தைக் கோலங்கள், மொழிவழக்குகள் முதலியவற்றை வெளிக்கொண்டுவருவதிலேயே இருக்கின்றது. கிராமத்தவர்களின் குணச்சித்திர விசித்திரங்களைப் பற்றிய சொல்லோவியங்களைத் தீட்டிக் காட்டுவதிலேயே இருக்கிறது. கிராமத்துப் பறவைகள், விலங்குகள்கூட இதில் இணைந்து விடுகின்றன. இதுவே இவருடைய தனித்துவத்தின் பலம் என்றும், அதேவேளை இதுவே இவருடைய பலவீனம் என்றும் எனக்குத் தோன்றுகின்றது. ஒருகணம் இவர் ஒரு உன்னதமான கலைஞனாகக் காட்சியளிக்கிறார். மறுகணம் இவர் ஒரு நுட்பமான நாட்டுப்புறவியலாளனாகத் *(Folklorist)* தோற்றம் கொடுக்கிறார். பல சந்தர்ப்பங்களில் நாட்டுப்புறவியலாளன் அந்தக் கலைஞனை அமுக்கிக் கொண்டு மேலே வந்துவிடுகிறான்.

3

ஒரு படைப்பாளியைப் பற்றி மதிப்பிடுவதற்கு அப்படைப்பாளி தன்னையும் தன் படைப்புகளையும் பற்றிக் கூறியுள்ள கருத்துகளை ஆதாரமாகக் கொள்வது எப்போதும் சரியல்ல. தன் படைப்பைப் பற்றிய அவனது கருத்துகளுக்கும் அவனது படைப்புகளுக்கும் இடையே எப்போதும் இணக்கம் இருக்கும் என்று சொல்ல முடியாது. எனினும் ராஜநாராயணன் தனது படைப்புகளுக்கு ஆதாரமான மண்ணைப் பற்றியும், தன் படைப்பு நெறிபற்றியும் கூறியுள்ள சில கருத்துகள் அவரது படைப்புகளுடன் இணங்கிப் போவதைக் காணமுடிகிறது. அவர் சொல்கிறார்:

> "எனது ஊரையும் எனது மக்களையும் நான் மிகவும் நேசிக்கிறேன். நான் பிறந்து விழுந்தது இந்த மண்ணின் மேல்தான். நான் தவழ்ந்து விளையாடி மகிழ்ந்ததும், விழுந்து புரண்டு அழுததும் இந்த மண்ணின் மடியில்தான். இந்தப்

புழுதியை நான் தலையில் வாரிப் போட்டுக்கொண்டும், என் கூட்டாளிகளின் தலையில் வாரி இறைத்தும் ஆனந்தப்பட்டிருக்கிறேன். இந்தக் கரிசல் மண்ணை நான் ருசித்துத் தின்றதற்கு என் பெற்றோரிடம் எத்தனையோ முறை அடிவாங்கி இருக்கிறேன். இன்னைக்கும் எனக்குத் தெவிட்டவில்லை இந்த மண்."

வேறு ஒரு இடத்தில் இப்படி எழுதுகிறார்.

"என்னுடைய மக்கள் பேசுகிற பாஷையில் அவர்கள் சிந்திக்கிற மனோ இயலில் அவர்கள் வசிக்கிற சூழ்நிலையில் அமைய வேண்டும் என்னுடைய சிருஷ்டிகள் என்று நினைக்கிறவன் நான். அவர்கள் சுவாசிக்கிற காற்றின் வாடை, அவர்கள் பிறந்து விளையாடி நடந்து திரிகிற என் கரிசல் மண்ணின் வாசமெல்லாம் அப்படியே என் எழுத்துக்களில் கொண்டு வந்துவிட வேண்டும் என்பது என்னுடைய தீராத விருப்பம். இந்த மண்ணை நான் இவ்வளவு ஆசையோடு நேசிக்கிறேன்." ('வேட்டி' பக். 125)

கரிசல் மண்மீது, அதன் மக்கள்மீது தனக்குள்ள ஆழ்ந்த பற்றை ராஜநாராயணன் இந்தப் பத்திகளில் தீர்க்கமாக வெளிப்படுத்தி விட்டார். பொதுவாக அவருடைய படைப்புகளிலெல்லாம் இந்தப் பற்றும் பேராசையுமே விரவிக்கிடக்கக் காணலாம். இந்தப் பற்று ஒரு படைப்பாளிக்கு எவ்வளவு சாதகமாக அமைய முடியுமோ அதே அளவு பாதகமாக அமையவும் கூடும் என்பதை ராஜநாராயணனின் படைப்புகளை ஒருமித்துப் படிக்கும்போது உணர முடிகிறது.

உண்மையான படைப்பாளி தனக்குப் பரிச்சயமான, தான் வாழ்ந்து அனுபவித்த சூழலையே தன் படைப்புகளுக்குக் களமாகக் கொள்கிறான். அவனைப் பொறுத்தவரை அந்தக் களமும் அதில் நிகழும் வாழ்வும் மக்களும் ஒரு ஜன்னல்தான்; வெளி உலகை – முழு உலகையும் முழுவாழ்வையும் – தரிசிப்பதற்கான ஜன்னல். அந்த ஜன்னல் ஊடாகவே அவன் தனது தரிசனத்தை நம்மையும் காணுமாறு செய்கிறான். வாழ்வின் அர்த்தங்களையும் அனர்த்தங்களையும் காட்டுகிறான். அதற்கு மேலாக அந்தப் படைப்பில் அந்தக் களத்துக்குத் தனியான பெறுமதி எதுவும் இல்லை.

ராஜநாராயணன் தனக்கு நன்கு பரிச்சயமான தான் வாழ்ந்து அனுபவித்த, தான் ஆழ்ந்து நேசிக்கின்ற ஒரு தளத்தைத் தன் படைப்புகளுக்குக் களமாகக் கொண்டிருக்கிறார். ஒரு

படைப்பாளி என்ற வகையில் இந்தக் களத்தில் நிகழும் வாழ்வை அவர் எவ்வாறு பார்க்கிறார், நமக்கு அதை எவ்வாறு தருகிறார் என்பதுதான் இங்கு முக்கியமானது.

ராஜநாராயணனின் படைப்புலகில் வரும் மனிதர்கள் அவரது கிராமத்தில் வாழும் சாதாரண மனிதர்கள்தான். பெரும்பாலும் எல்லோருமே விவசாயத்துடன் பிணைப்புண்டவர்கள். வறுமையில் உழலும் கூலி விவசாயிகள், சிறுநிலச் சொந்தக்காரர்கள், சில பெரிய நிலக்கிழார்கள். சில கதைகளில் ('நிலை நிறுத்தல்', 'கறி வேப்பிலைகள்', 'சிநேகம்') வேரற்ற அனாமதேயங்கள் சிலர் பாத்திரமாக இடம் பெறுகிறார்கள். இவர்கள் பெரும்பாலும் அந்தக் கிராமத்துக்குப் பஞ்சம் பிழைக்க வந்தவர்கள். ஏதோ ஒரு வகையில் உடல், உளக் குறைபாடுகள் உடைய புறநடை மனிதர்கள் சிலரும் இவரது சில கதைகளில் ('கோமதி', 'பேனா', 'ஜீவன்', 'விளைவு') பாத்திரமாகிறார்கள். நுண்ணிய கலை உணர்வும் படிப்பில் வெறுப்பும் கொண்ட சில அலாதியான சிறுவர்களும் சில கதைகளில் ('பிஞ்சுகள்', 'ஜெயில்') பாத்திரமாகி இருக்கிறார்கள். (இவர்கள் பெரும்பாலும் ஆசிரியரின் இளமைக் காலப் பிரதிகளாக இருக்கலாம்.)

பொதுவாக இவரது கிராமத்து மனிதர்கள் வெளியுலகத் தொடர்பு அற்றவர்கள். பஞ்சம் பிழைக்கச் சிலர் ஊரைவிட்டு வெளியேறுவதுண்டு. மற்றப்படி எப்போதாவது சில்லறைத் தேவைகளுக்காகப் பக்கத்து டவுண் வரை போய்வருவார்கள். ரயில் ஏறித் திருச்செந்தூர் வரை போய் வந்தவர் ராமக் கோனார் ('கிடை') மட்டும்தான். அவரோ டிக்கட்டுக்காக டிக்கட் பரிசோதகர் கை நீட்டியபோது சாப்பிட்டுக் கொண்டிருந்த மாவுருண்டையில் ஒன்றை அவரது கையில் வைக்கும் அளவுக்கே உலக ஞானம் உள்ளவர். 'ஒரு காதல் கதை'யில் வரும் ராகவனும் மேரியும் தாசும் இதில் இருந்து வேறுபட்டவர்கள். மற்றப்படி மொத்தமாகக் கிராமம்தான் இவரது பாத்திரங்களின் வாழ்வுலகு. நவீன வாழ்க்கை வசதிகளையும் நவீன கல்வி வாய்ப்புகளையும் நவீன கருத்தோட்டங்களையும் அறியாதவர்கள் அவர்கள். பாரம்பரியப் பண்பாட்டு வட்டத்துக்குள்ளேயே அவர்களது வாழ்வு இயங்குகின்றது. ராஜநாராயணன் சொல்வது போல் 'ஒரு சாதாரண மனிதனின் வாழ்வில் நடக்கும் சம்பவங்கள்தான்' அவர்கள் வாழ்க்கையிலும் நடக்கின்றன, ('கறிவேப்பிலைகள்'). பாரத நாட்டில் நடக்கும் தொண்ணூறு திருமணங்களைப் போலவே அவர்களது திருமணங்களும் நடக்கின்றன ('மகாலெட்சுமி'). ஆக, ராஜநாராயணின் மனிதர்கள் ரொம்பவும் சாதாரணமானவர்கள், எந்த அசல் கிராமத்திலும் காணக்

கூடியவர்கள். அந்தச் சாதாரண மனிதர்களின் சாதாரண வாழ்க்கையையே அவர் நமக்குக் காட்டுகின்றார். இது இவரது படைப்புலகின் ஒரு பொதுவான அம்சம். அதன் பிறிதொரு அம்சம் இந்த மனிதர்கள் எத்தகைய சமூக உறவு நிலைகளில் சித்திரிக்கப்படுகிறார்கள் என்பது.

4

ராஜநாராயணனின் படைப்புகளைப் பருமட்டாக இரண்டு வகைப்படுத்தி நோக்கலாம். ஒன்று, ஏதோ ஒரு வகையில் வாழ்வின் சமூக, பொருளாதார அம்சங்களை முனைப்பாக வெளிப்படுத்துபவை. மற்றது, பண்பாட்டு அம்சங்களை முனைப்பாகக் கொண்டவை. இவை இரண்டும் திட்டவட்டமாக ஒன்றில் இருந்து மற்றது வேறுபடுத்திப் பார்க்கக் கூடியவை என்றோ, இவரது எல்லாக் கதைகளையும் இந்த இரண்டில் ஏதாவது ஒரு பிரிவுக்குள் அடக்கிவிடலாம் என்றோ கூறமுடியாது. இது வசதி கருதிய பகுப்புதான். முதல் ரகக் கதைகளிலும் இரண்டாவது அம்சம் நன்கு விரவி இருப்பதைக் காணமுடியும்.

குறிப்பாக, ‘கிடை’, ‘கரிசல்காட்டில் ஒரு சம்சாரி’, ‘வேட்டி’, ‘கதவு’, ‘மாயமான்’, ‘கறிவேப்பிலைகள்’, ‘கரண்டு’, ‘ஜடாயு’, ‘மனிதம்’, ‘சிநேகம்’, ‘நிலைநிறுத்தல்’, ‘புறப்பாடு’ முதலிய கதைகள் முதல்பிரிவுள் அடங்கக் கூடியன. இக்கதைகளிலேயே ராஜநாராயணின் சமூக அரசியல் பிரக்ஞையை ஓரளவு இனங்காண முடிகிறது. தனி உடைமைச் சமூகத்தில் மனித உறவுகள் எவ்வாறு அமைகின்றன, மக்களின் மனோபாவங்களும் நடத்தைகளும் எவ்வாறு நிர்ணயமாகின்றன என்பதையும் ராஜநாராயணனின் மனித நேயத்தையும் இக்கதைகளில் காண்கின்றோம்.

‘கரிசல்காட்டில் ஒரு சம்சாரி’ துரைசாமி நாயக்கர் மூலதனத் திரட்டலுக்காகக் கூச்சமின்றி எதையும் செய்யத் துணிந்தவர். மற்றவர்களைப் பற்றி அவருக்கு என்ன அக்கறை! ‘ஊரைத் தின்று கை கழுவியவன்’ என்று எங்கள் கிராமத்தில் சொல்வார்கள்; அத்தகைய ஆசாமி அவர். அவர் அப்படித் திரட்டிய பணத்தைக் கொண்டுதான் அவருடைய மகன் கிராமத்தில் ஒரு ஜின்னிங் பாக்டரியைத் தொடங்குகிறான். நில உடமையுள் முதலாளித்துவமுறை புகுவதை இது காட்டுகின்றது. ‘கிடை’ காட்டும் சமூக உறவுகள் மிகவும் இறுக்கமானவை, சாதி வேறுபாடும் பொருளாதார ஏற்றத்தாழ்வும் அங்கு இறுகிப் பிணைந்து கிடக்கின்றன. எல்லப்பனின் கலியாண ஊர்வலமும், செவனியின் பேயோட்டு வைபவமும் இந்த சமூக

முரணை உக்கிரமாகக் காட்டுகின்றன. கிராமத்தின் சில வலிய கரங்கள் சில தனி மனிதர்களின் வாழ்வை ரகசியமாக இறுக்கிக் கொண்டிருப்பதை இதில் காண்கிறோம். கலை என்ற வகையில் 'கிடை'தான் ராஜநாராயணனின் படைப்புக்களிலேயே சிகரம் என்று இப்போதும் எனக்குத் தோன்றுகின்றது. இதில் அவர் காட்டியுள்ள நுட்பம் அலாதியானது.

'கதவு', 'கரண்டி', 'மாயமான்' போன்ற கதைகளில் அதிகாரி வர்க்கத்தின் இறுக்கத்தை ராஜநாராயணன் காட்டுகின்றார். 'வேட்டி' சுதந்திரத்தின் அர்த்தமின்மையை வெளிக்காட்டு கின்றது. 'மாயமா'னையும் இதில் சேர்த்துக்கொள்ளலாம். 'கறிவேப்பிலைகள்' உழைப்புச் சக்தி உறிஞ்சப்பட்ட பிறகு உதறப்பட்ட ஏழைக் கூலி விவசாயத் தம்பதியின் முதுமையின் அவலத்தைக் காட்டுகின்றது. இனி அவர்களிடம் சமூகம் எதிர்ப்பார்ப்பதெல்லாம் சாவைத்தான். தனி உடைமைச் சமூகம் பயனற்ற மனிதச் சுமைகளைத் தாங்குவதில்லை. அது ஏழையாக இருந்தால் என்ன, வசதியானதாக இருந்தால் என்ன. 'புறப்பாட்'டில் இந்த அம்சத்தையே காண்கிறோம். தொண்டுகிழமான அண்ணாரப்பக் கவுண்டரை பாடையில் ஏற்றி அனுப்பவதற்கு அவரது உறவும் சுற்றமும் எவ்வளவு அவசரப்படுகின்றது என்பதைப் பார்க்கும்போது வாழ்வின் அவலம் நம்மை உறுத்துகின்றது. தன் இளம் பருவத்து ஏழைச் சிநேகிதியை வாலிபத்தில் காண நேர்ந்தும் அவளுடன் உறவாட முடியாது மறுகும் ஒரு பணக்கார வாலிபனின் பொருளாதாரத் திரையையும் ஆசாடபூதித் தனத்தையும் சிநேகம் காட்டுகின்றது. இதில் வரும் ராமி நம் மனதில் நிலைத்திருக்கக் கூடியவன், வறுமையில் இருந்தும் ஒதுக்கலில் இருந்தும் தன்னை நிலை நிறுத்திக் கொள்வதற்குச் சமூகத்தின் பாண்பாட்டுப் பலவீனம் மாசாணத்துக்குக் கைகொடுத்து உதவுவதை நிலை நிறுத்தல் கதையில் காண்கின்றோம். இந்தச் சமூகத்தில் தனது சொந்த உழைப்புச் சக்தியினால் மாசாணம் போன்ற ஒருவன் தன்னை நிலை நிறுத்திக் கொள்ளும் சாத்தியம் இல்லை. எத்தனையோ பேர் சமூகத்தைச் சுரண்டிக் கொழுப்பதற்குப் பயன்படும் இந்தப் பண்பாட்டுப் பலவீனம் மாசாணம் போன்ற ஒரு அப்பாவி ஏழைக்குப் பயன்படுவது நமக்குத் திருப்தியே. 'ஜடாயு', 'மனிதம்' ஆகிய கதைகளில் மனிதருக்குள் ஒளிந்திருக்கும் உண்மை மனிதனை ராஜநாராயணன் இனங்காட்டுகின்றார். இக்கதைகளில் வரும் தாத்தைய நாயக்கரும் ராமய்யங்காரும் உன்னத மனிதர்களே! யார் எப்படிப் போனால் என்ன? நாம் உண்டு நம்ம பாடு உண்டு என்று அக்கிரமத்தை எதிர்நோக்காது ஒதுங்கிக் கொள்ளும் சமூகத்தில் இவர்களது வீழ்ச்சி யதார்த்தமானதே.

ராஜநாராயணனின் இரண்டாவது ரகக் கதைகள் நாம் இதுவரை பார்த்ததைப்போல் அவரது கிராமத்தின் சமூக பொருளாதார அம்சங்களை வெளிப்படுத்துபவை அல்ல. பதிலாக அன்றாட வாழ்வின் பல்வேறு பண்பாட்டுக் கோலங்களை வெளிப்படுத்துபவை. இந்த அம்சத்தை இவரின் முதல் ரகக் கதைகளிலும் நிறையக் காணலாம். எனினும், அவற்றின் அடிப்படைத் தொனி இந்த இரண்டாவது ரகக் கதைகளில் இல்லை எனலாம். வேறுவகையில் சொன்னால் இக்கதைகள் சமூக பொருளாதாரத் தளத்தில் நேரடியாக வேரூன்றாதவை. இவற்றிலும் மறைமுகமான சமூக வேர்களைக் காட்டலாம். எனினும், இவை வாழ்வில் அச்சாணியாக இயங்குபவை அல்ல. உதாரணமாக 'பலாப்பழம்' கதையை எடுத்துக்கொள்வோம். ஒரு பெண் கர்ப்ப மசக்கையில் இருக்கும்போது அவள் ஆசைப்பட்டதை நிறைவேற்றாவிடில் அது கருவில் இருக்கும் குழந்தையைப் பாதிக்கும் என்பது கிராமத்து நம்பிக்கை. இத்தகைய நம்பிக்கையை பொதுவாக நமது எல்லாக் கிராமங்களிலும் காண முடியும். 'பலாப்பழம்' இந்த நம்பிக்கைக்கு வடிவம் கொடுத்த கதை. சங்கரம்மாளுக்கு தலைப்பிரசவம். அவள் கருப்ப சங்கையில் இருக்கும்போது பலாப்பழம் தின்ன ஆசைப்பட்டாள். அவளுடைய கணவன் பொன்னுச்சாமி மிகவும் முயன்றான்தான். ஆனால் அது நிறைவேறாத ஆசையாகிவிட்டது. அவளுக்குக் குழந்தை பிறந்தபோது கைகளிலும் கால்களிலும் ஆறுஆறு விரல்கள். காதிலிருந்து சீழ்வடிந்துகொண்டிருந்தது. குழந்தையின் சீழ்வடிதலை நிறுத்த வேண்டுமானால் தாய்க்கு பலாப்பழம் கொடுக்க வேண்டும். பொன்னுசாமி எப்படியோ முயன்று பலாச்சுளை கொண்டு வருகின்றான். சங்கரம்மாள் அதைத் தட்டிவிட்டு முகத்தை மூடிக்கொண்டு மௌனமாக அழுகிறாள். இதுதான் கதை. பலாப்பழம் சாப்பிடாததற்கும் குழந்தை ஊனமாககப் பிறந்ததுக்கும் நேரடித் தொடர்புகள் எதுவுமில்லை என்பது நமது விஞ்ஞான மூளைக்குத் தோன்றக்கூடும். ஆனால், அந்த நம்பிக்கை கிராமியப் பண்பாட்டின் கூறாக இருக்கிறது. அதைக் காட்டுவதுதான் ஆசிரியரின் நோக்கம் போலும்.

ராஜநாராயணனின் இரண்டாவது ரகக் கதைகள் எல்லாம் ஒரே மாதிரியானவை அல்ல. 'பலாப்பழம்' ஒரு ரகம் என்றால் 'கனிவு', 'வேலை வேலையே வாழ்க்கை', 'மகாலெட்சுமி' போன்றவை பிறிதொரு ரகமானவை. இவற்றில் எல்லாம் அன்றாடக் கிராமியப் பண்பாட்டின் வெவ்வேறு கூறுகளை வெளிக்காட்டுவதற்கு சில கதை நிகழ்வுகள் பின்னப்பட்டுள்ளன, அவ்வளவுதான். 'கோமதி', 'ஜீவன்', 'விளைவு' போன்ற கதைகள் வேறு ஒரு ரகமானவை. சில தனிரகமான, உடல், உளக் குறைபாடுகள் உள்ள

மனிதர்கள் பற்றிய கதைகளின் ஊடாகவும் அன்றாடக் கிராமிய வாழ்வின் சில பண்பாட்டுக் கூறுகளை நாம் காண்கின்றோம். ராஜநாராயணனின் 'பிஞ்சுகள்' ஒரு தனிரகமான படைப்பு. இது நாவல் (சிறுவர் நாவல்) என்றுதான் சொல்லப்படுகிறது. சிறந்த நாவலுக்கான 'இலக்கியச் சிந்தனை'ப் பரிசும் இது பெற்றிருக்கிறது. ஆனால், இதை நாவல் என்று சொல்வது பழக்கம் கருதித்தான். சில மனிதர்களும் சில சம்பவங்களும் இருப்பதனாலே அவ்வாறு சொல்கிறோம் போலும். வடிவத்தைப் பொறுத்தவரை இது எதுவாகவும் இருக்கட்டும். ராஜநாராணயனின் இயற்கை ஞானத்தையும் ரசனையையும் வெளிக்காட்டும் அற்புதமான படைப்பு இது. கிராமத்து வாழ்வோடு இயற்கை பின்னிப்பிணைந்து கிடப்பது. அங்குள்ள விலங்குகளும் பறவைகளும் தாவரங்களும் மனிதனோடு நெருங்கி இருப்பவை. ஒரு கிராமத்து விவசாயிக்கு அவை ரசிப்பதற்கோ வியந்து மகிழ்வதற்கோ உரியவை அல்ல. அவை அவனது வாழ்வின் பிரிக்க முடியாக் கூறுகள். 'குடும்பத்தில் ஒரு நபர்', 'கூடை' போன்ற ராஜநாராயணனின் பல படைப்புகளிலே அவை அந்த வாழ்வோடு இணைந்து கிடப்பதைக் காணலாம். ஆனால், 'பிஞ்சுக'ளில் அவர் தனியான ஒரு இயற்கை உலகைக் காட்டுகிறார். இந்த இயற்கை உலகு பற்றிய ராஜநாராயணனின் விஷய ஞானம் நமக்கு வியப்பூட்டுவது. இதிலே வரும் வெங்கடேசு, அசோக், செந்தில்வேல், திருவேத நாயக்கர் போன்றோரும் அவர்கள் தொடர்பான நிகழ்வுகளும் கிராமத்தின் இந்த இயற்கை உலகையும் கிராமிய வாழ்வின் வெவ்வேறு பண்பாட்டு அம்சங்களையும் விபரிப்பதற்கான வெறும் ஊடகங்கள்தான். இவற்றினூடு ஒரு அறியப்படாத உலகை எல்லோருக்கும் திறந்து காட்டும் ராஜநாராயணனின் ஆர்வம் பொங்கிக்கொண்டு புறப்படுகின்றது. அவர் கிராம வாழ்வின் ஓர் ஆழ்ந்த ரசிகன் என்பதை இதில் முற்றிலும் வெளிப்படுத்திக்கொள்கிறார். அவரது ரசனை நம்மையும் தொற்றிக்கொள்கிறது.

'கோபல்ல கிராம'த்தையும் இந்த வரிசையில்தான் வைத்துப் பார்க்கத் தோன்றுகிறது. இதுவும் நாவல் என்றுதான் சொல்லப்படுகிறது. ஆனால், இதுவரை எழுதப்பட்ட நாவல்கள் எதைப்போன்றும் இது இல்லை. இதுவும் அவரது தனித்துவமான படைப்பு. இதிலே நிறைய சம்பவங்கள் வருகின்றன. ஏராளமான மனிதர்கள் வருகின்றார்கள். ஆயினும், இதிலே கதை என்று சொல்லக்கூடியதாக எதுவுமில்லை. அதனால் கதாபாத்திரங்களும் இல்லை. வழக்கமான அர்த்தத்தில் ஒரு நாவலுக்குக் கதை என்ற ஒன்று தேவையில்லை. அறுபதுகளின் பிற்பகுதியில் தமிழில் தோன்றிய சில நல்ல நாவல்கள் தமிழிலும் இது சாத்தியம்

என்பதை நிரூபித்துவிட்டன. என்றாலும், எல்லா நாவல்களிலுமே நிகழ்ச்சிகள் ஒரு ஒருங்கிணைவு பெற்றிருக்கும். ஒன்றோடு ஒன்று தொடர்புள்ளதாகக் குறிப்பிட்ட திசை நோக்கியதாக இருக்கும். இதனால் பாத்திரங்களும் உருவம் பெற்று முழுமை எய்தி இருக்கும். கோபல்ல கிராமத்தில் இத்தன்மையைக் காணமுடியாது. அவ்வகையில் இது முற்றிலும் வித்தியாசமான நாவல். இதிலே ராஜநாராயணன் என்ற நாவலாசிரியனை விட அவருக்குள் இருக்கு நாட்டுப்புறவியலாளனின் ஆதிக்கமே மேலோங்கித் தெரிகிறது.

'துலுக்க' ஆட்சியாளருக்குப் பயந்து தெலுங்கு தேசத்திலிருந்து புறப்பட்டுத் தமிழ்நாட்டில் வந்து குடியேறி, காடு திருத்தி 'கோபல்ல கிராம'த்தை உருவாக்கிய ஒரு சமூகத்தின் குறைந்தபட்சம், ஒரு நூற்றாண்டு கால வரைலாற்றைக் (1858 வரை) கூறுவதை நோக்கமாகக் கொண்டது இப்படைப்பு. ஒரு கிராமத்தின் பூர்வ வரலாற்றை மறுபடைப்புச் செய்வதற்கு ராஜநாராயணன் ஆதாரமாகக் கொண்டது முற்றிலும் நாடோடிக் கதைகளையும் தனது கற்பனையையும்தான். அதனாலேயே ராஜநாராயணனின் சமகாலப் பின்னணியில் உருவாகிய படைப்புகளில் வரும் மனிதர்களின் சாயல்களையும் நடத்தைக் கோலங்களையும் கோபல்ல கிராமத்தில் இடம்பெறும் சுமார் ஒன்றே கால் நூற்றாண்டுக்கு முந்திய மனிதர்களிலும் நம்மால் காண முடிகிறது. கோபல்ல கிராமத்தின் வாழ்வை ராஜநாராயணனின் இன்றைய கிராமத்து வாழ்வில் இருந்து வேறுபடுத்துபவை கோபல்ல கிராமத்தின் பூர்வீகம் பற்றி மங்கத்தாயர் அம்மாள் கூறும் ஐதீகங்களும் *(Myths)* தீவட்டிக் கொள்ளைக்காரர்களும் கொலைகாரனைக் கழுவில் ஏற்றும் நடவடிக்கைகளும் கும்பினிக்காரர்களின் வருகையும்தான் என்று கூற வேண்டும். மற்றப்படி ராஜநாராயணனின் கிராமம் – அதன் மக்களும் பண்பாடும் – வேறுபடுவதில்லை. அந்தப் பண்பாட்டை வெளியுலகத்துக்குத் தெரியப்படுத்துவதிலேயே அவரது அக்கறை குவிந்துள்ளது.

5

இலக்கியம் சமூகத்தைப் பிரதிபலிப்பது. சமூகமோ இடையறாது மாறிக்கொண்டிருப்பது. பழமைகள் கழிவதும் புதுமைகள் புகுவதுமாய் இருப்பது. பழமைக்கும் புதுமைக்கும் இடையிலான முரண்பாடுகளும் மோதல்களும் தொடர்ந்து நடந்துகொண்டிருப்பது. அந்தவகையில் படைப்பாளி சமூக மாற்றத்தை உற்றுக் கவனிப்பது இயல்பானதே. ஆயினும்,

பொதுவாக எல்லாப் படைப்பாளிகளுமே இந்த அம்சத்தில் கவனம் செலுத்துவார்கள் என்றில்லை. மிகப் பெரும்பாலோர் சமூகத்தின் இந்த மாறும் இயல்பை கருத்திற்கொள்வதில்லை. அந்தக் கணத்து வாழ்வு பற்றிய சித்திரத்திலேயே அவர்கள் திருப்தியுறுவார்கள். ஆனால், வாழ்வின் முழு அர்த்தத்தையும் தேட விரும்பும் ஒரு படைப்பாளி சமூகத்தின் இந்த இயக்கப் போக்கைப் புறக்கணிக்க முடியாது. வாழ்க்கையின் சித்திரத்தை முழுமையாகத் தீட்டிப் பார்க்கவே அவன் விரும்புகிறான். ஒரு சிறுகதைக்குள்ளும் வாழ்வின் இந்தக் குணாம்சத்தைக் கொண்டுவர அவனால் முடியும்.

சமூகத்தின் இந்த மாறும் இயல்பை ராஜநாராயணன் எவ்வாறு உள்வாங்கிக் கொண்டார்; தமது படைப்புகளில் அதனை எவ்வாறு வெளிப்படுத்துகிறார் என்பதைக் காண்பதும் அவரையும் அவரது படைப்புலகையும் புரிந்துகொள்வதற்கு நமக்கு உதவும்.

ராஜநாராயணன் சமூக மாறுதல்களை அவதானிக்காதவர் அல்ல. ஆனால், அந்த மாறுதல்கள் அவரது கதைகளில் மையப்பொருளாக இடம்பெறுவதில்லை. ஆங்காங்கே சில குறிப்புகளாகவே தரப்படுகின்றன. இவ்வாறு இவர் குறிப்பிடும் மாற்றங்கள் இரு வகையானவை. ஒன்று, புறநிலை மாற்றங்கள். அதாவது சமூகத்தின் அடிப்படையான அக அமைப்பில் அன்றி அதன் புற அமைப்பில் வெளித் தெரிபவை. மற்றது, அகநிலை மாற்றங்கள். முதலாவதற்கு உதாரணமாக 'எங்கும் ஓர் நிறை' என்ற கதையில் நிறுவை முறையில் ஏற்பட்டு வந்த மாற்றங்களை அவர் விபரித்துள்ளமையைக் குறிப்பிடலாம். துலாக்கோல் தராசு போய், படியும் தராசும் வந்து, அதுவும் போய் கிலோகிராம் படிகள் வந்ததை ஒரு விவசாயியான குப்புசாமி நாயக்கர் பார்வையில் விவரிக்கிறார். அதே கதையில் போக்குவரத்து முறையில் ஏற்பட்ட மாற்றங்களும் நாயக்கர் பார்வையில் விபரிக்கப்படுகிறது. இத்தகைய மாற்றங்கள் சமூகத்தில் ஏற்படும் சில அடிப்படையான மாற்றங்களின் வெளிப்பாடுகள். எனினும், ஒரு படைப்பைப் பொறுத்தவரையில் மேலோட்டமானவை. அகநிலை மாற்றங்கள், அடிப்படையான சமூக உறவுகளில், அதன் விழுமியங்களில் *(values)* ஏற்படும் மாற்றங்களைக் குறிக்கும். உதாரணமாக 'கரிசல் காட்டில் ஒரு சம்சாரி' கதையில் துரைசாமி நாயக்கரின் மகன் அந்தக் கிராமத்தின் ஒரு பெரிய ஜின்னிங் பாக்டரி கட்டி முடித்திருப்பதும், மரக்கலப்பைகளையும் உழவுக்காளைகளையும் விவசாயத்தில் இருந்து விடுவித்து சகலத்தையும் இயந்திர மயமாக்கிவிட்டான் என்ற செய்தியும் கூறப்படுகின்றது. இது

ஒரு புறநிலைத் தோற்றம் மட்டுமல்ல. ஒரு பாரம்பரிய விவசாயக் கிராமத்தில் அதன் உற்பத்தி முறையில் நிகழும் அடிப்படையான மாற்றம் இது. இந்த மாற்றம் அந்த கிராமத்தின் வாழ்வை, அதன் சமூக உறவுகளை பெரிதும் பாதிக்கக் கூடியது. அதன் பண்பாட்டு அம்சங்களைப் பெரிதும் மாற்றியமைக்கத் தக்கது. ஒரு விவசாயக் கிராமம் முதலாளித்துவ கைத்தொழில் நாகரிக யுகத்துள் நுழைவதன் சின்னம் அது. ஆயினும் கடைசியாக ஒரு நாலுவரித் தகவலாகவே அது கதையில் இடம்பெறுகிறது.

'கோபல்ல கிராமம்', முழு நாவல் என்ற வகையிலும் நூறு வருடத்துக்கு முந்திய, குறைந்த பட்சம் ஒரு நூற்றாண்டு கால வாழ்க்கை ஓட்டத்தைக் கூறும் நாவல் என்ற வகையிலும் கிராமத்தின் அடிப்படையான சமூக உறவுகளில் ஏற்பட்டு வந்த மாற்றங்களும் அவை தனிமனிதர்களைப் பாதித்த விதமும் பற்றிய சித்திரமாக நாம் அதனை எதிர்பார்க்கக்கூடும். ஆயினும் இந்த அம்சம் நாவலில் இரண்டொரு இடங்களில் புறச் செய்திகளாகக் கூறப்படுகின்றதே தவிர அது நாவலின் மைய ஓட்டமாக அமைவதில்லை. உதாரணமாக இந்த நாவலிலே 'படுபாவி செங்க்கன்னா' என்று ஒருவர் அறிமுகமாகிறார். அவருக்கு அந்தப் பெயர் வந்த வகைபற்றி நாவலாசிரியர் இவ்வாறு விவரிக்கிறார்.

> "நிலங்கலெல்லாம் தனிக்குடும்பச் சொத்தாகி, கூட்டு மனித சக்தியின் உழைப்பை நம்பி இருந்த காலத்தில் கூட்டுக் குடும்பமே பிரதானமாக இருந்தது. வரவரக் கூட்டுக் குடும்பங்கள் உடைந்துபோக ஆரம்பித்தன. தாயாதிகள் பாகப் பிரிவினை செய்துகொள்ள ஆரம்பித்தார்கள். அப்படி செங்க்கன்னாவின் குடும்பத்தில் ஒரு பாகப் பிரிவினை ஏற்பட்டபோது, காய்ந்து போன உபயோகமில்லாத ஒரு சுண்ணாம்புக் கலயம் மிஞ்சியது. அதை அவர்களது தாயாதிக்குக் கொடுக்க மனமில்லாமல் அந்தமண் கலயத்தை உடைத்துப் பகிர்ந்து கொடுத்தாராம். அதிலிருந்து ஜனங்கள் அவரைப் படுபாவி செங்க்கன்னா என்று அழைத்தார்கள்."

கூட்டுக் குடும்பங்கள் உடைந்து, பாகப் பிரிவினைகள் நடந்து, தனிக் குடும்பங்கள் உருவாகியமை தனியே ஒரு முழு நாவலுக்குரிய விஷயம்தான். கோபல்ல கிராமத்தின் ஒரு குறிப்பிட்ட வரலாற்றுக் கட்டத்தில் இந்த மாற்றம் எவ்வாறு நிகழ்ந்தது, மனித உறவுகளையும் உணர்வு நிலைகளையும் அது எவ்வாறு பாதித்தது என்பது போன்ற அம்சங்களை நாம் அறிய விரும்புவோம். ஆனால் சாதாரண குடும்ப உறவுகள் பற்றிய தகவல்களைக்கூட கோபல்ல கிராமத்தில் மிகக்குறைவாகவே

பெறுகிறோம். பதிலாக ஒன்றுக்கொன்று உள்ளார்ந்த தொடர்பில்லாத பல்வேறு நிகழ்ச்சித் சித்திரங்கள் மூலம் ஒரு சமூகத்தின் வெளிப்படையான பண்பாட்டுக் கோலங்களையே இதில் அதிகம் காண்கின்றோம்.

ஆக, வாழ்க்கையின் இயங்கு நிலை – சமூக மாற்றம் – ராஜநாராயணனது படைப்புகளில் மையப் பொருளாக அமைவதில்லை. அந்த வகையில் அவரது கிராமம் சாராம்சத்தில் மாற்றங்கள் அற்றது. நிலையான தூய பாரம்பரியக் கிராமம் அது. அந்தக் கிராமத்தின் பண்பாட்டுக் கோலத்தை, அதன் வெவ்வேறு வகையான மனிதர்களின் குணசித்திரத்தை வரைந்து காட்டுவதே சாராம்சத்தில் இவரது கலை நோக்கு எனலாம்.

இவரது பெரும்பாலான கதைகள் பாத்திரங்களின் குணச்சித்திர விவரணங்களாகவே அமைந்துவிடுவதற்கும் இதுவே காரணம் எனலாம். கதைச் சூழலுக்கு உள்ளிருந்து, ஒன்றோடு ஒன்று பின்னிப்பிணைந்து நிகழ்ச்சிகளின் ஊடாக, ஒரு பாத்திரத்துக்கும் மற்றப் பாத்திரத்துக்கும் இடையே நடைபெறும் வினைகள், எதிர்வினைகளின் அடிப்படையில் வடிவம் பெற்று உருவாகும் பாத்திரங்களை இவருடைய கதைகளில் அரிதாகவே காணலாம். இப்படிச் சுயம்புவாக உருவாகிய பாத்திரத்துக்கு நல்ல உதாரணமாக 'ஜடாயு'வில் வரும் தாத்தைய நாயக்கரைக் காட்டலாம். 'தாத்தைய நாயக்கர் ஒரு அப்புராணி. தான் உண்டு தன்பாடு உண்டு என்று இருப்பவர்' என ஆசிரியர் முதல் வரியிலேயே அவரை அறிமுகப்படுத்தினாலும் கதை முடிவில் அவரைப்பற்றி நமக்குக் கிடைக்கும் பிம்பம் வேறு. அவர் இயல்பில் அப்புராணியாக இருந்தாலும் கதை நிகழ்வுகள் அவர் எதிர்பாராமலே அவரை வேறு திசைகளுக்கு இழுத்துச் செல்கின்றன. அவருள் இருக்கும் மனிதனைத் தட்டி எழுப்பிவிட்டு அவரை வேறு ஒரு மனிதனாக மாற்றிவிடுகின்றன.

ஆனால், 'கரிசல்காட்டில் ஒரு சம்சாரி' கதையில் வரும் துரைசாமி நாயக்கர் இவ்வாறு சுயம்புவாக உருவாகிய பாத்திரம் அல்லர். ஆசிரியர் அவரைத் தனிநிலைப்படுத்தி அவரது குணாம்சத்தை விவரித்துச் செல்கிறார். அவருடைய கஞ்சத்தனம், ஏமாற்றுக்கள், திருகுதாளங்கள் முதலியவற்றை விளக்கும் பல்வேறு சம்பவங்களை அடுக்கிச் சொல்லிச் செல்கிறார். அவ்வகையில் துரைசாமி நாயக்கருக்குத் தனியான, இயல்பான வளர்ச்சி இல்லை. கதை சொல்லியின் தகவல்கள் மூலமே அவர் நமக்கு முற்றிலும் அறிமுகமாகிறார். கோபல்ல கிராமத்தில் இத்தன்மையை இன்னும் துலக்கமாகக் காணலாம். இந்நாவலிலே ஏராளமான

மனிதர்கள் வருகிறார்கள். ஒவ்வொருவரும் தங்களுக்கென்று விசேடமான குணாம்சங்களைக் கொண்டவர்கள். கிராமப் பொதுவுக்கு வரும் சுமார் இருபது பிரமுகர்களின் தனி ஆளுமைகள் பற்றி முப்பது பக்கங்களில் மிகுந்த ஆர்வத்துடன் விவரிக்கின்றார் ஆசிரியர். இவர்கள் இக்கிராமத்தின் ஆளுமைக் கூறுகள் என்பதைத் தவிர, கிராமியப் பண்பாட்டின் வெவ்வேறு சின்னங்கள் என்பதைத் தவிர இந்நாவலில் இவர்களுக்கு வேறு முக்கியத்துவம் இல்லை. வெவ்வேறு வகையான கிராமத்து மனிதர்களைப் பற்றிய சொற்சித்திரங்களின் தொகுதியாகவே இந்நாவலைக் கருதலாம். ராஜநாராயணனின் பெரும்பாலான கதைகள் வெவ்வேறு அளவில் இத்தகைய பாத்திர விபரங்கள் மூலமே பின்னப்பட்டுள்ளமை கவனிக்கத்தக்கது. அவ்வகையில் இவற்றில் நடைச் சித்திரங்களின் சாயல் மேலோங்கியுள்ளது.

6

கிராமியப் பண்பாட்டை வெளிக் கொண்டு வருவதில் ராஜநாராயணனுக்குள்ள ஆழ்ந்த ஆர்வமும் அக்கறையும் கதைப் போக்குக்கு வெளியாலும் துருத்திக்கொண்டு வெளிப்படுவதை படைப்புகளில் நிறையவே அவதானிக்க முடிகின்றது. கதையின் மையப் பொருளுக்குள், அதன் கட்டுக் கோப்புக்குள் நிற்பதற்கு இந்த ஆர்வம் அவரை விடுவதில்லை. இந்த ஆர்வத்தின் கட்டற்ற தன்மையை இவரது பல கதைகளில் காணலாம். எனினும் கோபல்ல கிராமத்தில் அது எல்லா வரம்புகளையுமே மீறிச் சென்றிருப்பதைக் காணமுடிகிறது. இதனையே இந்த ஆர்வத்தின் பாதகமான அம்சம் என்று ஏற்கனவே குறிப்பிட்டேன். கதைப்போக்குக்கு வெளியாலும் இந்த ஆர்வம் துருத்திக்கொண்டு நிற்பதற்கு சில உதாரணங்களை மட்டும் இங்கு தருகிறேன்:

1) "அவர்களில் பெண்ணுக்குப் பரிசம் போடுகிற வழக்கம். நிச்சய தாம்பூலத்து அன்று பெண்ணை மாப்பிள்ளைக்குப் பேசி முடிவு செய்து தாம்பூலம் மாற்றிக் கொள்வர்கள். பின்னொரு நல்ல நாளில் இரவு நேரத்தில் மாப்பிள்ளை வீட்டாரும் சுற்றத்தாரும் பெண்ணின் வீட்டுக்குப் போய் முடிப்புடன் வாசலில் வந்து நிற்பார்கள். பெண்வீட்டார் அவர்களை ஆராத்தி எடுத்து அவர்களுக்கு இருபுறமும் தரையில் சென்னீர் கொட்டி – இந்தச் சென்னீர் மஞ்சளும் சுண்ணாம்பும் கலந்தது – அதில் பருத்திக் கொட்டையும் கிள்ளிப் போட்ட வெற்றிலைத் துணுக்குகளும் மிதக்கும். பின்பு வீட்டினுள்ளே அழைத்துக்கொண்டு செல்வார்கள்.

பெண்ணுக்கு மாப்பிள்ளை வீட்டார் கொண்டு வருகிற பரிச முடிப்பில் அவர்கள் சக்திக்கு ஏற்ப பொருள் இருக்கும்.” ‘மகாலெட்சுமி’

2) “ஆகாத நேரங்களில் குடும்பத்தில் மூத்தவர்கள் இறந்தால், அந்த வீட்டில் அவர்கள் ஆவி பிரிந்த இடத்தில் ஒரு மண்பானை நிறைத் தண்ணீர், எண்ணெய் ஊற்றி திரிப் போட்டுவைத்த ஒரு அகல் விளக்கு அவைகளை வைத்து, ஆறு முழ நீளம், மூன்று முழ உயரம் மண்ணினால் மூடி, கொஞ்சகாலம் வைத்திருந்து, பிறகு ஒரு குறிப்பிட்ட நாளில் அதைத் திறந்து பார்ப்பார்கள். இதற்கு அடைப்பு என்று பெயர். இதில் இறந்தவர்களின் நேரத்தைப் பொறுத்து மூன்று மாத அடைப்பு, என்றெல்லாம் உண்டு. அடைப்பைத் திறந்து பார்க்கும்போது குடத்தில் உள்ள குளிர்ந்த நீர் வற்றி இருந்தால் அந்த ஆத்மாவின் தாகம் அடங்கியதாக நினைப்பார்கள். நிறை குடமாகவே இருந்தால், மறைந்த ஆத்மா நிறைவுடனேயே பிரிந்திருக்கிறது என்று கொள்வார்கள்.” ‘கரிசல் காட்டில் ஒரு சம்சாரி’

3) “கிராமங்களில் ஒருவரைக் கதை சொல்லும்படி கேட்டுக் கொண்டால் அவர் உடனே நான் பிறந்த கதையைச் சொல்லவா வளர்ந்த கதையைச் சொல்லவா என்று கேட்பார். இவர்கள் ஏதாவது ஒன்றைக் சொல்லிக் கேட்க வேண்டும். அந்த ஆள் தான் பிறந்த கதையையும் சொல்ல மாட்டார். வளர்ந்த கதையையும் சொல்லமாட்டார். ஒரு கதையைத்தான் சொல்லுவார். ஆனாலும் இப்படி எதுக்காக வந்தது என்று தெரியவில்லை.” ‘கோபல்ல கிராமம்’

இப்படி கட்டுரைப்பாங்கான குறிப்புகளுக்கு ராஜநாராயணன் கதைகளில் இருந்து நிறைய உதாரணங்கள் காட்டலாம். இவை ராஜநாராயணனுக்கு நாட்டுப் பண்பாட்டில் *(Folklore)* உள்ள ஆர்வத்தைத் துல்லியமாகக் காட்டுகின்றன. அவரது இந்த ஆர்வத்தின் விளைவாக நமக்குக் கிடைத்தவைதான் அவர் வெளியிட்டுள்ள நாடோடிக் கதைத் தொகுப்புகள். இந்த வகையில் அவரது மூன்று தொகுதிகள் வெளிவந்தள்ளன. ‘தமிழ் நாட்டு நாடோடிக் கதைகள்’, ‘தமிழ்நாட்டுக் கிராமியக்கதைகள்’, ‘தாத்தா சொன்ன கதைகள்’ என்பன அவை. கிராம மக்களின் பண்பாட்டின், அவர்களின் உலக நோக்கின், அவர்களது ஆசை அபிலாசைகளின் கற்பனைகளின் வெளிப்பாடுகள் அவர்களது கதைகள். தனது சுற்றாடலில் வழங்கும் இத்தகைய கதைகள்

பலவற்றைத் திரட்டி தன்னுடைய கலைத்திறனால் அவற்றுக்குப் புது மெருகு கொடுத்து வெளியிட்டிருக்கிறார் ராஜநாராயணன். அவரது சொந்தப் படைப்புகளிலும் இவற்றின் செல்வாக்கைக் காணலாம். ஏற்கனவே கோபல்ல கிராமம் பற்றிச் சொன்னேன். அவரது 'பேதை' கதை பெரும்பாலும் நாடோடிக் கதைப் பாணியில் அமைந்திருக்கக் காணலாம். பிணந்தின்னும் பேச்சியின் வர்ணனை அத்தகையது.

ராஜநாராயணனின் பண்பாட்டுத் துறை ஆர்வத்தின் பிறிதொரு முக்கிய வெளிப்பாடு அவரது வட்டார வழக்குச் சொல்லகராதி. மொழி பண்பாட்டின் பிரிக்க முடியாத ஒரு கூறு. மொழியின் மூலமாகவே ஒரு மக்கட் சமூகத்தின் பல்வேறு பண்பாட்டுக் கூறுகளை நாம் அறிந்து கொள்கின்றோம். அந்த வகையில் ராஜநாராயணனின் இந்த அகராதி வெறும் சொல்லகராதி மட்டுமல்ல. அவரது கிராமத்து மக்களின் பண்பாடு பற்றிய அகராதியும்தான். தனித் தேர்ச்சி பெற்ற பலர் கூடிச் செய்யவேண்டிய பணியை ஆர்வத்தின் காரணமாகத் தனியனாகச் செய்திருக்கிறார். மொழியியல், மானிடவியல், நாட்டுப்புறவியல் போன்ற பல்வேறு ஆய்வுத் துறைகளில் அக்கறை உள்ளவர்களுக்கும் பயன்படும் அரிய முயற்சி இது.

இதுவரை நாம் பார்த்ததில் இருந்து ராஜநாராயணனின் எழுத்து முயற்சிகள் எல்லாமே பொதுவாக கிராமியப் பண்பாட்டை உள்ளீடாகக் கொண்டவை என்பது தெளிவாகின்றது. இவரது உள்ளுணர்வு இந்தப் பண்பாட்டிலேயே தோய்ந்து கிடக்கின்றது. இந்தக் கிராமத்தின் வறுமையும் சில வசதிக் குறைவுகளும் நீங்கிவிட்டால் இதுவே உன்னத வாழ்வுலகு என்ற எண்ணம் அவரது உள்ளுணர்வில் படிந்திருப்பதாக எனக்குத் தோன்றுகின்றது. அவரது 'ஒரு காதல் கதை' இந்த அம்சத்தையே உணர்த்துவதாக கொள்ளலாம். இந்தக் கதையில் வரும் ராஜாவுக்கு (இது ராஜநாராயணனைக் குறிக்குமோ – கதையும் தன்மையிலேயே சொல்லப்படுகிறது) தான் காதலித்துக் கல்யாணம் செய்யவில்லை என்ற ஏக்கம் உண்டு. சிறுவயதிலேயே பாரம்பரிய வழக்கப்படி, படிப்பறிவு இல்லாத லட்சுமியுடன் அவனது திருமணம் நடந்தாயிற்று. அவனது கல்லூரி நண்பன் ராகவன், அவனது காதலி மேரி ஆகியோர் நகர்ப்புற நாகரிகத்தின் பிரதிநிதிகள். அவர்களுடைய காதல் ஆழமானது. மதவேறுபாடுகளை எல்லாம் கடந்து திருமணத்தில் முடிகிறது. ஆனால், ஏனோ அந்த உறவு நீடித்திருக்க முடியவில்லை. அவர்கள் பிரிந்து விடுகிறார்கள். லட்சுமி சொல்கிறாள். "இது இப்படித்தான் போய் முடியும் என்று எனக்கென்னவோ

தோன்றிக் கொண்டே இருந்தது” என்று. லட்சுமி ஓர் அசல் கிராமத்துப் பண்பாட்டில் வளர்ந்தவள். அவளுக்கு மனப் பேதலிப்புகள் எவையும் இல்லை. அவளுடைய உலகம் கணவனும் வீடும் வீட்டுப் பிராணிகளும்தான். அவளுடைய அறிவு வாயில் ராமாயணம் மட்டும்தான். ஆனால் அவர்களுடைய குடும்ப வாழ்வோ நிரந்தர அமைதியில் இருப்பது. இந்தக் கதையில் கிராமத்துப் பண்பாட்டையும் நகரப் பண்பாட்டையும் எதிர் எதிர் நிலையில் வைத்து நிறுத்துப் பார்க்கிறார் ராஜநாராயணன். அவருடைய தராசில் கிராமம்தான் கதிக்கிறது. இங்கு கிராமத்தை லட்சியமயப் படுத்திவிடுகிறார் ஆசிரியர். அது அவருக்கு ஒரு லட்சிய உலகம். அவருடைய பெரும்பாலான படைப்புகளில் இந்த அம்சமே உள்ளோட்டமாக உள்ளது. இதுவே அவருடைய படைப்புலகு வெளிக்காட்டும் அடிப்படைத் தொனி எனலாம்.

1985, ‘ராஜநாராயணீயம்’, அன்னம் வெளியீடு

3

நாட்டார் இலக்கியத்தில் காதல் பாடல்கள்: யதார்த்தமும் புனைவும்

கிழக்கிலங்கை முஸ்லிம்கள் மத்தியில் வழங்கும் காதல் கவிகளின் தோற்றம், பயன்பாடு பற்றிய ஓர் ஆய்வு

1. அறிமுகம்

நாட்டார் இலக்கியத்தில் காதல் அல்லது ஆண் பெண் பாலியல் உறவு தொடர்பான பாடல்கள் முக்கிய இடம்பெறுகின்றன. பொதுவாக எல்லா மொழிகளிலும், எல்லா சமூகத்தவர் மத்தியிலும் இத்தகைய பாடல்கள் பெருமளவு காணப்படுகின்றன. தமிழில் தொகுத்து வெளியிடப்பட்டுள்ள நாட்டார் பாடல் தொகுதிகளிலும் காதல் பாடல்கள் அதிக எண்ணிக்கையில் இடம்பெற்றுள்ளன. 'தமிழர் நாட்டுப் பாடல்கள்' என்ற தொகுப்பை வெளியிட்ட வானமாமலை (1977:31) தனது நூலுக்கு எழுதிய முன்னுரையில் "பிறவகை பாடல்களை விட காதல் பாடல்களே பெரிதும் கிடைக்கின்றன" என்றும், "தமிழ்நாடு காதலை மறந்து விடவில்லை என்று தோன்றுகின்றது" என்றும் குறிப்பிட்டுள்ளார். வானமாமலை உட்பட தமிழில் வழங்கும் காதல் பாடல்களைத் தொகுத்து வெளியிட்டவர்களும் அவற்றுக்கு விளக்கவுரைகளும் நயப்புரைகளும் ஆய்வுரைகளும் எழுதியவர்களும் அவைபற்றி

எழுதியுள்ளவற்றைப் பார்க்கும்போது கிராம சமூகத்தில் காதல் பாடல்கள் இடம்பெறும் சந்தர்ப்பம், அவற்றின் பயன்பாடு ஆகியவைபற்றி சில அடிப்படையான வினாக்கள் எழுகின்றன.

தாலாட்டுப் பாடல்கள் பெண்களால், குறிப்பாகத் தாய்மார்களால் குழந்தைகளை உறங்க வைக்க அல்லது அரவணைக்கப் பாடப்படுவது போல், ஒப்பாரிப் பாடல்கள் மரண வீட்டில் தங்கள் துயரங்களைச் சொல்லியழும் பெண்களால் பாடப்படுவது போல், அம்பாப் பாடல்கள் கடற்கரையில் வலை இழுக்கும்போது மீனவர்களால் பாடப்படுவது போல், காதல் பாடல்கள் காதலர்கள் காதல் உறவு கொள்ளும் சந்தர்பங்களில் பாடப்படுகின்றனவா? நமது திரைப்படங்களில் காதலனும் காதலியும் காதல் 'டுயட்' பாடுவதுபோல நிஜவாழ்விலும் கிராமத்துக் காதலர்கள் தமக்குள் இக்காதல் பாடல்களைப் பாடிக் களிக்கின்றனரா?

இக்காதல் பாடல்கள் உண்மையில் காதலர்களின் படைப்புகளா? அவர்களின் காதல் உறவில்தான் இவை பயன்படுகின்றனவா? அல்லது நிஜவாழ்கையில் காதலர்கள் அல்லாதவர்களால் வேறு சமூக சந்தர்பங்களில் *(social context)* பாடப்படும் புனைவியல் *(imaginative)* பாங்கானவையா? நாட்டார் இலக்கிய ஆய்வைப் பொறுத்தவரை இத்தகைய வினாக்கள் முக்கியமானவை. கிழக்கிலங்கை முஸ்லிம்கள் மத்தியில் வழங்கும் காதல் கவிகளைப் பரிசீலிப்பதன் மூலம் இக்கேள்விகளுக்கு விடைகாண முயல்வதே இக்கட்டுரையின் நோக்கம்.

2. கிழக்கிலங்கை முஸ்லிம்களின் காதல் கவிகள்

திருகோணமலை மட்டக்களப்பு, அம்பாறை ஆகிய மூன்று மாவட்டங்களை உள்ளடக்கிய இலங்கையின் கிழக்குக் கரையோரப் பகுதியே கிழக்கிலங்கை எனப்படுகிறது. இப்பகுதியில் தமிழைத் தாய்மொழியாகக் கொண்ட தமிழரும் முஸ்லிம்களும் பெரும்பான்மையாக வாழ்கின்றனர். கிழக்கிலங்கையின் தென்பகுதியில் அமைந்துள்ள அம்பாறை மாவட்டத்தில் முஸ்லிம்கள் பெரும்பான்மையினராவர்.

கிழக்கிலங்கை முஸ்லிம்களின் பொருளாதார, சமூக உறவுகள் பெரும்பாலும் விவசாயத்தில் தங்கியுள்ளன. குறிப்பாக, அம்பாறை மாவட்ட முஸ்லிம்களில் பெரும்பாலானோர் விவசாயிகளாவர். சுமார் அரை நூற்றாண்டுக்கு முன்புவரை இவர்கள் முற்றிலும் விவசாய சமூகத்தினராக இருந்தனர். பரந்த வயல் நிலங்களைக் கொண்ட இப்பகுதி இலங்கையின் நெற்களஞ்சியம் எனப்படுகின்றது.

கிழக்கிலங்கை, குறிப்பாக அம்பாறை மாவட்டம், இலங்கையிலே நாட்டார் பாடலுக்குப் புகழ்பெற்ற பிரதேசம். விவசாயம் முற்றிலும் நிலவுடைமை முறைக்கு உட்பட்ட தொழில் துறையாக இருந்த காலத்தில் விவசாயப் பண்பாட்டோடு ஒன்றிணைந்து நாட்டுப் பாடல்கள் இங்கு பெருவளர்ச்சியுற்றன. சமூக நிகழ்வுகளில் பார்வையாளர் முன்னிலையில் போட்டிக்குக் கவிபாடும் வழக்கம் சமீபகாலம் வரை இப்பகுதிகளில் நடைமுறையில் இருந்தது. இவ்வாறு கவிபடித்தல் வாதுகவி, வசைக்கவி, பள்ளுப்படித்தல் எனப் பலவாறு வழங்கப்பட்டது. முஸ்லிம் சமூகம் நவீனமயமாதலுக்கு உட்பட்டுப் பெருமாற்றங்கள் பெற்றுவரும் இன்றைய சமூகச் சூழலில் நாட்டார் பாடல்கள் பழைய பண்பாட்டின் எச்சங்களாகப் பழைய தலைமுறையினரின் நினைவுகளிலேயே பெரிதும் வாழ்கின்றன.

கிழக்கிலங்கையில் வழக்கில் உள்ள நாட்டார் பாடல் வடிவங்களுள் 'கவி' என்பது பிரதானமான ஒரு பாடல் வகை யாகும். இது ஈரடி அமைப்புடைய ஒரு பாடல்வகை. பின்வரும் பாடல்களை உதாரணமாக காட்டலாம்:

வந்தாரெண்டா மச்சான்
வாசலெல்லாம் பூமணந்தான்
போனாரெண்டா மச்சான்
பூப்பூத்து ஓஞ்சதுபோல்

தங்கத் தகடே – என்ட
தகதகத்த பொன் தகடே
வெள்ளித் தகடே – ஓன்ன
விலை மதிக்கக் கூடுதில்ல

இப்பாடல்கள் பெரும்பாலும் உயர் தொனியில் பாடப்படுபவை. ஒவ்வொரு பாடலின் முதல் மூன்று அரை அடிகளும் உச்ச ஸ்தாயியிலும் இறுதி அரை அடி மேலிருந்து கீழ்நோக்கித் தாழ்ந்த தொனியிலும் பாடி முடிக்கப்படும். இதனால் தொலைவில் இருப்பவர்களும் இப்பாடல்களின் இசையைக் கேட்க முடியும்.

இக்கவிகளில் மிகப் பெரும்பாலனவை ஆண் – பெண் உறவு பற்றிய காதல் கவிகளாகும். இத்தகைய ஆயிரக்கணக்கான காதல் கவிகள் இப்பகுதியில் வழங்குகின்றன. ஆண்பாடுவதாகவும் பெண்பாடுவதாகவும் இவை அமைந்துள்ளன. இப்பாடல்கள் இதுவரை நாட்டாரியல் ஆய்வு நெறிமுறைகளுக்கு முற்றிலும் இணக்கமான முறையில் சேகரித்துத் தொகுக்கப்படவில்லை. கள ஆய்வு மூலமாக அன்றி, சில பொழுதுபோக்கு ஆர்வலர்களின் முயற்சியினால் சேகரிக்கப்பட்ட சில நூற்றுக்கணக்கான காதல் கவிகள் இதுவரை அச்சில் வெளிவந்துள்ளன. இவற்றுள் முதன்மை

யானது சு. வித்தியானந்தனின் (1962) தொகுப்பாகும். இதில் சுமார் 350 காதல் கவிகள் இடம்பெற்றுள்ளன. இ. பாலசுந்தரம் (1979) 'மட்டக்களப்பு நாட்டார் பாடல்கள்' பற்றிய தன் ஆய்வு நூலில் சுமார் 350 காதல் கவிகளைத் தொகுத்துத் தந்துள்ளார். இவற்றுற் பல வித்தியானந்தனின் தொகுப்பிலும் இடம்பெற்றுள்ளன. இவைதவிர கந்தையா (1964), ஸுபைர் (1969), 'ஷரிபுத்தீன் (1985), முத்துமீரான் (1991) ஆகியோர் இக்காதல் கவிகள் பற்றி நயப்பு முறையில் எழுதிய தங்களின் நூல்களில் பல கவிகளை எடுத்தாண்டுள்ளனர். ஒருவரின் நூலில் இடம்பெற்றுள்ள சில கவிகள் மற்றவரின் நூலிலும் இடம்பெற்றிருக்கக் காணலாம். எவ்வாறாயினும், சுமார் ஆயிரம் கவிகள் இதுவரை அச்சில் வெளிவந்துள்ளன.

3. காதல் பாடல்களின் சமூக சந்தர்ப்பம்

நாட்டார் இலக்கியங்களைத் தொகுத்துப் பதிப்பிப்பவர்கள் அவை பாடல்களாயினும் கதைகளாயினும் சரி கிராம மக்களால் அவை எச்சந்தர்ப்பங்களில் பயன்படுத்தப்படுகின்றன என்பதை அறிந்து, அத்தகவல்களுடன் அவற்றைப் பதிப்பிப்பது அவசியமாகும். நாட்டார் இலக்கிய ஆய்வைப் பொறுத்தவரை அவை இடம்பெறும் சமூக சந்தர்ப்பம் மிகவும் முக்கியமானது. அச்சமூக சந்தர்ப்பத்தை ஒதுக்கிவிட்டு அவ்விலக்கியத்தை விளக்குவதோ ஆராய்வதோ பல சந்தர்ப்பங்களில் அபத்தமான முடிவுகளுக்கே நம்மை இட்டுச் செல்லும் காதல் பாடல்களைப் பொறுத்தவரை இது முற்றிலும் உண்மை.

தமிழ்நாட்டிலும் சரி, இலங்கையிலும் சரி நாட்டார் இலக்கியத்தின் ஒரு முக்கிய பிரிவான காதல் பாடல்களைச் சேகரித்துப் பதிப்பித்தவர்கள் அவைபற்றிய தங்கள் விளக்க உரைகளில் இப்பாடல்கள் உண்மை வாழ்க்கையில் காதலர்களால் பாடப்படுவன என்ற கருத்தையே வெளிப்படுத்தியுள்ளனர். வயற் புறத்திலும் கிணற்றடியிலும் கேணி அருகிலும் வீட்டின் கோடிப் புறத்திலும் வண்டியில் பயணம் செய்யும் போதும் கிராமப்புறக் காதலர்கள் இப்பாடல்களைப் பாடித் தமக்குள் காதல் உறவு கொள்வதைத் தங்கள் கள ஆய்வுகளின் மூலம் கண்டறிந்தனரா என்பதுபற்றி இவர்கள் தங்கள் பதிப்புக்களில் குறிப்புக்கள் எதுவும் தருவதில்லை. ஆனால், அவர்கள் இப்பாடல்களுக்கு எழுதும் விளக்க உரைகளைப் பார்க்கும்போது உண்மைக் காதலர்களால் இவை பாடப்படுவன என்ற எண்ணத்தையே நாம் பெறுகிறோம். தமிழ்நாட்டிலே நாட்டார் வழக்காற்றியல் ஆய்வின் முன்னோடிகளுள் முக்கியமானவர் என மதிக்கப்படும் வானமாமாலைகூட இதற்கு விலக்கல்ல.

வானமாமாலை 'தமிழர் நாட்டுப் பாடல்கள்' என்ற தனது முக்கியமான தொகுப்பு நூலிலே சுமார் 150 பக்கங்களில் ஏராளமான காதல் பாடல்களைத் தொகுத்துத் தந்துள்ளார். ஒவ்வொரு பாடலின் கீழும் அதனைச் சேகரித்தவர் பெயரும், சேகரித்த மாவட்டமும் தரப்பட்டுள்ளது. பாடல்களுக்குக் கொடுக்கப்பட்ட தலைப்பும் விளக்கக் குறிப்பும் பதிப்பாசிரியருடையவை எனத் தெரிகின்றது. இவ்விளக்கக் குறிப்புக்கள் இப்பாடல்கள் உண்மைக் காதலர்களால் பாடப்படுகின்றன எனத் தெரிவிக்கின்றன. "குளிர்ந்த முகம் தந்திடுவேன்" என்ற தலைப்பிலுள்ள பாடலை இங்கு உதாரணமாகத் தருகின்றேன்:

> "தண்ணீர்; இறைத்துக் கொண்டிருக்கிறாள் காதலி. காதலன் அருகில் சென்று 'தண்ணீர் கொடு' என்று கேட்கிறான். ஊர்ப் பொதுவிடத்திலே பேசுகிறோமே என்ற நாணம் அவனுக்கு இல்லை. அவனுக்குப் புத்தி புகட்ட எண்ணி 'கூடத்துக்கு வந்தியானா குளிர்ந்த முகம் தந்திடுவேன்' என்று அவள் பதில் சொல்லுகிறாள். கூடத்திற்கு அவன் எப்படிப் போவான்? பலர் அறியக் கூடத்துக்குப் போகவேண்டுமானால் அவளை மணம் செய்துகொள்ள வேண்டுமல்லவா? அவள் மறைவாக அவனிடம் சொல்லுவதும் அதுதான்."

ஆண்: ஆழம் கிணத்துக்குள்ளே
நீளக் கயிறு விட்டு
தண்ணி எடுக்கும் புள்ள – எனக்கு
தண்ணீரும் கொடுத்திடம்மா

பெண்: தண்ணீரும் கொடுத்திடுவேன்
தாகமது தீர்த்திடுவேன்
கூடத்திற்கு வந்தியானா
குளிர்ந்த முகம் தந்திடுவேன்

(வானமாமலை 1977: 229 – 230)

இத்தகைய விளக்கக் குறிப்புக்கள் புனைந்துரைப் பாங்கானவை *(imaginative)* என்பது வெளிப்படை. இவ்விளக்கக் குறிப்பே இப்பாடலின் உண்மைச் சந்தர்ப்பத்தைக் கூறுகின்றது என்று கொண்டால், தமிழ்ச் சினிமாவில் காதலர்கள் பாடும் காதல் 'டுயட்' உண்மை வாழ்க்கையின் பிரதிபலிப்பு என்று நாம் கொள்ள வேண்டும். ஆனால், நாம் அறிந்த கிராமியப் பண்பாட்டில் இத்தகைய டூயட்டுக்கு இடமிருப்பதாகத் தெரியவில்லை. ஆயினும், கிராமியக் காதல் பாடல்களுக்கு இவ்வாறு விளக்கம் கொடுப்பது மரபாகவே பலராலும் பின்பற்றப்பட்டு வருகின்றது.

கிழக்கிழங்கை முஸ்லிம்கள் மத்தியில் வழங்கும் காதல் கவிகளுக்கு நயப்புமுறை விளக்கம் எழுதியவர்கள் அனைவரும்

இத்தகைய ஒரு புனைந்துரை மரபைப் பின்பற்றியுள்ளனர். வகைக் கொன்றாக சில உதாரணங்களை மட்டும் இங்கு தருகின்றேன்:

1. *"காதலி ஒரு உழவர் மடமகள். இரவில் வயற் காவலுக்கு அவள் சகோதரரும் தந்தையும் போய்விடுகின்றனர். வீட்டில் ஆளரவம் குறைந்து துயிலுறையும் அரையாமத்தில் காதலன் அங்கு வந்து துயிலெழுப்புகின்றான்.*

   பொடுபொடென்ற மழைத் தூற்றல், பூங்காரமான நிலா,
   கடுமிருட்டு, மாலை வெள்ளி கதவுதிற கண்மணியே"

   என்பது அவன் கூறும் காதற் கவி. மழையின் சிறு தூற்றலிலே நனைந்து மங்கிய நிலவொளியிலேயே வந்துள்ளான். வானத்தில் மாலை வெள்ளியின் வெளிச்சமும் மின்னுகின்றது. எனினும், அவனோ அந்த வேளையை கடும் இருட்டுக் காலம் என்றே குறிப்பிடுகின்றனன். தன்னை ஒருவரும் கண்டிலர் என்று கருதிப் பதுங்கி வந்த அவனுக்கு உலகமே இருண்டு தெரிவது இயல்பு தானே" (கந்தையா 1964:31).

2. *"வாழ்க்கையில் ஒருவனை உயிருக்குயிராக நேசித்து, அவனையே பரிபூரணமாக நம்பி, அவன் ஊட்டிய இலாவண்யங்களை உண்மையென இரசித்து வாழ்ந்த ஒரு கிராமியத் தலைவி, அவனாலே ஏமாற்றப்பட்டு வாழவும் முடியாமல் மாளவும் முடியாமல் அனல் நிறைந்த பெருமுச்சுக்களை விட்டுக்கொண்டிருக்கிறாள். இள நிலவு காய்ந்து கொண்டிருக்கிறது. எங்கும் அமைதியின் ஆட்சி. அவளுடைய ஓலைக் குடிசையை மந்தமாருதம் தடவிக் கொடுத்துக் கொண்டிருக்கிறது. பாவம் பருவ கால உணர்வுகளை ஜீரணிக்க முடியாமல் தவித்துக்கொண்டிருக்கும் அவ்வேளை தலைவியின் மனச் சுமைகள் கவியாக வெடிக்கின்றன."*

   கானல நம்பி
   காத்திருந்த மானது போல்
   உன்னையுமே நம்பி – நான்
   உருக்குலைந்து போனேனே

   (முத்துமீரான், 1991, ப.24)

3. *"தெளிந்த நீரைக் குடத்திலே அள்ளி, இடையிலே ஏந்தி, ஒய்யாரமாக நடந்து சென்றாள் ஜமீலா. அப்பொழுது தான் காதரும் வந்தான் அந்த வழியே! அவன் கண்கள் அந்தக் கட்டழகியைக் கண்டுவிட்டன. அது யார் என்று தீர்மானிக்க அவனுக்கு அதிக நேரம் செல்லவில்லை.*

தன் மனம் கவர்ந்த மச்சியுடன் கதைக்க அவனுள்ளம் தாவிச் சென்றது. உரையும் தொடர்ந்தது.

அன்ன நடையழகும் அலங்காரக் கைவீச்சும்
பின்னேயும் தானும்வரப் பிரியம் வருகுதுகா

குரல் யாருடையது என ஜமீலா விளங்கிக் கொண்டாலும், உறுதிப்படுத்திக் கொள்வதற்காகக் கடைக்கண்ணோக்கைச் செலுத்தினாள். அவளுடைய கைகள் முக்காட்டைச் சரிசெய்து கொண்டிருந்தன. மச்சானின் மோகனப் புன்னகை மலர்ந்து மறைந்ததை அந்த நொடிப்பொழுதிலும் அவள் காணத்தவற வில்லை. நடந்த நடையின்போதே மறுமொழியும் தொடர்ந்தது.

கண்டால் கதைக்கிறதும் கடும்பகிடி பண்ணுறதும்
வெட்கிவெட்கிக் காட்டுறதும் என்னத்துக்கோ நான் அறியேன்

காதரின் கால்கள் விரைந்தன. 'கடும்பகிடி பண்ணும் காரணத்தை விளங்காதவள்போல் பேசுகிறாளே'என்று கவலைப்பட அவன், பத்தியக்காரனா? 'என்னத்துக்கு நானறியேன்' என்ற அவள் வார்த்தையின் தொனியிலேயே 'அவள் எல்லாம் அறிந்துதானிருக்கிறாள்' என்பதை தெளிவுறுத்தி விட்டாளே. என்றாலும்,

மல்லி மருக்கொழுந்தே மணமான செம்பகமே
ஒல்லிப்பூத் தாமரையே உருகிறேனே உன்னால

என்று காரணத்தை விளக்குபவன்போல் கரைந்து நின்றான், காதர்" (ஸுபைர், 1969, பக். 38 – 39).

4. *"... ... அந்தக் காலத்தில் பருவமெய்திய பெண்ணை வெளியேற விடமாட்டார்கள் பெற்றோர். பெரியவளான நாள் முதல் ஆசியத்தும்மாவை இஸ்மாயில் காணவில்லை. ஒரு நாள் வீட்டு வேலையில் ஈடுபட்டுக்கொண்டிருந்த ஆசியத்தும்மாவுக்கு யாரோ தெருவழியே நடந்துசெல்லும் செருப்புச் சத்தம் கேட்கிறது. வேலியிடுக்குவழியே கண்ணைவிட்டு பார்க்கிறாள் மறைவில் நின்றவாறே.*

சிற்றொழுங்கையாலே செருப்பழுது போறசெப்பம்
பார்த்தேன் ஆரென்று என்ர அழகுதுரை மாமிமகன்

என்று பாடுகிறாள். சப்தம் கேட்கிறது. இஸ்மாயிலின் கால் வேகம் குறைகிறது. இது ஆசியத்தும்மாவின் சப்தமேதான். அவளுக்கு மாமி மகன் நான்தானே, வெகு நாட்களுக்கு முன் கேட்ட சப்தம். இன்னும் கொஞ்சம் அந்தத் தேன் கேட்காதா என்ற அங்கலாய்ப்பு. மீண்டும் அந்தக் குரல்,

பட்ட மரத்தில் பதினாறு பூப்பூத்து
எல்லாம் விலைபோக நீ ஏனிருந்தாய் மாலை வெள்ளி

என்று கேள்வியுடனொலிக்கிறது. இஸ்மாயில் அவனது தாய்க்குப் பதினாறாவது பிள்ளை. விவாகஞ் செய்யும் வயது வந்த வாலிபன். "நானொருத்தி உன் மச்சியிருக்கிறேன். நீ ஏன் என்னை விவாகஞ் செய்துகொள்ளக் கூடாது" என்ற கேள்வி மறைமுகமாகத் தொனிக்கிறது. சுற்றும் முற்றும் பார்க்கிறான். யாருமில்லை. வேலியிடுக்குவழியே பார்வையைச் செலுத்துகிறான். அவளைக் கண்டான். உனக்கு நானென்ன சளைத்தவனா என்று கேட்பதுபோல் பதிலும் அவன் வாயிலிருந்து கவியாகப் பிறக்கிறது.

பாலைப் பழமே பகலெறிக்கும் செண்பகமே
கன்று வம்மிப் பழமே உன்னைக் கண்டுகன காலமாச்சே"

(ஷரிபுத்தீன், 1985, பக். 44–45)

மேற்காட்டிய புனைந்துரை விளக்கங்களைப் படிக்கும் ஒருவர், கிழக்கிலங்கை முஸ்லிம் கிராமங்களில் இளைஞரும் யுவதிகளும் தம்முள் காதல் உறவு கொள்ளும்போது, இயற்கைச் சூழலில் இப்பாடல்களைப் பாடிக் களிக்கின்றனர் என்று கருதக்கூடும். ஆனால், உண்மை வாழ்க்கையில் காதலர்கள் இத்தகைய கவிகளைப் பாடிக் களிப்பதற்குரிய சூழ்நிலை கிராமங்களில் காணப்படுவதில்லை. நமது சமூகங்களில் காதல் சமூக அங்கீகாரம் பெற்ற ஒன்றல்ல. முஸ்லிம் சமூகம் அதில் இன்னும் இறுக்கமானது. கிராமங்களில் காதல் உறவு இறுக்கமான சமூகக் கட்டுப்பாடுகளுக்கு மத்தியில் இரகசியமாகவே நிலவுகின்றது. மற்றவர்களுக்குக் கேளாமல் தங்கள் காதல் உணர்வுகளை உயர் தொனியில் பாடப்படும் கவிகளில் பரிமாறிக் கொள்ளும் வாய்ப்புக் காதலர்களுக்கு இருப்பதில்லை.

அது மட்டுமன்றி, பெரும்பாலான இந்தக் காதல் கவிகள் பாலியல் வேட்கை பற்றி வெளிப்படையாகப் பேசுபவையாகக் காணப்படுகின்றன. பெண்கள் பாடுவதாக உள்ள விரசமான கவிகள் ஏராளமாக இங்கு வழக்கில் உள்ளன. சாதாரணமாக கிராமத்துப் பெண்கள் பாலியல் உணர்வுகளை ஆண்களுடன் வெளிப்படையாகப் பேசுவதில்லை. எனினும், இத்தகைய சமூகவியல் உண்மைகளை இப்பாடல்களுக்கு நயப்புரை எழுதுபவர்கள் மனம் கொள்வதாகத் தெரியவில்லை.

கச்சான் அடிக்கக் கயல்மீன் குதிபாய
மச்சானுக்கென்றே வளர்த்தேன் குரும்பை முலை

என்ற பாடலுக்கு ஒருவர் எழுதியுள்ள நயப்புரையை இங்கு ஒரு உதாரணமாகத் தருகிறேன்:

> "பிறன் எவனையும் வரைந்து கொள்ள விரும்பாது மாமன் மகனுக்கென்றே தன்னை வளர்த்து வரும் மங்கை ஒருத்தி வேலிப்புறமாகச் செல்லும் அம்மச்சானுக்குக் கேட்கக் கூடியதாக மென்குரலில் பாடிய இன் கவி இது . . . மட்டக்களப்பு நாட்டினிலே ஆனி, ஆடி, ஆவணி மாதங்களில் வீசும் வரண்ட மேல் காற்று கச்சான் என்றழைக்கப்படும். இக்காற்று வீசுங்காலத்தில் ஏற்படும் கொடிய வெப்பம் காரணமாய் மக்கள் உமிழ்நீரும் வற்றி, உதடுகளில் வெடிப்புங் கொள்வர். எனினும், கச்சான் காலத்தில் பெண்கள் மட்டும் உடல் பூரிக்கப் பெறுதலும், வயதடைந்த இளங்கன்னியர் பலர் 'புத்தியறிதலும்' இயல்பாயிருத்தலால் 'கச்சான் பெண்களுக்கு மச்சான்' என்ற பழமொழியும் இங்கு எழுவதாயிற்று. அதுபோலவே கயல் மீனும் அக்காலத்துக் கொழுப்பேறி மிஞ்சிய மகிழ்வால் குதிபாய்ந்து நீர் நிலையினை அழகு செய்யும். கச்சான் காலம் பருவப் பிரிப்பில் வேனிற் காலமாகக் கருதப்படக் கூடியது. கார், கூதிர் காலத்து மட்டுமன்றி, வேனிற் பருவத்து இன்ப நினைவினைக் காதலர் பெறும் நிகழ்ச்சிகளைப் பண்டைய இன்ப நூல்களுட் காண்கிறோம். அவ்வினிய வேனில்சான்ற கச்சான் காலம் மகளிர்க்கு இன்ப நினைவூட்டுதலால் அவ்வினிய கால வாய்ப்பினையும் 'முலையும் வார முதுக்குறைந்த' தன் பருவ நலனையும் மச்சானுக்கு மச்சாள் நயம் பொருந்த இக்கவியினாற் தெரிவிக்கிறாள்" (கந்தையா, 1964, பக். 35–26).

இந்த நயப்புரையாளர் ஒரு கிராமத்துப் பெண் "என் குரும்பை போன்ற முலைகளை மச்சானுக்காகவே வளர்த்து வைத்திருக்கிறேன்" என கேட்கும்படி நயம்படப் பாடுவதாக எழுதுவது யதார்த்தத்திற்குப் பொருத்தமானதாக இல்லை. காதல் பாடல்களுக்கு நயப்புரையும் விளக்கவுரையும் எழுதிய எல்லோரும் இவ்வாறு ஒரு கற்பனைச் சூழலையே *(fictional context)* உருவாக்கியுள்ளனர் என்பது வெளிப்படை. சிலவேளை அவர்களே இதனை உணர்ந்தும் உள்ளனர். கிழக்கிலங்கைக் காதல் கவிகளை கதை ரூபத்தில் விளக்கும் 'கண்ணான மச்சி' என்ற தன் நூலுக்கு எழுதிய முன்னுரையில் ஸுபைர் (1969, பக். 4–5) கூறுவது இங்கு மனங்கொள்ளத் தக்கது.

> "இத்தகைய காதல் நிகழ்ச்சிகள் முஸ்லிம்கள் மத்தியில் நித்தமும் நிகழ்கின்றனவா என்ற ஒரு வினா இங்கு எழுகின்றது. இல்லை பெரும்பாலும் காதலர்கள் நேருக்கு நேராகச் சென்று சந்தித்துக் காதல் கொண்டாடும் வழக்கம் இங்கில்லை. பருவ உணர்வு பொங்கும் உறவு முறையானும்

பெண்ணும் தமது இதய எழுச்சிகளை எழுதத் தெரிந்த ஒருவரிடம் கூறி எழுதுவித்து ஒருவருக்கொருவர் பரிமாறிக் கொள்வதுண்டு. உழவுத் தொழிலை உயர்வுறப் போற்றும் மட்டக்களப்பு மக்கள் தொழில் புரியும் வேளையிலே களைப்பை மாற்றுவதற்கும் இவ்வாறு கவிகளைப் பாடுவது வழக்கம். இரண்டு ஆண்களே இந்த நிலையில் நின்று பொழுதுபோக்காகப் பாடுவதும் உண்டென்பர். எவ்வாறிருப்பினும் இனிய கவிகள் என்ற அளவில் இவற்றை நாம் போற்றி மகிழ்வோம்"

மத்திய இலங்கையைச் சேர்ந்த ஸுபைர் கிழக்கிலங்கைக் கிராமங்களில் கள ஆய்வு செய்தவர் அல்ல. தான் அறிந்த செய்திகளைக் கொண்டு இக்குறிப்பை எழுதியிருக்கிறார். எனினும், உண்மை வாழ்க்கையில் காதலர்கள் இவற்றைப் பாடுவதில்லை என்பதையும், சிலவேளை அவை எழுத்து மூலம் பரிமாறிக் கொள்ளப்படுவதுண்டு என்பதையும், இப்பாடல்கள் பெரிதும் உழவுத் தொழிலோடு சம்பந்தப்பட்டவை என்பதையும் அவர் ஓரளவு அறிந்திருந்தாலும், கற்பனைச் சூழலை உருவாக்கியே அவரும் இக்கவிகளைத் தன் நூலில் விளக்கிச் செல்கிறார்.

பாலசுந்தரம் (1979) மட்டக்களப்பு மாவட்டத்தில் வழங்கும் நாட்டார் பாடல்களைப் பற்றி கலாநிதிப் பட்டத்துக்காக விரிவாக ஆய்வு செய்தவர். காதல் கவிகள் பற்றி களஆய்வில் தான் கண்டறிந்த உண்மைகளைப் பற்றிக் கூறுகையில் இப்பாடல்கள் தற்காலத்தில் காதலர்களால் பாடப்படுவதில்லை என்றும் பாவனை அடிப்படையில் பெரும்பாலும் ஆண்களாலேயே பாடப்படுகின்றன என்றும் கூறுகின்றார் (பக்.91 – 92). ஆயினும், பண்டைய சமுதாயச் சூழலில் அவை உண்மைக் காதலர்களாலேயே பாடப்பட்டன என்பது அவர் கருத்தாகும். "பழைய கிராமியச் சூழலிலும் சமுதாய அமைப்பு முறையிலும் வாய்ப்பும் வசதியும் பெற்றிருந்த கிராமியக் காதலர்கள் தம் காதல் உணர்வுகளை வெளிப்படுத்தவும் உரையாடவும் தூதுச் செய்திகளை அனுப்பவும், கருத்துக்களைப் பரிமாறிக் கொள்ளவும், ஒருவரை ஒருவர் புகழ்ந்து நலம் புனைந்துரைக்கவும் இப்பாடல்களைப் பயன்படுத்தியுள்ளனர்" (ப.265) என்பது அவர் கூற்று. எனினும், தற்காலத்திலும் நடைமுறை வாழ்க்கையில் காதலர்கள் இக்காதல் கவிகளை எவ்வாறு பயன்படுத்துகின்றனர் என்பது பற்றியும் புனைந்துரைப் பாங்கில் மூன்று பக்கங்களில் (பக்.265 – 267) அவர் விபரித்துள்ளார். காதல் பாடல்களின் பொருள் பற்றி விளக்கும்போது, அவை காதலர்களால் பாடப்படுபவை என்ற அடிப்படையிலேயே விளக்குகிறார். "கிராமியக் காதலி ஒருத்தி மீது அயலவர் அலர்மொழி கூறத் தொடங்கிவிட்டனர்.

அவளால் அதனைப் பொறுக்க முடியாமல் தன் காதலனிடம் 'ஊரெல்லாம் கதைகள் பரவிவிட்டன. உன்னை விட்டால் இனி நான் உயிர் வாழப் போவதில்லை. ஊரெல்லாம் நம் கதையே அடிபடுகிறது. உன் தந்தையும் தடுத்தால் நான் என்ன செய்வேன்' எனத் தன் நிலையை விளக்கிக் கூறுகிறாள். 'நாம் ஊரவர் வாயைக் கட்ட முடியுமா? நமக்கு இறைவன்தான் துணை' என்கிறாள் இன்னொருத்தி (ப.202) என்று பாலசுந்தரம் கூறும்போதும் "நாட்டார் காதற் பாடல்களிற் கிராமியக் காதலர் தம் உணர்வுகளையும் அனுபவங்களையும் தம் மொழியில் இயற்கையாக அமைந்த கவி நயத்துடன் பாடும்போது அவற்றில் உயிர்த் தன்மையும் இயற்கையான காதல் உணர்வுகளும் காட்சி தருகின்றன. இவ்வாறு உண்மைக் காதலைச் சித்திரித்துக் காட்டும் ஒரு பண்பு இப்பாடல்களில் முதன்மை பெறுகின்றது" (ப.209) என்று கூறும்போதும், இப்பாடல்கள் உண்மை வாழ்க்கையோடு தொடர்புடையவை என அவர் கருதுவது தெரிகின்றது. இப்பாடல்கள் பாவனை அடிப்படையில் பாடப்படுகின்றனவா, அல்லது உண்மை உறவு நிலையில் பாடப்படுகின்றனவா அல்லது இரண்டு வகையிலும் பாடப்படுகின்றனவா என்பதுபற்றி தீர்மானமான கருத்துச் சொல்ல முடியாத குழப்பநிலை பாலசுந்தரத்திடம் காணப்படுகின்றது.

பாலசுந்தரத்தின் நூலுக்கு முன்னுரை எழுதிய வானமாமலை பாலசுந்தரம் இப்பாடல்கள் பாவனை அடிப்படையிலேயே பாடப்படுவன என்ற கருத்துடையவர் எனக்கொண்டு, அக்கருத்தை ஏற்றுக்கொள்ளத் தயங்குகிறார். இதுபற்றி அவர் கூறுவது இங்கு நம் கவனத்திற்குரியது.

> "காதற் பாடல்கள் இயல்பான சூழ்நிலையில் தோன்றுவதில்லை எனவும் பாவனை முறையில் ***(make belief)*** பாடப்படுகின்றன என்றும் ஆசிரியர் களஆய்வு மூலம் முடிவுக்கு வருகிறார். வயல்களிலும் தோட்டக் காடுகளிலும் தொழில் புரியும் இளம் ஆண்கள், பெண்கள் காதலிக்கும் வாய்ப்பு உடையவர்கள். சாதி, பொருள் நிலை இவற்றால் இவ்வுணர்ச்சி திருமணமாகக் கனியாவிட்டால் தோன்றிச் சிறிது நாள் நிலைத்திருந்து பின் சருகாகிப் போகலாம். அப்பாடல்களில் வெளிப்படும் உணர்ச்சி வெறும் பாவனையாகவோ போலியாகவோ தோன்றவில்லை. நிறைவேற முடியாத காதலில் பக்கவாட்டுக் கால்வாயாக அவை அமையலாம். சில பாடல்கள் 'பாவனை'யாக இருக்கலாம். காதல் புரிந்துதான் பாடல் பாடப்பட வேண்டும் என்பதில்லை. உணர்ச்சியைச் சாதியோ செல்வ நிலையோ தடை செய்யாது. உண்மையான உணர்ச்சியின்

காரணமாகத்தான் காதல் பாடல்கள் தோன்றுகின்றன என்று நான் கருதுகிறேன்...” (பாலசுந்தரம், 1979, vi).

மேற்காட்டிய கூற்றிலிருந்து நாட்டார் காதல் பாடல்கள் உண்மைக் காதல் உணர்வின் அடிப்படையில் தோன்றுவன என்று வானமாமலையும் கருதுவது தெளிவு. அவர் பதிப்பித்த பாடல்களுக்கு அவர் எழுதிய விளக்கக் குறிப்புக்களும் இந்த அடிப்படையிலேயே அமைந்துள்ளன. வானமாமலை கருதுவது போல கிராமிய மக்கள் காதல் உணர்வுக்கும் காதல் உறவுகளுக்கும் புறம்பானவர்கள் அல்லர். இது மனித இயல்பின் பிரிக்க முடியாத ஓர் அம்சமாகும். எத்தகைய சமூகக் கட்டுப்பாடுகளின் மத்தியிலும் காதல் உணர்வு துளிர்விட்டுக் கொண்டேயிருக்கும் என்பதும் உண்மையே. ஆனால், இங்கு பிரச்சினை அதுவல்ல. இக்காதல் பாடல்களை கிராமப்புறத்துக் காதலர்கள் தங்கள் உண்மைக் காதல் உறவிலேதான் பாடிப் பயன்படுத்துகிறார்களா என்பதே நமது வினா. கிழக்கிலங்கை முஸ்லிம்களைப் பொறுத்தவரை அது அவ்வாறு இல்லை என்பதே உண்மை. அவர்கள் காதல் உணர்வுக்கும் காதல் உறவுக்கும் அப்பாற்பட்டவர்கள் அல்லர். எனினும், அவர்கள் மத்தியில் வழங்கும் காதல் கவிகள் உண்மை வாழ்வில் காதலர்களால் பாடப்படுவன அல்ல. இந்த உண்மை பிற சமூகங்களுக்கும் பொருந்தும் என்பதே எனது எண்ணம். தமிழ் நாட்டுக் கிராமங்களில் கள ஆய்வு செய்பவர்கள் இது பற்றிக் கூறமுடியும்.

பாலியல் உணர்வும், காதல் உறவும் எல்லா சமூகங்களிலும் காணப்படுவன. ஆயினும், ஆணும் பெண்ணும் சந்திக்க நேர்வதும், நேர்முகமாகவோ மானசீகமாகவோ காதல் உணர்வுக்கு ஆட்படுவதும், சமூக மரபுகள் அதற்கு எதிராக இருப்பதும், அதனால் ஏற்படும் மன முறிவுகளும், சமூக மரபுகள் மீறப்படுவதும், அதனால் ஏற்படும் விளைவுகளும் ஒரு சமூக யதார்த்தமாகும். இவை வாய்மொழி இலக்கியத்திலோ எழுத்து இலக்கியத்திலோ பிரதிபலிக்கப்படும்போது இலக்கிய யதார்த்தமாகின்றன. இலக்கிய யதார்த்தம் சமூக யதார்த்தினை அடிப்படையாகக் கொண்டே உருவாகின்றது. எனினும், சமூக யதார்த்தமும் இலக்கிய யதார்த்தமும் எப்போதும் ஒன்றாக இருப்பதில்லை. சமூக யதார்த்தம் இலக்கியத்துக்கே உரிய சில சமூக, அழகியல் மரபுகளுக்கேற்ப இலக்கியங்களில் பிரதிபலிக்கப்படுகின்றன. ஆகவே, இலக்கிய யதார்த்தத்தை நாம் அப்படியே சமூக யதார்த்தமாகக் கொள்ள முடியாது. அவ்வாறு கொள்வதானால் சமூக யதார்த்தத்துக்கு முரணான சில முடிவுகளுக்கு வரவேண்டிய அபாயம் நிகழ்கிறது. நாட்டார் காதல் பாடல்களைப் பொறுத்தவரை இது முற்றிலும் உண்மையாகும். கிழக்கிலங்கை

முஸ்லிம்கள் மத்தியில் வழங்கும் காதல் கவிகளைப் பற்றி இதுவரை எழுதப்பட்டுள்ளவை இதனையே உணர்த்துகின்றன.

04. காதல் கவிகள் பாடப்படும் உண்மையான சமூக சந்தர்ப்பம்

கிழக்கிலங்கை முஸ்லிம்கள் மத்தியில் வழங்கும் காதல் கவிகள் உண்மையான காதல் வாழ்க்கையுடனன்றி, வேளாண்மைச் செய்கை நடைமுறைகளுடன் நேரடியான உறவுடையவை. வேளாண்மைச் செய்கை முற்றிலும் நில உடைமை முறைக்கு உட்பட்டிருந்த காலங்களிலேயே இப்பாடல்கள் பெருமளவில் தோன்றின. வேளாண்மைச் செய்கை பெரிதும் இயந்திர மயமாக்கப்பட்ட இன்றைய நவீன சமூகத்தில் இத்தகைய பாடல்கள் தோன்றவில்லை என்பதும் மனங்கொள்ளத் தக்கது.

கிழக்கிலங்கையில் பெரும்பாலான வயல் நிலங்கள் கிராமங்களை விட்டுத் தொலைவில் உள்ளன. அக்காலத்தில் விதைப்பதற்குரிய முளை நெல்லை வயலுக்கு மாட்டு வண்டிகளிலேயே ஏற்றிச் செல்வார்கள். இப்பயணம் பெரிதும் இரவிலேயே நடைபெறும். இரவு உணவுக்குப் பின் பயணம் தொடங்கினால் விடியற் பொழுதிலேயே வயலைப் போயடைய முடியும். இரவிலே வண்டிகள் ஒன்றன்பின் ஒன்றாகச் செல்லும். வண்டியிலே போகும் விவசாயிகள் பொழுதுபோக்காகக் கவிகள் பாடிச் செல்வர். ஒரு வண்டியில் செல்பவன் ஒரு கவிபாட, அடுத்த வண்டியில் செல்பவன் அதற்குப் பதில் கவிபாடுவான். இத்தகைய பாடல் நிகழ்வு பயணம் முடியும்வரை தொடர்வதும் உண்டு. பயிர் வளர்ந்ததும் வயலில் இராக்காவல் இருப்பது அவசியமாகும். பன்றிகளும் ஏனைய விலங்குகளும் குருவிகளும் பயிரையும் கதிரையும் அழித்துவிடாமல் காவல் இருப்பதற்கு வயலில் அங்காங்கே காவல்பரண் கட்டி இருப்பார்கள். பரண்கள் பெரும்பாலும் கூப்பிடு தூரத்தில் அமைந்திருக்கும். இரவில் நித்திரை விழித்திருக்கும் விவசாயிகள் பரணில் இருந்து பொழுதுபோக்காகக் கவிபாடுவார்கள். அடுத்த பரணில் இருப்பவர்கள் பதில் கவிபாடுவார்கள். கவிபாடல் நிகழ்வு விடிய விடிய நடப்பதும் உண்டு. அறுவடை செய்த நெல்லை வண்டிகளில் இரவிலேயே வீட்டுக்குக் கொண்டு வருவார்கள். இந்த வண்டிப் பயணத்திலும் கவிபாடல் நிகழ்வு தொடரும். இந்தக் கவிகள் பெரும்பாலும் காதல் கவிகள்தான். வேறு பொருள் பற்றிய கவிகளும் வசைக் கவிகளும் இவற்றுடன் பாடப்படுவதுண்டு. ஆண்களே இவற்றைப் பாடுவார்கள். கிழக்கிலங்கை வேளாண்மைச் செய்கையில் பெண்களின் பங்கு மிகவும் குறைவாகும். வசதி படைத்த அல்லது மத்தியதரக் குடும்பத்துப் பெண்கள் யாரும்

இதில் பங்குகொள்வதில்லை. பயிர் வளரும்போது வயலில் களை பிடுங்குவதற்கு அல்லது அறுவடையின் பின் தேவையெனில் கதிர் துவைப்பதற்கு வறிய குடும்பங்களைச் சேர்ந்த பெண்கள் சிலர் பயன்படுத்தப்படுவர். அறுவடைக் காலத்தில் ஏழைப் பெண்கள் சிலர் வயலில் சிந்திக் கிடக்கும் கதிர்களைப் பொறுக்குவதற்குச் செல்வதுண்டு. இவைதவிர வயலில் அவர்களுக்கு வேறு வேலைகள் இருப்பதில்லை. காதல் பாடல்களில் இடம்பெறும் பெண் பாத்திரங்கள் வறிய ஏழைகளாக அன்றி, பொதுவாகத் தலைவியராகவே இருப்பதும் இங்கு நம் கவனத்துக்குரியது.

இங்கு வேளாண்மைச் செய்கை பெரும்பாலும் ஆண்களின் தொழிலாகும். இங்கு வழங்கும் காதல் கவிகள் அவர்களின் படைப்புகளே. அவர்களின் கற்பனை உலகின் கதாபாத்திரங்கள் தான் இக் கவிகளில் வரும் காதலர்கள். இக்கவிகள் உண்மை வாழ்வில் காணப்படும் காதல் உணர்வுகளினதும் காதல் உறவுகளினதும் அழகியல் வெளிப்பாடுகள் எனலாம். நடைமுறை வாழ்வில் சமூக விழுமியங்களாலும் மரபுகளாலும் கட்டுப்படுத்தப் பட்ட காதல் உணர்வு, கற்பனை உலகில் பெற்றுக்கொண்ட ஒரு வடிகாலாக இக்காதல் கவிகள் அமைகின்றன. இவற்றில் காணப்படும் அழகியல் யதார்த்தத்தை அப்படியே சமூக யதார்த்தமாகக் கொண்டு கிராமியக் காதலர்களால் உண்மைக் காதல் உறவில் பாடப்படும் பாடல்களாக இவற்றைக் கொள்வது தவறாகும். பாலசுந்தரம் கருதுவதுபோல் பண்டைக்காலச் சமூக அமைப்பில் உண்மைக் காதலர்களால் பாடப்பட்டு “காலப்போக்கில் சமுதாய வளர்ச்சி, சூழ்நிலை மாற்றம், அறிவு வளர்ச்சி முதலியன காரணங்களால் காதல் பாடல்கள் அவற்றின் உண்மையான பயன்பாட்டைப் பெறாது பரம்பரைபரம்பரையாக வாய்மொழி மரபில் பேணப்பட்டு, தொழிற் பாடல்களாகவும் பொழுதுபோக்குப் பாடல்களாகவும் பாடப்படும் நிலையை” அடைந்த பாடல்களே இவை (ப.191) என்று கருதுவதற்கு எவ்வித ஆதாரமுமில்லை.

ஆண் கூற்றாகவும் பெண் கூற்றாகவும் வரும் இக்காதல் கவிகளில் வரும் ஆணும்பெண்ணும் கற்பனை மனிதர்களே தவிர, உண்மைக் காதலர்கள் அல்லர். இவ்வகையில் இப்பாடல்கள் பழந்தமிழ் அகத்திணைப் பாடல்களோடு ஒப்புநோக்கத்தக்கன. அகத்திணைப் பாடல்கள் தலைவன் கூற்று, தலைவி கூற்று, செவிலி கூற்று, தாய் கூற்று எனப் பாத்திரங்களின் கூற்றாகவே அமைந்துள்ளன. ஆனால், இக்கவிகள் பெயர் தெரியா அப்பாத்திரங்களால் அன்றி, சில புலவர்களாலேயே பாடப் பட்டன. வள்ளுவரின் காமத்துப்பாலும் இதற்கு நல்ல உதாரண

மாகும். "சொல்லாமை உண்டேல் எனக்குரை மற்றுநின் வல்வரவு வாழ்வார்க் குரை" என்ற குறள் தலைவி கூற்றாக அமைந்துள்ளது. ஆயினும், இக்குறள் யாரோ ஒரு தலைவியினால் பாடப்பட்டதல்ல என்பதும், இத்தலைவி வள்ளுவரின் கற்பனைப் புனைவு என்பதும் நமக்குத் தெரியும். இத்தகைய புனைந்துரை மரபு உலக இலக்கியங்களுக்கெல்லாம் (எழுத்திலக்கியம், வாய்மொழி இலக்கியம் இரண்டுக்குமே) பொதுவானது மட்டுமன்றி, இலக்கியப் படைப்பு நெறிமுறைகளின் அடிப்படைகளுள் ஒன்று. எழுத்திலக்கியத்துக்கு முந்திய வாய்மொழி இலக்கிய மரபில் இருந்தே எழுத்திலக்கியம் இதைப் பெற்றுக்கொண்டது என்று கூற முடியும். அவ்வகையில் கிழக்கிலங்கை நாட்டார் இலக்கியத்தின் ஒரு பகுதியாக விளங்கும் காதல் கவிகள் சமூக யதார்த்தத்தின் சில அம்சங்களைப் பிரதிபலிக்கும் கற்பனைப் பாடல்களே தவிர, உண்மை வாழ்க்கையில் காதல் உறவுகொண்ட ஆண்களாலும் பெண்களாலும் பாடப்படுவன அல்ல என்பதை நாம் வலியுறுத்திக் கூறமுடியும்.

இவ்வாறு நான் கூறும்போது, உண்மை வாழ்க்கையில் பாலுறவு அல்லது காதல் உறவில் ஈடுபடும் ஆண்களும் பெண்களும் சில சந்தர்ப்பங்களிலாவது இப்பாடல்களைப் பாடமாட்டார்கள் என்பதோ இவற்றுட் சிலவற்றையாவது தமக்குட் சொல்லிச் சல்லாபிக்க மாட்டார்கள் என்பதோ என் கருத்தன்று. ஆனால், இப்பாடல்களின் தோற்றமூலம் அடிப்படையில் வேறானது என்பதையே வலியுறுத்த முனைகிறேன். இவை வேளாண்மைத் தொழில் முறையுடன் தொடர்புடையவை. பெரிதும் ஆண்களின் கற்பனை வெளிப்பாடுகள்.

இங்கு வழங்கும் காதல் கவிகளின் உருவாக்கத்தில் பெண்களின் பங்கு மிகவும் அரிதானது அல்லது இல்லையென்றே சொல்லிவிடலாம். தந்தைவழி நிலவுடைமைச் சமூக மரபுகள் பெண்கள்மீது சுமத்தியுள்ள பாலியல் சார்ந்த ஒழுக்க விதிமுறைகளும், அவற்றின் அடியாக உருவாகிய பெண்களின் சமூக உளவியல் அம்சங்களும் தங்கள் பாலியல் உணர்வுகள் பற்றி வெளிப்படையாகப் பேசும் வாய்ப்பினைப் பெண்களுக்கு மறுத்துவிடுகின்றன.[2] நீண்ட தமிழ் இலக்கிய வரலாற்றில் ஆண்டாளைத் தவிர வேறு எந்தப் பெண்கவிஞரின் படைப்புகளிலும் வெளிப்படையான பாலியல் உரையாடலை ***(sexual discourse)*** நாம் காண முடியாது. ஆண்டாள் ஒரு விதிவிலக்கு. தெய்வீகச் சார்பு உடையவை என்பதனாலேயே ஆண்டாளின் பாடல்கள் அங்கிகாரம் பெற்றன என்பதையும் மனம்கொள்ள வேண்டும். பெண்ணிலைவாதம் மேலோங்கி வரும் இற்றைச் சூழலில்கூட நவீன தமிழ் இலக்கியத்தில் வெளிப்படையான பாலியல்

உரையாடலைக் கையாளும் பெண் எழுத்தாளர்கள் அம்பையைத் தவிர வேறுயாரும் இல்லை எனலாம்.

தமிழ் இலக்கியத்தில் சங்ககாலம் முதல் இன்றுவரை ஆண்களே பெண்களின் பாலியல் உணர்வுகள் பற்றியும் பேசி வந்துள்ளனர். அதனாலேயே தமிழ் இலக்கியத்தில் பெண்களின் உணர்வுகள் என்று சித்திரிக்கப்படுபவை பெரும்பாலும் ஆண்களின் பாலியல் வேட்கையின் நிறக்கலவை பெற்றுக் காணப்படுகின்றன. நாட்டார் இலக்கியத்தைப் பொறுத்தவரைகூட இதுவே உண்மையாகும். பெண் பாடுவதாக அமைந்துள்ள காதல் பாடல்கள் பெரும்பாலானவற்றில் ஆண் உணர்வின் நிறம் நன்கு படிந்திருப்பதைக் காண முடியும். 'மச்சானுக்கென்றே வளர்த்தேன் குரும்பை முலை' என்ற பாட்டில் இது வெளிப்படையாகவே உள்ளது.

> பத்துவயது பருவமில்லை நானுனக்கு
> குத்துகா மச்சான் குழந்தையெண்டும் பாராம

என்பதுபோல் அநேகம் பாடல்கள் இங்கு வழக்கிலுள்ளன. இவை தொகுப்புகளில் இடம்பெறவில்லை. மேலே தந்த பாடல் பால்வேட்கை கொண்ட ஒரு பத்து வயதுப் பாலகியின் கூற்றாக இருக்க முடியாது என்பதும், ஒரு ஆணின் வக்கரித்த பாலியல் உணர்வின் வெளிப்பாடே இது என்பதும் வெளிப்படையானது. பெண் குரலில் அமைந்த பாடல்கள் எல்லாம் பெண்களால் பாடப்படுவன அல்ல என்பதற்கு இது ஒரு சான்றாகும்.

5. முடிவுரை

இதுவரை நோக்கியதிலிருந்து கிழக்கிலங்கை முஸ்லிம்கள் மத்தியில் வழங்கும் நாட்டார் இலக்கியத்தில் காதல் பாடல்கள் என்று வழங்கப்படுபவை உண்மை வாழ்க்கையில் காதலர்களால் பாடப்படுபவை அல்ல என்பதும், அவை வேளாண்மைத் தொழிலுடன் தொடர்புடையவை என்பதும், ஆண்களால் பாவனை முறையில் பாடப்படுபவை என்பதும், ஆண்களால் படைக்கப்பட்ட புனைவியல் பாங்கான இலக்கியங்கள் என்பதும் தெளிவாகின்றன. கிழக்கிலங்கை முஸ்லிம் சமூகம் முற்றிலும் நிலவுடைமை முறைக்குட்பட்ட விவசாய சமூகமாக இருந்த காலத்திலேயே இப்பாடல்கள் பெருமளவில் தோன்றின என்பதும், விரைவாக நவீனமயமாகி வரும் இச்சமூகத்தில் இன்றைய சூழலில் இத்தகைய பாடல்கள் தோன்றுவதற்கு வாய்ப்பில்லை என்பதும் புலப்படுகின்றது. தமிழ்நாட்டிலும் பிற இடங்களிலும் வழங்கும் காதல் பாடல்களுக்கும் இவ்வுண்மை பொருந்தும் என்று கருத இடமுண்டு. இது மேலும் ஆய்வு செய்யப்பட வேண்டியது.

அடிக்குறிப்புகள்

1. நாட்டார் பாடல்களைத் தொகுத்து அச்சில் பதிப்பித்த பலர் நாட்டார் பாடல்களின் இயல்பான வழக்குத் தமிழை 'செந்தமிழாகத்' திருத்தியே பதிப்பித்துள்ளனர். இக்கட்டுரையில் பிற நூல்களில் இருந்து மேற்கோளாகத் தரப்படும் பாடல்கள் அவற்றைப் பதிப்பித்தவர்கள் கொடுத்த வடிவத்திலேயே தரப்பட்டுள்ளன.

2. 'காதலர் விடுகதைகள்' என்ற நூலை இராமநாதன் (1982) பதிப்பித்து வெளியிட்டார். காதலர் பயன்படுத்தும் விடுகதைகளும், காதலர்களைப் பற்றிய விடுகதைகளும் இந்நூலில் மிகுதியாக இடம்பெற்றுள்ளதால் நூலுக்கு காதலர் விடுகதைகள் என்று பெயரிடப்பட்டதாக முன்னுரையில் குறிப்பிட்டுள்ளார். இவ்விடுகதைகள் காதலர்களால் எவ்வாறு பயன்படுத்தப்படுகின்றன என்பது பற்றிய குறிப்புக்கள் எதுவும் நூலில் இல்லை. எனினும், அவரது பின்வரும் கருத்து நமது கவனத்துக்குரியது. "விடுகதைகளில் காதல் பொருண்மை அமைந்த விடுகதைகளே மிகுதியாகக் காணப்படுகின்றன. நமது நாட்டில் பருவமுற்ற ஒரு ஆணும் பெண்ணும் நெருங்கிப் பேசவோ, பழகவோ இயலாத நிலை காணப்படுகிறது. காதலும் பொதுவாக ஏற்றுக் கொள்ளப்படுவதில்லை. எனவே, காதலர்கள் பிறரறியாமல் மறைமுகமாக உரையாட வேண்டிய நிலை ஏற்படுகிறது. அப்படி மறைமுகமாக உரையாடும் உரையாடல்கள் அல்லது அப்படி மறைமுகமாக உரையாடுவதாக கற்பனை செய்து படைக்கப்படும் உரையாடல்கள் விடுகதைகளாக உருவம் பெற்றுள்ளன எனக் கருதலாம்" (பக்.25). இங்கு மறைமுகமாக உரையாடும் உரையாடல்கள் என்பதைவிட, அவ்வாறு உரையாடுவதாகக் கற்பனை செய்து படைக்கப்படும் உரையாடல்கள் என்பதுதான் பொருத்தமாகத் தோன்றுகின்றது. கற்பனை செய்து இந்த விடுகதைகளைப் படைத்தவர்கள் ஆண்களோ பெண்களோ எனக் கண்டறிய முனைவது பயனுடையதாக அமையும். காதல் பாடல்களுடன் இவற்றையும் ஒப்பிட்டு நோக்கலாம்.

பயன்பட்ட நூல்கள்

இராமநாதன், ஆறு. (1992) 'காதலர் விடுகதைகள்', சமுதாய சிற்பிகள் வெளியீட்டகம், புவனகிரி.

கந்தையா, வி.சி. (1964) 'மட்டக்களப்புத் தமிழகம்', ஈழகேசரிப் பொன்னையா நினைவு வெளியீட்டு மன்றம், குரும்பசிட்டி, இலங்கை.

பாலசுந்தரம், இ. (1979) 'ஈழத்து நாட்டார் பாடல்கள்', தமிழ்ப் பதிப்பகம், சென்னை.

முத்துமீரான், எஸ். (1991) 'கிழக்கிலங்கை முஸ்லிம்களின் கிராமியக் கவியமுதம்', மீரா உம்மா நூல் வெளியீட்டகம், நிந்தவூர், இலங்கை.

வானமாமலை நா. (1977) 'தமிழர் நாட்டுப் பாடல்கள்', நியு செஞ்சுரி புக் ஹவுஸ், சென்னை.

வித்தியானந்தன், சு. (1962) 'மட்டக்களப்பு நாட்டுப் பாடல்கள்', இலங்கை கலைக் கழகத் தமிழ் நாடகக் குழு, கொழும்பு.

'ஷரிபுத்தீன், ஆ.மு. (1985) 'கனிந்த காதல்', தமிழ் மன்றம், கல்ஹின்னை, இலங்கை.

ஸுபைர், எம்.ஸி.எம். (1969) 'கண்ணான மச்சி', திரியெம் பப்ளிஷர்ஸ், சென்னை.

1993 ஆகஸ்ட் 20, 21, 22ஆம் திகதிகளில் கொழும்பில் நடைபெற்ற தமிழ் நாட்டார் வழக்காற்றியல் மாநாட்டில் படிக்கப்பட்ட கட்டுரை. தமிழ் நாட்டார் வழக்காற்றியல் மாநாட்டுக் கட்டுரைத் தொகுப்பில் முதலில் பிரசுரம் பெற்றது. பதிப்பாசிரியர் க. சண்முகலிங்கம், வெளியீடு: இந்துசமய கலாசார அலுவல்கள் திணைக்களம் கொழும்பு, 1995

4

சுந்தர ராமசாமியின் 'காற்றில் கலந்த பேரோசை'

நான் விரும்பிப் படிக்கும், மதிக்கும் முக்கியமான சில தமிழ் எழுத்தாளர்களுள் சுந்தர ராமசாமியும் (சுரா) ஒருவர். படைப்பாளியாகவே பெரிதும் அறியப்பட்டவர். சிறுகதை, நாவல் கவிதைத் துறைகளில் தன் ஆளுமையை நிலைநாட்டிக்கொண்டவர். பல முக்கியமான எழுத்தாளர்களைப் போலவே தன் படைப்பியக்கத்தின் ஒரு பக்கத் துணையாக கடந்த சுமார் முப்பத்தைந்து ஆண்டுகளாகக் கட்டுரைகளும் எழுதிவருகிறார். இவரது முதல் கட்டுரைத் தொகுதி 'சுந்தர ராமசாமி கட்டுரைகள்' பதினைந்து ஆண்டு களுக்கு முன்பு வெளிவந்தது என்று நினைக்கிறேன். இப்போது, அவரது இரண்டாவது கட்டுரைத் தொகுதி 'காற்றில் கலந்த பேரோசை' வெளி வந்திருக்கிறது. 36 கட்டுரைகள் (முதல் தொகுப்புக் கட்டுரைகளும் இதில் அடக்கம்), ஒரு நீண்ட முன்னுரை, பின்னிணைப்பாகத் தன்னைப் பற்றிய குறிப்பு. சுமார் 300 பக்கங்களில் ஒரு தீவிரமான படைப்பாளியின் தீவிரமான விமர்சனக் குரலை நாம் இதில் கேட்கின்றோம்.

சுந்தர ராமசாமி அடிப்படையில் ஒரு படைப்பாளிதான்; விமர்சகர் அல்லர். விமர்சனத்திற் குரிய அளவுகோல்கள், கொள்கைகள், செயல் முறைகள் பற்றி அவருக்கு அக்கறையும் இல்லை. தீவிரமான எல்லாப் படைப்பாளிகளையும் போலவே தான் இயங்கும் படைப்புச் சூழல், தனது சக படைப்பாளிகள், தனது படைப்பு

நெறி ஆகியவை பற்றித் தீர்க்கமான பார்வையும் அக்கறையும் கொண்டிருப்பவர். அதன் வெளிப்பாடு இந்தக் கட்டுரைகள். இவற்றை ஒரு விமர்சகனின் விமர்சனப் பார்வையாக அன்றி, ஒரு படைப்பாளியின் பார்வையாகக் கருதலாம். முழு அளவிலான விமர்சகனாகவும் செயற்படும் படைப்பாளிகளும் இருக்கிறார்கள். ஆங்கிலத்தில் டி.எஸ். எலியட்டைச் சொல்லலாம்; தமிழில் க.நா.சு. வைச் சொல்லலாம். சுராவின் விமர்சன முகம் ஒரு படைப்பாளியின் முகம்தான். அவருடைய கட்டுரைகளுக்குள்ளும் படைப்பாளியே ஒளிந்துகொண்டிருக்கிறான். அவரது விமர்சன மொழியிலும் படைப்பு மொழியின் சாயலே படிந்துள்ளது.

2

நூலில் உள்ள கட்டுரைகள் மூன்று பகுதிகளாகத் தொகுத்துத் தரப்பட்டுள்ளன. முதல் பகுதியில் 16 கட்டுரைகள். காந்தி தவிர மற்றவையெல்லாம் சக எழுத்தாளர்கள் பற்றியவை. தஸ்தயேவ்ஸ்கி, பஷீர் இருவரும் பிறமொழிப் படைப்பாளிகள். ஏனையோர் தமிழ்ப் பண்பாட்டுச் சூழலில் இயங்கியவர்கள். படைப்பாளிகளாக அல்லது விமர்சகர்களாகச் செயற்பட்டவர்கள்.

இரண்டாவது பகுதியில் ஒன்பது கட்டுரைகள் உள்ளன. தனது எழுத்து, இன்றைய கலை, இலக்கியச் சூழல் என்பனபற்றி சுரா பேசுகின்றார். மூன்றாவது பகுதியில் பதினொரு கட்டுரைகள். இரண்டு கட்டுரைகள் சுராவின் வெளிநாட்டு அனுபவம் பற்றியவை. ஏனையவை தமிழ்நாட்டுச் சமூக பண்பாட்டுச் சூழல், தமிழ் மொழிபெயர்ப்பு முயற்சிகள் பற்றியவை.

பொதுவாக எல்லாக் கட்டுரைகளுமே இலக்கியத்தை முதன்மைப்படுத்தி, சமகால தமிழ்ப் பண்பாட்டுச் சூழல் குறித்துப் பேசுகின்றன. இத்தொகுப்பில் உள்ள கட்டுரைகளில் பெரும்பாலானவற்றை ஏற்கனவே அவ்வப்போது பத்திரிகைகளில் படித்திருக்கிறேன். இப்போது மொத்தமாகப் பார்க்கும்போது கட்டுரைகளின் தனித்தன்மைகளுக்கு அப்பால் சுரா சில குறிப்பிட்ட விடயங்கள் பற்றி திரும்பத் திரும்பப் பேசுவதை அவதானிக்க முடிகிறது.

இவற்றுள் முக்கியமான ஒன்று கலைத்தரம் என்பது. உயர்ந்த கலை மேலான இலக்கியம் பற்றிய கூற்றுகள் சுராவின் கட்டுரைகளில் அடிக்கடி வருகின்றன. "மேலான இலக்கியத்தை மட்டுமே நாம் இலக்கியம் என்று அழைத்துக் கௌரவிக்க வேண்டும்" (பக். 257). "உண்மையான வாசகன் மேலான கலை இலக்கிய அனுபவங்களைப் பெற அதிக சந்தர்ப்பங்களை அமைத்துத் தருவது மட்டுமே நம்முடைய நோக்கமாக இருக்க

வேண்டும்" *(பக். 258)* என்பது சுராவின் கருத்து. இந்த மேலான இலக்கியம் என்பது என்ன? அதை எவ்வாறு அடையாளம் காண்பது? அதுபற்றிய சுராவின் விளக்கம் என்ன?

பனிமூட்டத்துள் கலங்கலாகத் தெரியும் உருவம்போல சுராவின் கட்டுரைகள் நெடுக இதுபற்றிய மங்கலான குறிப்புகள் உள்ளன. இந்தக் குறிப்புகளில் இருந்துதான் மேலான இலக்கியம் பற்றிய சுராவின் கருத்தை நாம் திரட்ட வேண்டும். ஒரு கட்டுரையில் சுரா இப்படிக் கூறுகிறார்:

"இலக்கிய மேன்மை என்பது மனித மேன்மை சார்ந்த ஒரு பிரச்சினை. மேலான இலக்கியங்களிலிருந்து பெறும் உன்னத அனுபவங்கள் படைப்பின் விதைகளை உருவாக்குவதில்லை. படைப்பின் விதை கலைஞன் வாழ்க்கையின் மீது கொள்ளும் விமர்சனத்திலிருந்து முளை விடுகிறது. வாழ்க்கையைப் பற்றிய பிரக்ஞையோ, விமர்சனமோ, சர்ச்சைகளோ அற்ற ஒரு சமூகத்தில் மேலான படைப்புகள் தோன்றுவதில்லை. அதனால், தரமான படைப்புகள் தோன்ற வேண்டுமென்றால் முதலில் வாழ்க்கையைப் பற்றித் தீவிரமாக விமர்சனம் உருவாக்கப்பட வேண்டும்" *(பக். 137.)*

இங்கு, மேலான இலக்கியத்தின் அடிப்படை வாழ்வின் மீதான தீவிர விமர்சனம் என்ற கருத்தைப் பெறுகிறோம். தீவிர விமர்சனம் இருந்தால் மட்டும் மேலான இலக்கியம் கிடைத்துவிடுமா? இல்லை. கலைஞனின் அனுபவம் உயர்ந்த கலையின் ஆதாரம் என்ற பிறிதொரு கருத்து அவரது கட்டுரைகளில் பரவலாகக் காணப்படுகின்றது. பஷீர், தஸ்தயேவ்ஸ்கி, புதுமைப்பித்தன், சண்முகசுந்தரம் ஆகியோர் பற்றிய கட்டுரைகளிலும், அகிலனின் 'சித்திரப்பாவை' பற்றிய விமர்சனத்திலும், தன் எழுத்துப் பற்றிய கட்டுரைகளிலும் கலைஞனின் அனுபவத்துக்கு அவர் கொடுக்கும் அழுத்தம் முனைப்பாகத் தெரிகிறது.

"கலைஞன் சிருஷ்டி கருமத்தில் முன்னேறும்போது, மனசை ஏற்கனவே பற்றியிருக்கும் முடிவுகள், தத்துவச் சாயங்கள் இவற்றைத் தாண்டி, சத்திய வேட்கை ஒன்றையே உறுதுணையாகக் கொண்டதன் விளைவால், கலை சத்திய வெறி பெற்று, குறுகிய வட்டங்களை 'நிரூபிக்கக்' குறுகாமல், அனுபவத்தின் நாலாவிதமானதும், மாறுபட்டதும் முரண்பட்டதுமான சித்திரங்களின் மெய்ப்பொருளை உணர்த்த வேண்டும். நான் நம்பும் கலை இது" *(பக்.178.)*

தன் கலை நோக்குப் பற்றிய இக்கூற்றில் சத்திய வேட்கை, அனுபவம், அனுபவத்தின் மெய்ப்பொருளை உணர்தல் என்பன

மேலான கலையின் குணங்களாகக் கூறப்படுகின்றன. ஆயினும், நிஜ உலகின் அனுபவங்களை உண்மை உணர்வோடு கலையாக்குவது உயர்ந்த கலையின் குணமாகாது என்றும் சண்முகசுந்தரத்தின் நாவலைப் பற்றிப் பேசும்போது சுரா குறிப்பிடுகின்றார்.

"ஆசிரியரின் எழுத்து மூலம் நாம் பெறும் அனுபவத்தை ஆசிரியரின் கிராமங்களில் வாழ்வது மூலம் நாம் நேரடியாகப் பெற்றுவிடலாம் என்று தோன்றுகிறதல்லவா?" என்று கேட்கும் சுரா, "கலைஞனின் பார்வைக்கு அனுபவங்கள் இலக்காகும்போது தனி உலகம் ஒன்று எழுகிறது. அந்த உலகத்தை அவன் படைப்பு மூலமன்றி வேறு எவ்விதத்திலும் நாம் சந்திப்பது சாத்தியமற்றதாகிவிடுகிறது. கலைஞன் இவ்வாறு தன்னைத் தவிர்க்க இயலாதபடி ஸ்தாபித்துக் கொள்கிறான். இந்த ஸ்திதியை ஆசிரியர் பெறவில்லை" *(பக்.71.)*

சண்முகசுந்தரம் நிஜ உலகின் அனுபவத்தில் நிற்கிறார். அதைப் படைப்புலக அனுபவமாகத் தரவில்லை. அதனால் அவரது கலை மேலான கலை என்ற எல்லையைத் தொடவில்லை என்ற முடிவுக்கு சுரா நம்மைக் கொண்டு செல்கிறார். அகிலன் ஞானபீடப் பரிசு பெற்றமை பற்றிய விமர்சனத்திலும் சுரா இதுபற்றிப் பேசுகின்றார்.

"இலக்கியம் மெய்த்தன்மை கொள்வதும், அதன் விளைவாக இலக்கியபோதம் கொண்ட வாசகனின் நம்பிக்கையைப்' பெற்று அவனைப் பாதிப்புக்கு உள்ளாக்குவதும் அனுபவப் பிரதிபலிப்பின் ஜீவகளை பெறும்போது மட்டும்தான் . . . அனுபவப் பிரதிபலிப்பு இலக்கியம் எனத் தகுதி பெறுவதன் தவிர்க்க முடியாத அம்சமாக இருக்கிறது என்றாலும், அப்பிரதிபலிப்பின் காரணத்தாலேயே எழுத்து அதன் நோக்கங்களில் வெற்றிபெறும் என்ற கட்டாயம் இல்லை."

இங்கு மேலான இலக்கியத்துக்கு அனுபவப் பிரதிபலிப்புக்கு அப்பாலும் சில அம்சங்கள் தேவைப்படுகின்றன என்பதை சுரா வலியுறுத்த முனைகிறார். அவை எவை? க.நா.சு., புதுமைப்பித்தன் முதலியோர் பற்றிய மதிப்பீடுகளிலும் அவை பற்றிய சில குறிப்புகள் கிடைக்கின்றன.

க. நா. சுவும் சுரா போலவே இலக்கியத் தரத்தைத் தொடர்ந்து வலியுறுத்தி வந்தவர். ஆனால், அவர் தன் படைப்புகளில் கலைத்தரத்தைப் பேணவில்லை என்ற குற்றச்சாட்டு அவர்மேல் சுராவுக்கு உண்டு (க.நா.சு. நட்பும் மதிப்பும்). கலையின் அமைப்பாக்கத்துக்கு முன் தேவையான மனத்தோய்வும் தயாரிப்பும் க.நா.சு.விடம் இருக்கவில்லை என சுரா கூறுகிறார்

(பக். 134). அதேவேளை அத்தகைய மனநிலையில் எழுதிய புதுமைப்பித்தனின் ஆரம்பகாலக் கதைகளில்கூட 'செதுக்கப்பட்ட சதையின் ஜீவத் துடிப்பை' பார்க்க முடிகிறது என்கிறார். அதற்குக் காரணம் க.நா.சு.வை விட புதுமைப்பித்தனிடம் கலை உத்வேகம் அதிகம் இருந்தமையாகும். அதேவேளை தன் வாழ்வின் பிற்பகுதியில் புதுமைப்பித்தன் சில அற்புதமான கதைகள் எழுதியதற்கு அவர் தன் கலை ஆளுமையை வலுவாக மையப்படுத்தியதை ஒரு காரணமாகவும் கூறுகிறார் (பக்.134).

இதுவரை கூறியதிலிருந்து வாழ்க்கை மீதான தீவிர விமர்சனம், அனுபவத்தின் மெய்ப்பொருள் உணர்தல் என்பவற்றோடு, படைப்பாளிக்கு இருக்க வேண்டிய மேலான கலை உத்வேகம், தன் கலை ஆளுமையை மையப்படுத்தி மனத்தோய்வுடன் சிரத்தை யுடன், சத்திய வேட்கையுடன் கலைப்படைப்பை அமைத்தல் முதலியவை மேலான கலை உருவாக்கத்தின் அடிப்படைக் குணாம்சங்கள் என சுரா கருதுவதாகக் கொள்ளலாம்.

இவற்றைக் கொண்டு மேலான கலையை அடையாளம் கண்டுவிட முடியும் என்று எனக்குத் தோன்றவில்லை. ஜனரஞ்சக, பொழுதுபோக்கு எழுத்தாளர்கள் என்று நாம் ஒதுக்கும் அகிலன், பார்த்தசாரதி போன்றோர்கூட தங்கள் எழுத்தில் தங்கள் படைப்புப் பற்றி இதை ஒத்த மொழியில் பேசுகின்றனர். தங்கள் படைப்பு உயர்ந்த கலை என நம்புகின்றனர். இவை மிகவும் பொதுமைப்படுத்தப்பட்ட அரூபமான கருத்துகள். மிகவும் தற்சார்புடையவை. கைலாசபதியும் சுராவும் உயர்வான இலக்கியத்தின் குணாம்சம் பற்றிப் பேசும்போது ஒரு தளத்தில் ஒற்றுமை காணமுடியும். ஆனால், குறிப்பான இலக்கியப் படைப்புக்கள் பற்றிய மதிப்பீட்டில் அவர்கள் எதிர் எதிர் துருவங்களில் நிற்பார்கள். இதுதான் நமது விமர்சன நடைமுறையாக உள்ளது. படைப்புப் பற்றிய அரூபமான எண்ணங்களின் பின்னால் நாம் அதிக தூரம் போக முடிவதில்லை. இவ்வகையில் 'க.நா.சு. வின் விமர்சன முகம்' பற்றி சுரா கூறும் பின்வரும் வார்த்தைகள் அவருக்கும் பொருந்தும் என்று தோன்றுகிறது.

"உன்னத இலக்கியம் பூரணத்துவத்துக்கு இட்டுச் செல்லும் என்றும், மேலான இலக்கியம் மனிதத்துவத்தையும் ஆழத்தையும் தன்னகத்தே கொண்டிருக்கும் என்றெல்லாம் அவர் சொல்ல முற்பட்டார். ஆனால் இவையெல்லாம் வார்த்தைகள். இலக்கிய எழுச்சியை மனத்தளவே உணர்ந்த உள்ளத்திற்கு அவ்வெழுச்சியை அரைகுறையாக விபரிக்கும் வார்த்தைகள். அவ்வெழுச்சியை எப்போதும் பெற்றிராத உள்ளத்திற்கு ஏதும் அர்த்தம் தரச் சக்தியற்ற வார்த்தைகள்" (பக்.76.)

மேலான இலக்கியம் பற்றிய சுராவின் எண்ணங்களும் க.நா.சு. வழியான அரூபமான வார்த்தைகளே என்று கூறி நாம் அமைதி காணலாம்.

ஆயினும், 'தரவேற்றுமையைத் தேடி', 'விரிவும் ஆழமும் தேடி' ஆகிய கட்டுரைகளில் வாசகனை முன்னிறுத்தி பருப்பொருள் சார்ந்த உதாரணங்களுடன் இத்தரவேறுபாடு பற்றி விளக்க சுரா முயன்றுள்ளார். இலக்கியத்தை வகைப்படுத்தி, சில ஆசிரியர்களைப் பட்டியல்போட்டுக் காட்டும்போது உன்னத இலக்கியம் என்று அவர் மனதில் இருப்பது எது என்பதை நாம் ஓரளவு புரிந்துகொள்ள முடிகின்றது. உன்னத இலக்கியம், பொழுதுபோக்கு இலக்கியம், ஜனரஞ்சக இலக்கியம், ஆபாச இலக்கியம் என இலக்கியத்தை நான்கு வகைப்படுத்துகிறார், சுரா, பாரதி, புதுமைப்பித்தன் முதல் ரகம்; எஸ். வி. வி., தி. ஜ. ரங்கநாதன் இரண்டாவது ரகம்; கல்கி, லக்சுமி மூன்றாவது ரகம்; சாண்டில்யன் கடைசி ரகம். கடைசியில் சுராவுக்கும் க.நா. சு.வின் பட்டியல் முறைதான் கைகொடுக்கிறது. ஒருவர் இந்த வேறுபாட்டை இனங்கண்டுகொள்ளத் தெரிந்துவிட்டால் ஒரு வாசகனுக்குரிய கௌரவத்தைப் பெற்றுவிட்டதாகக் கருதலாம் என்றும் சுரா குறிப்பிடுகின்றார்.

இலக்கிய விமர்சனத்தில் தரம் என்பது எப்போதும் ஒரு பிரச்சினைக்குரிய கருத்தாகவே உள்ளது. எல்லோருக்கும் பொதுவான தர அளவுகோல் ஒன்றை நாம் நிறுவ முடியும் என்று எனக்குத் தோன்றவில்லை. உயர் இலக்கியம், தீவிர இலக்கியம், உன்னத இலக்கியம், மேலான இலக்கியம் என்றெல்லாம் பேசும் நம்மாலேகூட குறிப்பிட்ட படைப்பை எந்த வரிசையில் சேர்ப்பது என்பதில் உடன்பாடு காண முடிவதில்லை. தரத்துக்குப் பின்னால் ஒரு அரசியலும் ஒளிந்திருக்கிறது. க.நா.சு. வின் தரம் பற்றிய அளவுகோலை மக்கள் இலக்கியத்தை நிராகரிக்கும் 'குண்டாந்தடி'யாக கைலாசபதி உருவகித்தார். க.நா.சு. வின் தரத்துக்குப் பின்னால் பழைமைவாத–பண்டித எதிர்ப்பு, ஜனரஞ்சக எதிர்ப்பு ஆகியவற்றோடு மார்க்சிய எதிர்ப்பும் இருந்தது. தகழியைக்கூட அவர் நல்ல படைப்பாளியாக ஏற்றுக்கொள்ளவில்லை.

சுராவின் நால்வகை இலக்கியப் பாகுபாட்டுக்குள் இன்றைய இலக்கியங்களை எல்லாம் வகைப்படுத்தி விடுவதும் சாத்தியமல்ல. இன்று பெண்ணியம், தலித்தியம், முற்போக்கு என வகைப்படுத்தப்படும் இலக்கியங்களை ஜனரஞ்சக பொழுதுபோக்கு இலக்கியங்களுள் சேர்க்க முடியாது. மேலான உயர் இலக்கியத்துக்குள் உள்ளடக்குவதற்கு சுராவின்

அளவுகோல் இடம்தராது. ‘அவற்றின் கலைவலு பலவீனமானது’ (தலித் இலக்கியம் பற்றி– பக். 212) என அவற்றை அவர் ஒதுக்கி விடுவார். ‘கலை வலு’ என்பது தொட்டறிய முடியாத ஓர் அரூபக் கருத்தாக்கமாக, எனினும் அவரது கோட்பாட்டின் மையமாக உள்ளது. அது பாலையில் கானல் நீர்போல் தொலைவில் நின்று அழகு காட்டி நம்மை ஈர்க்கின்றது. நம்மால் ஒருபோதும் அதை அடைய முடிவதில்லை.

இலக்கியம் சமூகத் தளத்தில் ஆளமாக வேரூன்றி இருப்பது. சமூகத்தின் பன்முகத் தன்மை இலக்கியத்தில் வெளிப்படுவதை தவிர்க்க முடியாது. அவ்வகையில் இலக்கியத்தின் பன்முகத் தன்மையை நாம் ஏற்றுக்கொள்ள வேண்டியிருக்கும். உயர் இலக்கியத்தின் உபாசகர்களாக எல்லாரும் மாற முடியாது. இலக்கியம் என்பது ஒரு சிறுபான்மை உயர் குழாத்தினரின் ரசனையை அடிப்படையாகக் கொண்டது. அந்த ரசனையின் அடிப்படையில் பெரும்பான்மை வாசகரின் ரசனையின்மீது தீர்ப்புக் கூறுவதைத் தார்மீக ரீதியில் நியாயப்படுத்த முடியுமா என்ற கேள்வி எழுகிறது. இவ்வாறு கூறும்போது இலக்கியத் தரம் என்று எதுவும் இல்லை என நான் வாதிடுவதாகக் கருதத் தேவையில்லை. என்னால் சாண்டில்யனைப் படிக்க முடியவில்லை. கல்கியை, லக்சுமியைப் படிக்க முடியவில்லை. சுஜாதாவை, பாலகுமாரனை, இந்துமதியைப் படிக்க முடியவில்லை. ஆனால் பல்லாயிரக்கணக்கான வாசகர்கள் அவர்களைப் படித்து ரசிக்கிறார்கள். அதில் திருப்தி காண்கிறார்கள். அவர்களைப் பார்த்து ‘நீங்கள் வைக்கோலைச் சப்புகிறீர்கள்’ என்று கூற இப்போது எனக்குத் தயக்கமாக உள்ளது.

விமர்சகன் என்ற வகையில் செய்யக்கூடியதெல்லாம், நான் உயர்வாக மதிக்கும் இலக்கியங்களை ஏன் இவர்களால் ரசிக்க முடியவில்லை இவர்களின் ரசனையின் சமூகவியல், உளவியல், அழகியல் அடிப்படைகள் என்ன என்பதை ஆராய்ந்து அவர்களின் ரசனையின் பின்புலத்தைப் புரிந்துகொள்ள முயல்வதுதான். ஆனால், உயர் இலக்கிய குழாத்தினரான நாம் யாரும் அதைச் செய்ய முயன்றதில்லை. பதிலாக வெகுஜன ரசனையை தாழ்ந்த, அரூவருப்பூட்டும், வாந்திவரச் செய்யும் ரசனையாக நிராகரித்துவிட்டோம். அதில் நமக்கு சுயதிருப்தி இருக்கிறது. நம் தீர்ப்புள் ஒளிந்திருக்கும் அதிகாரத்தை நாம் புரிந்துகொள்வதில்லை. இப்போது ஸ்தானோவின் இடத்தில் நாம் இருக்கிறோம் என்பது நமக்குத் தெரிவதில்லை. அரசியல் அதிகாரம்தான் நம் கையில் இல்லை. இருந்திருந்தால்தான் சிலவேளை இந்த மூன்றாம்தர, நாலாம்தர எழுத்தாளர்களை நன்னடத்தை முகாம்களுக்கு அனுப்பியிருப்போம். இல்லா

விட்டாலும் என்ன, அம்பையைப்போல் கனவிலாவது அவர்கள் கழுத்தில் செருப்புமாலை அணிவித்துத் திருப்தியடைய முடிகிறது நம்மால்.

பத்தாண்டுகளுக்கு முன்பு என்றால் சுராவின் கலைத்தரம் பற்றிய கருத்துடன் எனக்குப் பெருமளவு உடன்பாடு இருந்திருக்கும். இப்போது இலக்கியத்தின் பன்மைத்துவம் பற்றியே சிந்திக்கிறேன். இதனை ஒரு சமரசப் போக்கு என்று சில நண்பர்கள் கருதக்கூடும். பரவாயில்லை. பண்பாடு பற்றிய மானிடவியல் அணுகுமுறையை இலக்கியத்துக்கும் பிரயோகிக்கலாம் என்பதே என் எண்ணம். மானிடவியலாளன் பண்பாடுகளிடையே ஏற்றத்தாழ்வு காண்பதில்லை; வேறுபாடுகளையும் பொதுமைகளையுமே காண்கிறான். இலக்கியப் போக்குகளிடையே ஏற்றத்தாழ்வுகளை அன்றி, வேறுபாடுகளையும் பொதுமைகளையும் காணமுடியுமா நம்மால்? ஜனரஞ்சகப் பண்பாட்டின் மீது நமக்கு குரோதம், அசூசை இருக்க வேண்டியதில்லை என்பதே என் வாதம்.

3

சுராவின் கட்டுரைகளில் மீண்டும்மீண்டும் அழுத்திக் கூறப்படும் பிறிதொரு அம்சம் தமிழ்ப் பண்பாட்டுச் சூழலின் சீரழிவு ஆகும். இது தொடர்பான சுராவின் விமர்சனம் குறிப்பாக 'போலி முகங்கள் – சந்தர்ப்பம்'; 'ஞான பீடப் பரிசு', சாகித்திய அகாடமியும் 'தமிழ் எழுத்தாளர்களும், தமிழ்ப் பத்திரிகைகளின் தரம்', 'சாதனைகள் சாத்தியமா', 'மகாமகப் படுகொலைகள்' ஆகிய கட்டுரைகளில் தீரமாக வெளிப்படுகிறது. அவரது விமர்சனத்தின் சாரமாகப் பின்வரும் பத்தியைக் கொள்ளலாம்:

"லாப வேட்கையின் போதை தலைக்கேறி, சகல மனிதப் பண்புகளையும் துறந்து, வணிக சக்திகள் நம் கலாசாரத்தைச் சீரழித்துக்கொண்டிருக்கின்றன. அரசியல், பத்திரிகை, சினிமா, மதம் இவையே நம் மனித சக்திகளின் முக்கிய முகங்கள். உண்மையில் இவை வெவ்வேறு சக்திகள் அல்ல. ஒரே அவலத்தின் கிளைகள்தாம். மனிதனின் பலவீனங்களைச் சுரண்டிக் கொழுக்கும் கோர முகங்கள். சுயநலத் தந்திரங்களில் இவற்றுக்குள் ஏதும் முரண்பாடு இல்லை. ஒன்றையொன்று தழுவி, கூட்டுப் பலம் பெற்றுச் சுரண்டலின் வலையை நெடுகிலும் பரப்பி இருக்கின்றன. இவற்றின் வலையிலிருந்து கால் உதறி வெளியேற, பற்றிப் பிடிக்க மாற்றுக் கலாசாரத்தின் கிளை இன்று நமக்கு இல்லாமல் போய்விட்டது" (பக். 251.)

தமிழ்ப் பண்பாட்டின் ஆதிக்க முகத்தின் ஒரு உண்மையான சித்திரம் இது. வணிக சக்திகள் எல்லாத் துறையிலும் தம் பிடியை

இறுக்கி இருக்கின்றன. ஆரோக்கியமான மாற்றுக் கலாச்சாரம் சிறிய அளவிலேனும் தலைதூக்கி நிமிர முடியவில்லை. பிற மாநிலங்களில் குறிப்பாக மலையாளம், கன்னடம், வங்காளம் பேசும் மாநிலங்களில் இந்நிலை இவ்வளவு உக்கிரமாக இல்லை என்பது பொதுவாக ஏற்றுக்கொள்ளப்படுகிறது. சுரா மலையாளத்துடன் ஒப்பிட்டு விரிவாகப் பேசுகிறார். இது ஏன்? ஏனைய மாநிலங்களில் இல்லாத என்ன விசேட தன்மை தமிழ்ச் சமூகத்தில் ஆதிக்கம் செலுத்துகிறது? இதிலிருந்து விடுபட்ட ஒரு மாற்றுக் கலாசாரத்தை வளர்த்தெடுப்பதற்கான பாதை என்ன?

இதுபற்றி சுரா உட்பட யாரும் ஆழமாகச் சிந்தித்ததாகத் தெரியவில்லை. தமிழ்நாட்டில் நான் சந்தித்த ஆய்வறிவாளர்கள், எழுத்தாளர்கள் எல்லோருமே தமிழ்நாட்டு அரசியல், கலாச்சாரச் சூழல் பற்றி எதிர்மறையான, நம்பிக்கையற்ற தீவிர விமர்சனங் களையே முன்வைக்கின்றனர். இங்கு ஒன்றும் உருப்படாது என்பதில் தெளிவாக இருக்கின்றனர். அரசியலை விட்டுவிலகி அவர்கள் ஒதுங்கிவிட்டனர். பரந்துபட்ட வெகுஜனங்கள் மத்தியில் நம் கலாச்சாரத் தாக்கத்தை ஏற்படுத்தும் சக்தியை இவர்கள் இழந்துவிட்டனர். முற்றிலும் வணிக சக்திகளின் கையில் வாசகனை ஒப்படைத்துவிட்டு மகத்தான இலக்கியம் படைக்கும் ஒரு கற்பனை உலகில் உயர்மட்ட எழுத்தாளன் சஞ்சரிக்கிறான். அவனால் மக்களுடன் தொடர்பாட முடிவதில்லை. அவர்களுக்குப் புரியும் பாஷையில் பேச இவன் விரும்புவதில்லை. தனக்கென்று ஒரு பாஷையை இவன் உருவாக்கிக் கொள்கிறான். தன்னுடன் மட்டுமே பேசிக்கொள்கிறான். எளிமை கலையின் வீழ்ச்சி என்று இவன் நினைக்கிறான். இவனால் பரந்துபட்ட வாசக ரசனையை மாற்றமுடியாது. வாசகன் வர்த்தக எழுத்தின் கவர்ச்சிக்குள் இலேசாகப் போய் விழுந்துவிடுகிறான். அவனுக்கு மாற்று ரசனைக்கான வாய்ப்பு வழங்கப்படுவதில்லை.

தமிழ்க் கலாச்சாரச் சூழலில் செயற்படும் வணிக சக்திகளை நான் குறைத்து மதிப்பிடவில்லை. ஆனால், அந்த வியூகத்தை அர்த்தமுள்ள முறையில் உடைக்கும் மாற்றுக் கலாச்சார எழுச்சி இங்கு சரியான திசையில் உருவாகவில்லை. கடந்த முப்பது நாற்பது ஆண்டுகளாகச் சிற்றேடுகள் ஊடாக நடைபெற்று வந்த நவீன இலக்கிய இயக்கம் அதற்குரிய ஆற்றலைக் கொண்டிருக்கவில்லை என்பதையும் அழுத்திக் கூற வேண்டும். பஷீருக்கும் தகழிக்கும் சிவராமகரந்துக்கும் அந்த அந்த சமூகங்களில் கிடைத்த கௌரவம் தமிழ் எழுத்தாளர் யாருக்கும் கிடைக்கவில்லை என்ற ஆதங்கம் சுராவுக்கும் உண்டு. நமக்கும் உண்டு. அதற்குக் காரணம் வணிக சக்திகளின் பிடி மட்டுமல்ல. அந்தப் படைப்பாளிகளைப்போல் அந்த மக்களுடைய அனுபவத்தை, அபிலாசைகளை, துன்பத்தை

அவர்களுக்கு விளங்கும் மொழியில் தங்கள் படைப்புக்குள் கொண்டுவந்து கலாச்சார சக்தியாகச் செயற்பட்ட ஒரு தமிழ் எழுத்தாளனையும் என்னால் சுட்டிக் காட்ட முடியவில்லை. பாரதியைத் தவிர. இதற்குரிய சமூக, அரசியல் காரணிகளை நாம் ஆராய வேண்டும்.

4

சுராவின் கட்டுரைகளில் பரவலாக இடம்பெறும் மூன்றாவது அம்சம் மார்க்சியம் மீதான அவரது விமர்சனம். "ஒரு படைப்பாளிக்கும் அவன் வாழும் சமூகத்திற்குமான உறவு பற்றிய என் சிந்தனையில் மார்க்சியப் பார்வையின் பாதிப்பு உண்டு" எனக் கூறும் சுரா (பக்.18), "தத்துவங்களில் செயல்முறைத் தத்துவமாக உருவான மார்க்சியம் தன் அறிவார்ந்த வலு காரணமாகப் பிழைபட முடியாத ஒரு அறிவியல் சூத்திரமாகவே மதிக்கப்பட்டது" என்றும் "தத்துவம், சித்தாந்தம், கோட்பாடு போன்ற வரையறைக்குள்ளான சிந்தனைகளின் தொகுப்பை ஏற்று அதன்மீது நம்பிக்கை செலுத்தும் மனிதமனம் அதன் நுட்பங்களைச் சிதைத்து அதனைப் பொய்யாமொழியாக்குகிறது" என்றும் கூறுகிறார் (பக்.19). ஒரு குறிப்பிட்ட சித்தாந்தத்தில் நம்பிக்கை வைத்துச் செயற்படுவதென்பது சுயசிந்தனைக்கு எதிரானது என அவர் கருதுவதாகத் தெரிகிறது.

இளமைக் காலத்தில் (சுமார் 25 வயது வரை என்று ஊகிக்க முடிகிறது) சுராவுக்குப் பொதுவுடைமைச் சிந்தனையில் ஈடுபாடு இருந்தது. "மலையாளத்தில் நான் படிக்க நேர்ந்த அரசியல், தத்துவ, சமூக விமர்சனங்களும் படைப்புக்களும் என்னைப் பாதித்து இடதுசாரிச் சிந்தனையை என்னில் வளர்த்தன. பொதுவுடைமைத் தத்துவத்தால் உருவாகும் சமூக அமைப்பில் மட்டுமே ஏற்றத்தாழ்வுகள் அற்றதும் சமூகப் பாதுகாப்புக் கொண்டதுமான வாழ்க்கை தோன்றும் என்றும் நம்பினேன்" என சுரா குறிப்பிடுகிறார் (பக். 302). அப்போது பொதுவுடைமைத் தத்துவம் தன்னைக் கவர்ந்ததற்கு இப்போது ஐந்து காரணங்களை சுரா யூகித்துச் சொல்கிறார் (பக். 302–3). இவற்றில் எதுவும் மார்க்சிய மூல நூல்களுடன் அவருக்கு ஏற்பட்ட பரிச்சயத்தைக் காட்டவில்லை என்பது குறிப்பிடத்தக்கது. உடனிருந்த நண்பர்கள், ஜீவா போன்ற அரசியல் தலைவர்கள் தொடர்பினாலும், சில சார்பு நூல்களின் தொடர்பினாலுமே மார்க்சியச் சிந்தனையை சுரா பெற்றுக்கொண்டார் என்று யூகிக்க முடிகிறது. தமிழில் மிகப்பெரும்பாலான மார்க்சீயத் தொண்டர்கள் மார்க்சீயத்தை இவ்வாறே பெற்றிருக்கின்றனர். அவர்களுக்கு மார்க்சியம் கட்சி சார்ந்த ஒரு அரசியல் சித்தாந்தம்தான். அதை ஒரு மெய்யியலாக,

உலகப் பார்வையாக, சிந்தனை முறையாக உள்வாங்கிக் கொண்டோர் மிகச் சிலரே. சுரா இதற்கு விதிவிலக்கல்ல என்று தோன்றுகிறது. அவரே சொல்வதுபோல 'மார்க்சியத்தின் மேல்வாரியான தன்மை' தான் அவரைக் கவர்ந்தது (பக். 28). அதாவது சுரண்டலை ஒழித்தல், ஏற்றத்தாழ்வற்ற சமத்துவ சமூகம் ஒன்றை உருவாக்குதல் என்பன. இந்த அம்சங்களில் சுராவுக்கு இன்னும் பற்றுதல் உண்டு. எனினும் 'ஸ்டாலினிசம்' அவரது மார்க்சியக் கனவைக் கலைத்தது – ஸ்டாலின் கால ரஷ்யா பற்றி வெளிவந்த செய்திகள் அவரைக் குழப்பின. *The God That Failed* என்ற நூல் அவரைப் பெரிதும் பாதித்துள்ளது. இந்தக் குழப்பநிலை பற்றி க.நா.சு.விடம் முறையிட்டது பற்றி சுரா பின்வருமாறு எழுதுகிறார்:

> "வாழ்க்கையில் முற்றாகக் குழம்பித் தத்தளித்துக்கொண்டிருந்த ஒரு காலத்தில் நான் க.நா.சு. வைச் சந்தித்தேன். என் குழப்பத்தை அவரிடம் கொட்டத் தொடங்கினேன். எனக்கு நம்ப எதுவும் இல்லாமல் போனது பற்றியும், நான் நம்பிக் கனவு கண்ட கம்யூனிசத்தைப் பற்றியும் . . . ஸ்டாலினிடத்தில் என் தந்தையின் எதிர்மறைகளை மிகக் கொடுமையாகவும் பூதாகரமாகவும் கண்டதில் நான் அடைந்த ஏமாற்றங்கள் பற்றியும் சொன்னேன்" (பக்.131).

கம்யூனிசத்திலிருந்து அவரை உடனடியாகத் துண்டித்தது ஸ்டாலினிசத்தினால் அவர் அடைந்த ஏமாற்றம் என்று தெரிகிறது. அடுத்த காரணம் அவரது மார்க்சிய நண்பர்களின் நடவடிக்கைகள் என்று யூகிக்க முடிகிறது. மார்க்சியச் சித்தாந்தத்தின் உள்ளார்ந்த குறைபாடுகளை உணர்ந்து அதிலிருந்து விடுபட்டதற்கான குறிப்புக்கள் இப்புத்தகத்தில் இல்லை. பலரையும்போல் மார்க்சியத்தைக் கட்சி சார்ந்த அரசியல் நடவடிக்கையாக மட்டுமே சுரா பார்க்கிறார். அதனால் கட்சி சார்ந்த அதிகாரத்தில் குறியாக இருக்கும் கம்யூனிஸ்டுகளை மையப்படுத்தி மார்க்சியத்தையே அவரால் எளிதில் நிராகரித்து விட முடிகிறது.

> "மாறுபட்ட கருத்துக் கொண்டவர்களைப் புரிந்து கொள்வதற்கான சிரத்தையோ கவனமோ கம்யூனிஸ்டுகள் ஒருபோதும் காட்டியதில்லை. மாறாக வேற்றுமை ஏற்பட்டதும் முத்திரை குத்தும் முனைப்புக்கே அவர்கள் ஆட்படுகிறார்கள். மாறுபட்ட கருத்துக்கள் சார்ந்த பரிசீலனைகள் முற்றாக முடங்கிப்போன நிலையில் ஒற்றைப் பரிமாணம் சார்ந்த முடிவுகளின் வெற்றுச் சொற்களே அவர்களிடம் வெளிப்படுகின்றன" (பக்.131–132).

கம்யூனிஸ்ட் இயக்கத்தைப் பற்றிய இந்தப் பார்வை சுராவை மார்க்சியத்திலிருந்து விலக்கிவிட்டது. இதே பார்வையை இவரது 'ஜே. ஜே: சில குறிப்புக'ளிலும் காணலாம். ஸ்தாபன மயப்பட்ட எந்தவொரு இயக்கத்துக்குள்ளும் எதிர்கொள்ளக்கூடிய பிரச்சினைதான் இது. கம்யூனிஸ்டுகளுக்கு மட்டும் சொந்தமானது என்று கூற முடியாது. கட்சி அரசியல் நடவடிக்கைகளுக்கு அப்பாலான மார்க்சியப் பார்வை ஒன்றைக் காண முடியுமா என்ற கேள்வியும் நம்முன் எழுகிறது. கட்சி அரசியல் பிழைத்துப்போன சூழலில் அது ஒரு மெய்யியல் பார்வையாகவே இன்னும் எஞ்சி யிருக்கிறது. அது நம் பார்வைக்கு வளமூட்டக்கூடிய சக்தியை இன்னும் கொண்டுள்ளது என்றே நான் கருதுகிறேன்.

5

சுராவின் கட்டுரையெல்லாம் இங்கு தனித்தனியாக நோக்குவது சாத்தியமல்ல. அவற்றின் ஊடுபாவாக இருக்கும் மூன்று கருத்துக்கள் பற்றிய எனது பார்வையை இங்கு முன்வைத்தேன். ஆயினும், சில தனிக்கட்டுரைகள் பற்றியும் நான் சொல்ல வேண்டும். இந்தத் தொகுப்பிலுள்ள கட்டுரைகளில் என்னை மிகவும் கவர்ந்தவை என்று நான் சிலவற்றைச் சொல்லலாம்.

'ஜீவா: காற்றில் கலந்த பேரோசை'

'க.நா.சு.: நட்பும் மதிப்பும்'

'புதுமைப்பித்தனின் மனக்குகை ஓவியங்கள்'

'தஸ்தயேவ்ஸ்கி என்ற கலைஞன்'

'பஷீர்: முற்போக்கு இலக்கியத்தின் அசல்'

'சில பாரிஸ் அனுபவங்கள்'

'கிருஷ்ணன் நம்பி: பாதியில் முறிந்த பயணம்'

சுராவின் கட்டுரைகள் எல்லாம் தம்மளவில் நிறைவான, வீச்சுள்ள கட்டுரைகளே. எனினும், மேல் குறிப்பிட்ட கட்டுரைகள் வெவ்வேறு காரணங்களுக்காக எனக்குப் பிடித்துள்ளன. எந்தவொரு வாசகனையும் இவை கவரும் என்றே நினைக்கிறேன்.

சுராவின் கட்டுரைகளுள் எனக்கு மிகுந்த ஏமாற்றம் தந்த கட்டுரை அவரது முதல் கட்டுரையான 'நான் காணும் பாரதி.' இந்தக் கட்டுரை எழுதும்போது சுரா முப்பது வயதைத் தாண்டிவிட்டார். அந்த வயதுக்குரிய முதிர்ச்சி, பார்வை இந்தக் கட்டுரையில் இல்லை என்பது என் அபிப்பிராயம். சுரா மார்க்சியத்தை

இளமையில் எவ்வளவு கொச்சையாக உள்வாங்கியிருந்தார் என்பதற்கு இக்கட்டுரை ஒரு உதாரணம். பாரதியை கவிஞராக அன்றி கட்டுரை ஆசிரியராகவே இனங்காணும் இந்தப் பார்வையில் சுராவுக்கு இப்போது உடன்பாடு இருக்கும் என்று தோன்றவில்லை. அது வெளிவந்தபோது பலரும் அதனைப் பாராட்டியதற்கு வெவ்வேறு காரணங்கள் இருக்கலாம் என்று தோன்றுகிறது.

'வெங்கட் சாமிநாதனின் கருத்துலகம்', 'தளையசிங்கத்தின் பிரபஞ்ச யதார்த்தம்' ஆகிய இரண்டு கட்டுரைகள் பற்றியும் சில வார்த்தைகள் சொல்ல வேண்டும். இருவரையும் பற்றிய சுராவின் மதிப்பீடு மிகையானது என்பதே என் அபிப்பிராயம். சில்லறை விசயங்களிலேயே சுரா வெ.சா.வுடன் முரண்படுகிறார். அடிப்படையில் அவரது கருத்தோட்டத்துடன் இவருக்கு உடன்பாடு உண்டு. வெ.சா.வை ஒரு வெற்று விமர்சகராகவே நான் இன்னும் கருதுகிறேன். ஒரு நிராகரிப்புத் தவிர அவரிடம் எதுவும் இல்லை. தமிழ்ப் பாரம்பரியத்தை ஒரு பாலை என்று முற்றாக நிராகரிக்கும் வெ.சா.வின் எழுத்து அகங்காரமானது, வரலாற்றுப் பார்வை அற்றது. முற்றிலும் தன்முனைப்பானது. வெ.சா.வை விட மிகத் தீவிரமாகப் பெரியார் ஏற்கனவே தமிழ் இலக்கியப் பாரம்பரியத்தை நிராகரித்துவிட்டார். பெரியாரின் நிராகரிப்புக்கு கருத்துநிலை அடித்தளம் இருந்தது. வெ.சா.வின் நிராகரிப்புக்கு 'உன்னத கலை' என்ற கானல் நீர்தான் அடிப்படை. வெ.சா.விடமிருந்து தமிழ் விமர்சனம் ஆரோக்கியமான பார்வை ஒன்றைப் பெறவில்லை. "வெ.சா.வின் கருத்துலகம் விரிவானது, ஆழமானது, விவாதங்களும் விளக்கங்களும் கொண்டது" (பக்.83) என்ற சுராவின் மதிப்பீடு எனக்கு உடன்பாடானது அல்ல.

தளையசிங்கம் வெ.சா. போன்றவரல்ல. அவருக்கென்று தீர்க்கமான பார்வை இருந்தது. விமர்சன நேர்மை இருந்தது. மார்க்சியத்தை உள்வாங்கி நிராகரித்தவர் அவர். புதிதாக, பிரபஞ்ச யதார்த்தம் என்ற பெயரில் ஒரு மாற்றுத் தத்துவத்தை முன்வைத்தவர். அடிப்படையில் இந்திய ஆன்மீகவாதத்தைச் சார்ந்து நின்றவர். சமூக அநீதிக்கு எதிராகப் போராடித் துன்புற்றவர். தளையசிங்கத்தின் பார்வையுடன் எனக்கு அடிப்படையில் உடன்பாடு இல்லாவிட்டாலும் அவரை உயர்வாக மதிப்பவன். அவர் நமக்கு ஒரு மாற்றுப் பார்வையை விட்டுச் சென்றிருக்கிறார். அது பழையதுதான் என்றாலும் புதிய பாத்திரத்தில் தந்திருக்கிறார்.

சுரா தளையசிங்கத்தின் சிந்தனை நிறைவேற முடியாத கனவு, உட்டோப்பியா என்கிறார். தளையசிங்கத்தின் அடிப்படைகளுள்

ஒன்றான மெய்யுளை நிராகரிக்கிறார். இவையெல்லாம் எனக்கும் உடன்பாடானவைதான். ஆனால், “இருபதாம் நூற்றாண்டில் வாழ்ந்ததற்கான சாயல்களை இவரைப்போல் முழுவீச்சோடு வெளிப்படுத்திய ஆளுமைகள் நம்மிடையே வேறு உள்ளனவா? பாரதியின் கருத்துலகை விடவும் தளையசிங்கத்தின் கருத்துலகம் முழுமையானது. மற்றொரு விதத்தில் சொன்னால், பாரதியின் சிந்தனையை தன் காலத்துக்குக் கொண்டுவந்து, இடைக்காலச் சரித்திரத்துக்கும் எதிர்வினை தந்து, இடைவெளிகளை அடைத்து முழுமைப்படுத்த முயன்றார் என்று சொல்லலாம்” (பக். 107) என சுரா எழுதுவது எனக்கு மிகையாகவே தோன்றுகிறது.

கடைசியாக இதனைச் சொல்லலாம்:

சுரா தன் நீண்டகால இலக்கிய அனுபவம், பரந்த வாசிப்பு, தேர்ந்த ரசனை, வாழ்க்கை பற்றிய தீவிர விசாரணை ஆகியவற்றின் அடிப்படையில் சமகாலத் தமிழ் இலக்கியம் பற்றிய தன் கருத்துகளை முன்வைத்திருக்கிறார். அவருடைய கருத்துகளோடு நமக்குப் பூரண உடன்பாடு இருக்கவேண்டிய அவசியமில்லை. உடன்பாடின்மைதான் சிந்தனை வளர்ச்சியின் படிக்கட்டு என்பதை நாம் அறிவோம். சுராவின் சிந்தனை சிலவற்றோடு எனக்குள்ள உடன்பாடின்மை சுராவின் எழுத்தின் மீதான என் மதிப்பை எவ்வகையிலும் பாதிப்பதில்லை. என் உடன்பாடின்மையைச் சொல்ல எனக்குள்ள உரிமையோடு, என் கருத்தோடு உடன்பாடின்மை கொள்ளப் பிறருக்கு இருக்கும் உரிமையையும் அங்கீகரித்துக்கொண்டு ஒவ்வொரு இலக்கிய வாசகனும் படிக்க வேண்டிய நூல் என இதனைச் சிபாரிசு செய்வேன். சுராவின் எழுத்துகள் காற்றில் கலந்த பேரோசையாகக் கரைந்து மறைந்து விடாது நம் சிந்தனையில் தொடர்ந்தும் சலனங்களை எழுப்ப வேண்டும் என்பதே என் எதிர்பார்ப்பு.

1998இல் திருநெல்வேலியில் நடைபெற்ற ‘காற்றில்கலந்த பேரோசை வெளியீட்டு’ நிகழ்வில் நிகழ்த்திய உரையின் விரிவாக்கப்பட்ட கட்டுரைவடிவம்.

காலச்சுவடு ஜூலை–செப்டம்பர் 1998

5

சுந்தர ராமசாமியின் கவிதைக் கொள்கையும் கவிதைகளும்

கவிதையின் பன்முகத்தன்மை பற்றிச் சில குறிப்புகள்

புனைகதையும் கவிதையும் எழுதும் ஒரு படைப்பாளி இரண்டையும் எப்படி வேறுபடுத்துகிறார்? இதனை வேறுவகையில் கேட்டால், கதை எழுதுவதற்கும் கவிதை எழுதுவதற்குமான அவரது உந்துதல்கள் எவ்வாறு வேறுபடுகின்றன? எத்தகைய உணர்வு நிலைகளை அல்லது உந்துதல்களை அவர் கதையாக்குகிறார்? எவற்றை அவர் கவிதையாக்குகிறார்? இவ்வினாக்களுக்கு எளிமையான அல்லது ஒற்றையான விடைகள் கிடைக்கும் என்று தோன்றவில்லை. ஆயினும் இவற்றுக்கான விடைகளைத் தேடுவது புனைகதை, கவிதை இரண்டின் படைப்பியல் பண்புகளைப் புரிந்துகொள்வதற்கு நமக்கு உதவக்கூடும். அல்லது குறைந்தபட்சம் அந்தப் படைப்பாளியைப் புரிந்துகொள்ளவாவது நமக்கு உதவக்கூடும். இச்சிறு கட்டுரையில் (இதைக் கட்டுரைக்கான குறிப்புகள் என்பதே பொருந்தும்) சுந்தர ராமசாமியின் கவிதைக் கொள்கையையும் அவரது கவிதைகளையும் புரிந்துகொள்ள முயற்சிக்கிறேன்.

பசுவையா என்பது சுந்தர ராமசாமியின் புனைபெயர்தான் என்பது நமக்குத் தெரியும். கவிதைக்கு மட்டுமே அவர் அப்புனை பெயரைப் பயன்படுத்துகிறார் என்பதும் தெரியும்; பசுவையா

சுந்தர ராமசாமிதான் என்பது இலக்கிய உலகில் எல்லாருக்கும் தெரிந்த பிறகும் தன் கவிதை முயற்சிகளை (கவிதை மொழிபெயர்ப்பு உட்பட) பசுவையா என்ற புனைபெயரிலேயே அவர் வெளிப்படுத்திவருகிறார். இதற்கு ஏதும் விசேட அர்த்தம் உண்டா என்று நான் யோசிப்பதுண்டு. தன் எழுத்து முயற்சிகள் அனைத்திலும் இருந்து அவர் கவிதையை வேறுபடுத்தி நோக்குவதாக நாம் இதற்குப் பொருள் கொள்ள முடியுமா?

கவிதைபற்றிய சுராவின் கருத்துகளை நோக்கும்போது அவர் கவிதையை தனது ஏனைய படைப்பு முயற்சிகளிலிருந்து முற்றிலும் வேறுபட்ட ஒன்றாக, ஓர் உயர் தளத்துக்குரியதாகக் கருதுவது தெரிகிறது. கவிதைபற்றிய இவரது கருத்துகள் இவரது பேட்டிகளிலும் சில மதிப்புரைகளிலும் பிச்சமூர்த்திபற்றிய இவரது நூலிலும் சிதறிக் கிடக்கின்றன. அவற்றின் சில முக்கியமான வரிகளை இங்கு தொகுத்துப் பார்க்க விரும்புகிறேன்.

1. 'சிறுகதைகள், நாவல்கள் ஆகியவை செயல்படும் தளங்களுக்கு அப்பால் சில மேல்நிலைத் தளங்கள் இருக்கின்றன. இந்தத் தளங்களில் கவிதை செயல்படுகின்றது. இது மிகவும் சூட்சுமமான தளம். அதிக அதிர்வுகள் கொண்ட தளம். படைப்பின் அளவுக்குச் சம்பந்தமில்லாத விரிவை மனதில் உருவாக்கும் தளம்.'

2. 'எந்த அனுபவத்தைக் கவிதை அனுபவமாக நான் கருதுகிறேன் என்பதை விபரிப்பதில் நான் நம்பிக்கை கொண்டிருக்கிறேன்.'

3. 'கவிதைகள் புகைமூட்டமான, நுட்பமான, பல்வேறு தொனிகள் கொண்ட அனுபவங்களைச் சார்ந்தவை.'

4. 'எல்லா மனிதர்களிடமும் கவித்துவம் இருக்கிறது. அந்தக் கவித்துவத்தின் நுட்பமான மேல்நிலை வடிவம்தான் கவிதை. தன்னிடம் இருக்கும் கவிதையின் மேல்நிலை எழுச்சியைக் காண விரும்பும் கவிதை நேசிகள் எப்போதும் சமூகத்தில் இருந்துகொண்டுதான் இருப்பார்கள். கவிதைக்கு மாற்றாக மற்றொன்று இன்றுவரையிலும் கண்டுபிடிக்கப்படவும் இல்லை.

5. 'சில நுட்பமான குணங்கள் வரிகளில் ஏற்கும்போதுதான் அவை கவிதைக்கே உரித்தான தளத்தை வந்தடைகின்றன. இந்த நியதியை மறுக்க முற்படுவது கவிதைக்குரிய தனிவாழ்வை மறுப்பதில்தான் முடியும்.'

6. 'கவிதைக்குள் உறைந்து கிடக்கும் உணர்ச்சி, அழகு, இயற்கை ஓட்டம், சிக்கனம், சொற்களைப்

பயன்படுத்துவதில் அவற்றின்மீது வெளிப்படும் கவிஞனின் பிரியம், சொற்கள் கொள்ளும் உறவிலிருந்து விளையும் விளக்கமுடியாத தனி அனுபவம் ஆகியவை கவிதைக்கு மட்டுமே சொந்தமானவை. கவிதையிலிருந்து நாம் பெறும் உணர்வை எப்போதும் ஒரு மேல்தளத்தில் வைத்தே பார்க்க முடிகிறது. இந்த உயர்தள உணர்வுகள், நாம் கொள்ளும் நெகிழ்ச்சி, விவரிக்கத் தெரியாத பரவசம், சுயநலத்தின் இறுக்கத்திலிருந்து சகல ஜீவராசிகள் சார்ந்தும், இயற்கை சார்ந்தும் நம் மனம் கொள்ளும் விரிவு போன்றவை நாம் படிக்கும் வரிகள் கவிதையின் உலகத்தைச் சார்ந்தவை என்பதை நிரூபிக்கின்றன. . . விளக்கம் கூற முடியாத வியப்பைக் கவிதை எப்போதும் தக்கவைத்துக்கொண்டிருக்கிறது.'

7. 'கவிதைக்குச் சில அடிப்படையான குணங்கள் இருக்கின்றன. ஒன்று, சொற்சிக்கனம். இரண்டாவது, கவிதை பிறருக்கு உபதேசம் பண்ணுவதற்கான கருவி அல்ல. அதற்குக் கட்டுரைகளோ, வேறு விஷயங்களோ எழுதலாம்.. நேரடியான கருத்துகளைக் கவிதையில் சொல்லி அந்தக் கருத்துகளின் வலுவினால் கவிதைகள் உயர்வானவை என்று நினைக்கக்கூடிய போக்கில் எனக்கு உடன்பாடில்லை.'

மேலே தரப்பட்ட கூற்றுகள் சுராவின் கவிதைக் கொள்கையை ஓரளவு புரிந்துகொள்ள நமக்கு உதவும். அவரைப் பொறுத்தவரை கவிதை புனைகதைபோல் சமூக யதார்த்தத்தில் வேர்கொண்ட, பருண்மையான வாழ்க்கை அனுபவங்களை அடிப்படையாகக் கொண்டதல்ல. கருத்துலகம் சார்ந்ததல்ல. சூக்குமமான (புகை மூட்டமான) அக உலக அனுபவங்கள் சார்ந்தது. அது புனைகதைகளால் எட்ட முடியாத மேல்நிலைத் தளத்துக்குரியது. விளக்கம் கூறமுடியாத வியப்புக்குரியது. கவிதை பற்றிய இக் கருத்தாக்கம் அதனை ஒரு தெய்வீக அருளின் வெளிப்பாடாகக் கொள்ளும் பாரம்பரியக் கருத்தாக்கத்தின் சீர்செய்யப்பட்ட பிறிதொரு வடிவமாகவே தோன்றுகின்றது. கவிதைக்கு ஒரு மாயத்தன்மையைக் கற்பிப்பதாகவும் (mystification) அமைகின்றது. ஆயினும், கவிதையை இலட்சியமயப்படுத்தி நோக்கும் இக்கருத்தாக்கம் வலுவானது; பரவலானது. உலகெங்கும் கவிதை பற்றிப் பேசும் பலரும் இதை ஒத்த கருத்துகளைக் கூறியுள்ளனர். எனினும், ஆய்வுநிலை நின்று நோக்கும்போது கவிதை பற்றிய ஒரு முற்றடங்கிய கொள்கையாக நாம் இதனைக் கருத முடியாது. தமிழின் 95 சதவீதமான கவிதைகளை (பசுவையாவின் பல கவிதைகள் உட்பட) இக் கொள்கை வெளி ஒதுக்கிவிடும்.

தென்னாசிய மூன்றாம் உலக நாடுகளின் பெரும்பாலான கவிதைகளையும் இது வெளி ஒதுக்கிவிடும். உலகின் எத்தனை சதவீதமான கவிதைகள் இக் கோட்பாட்டுக்குள் அடங்கும் என்பது கேள்விக்குரியதுதான்.

இது எவ்வாறாயினும், ஒரு படைப்பாளி தன் படைப்புநெறி பற்றிய கொள்கைகளை வகுக்கவும், அதைப் பிரசாரப்படுத்தவும் உரித்துடையவர் என்பதை மறுக்க முடியாது. ஒரு படைப்பாளி பிறிதொரு படைப்பாளிபோல் இருப்பது சாத்தியமல்ல. படைப்பாளியின் தனி ஆளுமை அவர் வாழும் சமூக, வரலாற்றுச் சூழல், அவரது உலக நோக்கு என்பன அவரது கலைக் கொள்கையைத் தீர்மானிக்கின்றன. இதனாலேயே பல்வேறு கலை இலக்கியக் கொள்கைகளும் படைப்பு நெறிகளும் உருவாகின்றன. கலை இலக்கியத்துக்கு அவை பன்முகத் தன்மையைத் தருகின்றன. இப் பன்முகத் தன்மையே கலை இலக்கியத்தின் பலம். இதுவே வாழ்வின் யதார்த்தம். கவிதை இதற்கு விலக்கானதல்ல.

கவிதைக்குப் பல முகங்கள் உண்டு. தமிழ்க் கவிதை வரலாற்றில் நாம் இதனைக் காண்கிறோம். எந்த மொழிக் கவிதையும் இதற்கு விலக்கல்ல. இதில் எனக்கு ஒரு முகம் பிடிக்கலாம். அதுவே கவிதையின் ஒரே முகம் என்று நான் வாதிடலாம். ஏனையவை கவிதை அல்ல என்று நான் நிராகரிக்கலாம். ஆனால், கவிதையின் பிறிதொரு முகத்தைத் தேர்ந்துகொண்ட ஒருவர் எனது முகத்தை நிராகரித்துவிடுகிறார். நான் கவிதை என்று கொண்டாடுவது அவருக்குக் கவிதை இல்லாமல் போகிறது என்பதையும் நான் புரிந்துகொள்ள வேண்டும்.

2

சுராவின் கவிதைக் கொள்கை தொடர்பான எனது விமர்சனம் எவ்வாறிருப்பினும், பசுவையா இன்றையத் தமிழின் குறிப்பிடத் தகுந்த கவிஞர் என்பதை மறுக்க முடியாது. புதுக் கவிதை இயக்கத்தின் ஆரம்ப காலத்திலிருந்தே அவர் கவிதை எழுதி வருகிறார். 'நடுநிசி நாய்கள்' (1975), 'யாரோ ஒருவனுக்காக' (1987) ஆகிய தொகுப்புகள் ஏற்கனவே வெளிவந்துள்ளன. அவற்றையும் உள்ளடக்கி 'பசுவையா 107 கவிதைகள்' இறுதியாக (1996) வெளிவந்தது. இக்கவிதைகளை ஒன்று சேர்த்துப் பார்க்கும்போது அவரது தனித்துவம் தெரிகிறது. புதுக்கவிதையின் ஆரம்ப காலத்தில் எழுத்து சஞ்சிகையில் ஆதிக்கம் பெற்றிருந்த இருண்மையிலிருந்து இவரது கவிதைகள் பெரிதும் வேறுபடுகின்றன. ஆங்காங்கே வார்த்தைகளின் புகைமூட்டம் கவிந்திருப்பினும் ஆரம்பத்திலிருந்தே ஒரு வெளிப்படையான, மயக்கும் எளிமை இவருக்குக் கைவந்திருக்கிறது.

இவரது கவிதைப் பொருள் பெரிதும் அக உலக அனுபவங்கள் சார்ந்தது. புற உலகு சார்ந்த, பருண்மையான சமூக அரசியல் பிரச்சினைகள் தொடர்பான அனுபவங்களைக் கவிதை ஆக்குவதற்கு இவரது கவிதைக் கொள்கை இடந்தருவதில்லை. வெளிப்படையான சமூக விமர்சனங்களுக்கு இவர் புனைகதை களையே பயன்படுத்துகிறார். எழுத்து வழிவந்த தமிழகச் சிற்றிதழ்கள் வளர்த்த புதுக்கவிதை மரபு முற்றிலும் அக உலகுசார்ந்த அனுபவங்களையே கவிதைக்குரியதாகக் கட்டமைத்திருக்கிறது. புற உலகு சார்ந்த அனுபவங்களைக் கவிதையில் கையாள்வதைப் பிரச்சாரம், அரசியல் எனப் புறக்கணித்திருக்கிறது. பசுவையா இம்மரபின் வலுவான ஆதரவாளர் என்பதை அவரது கவிதைகள் உணர்த்துகின்றன. அதுபற்றி யாரும் அவரை விமர்சிக்க முடியாது. அவ்வாறு விமர்சிப்பவர்களை நோக்கி அவர் சொல்வார்:

> உன் கவிதையை நீ எழுது
> அதற்கு உனக்கு வக்கில்லை என்றால்
> ஒன்று செய்
> உன் கவிதையை நான் ஏன் எழுதவில்லை என்று
> என்னைக் கேட்காமலேனும் இரு

என்று.

பசுவையா எதுபற்றி எழுதுகிறார்? அரூபமான எண்ணங்களை யும் உணர்வுகளையும் அவர் நம்முடன் பரிமாறுகிறார். கனவுகளுக்கும் யதார்த்தத்துக்கும் இடையிலுள்ள இடைவெளி பற்றி, மனிதன் எட்ட வேண்டிய உயரங்கள் பற்றி, மனிதனின் இனந்தெரியாத இழப்புகள் பற்றி, வாழ்வை இடைமறிக்கும் இன்னல்கள் பற்றி எழுதுகிறார். ஆயினும், அவரது கவிதைகள் தன்மையில் ஒரே ரகமானவை அல்ல. பல கவிதைகள் அவர் சொல்வதுபோல் புகைமூட்டமான, பல்வேறு தொனிகொண்ட அனுபவங்கள் சார்ந்தவை. கவிதையில் நேர்பொருளை மட்டும் எதிர்பார்ப்பவர்களுக்கு இவை பிடிபடுவதில்லை. 'யாரோ ஒருவனுக்காக', 'வாழும் கணங்கள்', 'சிதறும் கண்ணாடிகள்', 'தேடல்', 'மூடுபல்லக்கு', 'பிரமைகள்', 'தெருப்பாராக்காரருக்கு', 'கடல் சிரித்தது' போன்ற கவிதைகள் இவ்வகையின. வார்த்தை களின் புகைமூட்டத்தின் ஊடே நடைபயிலும் அனுபவத்தை இக்கவிதைகள் தருகின்றன. உதாரணத்துக்கு 'வாழும் கணங்கள்' என்ற கவிதையைப் பார்க்கலாம்:

> மூளை நரம்பொன்று அறுந்து
> ஒளிவெள்ளம் உள்ளே புகுந்தது
> மனவெளியும் நிலவொளியில் குளிர
> செவிப்பறை சுயமாய் அதிர
> மண்ணில் ஒருபோதும் கேட்டிராத

ஓசை உவகைகள் எழும்பின
பாஷை உருகி ஓடிற்று
ஒரு சொல் மிச்சமில்லை
என் பிரக்ஞை திரவமாகி
பிரபஞ்சத்தின் சருமமாய்
நெடுகிலும் படர்ந்தது
ஒரு கணம்தான்
மறு கணம்
லாரியின் இரைச்சல்
எதிரே நாற்காலி.

வெளிப்படையாக நேரடியான படிமங்களினூடு எண்ணங்களை வெளிப்படுத்தும் கவிதைகள் பிரிதொருரகம். இத்தகைய கவிதைகள் இத்தொகுதியில் அதிகம் என்பது என் எண்ணம். 'உன் கை நகம்', 'பந்தின் கதை', 'அலைச்சல்', 'சவால்', 'நடுநிசி நாய்கள்', 'எனது தேவைகள்', 'நான் கண்ட நாய்கள்', 'கொஞ்சம் விச்ராந்தியாய் இரு', 'கன்னியாகுமரியில்', 'சாத்திக் கிடக்கும் கதவுகள்', 'நாய்க்குரைப்பின் காலங்கள்', 'விருட்ச மனிதர்கள்', 'இல்லாதபோது வரும் நண்பன்', 'நிலவுக்குக் காத்திருத்தல்', 'இந்த வாழ்க்கை', 'இந்த உலகம்', 'வெட்கப்படாமல் துக்கப்படு' போன்ற பல கவிதைகளை இப்பிரிவுள் அடக்கலாம்.

யதார்த்தத்துக்கும் இலட்சியபூர்வமான கற்பனைக்கும் இடையிலுள்ள இடைவெளியை முகத்தில் அறைந்ததுபோல் சொல்லும் இந்த உலகம் என்ற சிறிய கவிதையை இதற்கு உதாரணமாகத் தரலாம்:

வானம் வந்திறங்கும்போது இளைப்பாற
மேகத்தால் ஒரு கட்டில் செய்தேன்
காலை இளங்கதிர்களைக் கூட்டி
அவற்றின் ஒளியால் இசைசெய்து
கட்டிலின் அருகே வைத்தேன்
விண்மீன்களை அள்ளி எடுத்து
தெருவெங்கும் இறைத்துவைத்தேன்

கடுந்தவத்தின் முடிவில்
வானம் வந்திறங்கிற்று
சயனிக்க வேணும் என்றேன்
கழிப்பறை எங்கே
என்று கேட்டது வானம்

'விருட்ச மனிதர்கள்' எனக்குப் பிடித்த கவிதைகளுள் ஒன்று. கவிதைபற்றிய சுராவின் வரையறைக்குள் அடங்காத இக்கவிதை அனுபவத்தை மீறிய கருத்து வீச்சு மிக்கதுதான். ஆனால் இக்கருத்து போதனை சார்ந்ததாகத் தோன்றினாலும் முற்றிலும் போதனை சார்ந்ததல்ல தத்துவார்த்தமானது, உணர்வில் தோய்ந்துவருவது. கவிதை முழுவதையும் இங்கு தருகிறேன்.

மரங்கள்போல் வாழ்வு என்று கிடைக்கும்?
மோனமும் அழகும் அங்கு கூடி நிற்கின்றன
கவலை இல்லை
விபத்தும் நோயும் வறுமையும் உண்டு
கவலை இல்லை

செடிகளின் வறுமையைப்பற்றி யோசித்திருக்கிறோமா?
மிருகங்கள் பறவைகள் புழுக்கள் பூச்சிகள் செடிகள்
இவற்றின் துக்கங்களைப் பற்றி யோசித்திருக்கிறோமா?
இவற்றையும் சேர்த்து யோசிக்கும்போது
நம் கஷ்டங்கள் தீரும்

மனிதனுக்காக ஜீவன்கள் அழிந்துகொண்டிருக்கும் வரையிலும்
'என்னை சந்தோஷமாக வை' என்று
மனிதன் எப்படி யாரிடம் கேட்க முடியும்?

மரங்கள் உன்னதமானவை
கம்பீரமான எளிமை
நிர்மலமான இதயம்
மேலே மேலே என்று செல்லும் அவா
சூரியக் கிரணங்களில் குளிப்பதில் மோகம்
மண்ணை எப்போதும் மறக்காத தன்மை
மௌனம்
மனிதர்கள் மரங்கள் போல் வாழும் காலம் வரும்

சுரா கவிதைக்குக் கூறும் புகைமூட்டம், விளக்க முடியாத தனி அனுபவம் என்ற எவையும் இக்கவிதைக்குள் இல்லை எனினும் இதை ஒரு நல்ல கவிதை என்று சொல்வதில் எனக்கு ஆட்சேபனை இல்லை

'என் எழுத்து', 'உன் கவிதையை நீ எழுது', 'எழுத்தின் ரகசியம்', 'கவிதை என்பது சுதந்திரம்' முதலிய கவிதைபற்றிய சில கவிதைகள், 'மந்த்ரம்', 'கொள்கை' போன்ற நையாண்டிக் கவிதைகள் எனப் பசுவையாவின் கவிதைகள் பலரகமானவை. இவை எல்லாமே சுராவின் கவிதைக் கொள்கைக்கேற்ப மேல்நிலைத் தளத்துக்கு உரியனவல்ல. ஆனால் மிக அற்பமான, மூன்றாம் தரமானவை இவற்றுள் ஒன்றுகூட இல்லை என்பதே என் எண்ணம்.

ஆயினும், பசுவையாவின் கவிதைகளை முற்றாக நிராகரிக்கும் விமர்சனத்தைச் சமீபத்தில் *நிறப்பிரிகை* சஞ்சிகையில் வாசிக்க நேர்ந்தது. 'பசுவையா என்ற சுந்தர ராமசாமியால் எழுதப்பட்டவை என்ற காரணத்துக்காக மட்டுமே இவை கவிதைகள் என ஒப்புக்கொள்ளப்பட்டு வெளியிடப்பட்டிருக்கின்றன' என அவ்விமர்சகர் குறிப்பிட்டிருக்கிறார். 'பசுவையா என்ற சுந்தர ராமசாமியால் எழுதப்பட்டவை என்ற காரணத்துக்காக மட்டுமே இவை கவிதைகள் அல்ல என்று நிராகரிக்கப்படுவதாகவும்

நாம் சொல்லலாம். ஆசிரியரின் மரணத்தைப் பற்றி உரத்துப் பேசும் இப் பத்திரிகையினர் ஆசிரியரை மையமாகக் கொண்டே விமர்சிப்பது விநோதமானது. இதே கவிதைகள் வேறு ஒருவரால் எழுதப்பட்டிருந்தால் இவ்வாறு நிராகரிக்கப்பட்டிரா என்றே நம்புகிறேன்.

எவ்வாறாயினும், கவிதை பற்றிச் சுரா கூறும் மேல் நிலைத் தளம் என்பது அரூபமான ஒரு கருத்தாக்கம்தான். இது சார்புநிலைப்பட்டது. ஒருவர் கருதும் மேல்நிலைத் தளம் மற்றவருக்கும் அப்படியே இருக்க வேண்டும் என்பதில்லை. சுராவின் கவிதை பற்றிய கட்டமைப்பு இலட்சியபூர்வமானது. அவருடைய தொகுப்பிலுள்ள ஒவ்வொரு கவிதையையும் கவிதைக்கு அவர் கூறும் பண்புக்கூறுகளுக்கு உதாரணமாகக் கொள்ளுதல் சாத்தியமல்ல. இலட்சியத்துக்கும் யதார்த்தத்துக்கும் இடையே எப்போதும் இடைவெளி இருக்கவே செய்கிறது. இவ்விடைவெளி குறையக்குறைய இவை இரண்டும் நெருங்கி வருகின்றன. இடைவெளி கூடக்கூட அவை விலகிச் செல்கின்றன. சுரா கட்டமைக்கும் இலட்சியபூர்வமான கவிதைக்கும் யதார்த்தத்தில் நாம் காணும் கவிதைக்கும் (அவருடையதும் பிறருடையதும்) இடையே உள்ள இடைவெளி மிக அதிகம். 'இந்த உலகம்' என்ற அவரது கவிதை சுட்டும் இடைவெளி போன்றது இது. இந்த இடைவெளியைக் குறைப்பதற்கான ஒரே வழி கவிதையின் பன்முகத்தன்மையைக் கோட்பாட்டு ரீதியாகவும் ஏற்றுக்கொள்வதுதான் என்றே எனக்குத் தோன்றுகிறது.

பசுவையாவும், தமிழகத்தின் பெரும்பாலான சிற்றிதழ்க் கவிஞர்களும் கவிதையின் ஒரு முகத்தையே அதன் ஒரே முகமாகக் கட்டமைத்துள்ளனர். பருண்மையான, சமூக யதார்த்தத்திலிருந்து விலகிய, புகைமூட்டமான அக உலக அனுபவங்களின் கவிதையே இது. நான் கவிதையின் இந்த முகத்தை நிராகரிக்கவில்லை. தமிழ்க் கவிதைக்கு அது வளமும் வலுவும் ஊட்டியிருக்கிறது. ஆனால், இதற்கு வெளியிலும் கவிதை இருக்கிறது என்றே நான் நினைக்கிறேன். இன்றைய மூன்றாம் உலகக் கவிதை பல்வேறு முகங்களுடன் நம் முன் எழுந்து நிற்கிறது. ஈழத்து அனுபவத்திலிருந்து எழுந்த இரத்தவாடை வீசும் கவிதை, பலஸ்தீன மண்ணிலிருந்து கோபத்துடன் குமுறும் கவிதை, லத்தீன் அமெரிக்க, ஆபிரிக்க யதார்த்தத்தைப் பேசும் கவிதை, தலித்துகளின், பெண்களின் விடுதலைக் குரலாக ஒலிக்கும் கவிதை என்பன புகைமூட்டமான அனுபவங்களை அன்றி பருண்மையான சமூக அரசியல் யதார்த்தத்தைப் பேசுபவை. நமது கவிதைக் கோட்பாடு இவற்றை எல்லாம் உள்ளடக்கியதாக அமையும் போதே முழுமை பெறும்.

தமிழ்க் கவிதை வரலாற்றில் கவிதையின் பன்முகத் தன்மையை முற்றிலும் வெளிப்படுத்திய ஒரு தனி ஆளுமையாகப் பாரதியைக் காண்கிறோம். இருபதாம் நூற்றாண்டின் தொடக்கத்தில் அவன் உருவாக்கிய பன்முகப்பட்ட தமிழ்க் கவிதையை இருபதாம் நூற்றாண்டின் பிற்பகுதி முழுவதிலும் நாம் கூறுபடுத்தித் தனித்தனி முகங்களாக ஆக்கியிருக்கிறோம். இதுவே கவிதையின் முகம் என வாதாடியிருக்கிறோம். இதன்மூலம் முழு மொத்தமான வாழ்க்கை அனுபவத்தின் வெளிப்பாடே கவிதை என்பதை மறுத்திருக்கிறோம். இதன் விளைவாகப் பிளவுபட்ட ஆளுமையுடைய கவிஞர்களே பெருகினார்கள். நமது கவிதையும் பிளவுண்டது. 21ஆம் நூற்றாண்டிலாவது கவிதையின் பன்முகத் தன்மையை நாம் மீட்டெடுக்க வேண்டும்.

***கணையாழி*, ஜூன் 2001** (சில திருத்தங்களுடன்)

6

சமகால இலங்கைத் தமிழ்க் கவிதையில் இன முரண்பாட்டின் தாக்கம்

காலனித்துவத்தின் விளைவுகளுள் ஒன்றான இனத்துவ முரண்பாடு பின்காலனித்துவ இலங்கையில் தீவிரமான சமூக – அரசியல் பிரச்சினையாக உருவெடுத்தது. இதன் விளைவாக வளர்ச்சியடைந்த இனமோதலும் உள்நாட்டு யுத்தமும் காரணமாக கடந்த சுமார் முப்பது ஆண்டுகளில் ஒரு இலட்சத்துக்கு அதிகமான மக்கள் கொல்லப்பட்டிருக்கிறார்கள், பத்து இலட்சத்துக்கு அதிமானோர் உள்நாட்டிலும் வெளிநாடுகளிலும் புலம் பெயர்ந்திருக்கிறார்கள்.

இலங்கையின் இனத்துவ முரண்பாடும் மோதலும் ஒப்பீட்டளவில் சிங்கள இலக்கியத்தைக் காட்டிலும் மிகப் பெருமளவில் இலங்கைத் தமிழ் இலக்கியத்தில் நேரடியான தாக்கத்தைச் செலுத்தியிருக்கிறது. பின்காலனித்துவக் காலகட்டம் முழுவதிலும் இனத்துவ மோதலினால் நேரடியாகவும் மிக மோசமாகவும் பாதிக்கப்பட்டவர்கள் தமிழ் பேசும் சமூகத்தவர்களே என்பது இதற்கு முக்கியமான காரணம் எனலாம்.

இலங்கைத் தமிழர், மலையகத் தமிழர், முஸ்லிம்கள் எனும் தனித்துவமான மூன்று இனக் குழுமத்தினரால் இலங்கையில் தமிழ்மொழி தாய்மொழியாகப் பேசப்படுகின்றது. அவர்களுக்கே

உரிய சில கிளைமொழி வேறுபாடுகளையும் அவதானிக்கலாம். இந்த மொழி வேறுபாடுகளும் இனத்துவத் தனிப் பண்புகளும் – வேறுபட்ட பண்பாட்டு அரசியல் கூறுகளும் இவர்களின் இலக்கியப் படைப்புகளிலும் வெளிப்படக் காணலாம். அவ்வகையில் இனத்துவ அடிப்படையில் பிளவுபட்ட சமகால இலங்கையில் தமிழ் இலக்கியம் அல்லது தமிழ்க் கவிதை என்று நாம் பேசும்போது, இச்சொல் ஒரு பல்–இனத்துவ சமூக அரசியல் சூழலையும் உள்ளடக்குவதைக் கருத்தில் கொள்ள வேண்டும்.

இலங்கையில் தமிழ் இலக்கியத்துக்கு ஒரு நீண்ட வரலாறு இருப்பினும் 19ஆம் நூற்றாண்டின் பிற்பகுதி வரையிலும் இனத்துவ உணர்வோ இன முரண்பாடோ இலக்கியத்தில் வெளிப்பட்டமைக்கான சான்றுகள் எவையும் இல்லை. இலங்கையில் இனத்துவ உணர்வும் இனத்தேசியவாதங்களும் மத, பண்பாட்டு மறுமலர்ச்சி இயக்கங்கள் என்ற வடிவில் 19ஆம் நூற்றாண்டின் பிற்பகுதியிலிருந்தே எழுச்சியடைந்தன. பௌத்த, இந்து, இஸ்லாமிய மறுமலர்ச்சி இயக்கங்கள் அவ்வச் சமூகங்கள் மத்தியில் அரசியல் தன்மை கொண்ட இனத்துவ அடையாளங்களை உருவாக்குவதிலும் உறுதிப்படுத்துவதிலும் இக்காலகட்டத்தில் தீவிரமாகச் செயற்பட்டன.

அரசியல் நலன்களை அடிப்படையாகக் கொண்ட இனத்துவ உணர்வும்; இன அடிப்படையிலான சமூகப் பிளவு களும் 20ஆம் நூற்றாண்டின் நடுப்பகுதிவரை இலங்கையில் படிப்படியாக வளர்ச்சியடைந்தன. 1931இல் டொனமூர் அரசியல் யாப்பின் கீழ் அறிமுகப்படுத்தப்பட்ட சர்வசன வாக்குரிமையும்,தொகுதிவாரியான தேர்தல் முறையும் இதனை ஊக்கப்படுத்தின. அரசியல் சந்தர்ப்பவாதம் காரணமாக அரசியல் கட்சிகள் மக்களை இனத்துவ அடிப்படையில் ஒன்றுதிரட்டின. தமது உடனடி நன்மைகளுக்காக அரசியல் கட்சிகள் இனத்துவப் பிரச்சினைகளை தவறாகக் கையாண்டமை மோதலைத் தீவிரப்படுத்தியதோடு பிரிவினைக் கோரிக்கைக்கும், அரசியல் தீவிரவாதத்துக்கும், உள்நாட்டு யுத்தத்துக்கும், அழிவுக்கும்; இலங்கையை இட்டுச் சென்றது.

ஆட்சிமொழிப் பிரச்சினை இத்தகைய தவறான கையாள்கைக்கு ஒரு உதாரணமாகும். சுதந்திரம் கிடைத்த சிறிது காலத்துக்குள் முதலாவது சிங்கள – தமிழ் இனக்கலவரத்துக்கும் இனத்துவப் பிளவுக்கும் இது இட்டுச்சென்றது (Kearney, 1967). சிங்களம் மட்டும் ஆட்சிமொழிச் சட்டம் 1956 ஜூனில் பாராளுமன்றத்தில் நிறைவேற்றப்பட்டது. இது இலங்கையின் இனமுரண்பாட்டில் ஒரு திருப்புமுனையாகும். 1950களின்

தொடக்கத்திலிருந்து பிரதானமான சிங்கள அரசியல் கட்சிகளால் முன்வைக்கப்பட்ட சிங்களம் மட்டும் ஆட்சிமொழிக் கொள்கைக்கு எதிராக இலங்கைத் தமிழர்கள் அரசியல்ரீதியில் எழுச்சியுற்றனர்.

இதன் விளைவாக, இலங்கையில் தமிழ் இலக்கியம், குறிப்பாகத் தமிழ்க் கவிதை தமிழர்களின் இனத்துவ உணர்வைப் பிரதிபலிக்கத் தொடங்கியது. மொழித் தேசியவாதம் பிரதான பாடுபொருளாகக் கவிதைகளில் இடம்பெறத் தொடங்கியது. 1950 முதல் 1960களின் முற்பகுதிவரை கவிஞர்களின் மொழிப்பற்றும் மொழித்தேசியவாதக் கருத்துநிலையும் சொற்தீவிரவாதத்துடன் *(verbal militancy)*, வெளிப்பட்ட பல நூற்றுக்கணக்கான கவிதைகள் வடக்கையும் கிழக்கையும் சேர்ந்த ஏராளமான கவிஞர்களால் படைக்கப்பட்டன. தமிழ்ப்பற்று, சிங்கள மேலாதிக்கத்துக்கு எதிர்ப்பு, தமிழ்மொழியினதும், தமிழர்களதும் வெற்றியும் விடுதலையும் என்பனவே இக்கவிதைகளின் பிரதான தொனிப்பொருள்களாக அமைந்தன. இக்கவிதைகளுட் சில 1960களின் தொடக்கத்தில் ‘தமிழ் எங்கள் ஆயுதம்’, ‘உயிர் தமிழுக்கு’ ஆகிய தலைப்புகளில் தொகுப்பு நூல்களாகவும் வெளிவந்தன. எனினும், 50களின் மொழித்தேசியவாதக் கவிதைகள் 1958 இனக் கலவரத்தின் பின்னர் படிப்படியாக முடிவுக்குவந்தன. இனத்துவ அரசியல் எழுச்சியின் மனிதத்தன்மையற்ற, வன்முறைசார்ந்த பின்விளைவுகளைக் கவிஞர்கள் உணர்ந்துகொண்டதும், 1960களின் தொடக்கத்திலிருந்து இடதுசாரிக் கட்சிகளின் பங்குபற்றலுடன் பிரதான அரசியல் நீரோட்டத்தில் மேலெழுந்துவந்த மார்க்சிய நிலைப்பட்ட முற்போக்குக் கருத்துநிலையும் இதற்குக் காரணங்களாகலாம்.

1960, 1970களில் இலங்கைத் தமிழ்க் கவிதையின் அரசியல் உள்ளடக்கத்தில் ஒரு முக்கியமான மாற்றம் காணப்பட்டது. இக்காலகட்டத்தில் நாட்டின் அரசியல் சூழலில் ஏற்பட்ட மாற்றம் காரணமாக தமிழ் இலக்கிச் செயற்பாடுகளிலும் மார்க்சீய, சோசலிச இலட்சியங்கள் முன்னணிக்கு வந்தன. இக்காலகட்டத்தில் பின்காலனித்துவ மூன்றாம் உலக நாடுகள் அனைத்திலும் ஏகாதிபத்தியத்துக்கும் அதன் உள்நாட்டு முகவர்களுக்கும் எதிரான போராட்டத்தில் மார்க்சீய, மாவோ இஸச் சிந்தனைகள் முக்கிய பங்கு வகித்தன. இலங்கை இந்த அரசியல் போக்குக்கு விலக்காக அமையவில்லை. 1960களில் சோசலிசத்துக்குப் பாராளுமன்றப் பாதையைத் தேர்ந்துகொண்ட இடதுசாரிக் கட்சிகள் பிரதான சிங்கள தேசியவாதக் கட்சியான சிறிலங்கா சுதந்திரக் கட்சியுடன் கூட்டிணைந்தன. இக்கூட்டணி 1970இல் ஆட்சிக்குவந்தது. சோசலிசத்துக்கு பாராளுமன்றப்

பாதையை நிராகரித்த எண்ணிக்கையில் சிறுபான்மையான மாஓஇசக் கட்சிகள் மாஓவின் புதிய ஜனநாயகக் கருத்தியலை ஏற்றுக்கொண்டு, இனத்துவ எல்லைகளைக் கடந்து தொழிலாளர்களையும் விவசாயிகளையும் ஒன்றிணைத்துப் போராடுவதன் ஊடாக சோசலிசத்தை அடையும் புரட்சிகரப் பாதையைப் பிரச்சாரப்படுத்தின. இக்கால கட்டத்தில்தான் இலங்கையில்; பிரதானமாக கிராமப்புற வறிய விவசாயக் குடும்பங்களைச் சேர்ந்த பல்லாயிரக்கணக்கான சிங்கள இளைஞர்களும் யுவதிகளும் அரசாங்கத்தைக் கவிழ்க்க ஆயுதப்போராட்டத்தில் குதித்தனர். ஆயிரக்கணக்கானோர் தமது புரட்சிகர இலட்சியவாதத்துக்காக உயிர்த்தியாகமும் செய்தனர்.

பெரும்பாலான எழுத்தாளர்களும் கவிஞர்களும் பல்வேறு அளவில் சோசலிச இலட்சியங்களின் செல்வாக்குக்கு ஆட்பட்டனர். இவர்களுட் பலர் இடதுசாரி இயக்கங்களுடன் இணைந்தனர் அல்லது அவற்றின் அனுதாபிகளாயினர். அவர்கள் தம்மை முற்போக்கு இலக்கியவாதிகள் என அடையாளப்படுத்தினர். இலங்கை முற்போக்கு எழுத்தாளர் சங்கம் தமிழ் இலக்கியத்தில் சோசலிச இலட்சியங்களைப் பிரச்சாரப்படுத்துவதில் முன்னணிப் பங்குவகித்தது. சமூக சமத்துவம், இன ஒருமைப்பாடு, தேசிய ஒற்றுமை என்பவற்றை அவர்கள் நம்பினர். சோசலிசம்தான் இனத்துவ முரண்பாட்டுக்கான ஒரே தீர்வு என்பதை அவர்கள் உறுதியாக நம்பினர். சாதி ஒடுக்குமுறை, வர்க்க முரண்பாடு, பொருளாதாரச் சுரண்டல் போன்ற சமூகப் பிரச்சினைகள் இக்கால கட்டத்தில் தோன்றிய தமிழ்ப் புனைகதை, கவிதைகளின் பிரதான தொனிப்பொருட்கள் சிலவாகும்.

இருப்பினும், இக்காலகட்டத்தில் அரசியலில் தமிழ்த் தேசியவாதம் மங்கி மறைந்துவிடவில்லை. உண்மையில் அது உயிர்ப்புடனேயே இருந்தது. சிலவேளைகளில் அது கொழுந்துவிட்டு எரிந்தது. அடுத்தடுத்து வந்த அரசாங்கங்கள் இனப்பிரச்சினையைத் தீர்ப்பதற்கு அக்கறைகாட்டாமையும், தன் இருத்தலுக்காக இனப்பிரச்சினையை உயிர்ப்புடன் வைத்திருக்க வேண்டிய தேவை தமிழ்த் தேசியவாதக் கட்சிக்கு இருந்ததும் இதற்குக் காரணங்கள் எனலாம். இக்காலகட்டத்தில் சிங்கள, தமிழ்த் தேசியவாதங்களை எழுச்சியடையச் செய்வதில் பாராளுமன்ற சந்தர்ப்பவாதம் பெரும்பங்காற்றியது. பாராளுமன்றப் பாதையைத் தேர்ந்தெடுத்த இடதுசாரிக் கட்சிகளும் தமது அரசியல் இருத்தலுக்காகச் சிங்களப் பேரினவாதத்துடன் கூட்டணி அமைத்துத் தங்கள் சோசலிச இலட்சியங்களைக் கைவிட்டன. ஒரு இடதுசாரி அமைச்சரால் வரையப்பட்ட 1972ஆம் ஆண்டு அரசியல் யாப்பு மொழி,

மதம் ஆகியவற்றைப் பொறுத்தவரை மிக வெளிப்படையாகவே பாராபட்சமானதாக அமைந்தது. பின்காலனித்துவ இலங்கை வரலாற்றில் முதல்முறையாக அதற்கு முன்பிருந்த மதச்சார்பற்ற அரசியல் யாப்பை மாற்றி பௌத்தம் யாப்புரீதியாக அரச மதம் என்ற அந்தஸ்துக்கு உயர்த்தப்பட்டது. ஒரு தேசிய மொழி என்ற அந்தஸ்துகூடத் தமிழுக்கு வழங்கப்படவில்லை. அதே ஆண்டில் பல்கலைக்கழக அனுமதியில் தரப்படுத்தல் முறை ஒன்றை அரசு அறிமுகப்படுத்தியது. அது பாராபட்சமானது மட்டுமன்றி யாழ்ப்பாண இளைஞர்களைப் பெரிதும் பாதித்தது. இத்தகைய செயற்பாடுகள் வடக்கில் தமிழ்த் தீவிரவாதத்தின் வளர்ச்சிக்கும் தமிழர் மத்தியில் பிரிவினைவாதத்துக்கும் வழிவகுத்தது.

1977ஆம் ஆண்டு சமகால இலங்கை வரலாற்றில் ஒரு திருப்புமுனையாகும். இனமுரண்பாடு, தமிழ் இலக்கிய உற்பத்தி இரண்டிலும் அது பெரும் செல்லாக்குச் செலுத்தியது. 1960களிலும் 1970களின் தொடக்கத்திலும் முன்னணியில் இருந்த இடதுசாரிக் கருத்துநிலையை ஓரங்கட்டிவிட்டுத் தமிழ்த் தேசியவாதம் அரசியலிலும் இலக்கியத்திலும் ஆதிக்கமுடைய கருத்துநிலையாக மாறியது.

1958இல் நடந்த தமிழர்களுக்கு எதிரான இனக் கலவரத்தின் பின்னர் அடிக்கடி நிகழ்ந்த இனக்கலவரங்களின் தொடக்கமாக 1977ஆம் ஆண்டு அமைந்தது. அந்த ஆண்டில்தான் யாழ்ப்பாண நகரம் அரச காவலர்களால் தீக்கிரையாக்கப்பட்டுக் கொள்ளையடிக்கப்பட்டது. கலவரம் தெற்குக்கும் பரவியது. தமிழ் அகதிகள் கப்பல்மூலம் யாழ்ப்பாணத்துக்கு அனுப்பப் பட்டனர். யாழ்ப்பாணப் பல்கலைக்கழகத்தில் இருந்த சிங்கள மாணவர்களும் ஆசிரியர்களும், யாழ்ப்பாணத்தில் குடியிருந்த சிங்களப் பொதுமக்களும் தென்னிலங்கைக்கு அனுப்பப்பட்டனர். தமிழர்களுக்கும் சிங்களவர்களுக்கும் இடையிலான பௌதீகரீதியான பிரிவு ஆரம்பித்தது.

1979இல் பயங்கரவாதத் தடைச்சட்டம் (PTA) என்ற பெயரில் மிக மோசமான அடக்குமுறைச் சட்டம் ஒன்றை அரசு அமுல்படுத்தியது. இச்சட்டம் குறுகிய கால எல்லைக்குள் யாழ்ப்பாணத்தில் ‘பயங்கரவாதத்தை’ அடக்குவதற்கு ஆயுதப் படையினருக்கு அளவற்ற அதிகாரத்தை வழங்கியது. நூற்றுக்கணக்கான இளைஞர்கள் கைதுசெய்யப்பட்டார்கள், கடத்தப்பட்டார்கள், சித்திரவதை செய்யப்பட்டுக் கொல்லப்பட்டார்கள். பொதுமக்கள் பீதிக்கு உட்படுத்தப்பட்டனர். இச்சம்பவங்கள் அரசாங்கம் எதிர்பார்த்ததுபோல் பயங்கரவாதத்தை ஒழிக்கவில்லை. பதிலாக அரச பயங்கரவாதத்தை வளர்த்தன. வடக்கிலும்

கிழக்கிலும் தீவிரவாத இயக்கங்கள் வளர்ச்சி அடைவதற்கான சூழலை உருவாக்கின. 1977 கலவரத்தைத் தொடர்ந்து 1981இல் பிறிதொரு கலவரம் கட்டவிழ்த்து விடப்பட்டது. 1983இல் தமிழர்களுக்கு எதிரான வன்முறைகள் உச்சத்தை எட்டின. 1983இன் பின்னர் தமிழ் ஈழ விடுதலைப் புலிகளும் ஏனைய விடுதலை இயக்கங்களும் இந்தியா வழங்கிய ராணுவப் பயிற்சி, ஆயுத உதவி என்பவற்றின் மூலம் வலிமையான பிரிவினைவாத இயக்கங்களாக எழுச்சியடைந்தன. கடைசியில் 1985க்குப் பின்னர் படிப்படியாக ஏனைய விடுதலை இயக்கங்களைத் தடைசெய்து, 'விடுவிக்கப்பட்ட பிரதேசம்' ஒன்றை ஏற்படுத்திக்கொண்டதன் மூலமும், 1987இல் இந்திய அமைதிப்படையுடன் யுதத்தத்தில் இறங்கியதன் மூலமும் விடுதலைப் புலிகள் இயக்கம் வலிமைமிக்க ஒரே இயக்கமாக எழுச்சி பெற்றது. கடந்த இருபது ஆண்டுகளுக்கு மேலாக அரசுக்கும் விடுதலைப் புலிகள் இயக்கத்துக்கும் இடையே நடந்த யுத்தத்தில் இலட்சக்கணக்கான உயிர்கள் பலியானதுடன் பத்து லட்சத்துக்கு அதிகமானோர் உள்நாட்டிலும் வெளி நாடுகளுக்கும் புலம் பெயர்ந்தனர்.

2

இலங்கைத் தமிழ் இலக்கியத்தில் அரசியல் எதிர்ப்புக் கவிதைகள் *(poetry of political protest)* என்ற புதிய இலக்கிய வகை 1977 முதல் தோன்றி வளர்ந்த அரசியல் வரலாற்றுப் பின்னணி இதுவே. இக்கவிதை வகை 1950களில் எழுதப்பட்ட மொழித் தேசியவாதக் கவிதைகளின் பொருளிலும் வடிவத்திலும் இருந்து பெரிதும் வேறுபட்டது.

1980களில் தமிழ் இலக்கிய வரைபடம் பெரிதும் மாற்றம் அடைந்தது. தமிழ் இலக்கியத்தில் மார்க்சியக் கருத்துநிலையின் இடத்தைத் தமிழ்த் தேசியவாதம் பிடித்துக்கொண்டது. சில தீவிர இடதுசாரிக் கவிஞர்கள் தீவிர தமிழ்த் தேசியவாதிகளாக மாறினர். உதாரணமாக 1970களில் 'புரட்சிகரக் கவிஞராக' இருந்த புதுவை இரத்தினதுரை 1980களில் தீவிர தமிழ்த் தேசியவாத இயக்கமான தமிழ் ஈழ விடுதலைப் புலிகளுடன் இணைந்து அதன் பிரச்சாரகராகச் செயற்பட்டார். சிலர் விரக்தி அடைந்து தற்கொலைகூடச் செய்துகொண்டனர். கம்யூனிச இயக்கத்தில் இணைந்து அர்ப்பணிப்புடன் செயற்பட்ட கவிஞர் சுபத்திரன் மாறிய அரசியல் சூழலினால் ஏமாற்றத்துக்கும் விரக்திக்கும் உள்ளாகி, குடிபோதைக்கு அடிமையாகி, குடும்பச் சச்சரவுகளில் மூழ்கி இறுதியில் தற்கொலை செய்துகொண்டார். வேறுசிலர் – உதாரணமாக சி. சிவசேகரம், சண்முகம் சிவலிங்கம் – ஒரு

சமநிலையைப் பேண முயன்று தேசியவாதம், இன மேலாண்மை வன்முறை, யுத்தம் என்பன பற்றி விமர்சனபூர்வமான கவிதைகள் எழுதினர்.

1977இல் யாழ்ப்பாணத்தில் அரச காவலர்களால் இழைக்கப் பட்ட அட்டூழியங்களுக்கு உடனடி எதிர்வினையாக 'துப்பாக்கி அரக்கரும் மனிதனின் விதியும்', 'நேற்றைய மாலையும் இன்றைய காலையும்' என்னும் தலைப்புகளில் நான் இரண்டு கவிதைகள் எழுதினேன். நான் அறிந்தவரை இவைதான் இலங்கைத் தமிழ் இலக்கியத்தில் 1970க்குப் பிந்திய இரண்டாம் கட்ட அரசியல் எதிர்ப்புக் கவிதைகளின் முதல் வருகையாகும். முதல் கவிதை அடக்குமுறைக்கு எதிரான குரலையும் இரண்டாவது கவிதை வன்முறையின் அவலத்தையும் வெளிப்படுத்தின. உருவம், உள்ளடக்கம் என்பவற்றைப் பொறுத்தவரை கடந்த முப்பது ஆண்டுகளில் இலங்கையில் எழுதப்பட்ட மிகப் பெரும்பாலான போர்க்காலக் கவிதைகள்; இவ்விரு கவிதைகளின் வெவ்வேறு வகைகள் என்றே சொல்லவேண்டும். அக்கவிதைகள் இரண்டையும் நான் இங்கு தருகின்றேன்.

துப்பாக்கி அரக்கரும் மனிதனின் விதியும்

நாளைய கனவுகள் இன்று கலைந்தன
நேற்றைய உணர்வுகள் இன்று சிதைந்தன
காக்கி உடையில்
துப்பாக்கி அரக்கர்
தாண்டவம் ஆடினர்
ஒரு பெரும் நகரம் மரணம் அடைந்தது

வாழ்க்கையின் முடிவே மரணம் என்போம்
ஆயின் எமக்கோ
மரணமே எமது வாழ்வாய் உள்ளது

திருவிழாக் காணச் சென்றுகொண்டிருக்கையில்
படம்பார்க்கச் செல்லும் பாதிவழியில்
பஸ் நிலையத்தின் வாசலில் நிற்கையில்
சந்தையில் இருந்து திரும்பி வருகையில்
எங்களில் யாரும்
சுடப்பட்டு இறக்கலாம்
எங்களில் யாரும்
அடிபட்டு விழலாம்

உத்தரவாதம் அற்ற வாழ்க்கையே
மனிதனின் விதியா ?
அடக்குமுறைக்கு அடிபணிவதே
அரசியல் அறமா ?

அதை நாம் எதிர்ப்போம்
அதை நாம் எதிர்ப்போம்

தனிநாடு அல்ல எங்களின் தேவை
மனிதனுக்குரிய வாழ்க்கை உரிமைகள்
மனிதனுக் குரிய கௌரவம்
வாழ்க்கைக்கான உத்தரவாதம்

யார் இதை எமக்கு மறுத்தல்கூடும்?
மறுப்பவர் யாரும் எம்மெதிர் வருக
காக்கி உடையில்
துப்பாக்கி அரக்கர்
தாண்டவம் ஆடுக

போராடுவதே மனிதனின் விதிஎனில்
போராட்டத்தில்
மரணம் அடைவதும் மகத்துவம் உடையதே

நேற்றைய மாலையும் இன்றைய காலையும்

நேற்று மாலை
நாங்கள் இங்கிருந்தோம்.

சனங்கள் நிறைந்த யாழ்நகர்த் தெருவில்
வாகன நெரிசலில்
சைக்கிளை நாங்கள் தள்ளிச் சென்றோம்.

பூபால சிங்கம் புத்தக நிலைய
முன்றலில் நின்றோம்
பத்திரிகைகளைப் புரட்டிப் பார்த்தோம்.

பஸ்நிலையத்தில் மக்கள் நெரிசலைப்
பார்த்தவாறிருந்தோம்.
பலவித முகங்கள்
பலவித நிறங்கள்

வந்தும் சென்றும்
ஏறியும் இறங்கியும்
அகல்வதைக் கண்டோம்.

சந்தைவரையும் நடந்து சென்றோம்
திருவள்ளுவர் சிலையைக் கடந்து
தபாற்கந்தோர்ச் சந்தியில் ஏறி
பண்ணை வெளியிற் காற்று வாங்கினோம்.

'றீகலின்' அருகே
பெட்டிக் கடையில்
தேனீர் அருந்தி – சிகரட் புகைத்தோம்.
ஜாக் லண்டனின்
'வனத்தின் அழைப்பு'
திரைப்படம் பார்த்தோம்.

தலைமுடி கலைந்து பறக்கும் காற்றில்
சைக்கிளில் ஏறி
வீடு திரும்பினோம்.

இன்று காலை
இப்படி விடிந்தது
நாங்கள் நடந்த நகரத் தெருக்களில்
காக்கி உடையில் துவக்குகள் திரிந்தன.
குண்டுகள் பொழிந்தன்
உடலைத் துளைத்து
உயிரைக் குடித்தன.

பஸ்நிலையம் மரணித் திருந்தது.
மனித வாடையை நகரம் இழந்தது
கடைகள் எரிந்து புகைந்து கிடந்தன
குண்டுகள் விழுந்த கட்டடமாக
பழைய சந்தை இடிந்து கிடந்தது
வீதிகள் தோறும்
டயர்கள் எரிந்து கரிந்து கிடந்தன.

இவ்வாறாக
இன்றைய வாழ்வை
நாங்கள் இழந்தோம்
இன்றைய மாலையை
நாங்கள் இழந்தோம்.

இக்கவிதைகளைத் தொடர்ந்து கடந்த முப்பது ஆண்டுகளில் ஆயிரக்கணக்கான கவிதைகள் எழுதப்பட்டுள்ளன. நூற்றுக்கு அதிகமான கவிதைத் தொகுதிகள் வெளிவந்துள்ளன. வேவ்வேறு அளவில்; தமிழ்த் தேசியவாதம், மார்க்சியம் ஆகிய கருத்துநிலைகளின் கலவையாக இவை அமைந்தன. 1970களின் பிற்பகுதியிலிருந்து இளந் தலைமுறையைச் சேர்ந்த ஏராளமான கவிஞர்கள், ஆண்களும் பெண்களும் முன்னணிக்கு வந்தனர். வ.ஐ.ச. ஜெயபாலன், சேரன், சு. வில்வரத்தினம், கி.பி. அரவிந்தன், பாலசூரியன், ஊர்வசி, செல்வி, சிவரமணி ஆகியோர் இவர்களுட் சிலர். போராளிகள் மத்தியிலிருந்தும் கவிஞர்களும் எழுத்தாளர்களும் உருவாகினர்.

இத்தகைய கவிதைகளின் முதல் தொகுதி ‘மரணத்துள் வாழ்வோம்’ என்ற தலைப்பில் 1985இல் வெளிவந்தது. 31 கவிஞர்களின் 82 கவிதைகள் இதில் இடம்பெற்றன. இதன் பிரதான தொகுப்பாளர்களான சேரன், அ. யேசுராசா இருவரும் தமிழ்த் தேசியம், இன முரண்பாடு என்பன உருவாக்கிய முக்கியமான இரு தலைமுறைப் படைப்பாளிகளின் பிரதிநிதிகள் எனலாம். இத்தொகுப்பில் இடம்பெற்ற 31 கவிஞர்களுள் மூவர் மட்டும் கிழக்கைச் சேர்ந்தவர்கள், ஒருவர் மலையகத்தவர், ஒருவர் முஸ்லிம் சமூகத்தைச் சேர்ந்தவர். ஏனையோர் யாழ்ப்பாணப்

பிரதேசத்தைச் சேர்ந்தவர்கள். 1980களின் நடுப்பகுதிவரை எதிர்ப்புக் கவிதையின் உருவாக்கத்தில் வடக்கைச் சேர்ந்த கவிஞர்களே ஆதிக்கம் செலுத்தினர் என்பதை இது காட்டுகின்றது.

3

1985வரை இனமுரண்பாடும் மோதல்களும் சிங்கள, தமிழ்ச் சமூகங்களுக்கிடையில் மட்டுப்பட்டிருந்தன. 1985க்குப் பின்னர் முஸ்லிம்களும் இதற்குள் இழுக்கப்பட்டனர். இதன் பின்னர் இன முரண்பாடு வடக்குக் கிழக்கைப் பொறுத்தவரை மிகவும் சிக்கலான ஒன்றாக மாறியது. இலக்கிய ஆக்கத்திலும் இது பிரதிபலிக்கத் தொடங்கியது.

1985இல் இருந்து தமிழ் ஈழ விடுதலை இயக்கங்களின் வளர்ச்சியும் முஸ்லிம்களுக்கு எதிரான அவர்களது நடவடிக்கை களும் முஸ்லிம்கள் மத்தியில் பாதுகாப்பின்மை உணர்வைத் தீவிரப்படுத்தியதோடு இப்பிரதேசத்தில் முன் என்றும் இல்லாத அளவு முஸ்லிம்கள் மத்தியில் இனத்துவ அடையாள உணர்வை ஆழப்படுத்தியது. இது முஸ்லிம்களுக்கு என்று ஒரு தனி அரசியல் கட்சியின் – சிறிலங்கா முஸ்லிம் காங்கிரஸின் – எழுச்சிக்கு வழி வகுத்தது. கிழக்கு முஸ்லிம்களை அரசியல்ரீதியாக ஒன்றிணைக்கும் ஒரு பிரதான அரசியல் நிறுவனமாக அது உருவாகியது. 1987இல் நடைபெற்ற முதலாவது மாகாண சபைத் தேர்தலின் பின்னர் கிழக்கின் முஸ்லிம் அரசியலை முஸ்லிம் காங்கிரஸ் ஏகபோகமாக்கிக் கொண்டதுடன் விடுதலைப் புலிகள் தாங்களே தமிழ்மக்களின் ஏக பிதிநிதிகள் என உரிமை கோரியதுபோல் முஸ்லிம்களின் ஏக பிதிநிதிகள் தாங்களே என உரிமை கோரினர். இது முஸ்லிம்களுக்குப் பாரிய பின்விளைவுகளை ஏற்படுத்தியது. புலிகள் இயக்கம் முஸ்லிம்களுக்கு எதிரான இனச் சுத்திகரிப்பு நடவடிக்கையை 1990இல் தொடங்கியது. கிழக்கில் ஆயிரத்துக்கு அதிகமான முஸ்லிம்கள் அவ்வாண்டில் கொல்லப்பட்டனர். வடக்கில் இருந்த மொத்த முஸ்லிம்களும் உடுத்த உடையுடன் பலாத்காரமாக வெளியேற்றப்பட்டனர். முஸ்லிம்களுக்கு எதிரான வன்முறையும் கொலைகளும் இடப்பெயர்வும் 2002இல் விடுதலைப் புலிகள் அரசாங்கத்துடன் புரிந்துணர்வு ஒப்பந்தம் கைச்சாத்திட்ட பின்னரும்கூட அவ்வப்போது தொடர்ந்து நிகழ்ந்தது.

முஸ்லிம்களுக்கு எதிரான இந்த வன்முறையும் அவர் களின் துயரமுமே 1985இன் பின்னர் முஸ்லிம் கவிஞர்கள் எழுதிய கவிதைகளின் பிரதான கருப்பொருளாக அமைந்தது. கிழக்கிலிருந்தும் வடக்கு முஸ்லிம் அகதிகள் மத்தியிலிருந்தும்

இளந்தலைமுறையைச் சேர்ந்த பெருந்தொகையான முஸ்லிம் கவிஞர்கள் இக்காலப்பகுதியில் தோன்றினர். கடந்த இருபது ஆண்டுகளில் ஏராளமான கவிதைகளையும் அநேக கவிதைத் தொகுதிகளையும் அவர்கள் வெளியிட்டுள்ளனர். சோலைக்கிளி, அஷ்றப் சிஹாப்தீன், ஓட்டமாவடி அறபாத், என். ஆத்மா, ஏ.ஜி.எம். சதக்கா, ஏ. எம். றஷ்மி, முல்லை முஸ்றிபா, உவைஸ் கனி, சுல்ஃபிகா, அனார், பெண்ணியா, ஃபஹீமா ஜஹான் ஆகியோர் இக்காலப் பகுதியில் தோன்றிய முக்கியமான கவிஞர்களுட் சிலர்.

1985இல் வெளிவந்த, ஆயுதப் படையினரின் இன வன்செயல்களினால் பாதிக்கப்பட்ட தமிழர்களின் கோபத்தையும் துன்பத்தையும் எதிரொலித்த மரணத்துள் வாழ்வோம் தொகுதியைப்போல், 50 கவிஞர்களின் 100 கவிதைகளைக் கொண்ட 'மீசான் கட்டைகளில் மீள எழும் பாடல்கள்' என்ற தலைப்பில் ஒரு கவிதைத் தொகுதி கொழும்பில் 2002இல் நடைபெற்ற உலக இஸ்லாமியத் தமிழ் இலக்கிய மாநாட்டில் வெளியிடப்பட்டது. இதன் தொகுப்பாளர்களான அஷ்றஃப் சிஹாப்தீன், ஏ.ஜி.எம். ஸதக்கா, எஸ். நளீம் ஆகியோர் 1990களில் கிழக்கின் கொந்தளிப்பினால் உருவாகிய கவிஞர்கள். இத்தொகுதியில் உள்ள கவிதைகள் தமிழ்த் தீவிரவாத இயக்கங்களின்; குறிப்பாக விடுதலைப் புலிகளின் ஒடுக்குமுறை, வன்செயல் என்பவற்றால் பாதிக்கப்பட்ட முஸ்லிம்களின் கோபத்தையும் துயரையும் எதிரொலிப்பவையாக அமைந்தன. இத்தொகுப்பில் இடம்பெற்ற 50 கவிஞர்களில் ஐவர் மட்டும் யாழ்ப்பாணத்தைச் சேர்ந்த தமிழர்கள். முஸ்லிம்களுக்கு இழைக்கப்பட்ட வன்முறைகளுக்கு எதிரான தங்கள் உணர்வுகளையும் எதிர்ப்பையம் அவர்கள் தம் கவிதைகளில் வெளிப்படுத்தியுள்ளனர். கிழக்கைச் சேர்ந்த தமிழ்க் கவிஞர்களின் கவிதைகள் எவையும் இத்தொகுப்பில் இடம்பெறவில்லை என்பது குறிப்பிடத்தக்கது. சிவசேகரம், சண்முகம் சிவலிங்கம் ஆகியோர் இப்பொருள் தொடர்பாக எழுதிய சில கவிதைகள் தவறவிடப்பட்டள்ளன. 45 முஸ்லிம் கவிஞர்களில் மிகப் பெரும்பாமையோர் கிழக்கைச் சேர்ந்தவர்கள் என்பது புரிந்துகொள்ளக் கூடியதே. இன முரண்பாடு எவ்வாறு அது உருவாக்கும் வலியையும், அந்த வலி உருவாக்கும் கவிதையையும் இனத்துவமயப் படுத்துகின்றது என்பதற்கு இங்கு நான் குறிப்பிட்ட இரண்டு கவிதைத் தொகுப்புகளும் நல்ல உதாரணங்களாக அமைகின்றன.

4

இனத்துவம், தேசியவாதம் என்பன பிறரை *(the Other)* வெளி ஒதுக்கும் கருத்துநிலைக் கட்டமைப்புகளாகும். அப் பிறருடன்

சமூக அரசியல் முரண்பாடுகள் ஏற்படும்போது அப்பிறரை எதிரியாகவும் அவை கட்டமைக்கின்றன. இக்கருத்துநிலைக் கட்டமைப்புகள் வேறுபட்ட அடையாளங்களைத் திணிப்பதன் மூலம் மக்களைப் பிளவுபடுத்துகின்றன. பரஸ்பரம் பகைமையைத் தூண்டுகின்றன. மனித விழுமியங்களைத் தரம் தாழ்த்துகின்றன.

இனத்துவ முரண்பாடு நிகழும் காலகட்டங்களில் கவிதை இரண்டு எதிர் முரணான பாத்திரங்களை வகிக்கின்றது. ஒருபுறம் நேரடியாகவோ மறைமுகமாகவோ இனத்துவம், தேசியம், வன்முறைக் கருத்துநிலைகளை அது ஊக்கப்படுத்துகின்றது. மறுபுறம், இக்கருத்துநிலைகளின் அசிங்கமான இயல்பை அம்பலப்படுத்துகின்றது, மனித விழுமியங்களையும் ஐக்கியத்தை யும் அர்த்தமுள்ள வகையில் மீள்கட்டமைப்புச் செய்வதற்கு அழைப்புவிடுக்கின்றது.

இக்கருத்தை விளக்குவதற்கு நான் இரண்டு உதாரணங்களைத் தருகின்றேன். முதலாவது உதாரணம் குழந்தைப் படைவீரர் *(child soldier)* பற்றிய இரண்டு கவிதைகள். முதலாவது கவிதை விடுதலைப் புலிகள் இயக்கம் சார்ந்த கவிஞர் புதுவை இரத்தினதுரை எழுதியது. இக்கவிதை குழந்தைப் படைவீரர்களை மகிமைப்படுத்தவதாக அமைகின்றது. உண்மையில் இச்சிறுவர்கள் பலாத்காரமாக இயக்கத்தில் சேர்க்கப்பட்டவர்கள் என்பதை இக்கவிதை மறைத்துவிடுகின்றது. கவிதையின் தலைப்பு 'தலைமுறை இடைவெளிக்குள்' என்பது.

துப்பாக்கியோடு திரிகின்ற சிறுவனே!
பக்கத்தில் வா!
உனக்கு வயது பதினான்கா
பதினைந்தா ?
எத்தனையாக இருந்தாலும்
மகனே! அருகில்வா
உன் பாதத்தைக் காட்டு
தூசிபடிந்த கால்களைச்
சேவிக்க விரும்புகின்றேன்.
"புலிகளின் தாகம் தமிழீழத் தாயகம்"
காலையில் சத்தியப் பிரமாணம்
செய்யும்போது
இந்த மந்திரச் சொல்லை
விசுவாசிப்பதாகக் கூறுகின்றாயே!
இந்த வேதமந்திரம்
உன்னை மலைபோல் நிமிர்த்துகின்றது.

உனக்குத் துப்பாக்கி தூக்கும் வயதல்ல
வாய்ப்பாடு பாடமாக்கும் வயது.
என்றாலும் நீ நடக்கும்போது
அட்டதிக்குகளும் அதிர்கின்றதே!

நீ மூச்சுவிடும்போது...
புயலொன்று புறப்படுகின்றதே!
உன்னைப் பார்க்கும் போது
எனக்குப் பெருமையாக இருக்கிறது,
பொறாமையாகவும் இருக்கிறதே!

உன் வயதில் நான் என்ன சாதித்தேன்
ஒன்றுமில்லை...
ஒன்றுமேயில்லை.
கிட்டி அடித்தேன்
கிளித்தட்டு மறித்தேன்
வெள்ளையப்பா வீட்டு விளாத்திக்குக்
கல்லெறிந்தேன்.

நீயோ
கையில் துவக்கேந்தி
களத்தில் நிற்கிறாய்
கொட்டும் மழையினிலும்
குறிபார்த்து நிற்கின்றாய்
தூங்காத விழியோடு 'சென்றிக்கு' நிற்கின்றாய்.

உன் பாதத்தைக் காட்டு
கால்களை முத்தமிட
கவிஞன் விரும்புகிறேன்

நீயும் உன்போன்ற புலிகளும்
களத்தில் உலாவரும் காலம் வரை
உலகத்துப் படையெல்லாம்
ஒன்றாய் எதிர்க்கிலும்
வேங்கைகள் பாய்ந்து...
வெற்றிகொள்ளும்

(புதுவை இரத்தினதுரை, 'நினைவழியா நாட்கள்')

இங்கு நான் தரும் இரண்டாவது உதாரணம் இதே விடயம் பற்றிய முற்றிலும் வேறுபட்ட தொனிப்பொருளில் அமைந்த கவிதை. சேரன் இக்கவிதையில் பலாத்காரமாக இயக்கத்தில் சேர்க்கப்பட்ட சிறுவனின் உள்ளுணர்வை வெளிப்படுத்துகிறார். இக்கவிதை முதல் கவிதை உருவாக்க முயலும் குழந்தைப் படைவீரத்துவத்தை மகிமைநீக்கம் செய்வதோடு விடுதலை இயக்கங்களின் குரூரத்தையும் அம்பலப்படுத்துகின்றது. கவிதையின் தலைப்பு 'நவீன துப்பாக்கி அரசன்'

காலை
பாடசாலை செல்லும் வழியில்
சிறைப்பட்டேன்
யுத்தத்தின் நாய்களிடம்.

புத்தகங்களை வீசி எறிந்தனர்
பேனாவை முறித்தனர்

தூரிகையை மிதித்தனர்
என் தலையையும்
மழித்தனர்.

துப்பாக்கியைக் கைகளில் தந்து
'போ! போய்விடு
தேசப் பணிபுரி, போர் செய்!'
என்றனர்.

பணிந்தேன்
இல்லையேல் பிணமாய்

காய்ந்த குருதியும்
ஈயும்
இன்னும் கொஞ்சப் பேரிடமாவது
எஞ்சி இருக்கும்
இரக்கமும் பரிதாபமும் சூழத்
தெருவின் ஓரத்தே
புழுதியில் புரள்வது
விதி என உணர்வேன்

அனைத்தும் கொடிதுதான்

இப்போது
வரையறை செய்யப்படாத
ஒரு போர்முனையில்
இரு புறமும் குழல் நீண்ட
துப்பாக்கிச் சனியனை
ஏந்துகிறேன்

(சேரன், 'நீ இப்பொழுது இறங்கும் ஆறு', பக். 164)

இக்கவிதைகளின் கருத்துநிலைச் சார்பு பற்றி நான் அதிகம் விளக்க வேண்டியதில்லை.

நான் தரவிரும்பும் இரண்டாவது உதாரணம் போர்க்காலத்தில் ஆயுதப் படைகளால் பெண்களுக்கு எதிராக இழைக்கப்பட்ட பாலியல் வன்முறை பற்றி இரண்டு பெண் கவிஞர்கள் எழுதிய இரண்டு கவிதைகள். முதல் கவிதை கலா எழுதிய அதிகம் பேசப்பட்ட 'கோணேஸ்வரிகள்.' 1997இல் அம்பாறை மாவட்டத்தில் கோணேஸ்வரி என்ற பெண் ஆயுதப்படையினரால் பாலியல் வல்லுறவுக்கு உள்ளாக்கப்பட்டுக் குரூரமாகக் கொல்லப்பட்டதன் எதிர்வினையாக எழுதப்பட்ட கவிதை இது. இச்செய்தி தமிழ்ப் பத்திரிகைகளில் பரவலாக இடம்பெற்றது. வழமைபோல் ஆங்கில சிங்களப் பத்திரிகைகள் இதற்கு எவ்வித முக்கியத்துவமும் கொடுக்கவில்லை. அப்பெண் கூட்டு வன்முறைக்கு உள்ளாக்கப்பட்டபின் அவரது பால் உறுப்பில் கைக்குண்டு வீசி குரூரமாகக் கொல்லப்பட்டதாகப்

பத்திரிகைகள் செய்தி வெளியிட்டிருந்தன. கலா மிகுந்த கோபத்துடன் இச்சம்பவம் பற்றித் தன்கவிதையில் எதிர்வினை ஆற்றியிருக்கிறார். கவிதை பின்வருமாறு.

நேற்றைய அவளுடைய சாவு எனக்கு
வேதனையைத் தரவில்லை.
மரத்துப்போய்விட்ட உணர்வுகளுள்
அதிர்ந்துபோதல் எப்படி நிகழும்?
அன்பான என் தமிழச்சிகளே
இத்தீவின் சமாதானத்திற்காய்
நீங்கள் என்ன செய்தீர்கள்?
ஆகவே, வாருங்கள்
உடைகளைக் கழற்றி
உங்களை நிர்வாணப்படுத்திக் கொள்ளுங்கள்
என் அம்மாவே உன்னையும்தான்.

சமாதானத்திற்காய் போரிடும்
புத்தரின் வழிவந்தவர்களுக்காய்
உங்கள் யோனிகளைத் திறவுங்கள்
பாவம்
அவர்களின் வக்கிரங்களை
எங்கு கொட்டுதல் இயலும்.

வீரர்களே! வாருங்கள்
உங்கள் வக்கிரங்களைத் தீர்த்துக் கொள்ளுங்கள்
என் பின்னால்
எனது பள்ளித் தங்கையும் உள்ளாள்.
தீர்ந்ததா எல்லாம்
அவ்வளவோடு நின்று விடாதீர்!
எங்கள் யோனிகளின் ஊடே
நாளையச் சந்ததி தளிர்விடக் கூடும்
ஆகவே
வெடிவைத்தே சிதறடியுங்கள்
ஒவ்வொரு துண்டுகளையும் கூட்டி அள்ளி
புதையுங்கள்
இனிமேல் எம்மினம் தளிர்விட முடியாதபடி

சிங்கள சகோதரிகளே!
உங்கள் யோனிகளுக்கு
இப்போது வேலையில்லை

(சரிநிகர், ஜூலை 1997)

இந்த எதிர்வினை மிகுந்த இனத்துவ உணர்வுசார்ந்தது என்பது வெளிப்படை. பாதிக்கப்பட்டவரின் பால்மையும், பால்நிலையும் (sextuality and gender) தெளிவாகவே இனத்துவ மயமாக்கப்பட்டுள்ளது. தமிழ்ப் பெண்கள் சிங்களப் பெண்களிலிருந்து வேறுபடுத்தப்பட்டுள்ளனர். பௌத்த மதமும் உள்ளிழுக்கப்பட்டுள்ளது. இனத்துவ ரீதியில் பிளவுபட்ட

சமூகங்களில் இத்தகைய எதிர்வினை எதிர்பார்க்கக் கூடியது மட்டுமன்றி பொதுவாகக் காணப்படுவதுமாகும். எனினும், பாலியல் வன்முறை இன, மத எல்லைகளைக் கடந்தது. உதாரணமாக, 1971இலும் 1989இலும் நடந்த மக்கள் விடுதலை முன்னணி (ஜே.வி.பி) கிளர்ச்சிகளின்போது ஆயிரக்கணக்கான இளம் சிங்களப் பெண்கள் இதே சிங்கள ராணுவத்தினாலும் பொலிஸினாலும் கைதுசெய்யப்பட்டு, சித்திரவதை செய்யப்பட்டு, பாலியல் வல்லுறவுக்கு உள்ளாக்கப்பட்டனர், அல்லது கொல்லப்பட்டனர். தென் மாகாணத்தின் அழகுராணியான பத்மினி மன்னம்பேரியின் கதை பலரும் அறிந்ததே. அவள் பாலியல் துன்புறுத்தலுக்கு ஆளாக்கப்பட்டு, சித்திரவதை செய்யப்பட்டு, வீதியில் நிர்வாணமாக நடத்திச் செல்லப்பட்டுக் கொல்லப்பட்டாள். 1980களில் சில தமிழ் விடுதலை இயக்கங்களில் பெண் உறுப்பினர்கள் பாலியல் துன்புறுத்தலுக்கு ஆளாக்கப்பட்டுக் கொல்லப்பட்டமை பற்றிய சில கதைகளும் உண்டு. இக்கவிதை வெளிப்படுத்தும் வெளிப்படையான இனத்துவ உணர்வு இச்சம்பவத்தால் உணர்பூர்வமாகப் பாதிக்கப்பட்ட இனத்துவ உணர்வுடைய வாசகர்களை அதிகம் ஈர்த்ததில் ஆச்சரியம் இல்லை.

இதே போன்ற சம்பவம் இதற்கு ஓராண்டுக்கு முன்னர் 1996இல் யாழ்ப்பாணத்தில் நடந்தது. இதில் பாதிக்கப்பட்டவர் கிரிஷாந்தி என்ற ஒரு பள்ளி மாணவி. ஒரு ராணுவக் காவல்நிலையத்தில் அவள் தடுத்துவைக்கப்பட்டு பாலியல் வல்லுறவின்பின் கொல்லப்பட்டாள். இதுவும் தமிழ்ப் பத்திரிகைகளில் பெரிதும் முக்கியத்துவம் கொடுக்கப்பட்ட செய்தி. நம்பிக்கை ஊட்டும் இளம் பெண் கவிஞரான விநோதினி இச்சம்பவத்துக்கு எதிர்வினையாக ஒரு கவிதை எழுதியிருக்கிறார். இது கோணேஸ்வரிகள் கவிதையிலிருந்து மிகவும் வேறுபட்ட ஒரு எதிர்வினை. இக்கவிதையின் தலைப்பு 'கிரிஷாந்தி', கோணேஸ்வரிகள் போல் பாதிக்கப்பட்ட பெண்ணின் பெயர்தான். ஆனால் தலைப்பு பன்மையாக்கப்படவில்லை. தலைப்பில் மறைமுகமாக வெளிப்படுத்தப்படுவதைத் தவிர கவிதைப் பிரதிக்குள் பாதிக்கப்பட்டவரினதோ அல்லது குற்றம் இழைத்தவர்களினதோ இனத்துவம் பற்றி எந்தக் குறிப்பும் இல்லை. கவிதை இது:

குருவிகள் பாடிய அந்த வேளையில்
சூரியன் கடலுக்குள் விழுந்த பொழுதில்
அவளது மரணம் யாருமறியாமல்
வெண் மணல் வெளிப்பரப்பில் நிகழ்ந்தது

பெண்ணாய்ப் பிறந்த போதில்
இத்தகு முடிவை
ஒரு கணமேனும் நினைத்திராள்
பெற்ற தாயும் அறிந்திராள்

முதலில் முட்களாய்க் குத்திய பார்வைகள்
பின் அவள் கைகளைப் பற்றின
அவர்கள் கொடுங் கரங்கள்
குரல் எழும்பவில்லை
புலன்கள் ஒடுங்கிச் சாய்ந்தாள்
உணர்வற்ற தேகத்தில்
ஊர்ந்து புணர்ந்தனர்.
அது நிகழ்ந்தது
வெண் மணல் வெளிப் பரப்பில்.
உப்புக் கரிக்கும் சுடுகாட்டின் ஓரமாகப்
புதைந்தாள்
பிறந்த போதில்
இத்தகு முடிவை
ஒரு கணமேனும் நினைத்திராப் பெண்

இவ்விரு கவிதைகளையும் ஒப்பிடுவது பயனுடையது. இரு கவிஞர்களின் கருத்துநிலை மனப்பாங்கு. கவித்துவக் கூருணர்வு என்பன வேறுபட்டவை. கருத்துநிலையைப் பொறுத்தவரை கலா வெளிப்படையாகவே தமிழ்த்தேசியவாதியாகத் தோன்றுகின்றார். பாதிக்கப்பட்டவரினதும் குற்றம் இழைத்தவர்களினதும் இனத்துவ அடையாளம் கலாவின் கவிதைப் பிரதியாக்கத்தில் மிகுந்த முக்கியத்துவம் பெறுகின்றது. பால்நிலை இரண்டாம் இடத்துக்கு அல்லது இரண்டாம் பட்சமானதாகத் தள்ளப்படு கின்றது. பால்நிலையும் பால் உறுப்புகளும் கூட இனத்துவ மயமாக்கப்பட்டுள்ளன. (தமிழ்ப் பெண்களின் யோனி, சிங்களப் பெண்களின் யோனி) இவ்வகையில் குறித்த சம்பவம் பற்றிய கவிஞரின் பார்வை வெளிப்படையாகவே இனத்துவச் சார்புடையது.

விநோதினி கருத்துநிலையைப் பொறுத்தவரை தேசியவாதி என்பதைவிட பெண்ணியவாதியாகத் தோன்றுகிறார். பாதிக்கப்பட்டவர், குற்றம் இழைத்தவர்களின் இனத்துவ அடையாளத்தை அவர் குவிமையப்படுத்தவில்லை. கிரிஷாந்தி என்ற தலைப்பு மட்டும் (மறைமுகமாக) பாதிக்கப்பட்டவரின் இனத்துவ அடையாளத்தைக் குறித்து நிற்கின்றது. இனத்துவம் பற்றிய எந்தக் குறிப்பீடும் கவிதைப் பிரதியில் இல்லை. பாதிக்கப்பட்டவரின் பால்நிலையே கவிதையில் அதிக்கம் செலுத்துகின்றது.

5

இறுதியாக போர்க்காலத்தில் எழுதப்பட்ட, நேரடியாகவோ மறைமுகமாகவோ இனப்பிளவுக்கும் வன்மறைக்கும் எதிரான, வன்முறையின் குரூர இயல்பை அம்பலப்படுத்துகின்ற, மனிதனின் மனச்சாட்சியைத் தூண்டுகின்ற, சமாதானத்தையும் நல்லிணக்கத்தையம் ஊக்கப்படுத்துகின்ற சில கவிதைகளைக் குறிப்பிட்டு இக்கட்டுரையை முடிக்க விரும்புகிறேன்.

'மனிதனின் அடையாளம்' என்ற எனது கவிதை இலட்சியத்தக்கும் யதார்த்தத்தக்கும் இடையிலான முரண்பாட்டைச் சித்திரிப்பதோடு இனத்துவப் பிளவுக்கு மத்தியில் மானுட இலட்சியத்தக்காக ஏங்குகின்றது.

கடவுள் என் கனவில் தோன்றினார்
சுவர்க்கத்தின் வாயிலையும்
நரகத்தின் வாயிலையும்
திறந்துவைத்துக் கொண்டு

நீயார் என்றார் கடவுள்
நான் மனிதன் என்றேன்
உன் பெயர் என்ன என்றார்
மனிதன் என்றேன்
உன் இனம் என்ன என்றார் மீண்டும்
மனித இனம் என்றேன்
கடவுள் கடைசியாகக் கேட்டார்
உன் மதம் என்ன என்று
மனிதம் என்றேன் நான்

கடவுள் ஒரு புன்னகையுடன் கூறினார்
சரி நீ இனி சுவர்க்கம் புகலாம் என்று

அந்தோ,
என் கனவு கலைந்தபோது
நான் நரகத்தில் கிடக்கக் கண்டேன்.

சோலைக்கிளியின் 'எனது இனத்துப் பேனையால் அழுதது' என்ற கவிதை சமூகத்தின் இனத்துவப் பிளவு பற்றிய அவரது வெறுப்பை வெளிப்படுத்துவதோடு அவரது வழமையான உத்தியான இயற்கை பற்றிய படிமங்களைப் பயன்படுத்தி அதைக் கேலிசெய்கின்றது.

நிலவுக்கு வேலியிடு
சூரியனையும் பங்குபோட்டுப் பகிர்ந்துகொள்
வெள்ளிகளை எண்ணு
இன விகிதாசாரப்படி பிரி
நாகரிக யுகத்து மனிதர்கள் நாம்
கடலை அளந்து எடு

வானத்தைப் பிளந்து துண்டாடு
சமயம் வந்தால்
காற்றைக் கடத்து
அல்லது
சூறாவளியைக் கொண்டு சகோதர இனத்தை அழி
அங்கே
செவ்வாய்க் கிரகத்தில் நம்மில் ஒருவன் இறங்கட்டும்

எறும்புக்கும்
இன முத்திரை இடு
மரத்திற்குக் கூடச்
சாதி சமயத்தைப் புகட்டு
புறா முக்கட்டும்
இன்னொரு இனத்தை நகைத்து
பல்லியும் பூச்சியும் நத்தையும் தவளையும்
கத்தும் ஒலியிலெல்லாம் பேதங்கள் தொனிக்கட்டும்
வா
வண்ணத்துப் பூச்சியே
இது உன்னுடைய இனத்து மலர்தான் நுகர்

பாவம்
மனிதன் பிரிந்த விதம்
நான்கூட இந்தக் கவிதை எழுதுகையில்
ஒரு பேனை மறுத்தது
"உனது இனத்துப் பொருளல்ல நானென்று"
ஓ . . . அது வேறு இனத்துப் பேனை.

சமகால இலங்கைத் தமிழ்க் கவிதையில் ஒரு முக்கியமான ஆளுமையான சண்முகம் சிவலிங்கம் தனது 'வீழ்ச்சி' என்ற கவிதையில் ஒரு உருமாற்றம் பற்றிய கதையை, துப்பாக்கிக் கலாசாரத்தின் எதிரே, யுத்தத்ததால் சிதைந்த சமூகச் சூழலில் எவ்வாறு ஒரு மனிதன் மண்புழுவாக உருமாற்றம் அடைகிறான் என்பதைக் காட்டுகிறார். துப்பாக்கி முன் மனிதனின் மனித விழுமியத்தின் வீழ்ச்சியைச் சொல்லும் கவிதை இது.

காய்ந்த சருகுபோல் ஒரு மண்புழு
ஊர்ந்துகொண்டிருந்தது படியோரம்.
நான் மனிதன் என்ற இரக்கம் மீதூர
அதனைப் பார்த்துவிட்டுப் போனேன் ஒருகணம்.
சுர் என்று சருகு இரைதல்போல் கேட்டது,
திரும்பிப் பார்த்தேன்;
மண்புழு வாலில் நின்றது...
வாயைத் திறந்தது கூரிய பல்தெரிய.
நாக்கு எங்கே என்று நினைக்கையில்,
நாக்கிலிருந்து தீச்சுவாலை பறந்தது.
மண்புழுவுக்குப் பல் ஏது? நாக்கு ஏது?
நினைக்கையில் தெரிந்தது மண்புழு
உருமாறிவிட்டதென்று
எனினும் அஞ்சவில்லை.

குனிந்தேன் தடி எடுக்க.
நிமிரும்போது
மண்புழுவின் கையில் துப்பாக்கி இருந்தது.
அல்ல
ஒரு பாம்பின் கைத் துப்பாக்கி.
அதுவும் அல்ல
ஒரு சிப்பாயின் கைத் துப்பாக்கி.
நான் குனிந்து,
பாம்பாய் நெளிந்து
காய்ந்த சருகின் மண்புழு ஆகி
ஊர்ந்துகொண்டிருக்கிறேன் படியோரம்;

இக்கட்டுரையை எனது கவிதைப் பிரகடனம் ஒன்றுடன் முடிக்க விரும்புகிறேன். இலங்கையின் இன மோதல் அதன் உச்சங்களுள் ஒன்றை எட்டிய 1990இல் நான் இதை எழுதினேன். இது சமத்துவம், சமாதானம், சுதந்திரம் பற்றியது. வெவ்வேறு இனக்குழுமங்களின் சமத்துவம் சமாதானத்துக்கு ஒரு முன்நிபந்தனை என்பதையும், சமாதானம் சுதந்திரத்துக்கான முன்நிபந்தனை என்பதையும் அது பிரகடனம் செய்கிறது. இந்த முன் நிபந்தனைகள் குடும்பம், சமூகம், நாடு, உலகம் அனைத்துக்கும் பொதுவானது. சௌஜன்ய உறவுகளைப் பேணுவதற்கு இவை அடிப்படை.

இனப் பிரச்சினைகளையும் மோதல்களையும் அர்த்தமுள்ள வகையில் தீர்க்க விரும்பினால், இனத்துவக் குழுமங்கள் மத்தியில் முறுகல் நிலையைத் தளர்த்த விரும்பினால், சமாதான சகவாழ்வையும் நல்லிணக்கத்தையும் உருவாக்க விரும்பினால் இனங்களுக்கிடையே சமத்துவம் உறுதிப்படுத்தப்பட வேண்டும். ‘என் கடைசி வார்த்தைகள்’ என்ற தலைப்பிலான எனது கவித்துவப் பிரகடனம் இதுதான்.

என் கடைசி வார்த்தைகள் இவைதான்
சமத்துவம் சமாதானம் சுதந்திரம்

எங்கு சமத்துவம் இல்லையோ
அங்கு சமாதானம் இல்லை
எங்கு சமாதானம் இல்லையோ
அங்கு சுதந்திரம் இல்லை

என் கடைசி வார்த்தைகள் இவைதான்
சமத்துவம் சமாதானம் சுதந்திரம்

நீ என் சமத்துவத்தை மறுக்கிறாயா ?
நீ உன் சமாதானத்தை இழந்தாய்
உன் சுதந்திரத்தை இழந்தாய்

நீ என் சமத்துவத்தை அழித்திட
துப்பாக்கியை நீட்டுகிறாயா
துப்பாக்கி சமாதானத்தின் எதிரி
சுதந்திரத்தின் எதிரி

என் கடைசி வார்த்தைகள் இவைதான்
சமத்துவம் சமாதானம் சுதந்திரம்

வான் அதிரக் கூவுங்கள் மனிதர்களே
சமத்துவம் சமாதானம் சுதந்திரம்

இந்திய சாஹித்திய அகடமி *Historical Legacy and Contemporary Commonwealth Literature* (வரலாற்று முதுசமும் சமகால கொமன்வெல்த் இலக்கியமும்) என்ற தொனிப்பொருளில் 2010 ஒக்டோபர் மாதம் புதுடில்லியில் நடத்திய சர்வதேச மாநாட்டில் படிக்கப்பட்ட ஆங்கிலக் கட்டுரையின் சற்றுச் சுருக்கப்பட்ட தமிழ் வடிவம்.

7

யதார்த்தத்தின் உருச்சிதைவு

கடந்த பத்து ஆண்டுகளில் தமிழ்ச் சிறுகதையின் முகம் பெரிதும் மாறிவிட்டது. உலகளாவிய நிலையில் அதன் களம் விசாலமடைந்திருக்கிறது. உலகின் அதி நவீன செல்நெறிகளோடு நமக்கு நெருங்கிய உறவு ஏற்பட்டிருக்கிறது. கதைப்பொருளிலும் கதை சொல்லும் பாணியிலும் இத்தொடர்பு பல மாற்றங்களை ஏற்படுத்தியுள்ளது. இப்புதிய பாணியில் ஆர்வம்கொண்ட, கலைத்திறனுடைய பல இளைஞர்கள் சிறுகதைத்துறையில் வலுவாகக் காலூன்றியுள்ளனர். இவர்களால் தமிழ்ச் சிறுகதை வலுவும், வளமும் பெறும் என்ற நம்பிக்கை தோன்றியிருக்கிறது.

அம்ரிதா ஏயெம் கடந்த பத்தாண்டு காலத்துள் இலங்கைத் தமிழ்ச் சிறுகதை உலகில் உறுதியாகக் கால் பதித்த புதிய பரம்பரையைச் சேர்ந்தவர். அவ்வப்போது இவரது கதைகள் சிலவற்றைச் *சரிநிகரில்* படித்திருக்கிறேன். இப்போது தனது பதினாறு கதைகளை ஒரே தொகுதியாக வெளியிடுகிறார். இக்கதைகளை ஒருமித்துப் படிக்கும்போது இப்புதிய தலைமுறையினர் தமிழ்ச் சிறுகதைக்குத் தரமுயலும் தரமும் வலுவும் பளிச்சென்று தெரிகிறது.

அம்ரிதா ஏயெம் என்ற புனைபெயர் ஏ.எம். றியாஸ் அகமட் என்ற சொந்தப் பெயரின் உருத்திரிபு என்று நினைக்கிறேன். றியாஸ் அகமட் ஓர் உயிரியல் விஞ்ஞானப் பட்டதாரி. உயிரியல் விஞ்ஞானம் கற்கும் மாணவர்களின் கனவாக இருக்கும் மிகுந்த போட்டிக்குரிய மருத்துவ பீடத்துள் நுழையும் தகைமை பெற்றிருந்தும் அதை நிராகரித்து, உயிரியல்

விஞ்ஞானத்தையே தனது விருப்பப் பாடமாகத் தேர்ந்து, பட்டம் பெற்று, தற்போது கிழக்குப் பல்கலைக்கழக விலங்கியல் துறையில் விரிவுரையாளராகப் பணிபுரிகின்றார். இவரது கதைகளில் விலங்குகள் முக்கிய பாத்திரங்களாக இடம்பெறுவதைப் புரிந்துகொள்வதற்கு இவரது கல்விப் பின்னணி பற்றிய தகவல் வாசகர்களுக்கு உதவும் என்று நம்புகிறேன். இவரது புனைபெயர் இவரது சொந்தப் பெயரின் உருத்திரிபாக இருப்பதுபோல இவரது கதைகளும் யதார்த்தத்தின் உருத்திரிபுகளாக விளங்குகின்றன.

இன்றைய நவீன எழுத்தாளர்கள் சிலர் இலக்கியத்தில் யதார்த்தவாதம் காலாவதியாகிவிட்டது, அது இனிச் செல்லுபடியாகாது என்று வலுவாக வாதிடுகின்றனர். செவ்வியல் யதார்த்தவாதத்தைப் பொறுத்தவரை *(Classical Realism)* இது ஓரளவு ஏற்புடையதாக இருக்கலாம். ஆனால், யதார்த்தவாதமே செல்லுபடியற்றது என்று நான் கருதவில்லை. யதார்த்தத்தையும் *(Reality)*, யதார்த்தவாதத்தையும் *(Realism)* நாம் வேறுபடுத்திப் பார்க்க வேண்டும். கலை இலக்கியத்தில் யதார்த்தத்தை உள்ளபடி, உண்மைபூர்வமாகச் சித்திரிக்க வேண்டும் என்ற கொள்கையே யதார்த்தவாதமாகும். ஆயினும், யதார்த்தவாதத்திற்குப் பல முகங்கள் உள்ளன. எல்லா இலக்கியங்களும் வாழ்க்கை யதார்த்தத்தின் உருத்திரிபுகள்தான். யதார்த்தத்தை உருத்திரிபாக்கிக் கலை இலக்கியத்தில் பிரதிபலிக்கும் விதத்தில் காலத்திற்குக் காலம், படைப்பாளிக்குப் படைப்பாளி வேறுபாடு உண்டு. அவ்வகையில் தேவதைக் கதைகள் முதல் மெஜிக்கல் ரியலிசம் வரை யதார்த்தத்தின் வெவ்வேறு வெளிப்பாடுகள் என்றுதான் நான் சொல்வேன். இவையெல்லாம் வாழ்க்கை அல்லது சமூக யதார்த்தத்தின் வெவ்வேறு வகையான – வெவ்வேறு அளவிலான உருத்திரிபுகள்தான். புராணங்கள், தேவதைக் கதைகள் முதலியவை செவ்வியல் யதார்த்தத்திற்கு முன்வரிசையில் வருபவை என்றால் சர்ரியலிசம், மெஜிகல் ரியலிசம் என்பவை அதற்குப் பின்வரிசையில் நிற்கின்றன.

பின்நவீனவாதிகள் இன்னும் தீவிரமாக யதார்த்தத்தை உருச்சிதைப்பதையே இக்காலத்திற்குரிய கலைக்கோட்பாடாக முன்வைக்கின்றனர். யதார்த்தத்தை அடையாளம் காணமுடியாத அளவிற்கு இந்த உருச்சிதைப்பு நிகழும்போது அவர்களது இலக்கியம், கலை என்ற நிலையில் இருந்து சொல்விளையாட்டு என்ற நிலைக்கு இடம்பெயர்ந்துவிடுகிறது. இளம் தலைமுறையைச் சேர்ந்த நவீன எழுத்தாளர் சிலர் இந்தச் சொல்விளையாட்டில் அதீத மோகம் கொண்டுள்ளனர். யதார்த்தத்தின் தீவிர உருச்சிதைப்பையே இவர்கள் தமது கலைவெளிப்பாட்டின் வெற்றியாகக் கருதுகின்றனர்.

அதிஷ்டவசமாக அம்ரிதா ஏயெம் இந்த மோகத்தின் மையத்துள் புகாமல் ஓரத்திலேயே நிற்கிறார் என்பதை அவரது பெரும்பாலான கதைகள் நமக்கு உணர்த்துகின்றன. இத்தொகுப்பில் 'மந்திரச் சேவல்கள். . . விலங்குகள். . . மிருகங்கள், செருப்பு' ஆகிய இரண்டு கதைகளே அதீத உருச்சிதைப்புச் சொல் விளையாட்டுக்களாக எனக்குத் தோன்றுகின்றன. ஏனைய கதைகளில் உருச்சிதைப்புக்கும் வாழ்க்கை யதார்த்தத்துக்கும் இடையில் உள்ள தூரம் நாம் எட்டிக் கடக்கக்கூடிய அளவுதான். அதனால் சிலருடைய கதைகளில் காணப்படுவதுபோல இவரது கதைகளில் இருண்மை கோலோச்சுவதில்லை. இவரது கதைகளுக்குள் உள்நுழைந்து சஞ்சரிக்கக்கூடிய அளவுக்கு இவர் நமக்காக வெளிச்சத்தை விட்டுவைத்திருக்கிறார். இது இவரது கலையின் வெற்றியென்றே சொல்வேன்.

இத்தொகுப்பில் உள்ள கதைகள் எல்லாமே வாழ்க்கை யதார்த்தத்தின் பல்வேறு முகங்களைக் காட்டுவன. பெரும்பாலான கதைகள் இன்றைய இனத்துவ யுத்தத்தின் அகோரமான வெக்கையை முகத்தில் அறைந்தாற்போல் சொல்கின்றன. யுத்தத்தால் நசுக்கப்பட்ட சிறுவர்களின் அவலம் ('கிருஷ்ணபிள்ளை', 'ஓணான்கள்'), கடலில் தத்தளித்துக் கரையொதுங்கிய அப்பாவியை ஒரு பதக்கத்திற்காகச் சுட்டுக்கொல்லும் இராணுவ வீரன் ('தறு'), நள்ளிரவில் இராணுவ முகாமைத் தாண்ட முடியாமல் விஷமேறி வண்டிக்குள்ளேயே செத்துப்போகும் பாம்பு கடித்த பெண் ('பாம்புகள்'), இராணுவப் பாதுகாப்பிற்காக அழிக்கப்படும் காடுகள் ('பச்சைக் கொலை'), வெளிநாடு செல்வதற்காகத் தலைநகர் வந்து லொஜ்ஜில் தங்கி நிற்பவர்கள் பொலிசாரினால் அள்ளிச் செல்லப்படுதல் ('கூண்டுகள்') – இவை யுத்தத்தின் முகங்களை நேரடியாகக் காட்டுவன. சில கதைகள் ('குளங்கள்', 'கடல் ஆமைக் குஞ்சுகள்') இனமுரண்பாடு, மனித வன்முறை என்பவற்றை உருவகமாகவும் குறியீடாகவும் கூறுவன. இன்னும் சில கதைகள் ('விலங்கு நடத்தைகள்', 'குரங்குகளின் இராச்சியத்தில்') குரங்குகளின் சமூக வாழ்க்கைப் படிமங்கள் ஊடாக இன்றைய நமது அரசியலைப் பேசுகின்றன.

எல்லாக் கதைகளுமே படைப்பாளியின் சொந்த அனுபவத்தின் ஒளித்தெறிப்புகளாகவே தோன்றுகின்றன. எல்லாக் கதைகளிலுமே கதைசொல்லி ஒரு பாத்திரமாக இருக்கின்றார். அல்லது ஒரு பாத்திரம் கதை சொல்லியாக இருக்கிறது. மனிதர்கள் மட்டுமன்றி வனவிலங்குகளும் சூழலும் ஆசிரியரின் கைவண்ணத்தில் வாழ்க்கை யதார்த்தத்தின் படிமங்களாக உருப்பெற்றுள்ளன. ஆசிரியரின் உயிரியல் அறிவும், சமூகவியல்

நோக்கும், கலை ஆளுமையும் பொதுவாக எல்லாக் கதைகளிலும் பளிச்சிடுகின்றன.

பாரம்பரியக் கதைசொல்லும் பாணி பொதுவாக எல்லாக் கதைகளிலுமே மீறப்பட்டுள்ளது. நேர்கோட்டுச் சட்டகத்துள் ஒரு கதையும் நகரவில்லை. கால, இட எல்லைகளை இவரது கதைகள் தாண்டிச் செல்கின்றன. ஆயினும், நான் ஏற்கனவே குறிப்பிட்ட இரண்டொரு கதைகளைத் தவிர, எல்லாக் கதைகளுமே வாசக ஈர்ப்பு உடையவைதாம். மிகுந்த ஆர்வக் கவர்ச்சியோடு இக்கதைகளை நான் வாசித்தேன். ஆசிரியரின் மொழியாற்றல் இந்த ஈர்ப்பின் இரகசியம் என்று சொல்லத் தோன்றுகின்றது. 'விலங்கு நடத்தை' என்ற முதலாவது கதையில் கதைசொல்லி பயன்படுத்தும் பேச்சுவழக்கு அக்கதைக்குப் பொருந்தாமல் ஒரு நெருடலாக இருக்கின்றது என்பதைத் தவிர, இவரது மொழிநடை கவித்துவ வீச்சுமிக்கதாகவே உள்ளது.

அம்ரிதா ஏயெம் தமிழ்ச் சிறுகதை உலகிற்குப் புதுவருகை. இவரது முதல் காலடியே அழுத்தமாக – கம்பீரமாக இருக்கிறது. அவர் அடையவேண்டிய தூரம் அடுத்த காலடிக்குள் முடிந்துவிடக் கூடாது. இன்னும் உயரத்திற்கு இன்னும் தொலைவுக்கு அவர் கம்பீரமாகச் சஞ்சரிக்க வேண்டும் என்பதே என் விருப்பு. அது அவருக்குச் சித்திக்கும் என்றே நம்புகிறேன்.

அம்ரிதா ஏயெம் – 'விலங்குகள் தொகுதி ஒன்று அல்லது விலங்கு நடத்தைகள்', சிறுகதைத் தொகுதிக்கு எழுதிய முன்னுரை, 'மூன்றாவது மனிதன்' பதிப்பகம், கொழும்பு – 2002.

8

க.நா.சு.: சில குறிப்புகள்

க.நா.சு என்ற மூன்று எழுத்துகளால் நவீன தமிழ் இலக்கிய உலகில் பரவலாக அறியப்பட்ட க.நா. சுப்பிரமணியம் கடந்த 16.12.1988இல் தனது 77ஆவது வயதில் காலமானார். கடந்த அரை நூற்றாண்டு காலமாக நவீன தமிழ் இலக்கியத்தோடு நெருங்கிய தொடர்பு கொண்டிருந்தவர் அவர். நவீன தமிழ் இலக்கியத்தின் வளர்ச்சிக்காக உழைத்தவர். வாசகர் மத்தியில் நவீன இலக்கியப் பிரக்ஞையை ஏற்படுத்துவதைத் தன் இலக்கிய நோக்கமாகக் கொண்டிருந்தவர். எழுத்தே அவரது முழுநேரத் தொழிலாகவும் இருந்தது.

கடந்த சுமார் 50 ஆண்டுகளில் 50க்கு அதிகமான நூல்களை க.நா.சு. எழுதியிருக்கிறார். சுமார் 25 நாவல்கள், 11 விமர்சன நூல்கள், நான்கு சிறுகதைத் தொகுதிகள், 11 மொழிபெயர்ப்புகள், ஒரு கவிதைத் தொகுதி என்பன இவற்றுள் அடங்கும். இவரது நான்கு அல்லது ஐந்து நூல்கள் ஆங்கிலத்திலும் வெளிவந்துள்ளன. ஐந்து இலக்கிய இதழ்களின் ஆசிரியராகவும் இருந்திருக்கிறார். இந்த வகையில் அவரது இலக்கியப் பணிகள் வளமானவை.

நம் காலத்தில் வாழ்ந்த தமிழ் எழுத்தாளர்களுள் நவீன மேலை இலக்கியத்துடன் அதிக பரிச்சயம் உடைய ஒருவராக க.நா.சுவைச் சொல்லலாம். வில்லியம் ஃபாக்னர், ழீன் பால் சார்த்தர், அல்பேர்ட் காம்யூ, ஸ்டீபன் ஸ்பெண்டர், ஆர்த்தர் கோஸ்லர் போன்ற எழுத்தாளர்களுடன் நேர்முகத் தொடர்பு கொள்ளும் வாய்ப்பும் அவருக்குக் கிடைத்தது. தன்

உலக இலக்கிய ஞானத்தால் நவீன தமிழ் இலக்கியச் சூழலை வளப்படுத்தியவர்களுள் க.நா.சுவுக்கு முதல் இடம் உண்டு.

க.நா.சு. 1912 ஜனவரியில் பிறந்தார். 1930களின் தொடக்கத்திலேயே எழுத்துலகில் பிரவேசித்தார். முதலில் அவர் எழுதியது ஆங்கிலத்தில். 1934 முதல் தமிழில் எழுதத் தொடங்கினார். 1936–37இல் பாரதியின் கவிதைகளைப் படித்த வேகத்தில் தான் கவிதைகளும் எழுதத் தொடங்கியதாகச் சொல்கிறார். க.நா.சு. தான் தமிழில் புதுக்கவிதை என்ற தொடரை அறிமுகப்படுத்தியவர். 1930களில் கம்யூனிஸ்டுகள் மத்தியில் வழங்கிய NEW VERSE என்ற பதத்தை மொழிபெயர்த்துப் பயன்படுத்தியதாக அவர் குறிப்பிடுகின்றார். அவரது புதுக்கவிதைகள் 'மயன் கவிதைகள்' என்ற தொகுப்பாக வெளிவந்துள்ளன.

க.நா.சு. பற்றி நம் மத்தியில் பலவித அபிப்பிராயங்கள் நிலவுகின்றன. நவீன முறையில் இலக்கியத் திறனாய்வை தமிழில் தொடங்கி வைத்தவர்களில் தலையானவர் க.நா.சு. என்பது ஒருசாரார் கருத்து. 'தலையானவர்' என்று சொல்லாவிட்டாலும் தலையானவர்களுள் ஒருவர் என்று நான் அதைத் திருத்திக் கொள்வேன். ஆனால், கைலாசபதி இதை ஒரு மூட நம்பிக்கை என்று சொல்கிறார். 'நவீன விமர்சகராகக் கருதப்படும் க.நா.சு. அடிப்படையில் அபிப்பிராயங்களை அள்ளிவீசும் அலட்டல் பேர்வழியே" என்பது கைலாசபதியின் கருத்து. க. நா. சு. பற்றி அவர் எழுதியுள்ள 'திறனாய்வுப் பிரச்சினைகள்' என்னும் நூலில் க. நா.சு.வின் விமர்சனப் பங்களிப்பை அவர் முற்றாக நிராகரித்திருப்பதைக் காணலாம்.

அண்ணாமலைப் பல்கலைக்கழகத்தில் ஒருமுறை க. நா. சு.வை நான் நேரில் சந்தித்துப் பேசிக்கொண்டிருந்தபோது அவர் கைலாசபதி பற்றி நல்ல அபிப்பிராயம் கொண்டிருப்பதை அறிய முடிந்தது. ஏ.கே. ராமானுஜன், யூ.ஆர். அனந்தமூர்த்தி போன்றவர்களுக்குத் தன்னை நன்கு அறிமுகப்படுத்திவைத்தவர் கைலாசபதியே என்று குறிப்பிட்ட க.நா.சு. தன்னைப் பற்றி அவர் எழுதிய திறனாய்வுப் பிரச்சினைகள் என்ற நூலைப் பற்றிக் கூறுகையில் *It is a silly book* என்றார். அந்த நூலை இப்போது திரும்பவும் படித்துப் பார்க்கையில் க.நா.சு.வின் அபிப்பிராயத்தை நிராகரிக்க முடியாது என்றே தோன்றுகின்றது. க.நா.சு.வைப் பற்றிய மதிப்பீட்டில் கைலாசபதி ஆய்வு நிதானத்தைக் கடைப்பிடிப்பதற்கு மாறாக, ஒரு வகை அரசியல் மனப்பாங்கையே வெளிப்படுத்தியிருக்கின்றார். ஆயினும் கைலாசபதிகூட பல இலக்கியப் படைப்புகள், இலக்கிய கர்த்தாக்கள் பற்றிய க. நா. சு.வின் கருத்துகள் அல்லது அபிப்பிராயங்கள் பலவற்றை ஒப்புதலோடு

தனது 'தமிழ் நாவல் இலக்கிய'த்தில் வழிமொழிந்துள்ளதும் இங்கு குறிப்பிடத்தக்கது.

க.நா.சு.வைப் பற்றிய மதிப்பீட்டு வேறுபாடுகள் எவ்வாறு இருப்பினும் நவீன தமிழ் இலக்கிய வரலாற்றில் அவருக்கு ஒரு முக்கிய இடம் உண்டு என்பதை மறுக்க முடியாது. குறிப்பாக 1940, 50களில் – 60களிலும்கூட நவீன தமிழ் இலக்கியத்துக்கு விரோதமாக இருந்த பழைமைவாதச் சக்திகளைக் காரசாரமாக விமர்சித்ததிலும் க.நா.சு.வின் பங்கு கணிசமானது.

நவீன தமிழ் இலக்கியத்தைப் பொறுத்தவரை தமிழ்நாட்டுப் பல்கலைக்கழகங்கள் நெடுங்காலமாக மாற்றான்தாய் மனப்பாங்குடனேயே இருந்துவந்தன. இன்றும்கூட அந்நிலை பெரிதும் மாறிவிடவில்லை. பழைய இலக்கியம், பழைய சிந்தனைப் போக்குகளுக்கு இங்கு முக்கியத்துவம் கொடுக்கப்பட்டது. 1970களில்தான் சில தமிழ்நாட்டுப் பல்கலைக்கழகங்கள் நவீன இலக்கியத்தின்பால் முகம் திருப்பின. இந்தச் சிந்தனை மாற்றத்தில் க.நா.சு.வின் விமர்சனத்துக்கும் ஒரு பங்குண்டு என்றுதான் கூற வேண்டும்.

க.நா.சு.வின் இன்னும் ஒரு முக்கிய பண்பு இலக்கியத்தில் ஜனரஞ்சகப் போக்கை மறுதலித்து இலக்கியத் தரத்தைத் தொடர்ந்தும் வலியுறுத்தி வந்ததாகும். இலக்கியத் தரம் – தரமான இலக்கியம் – என்றால் என்ன என்பது பற்றிய க.நா.சு.வின் நோக்கு நம்மில் பலருக்குத் தெளிவற்றதாகவும் உடன்பாடு அற்றதாகவும் இருக்கலாம். ஆனால், அவர் தரமான இலக்கியம் என்று இனங்கண்டு காட்டியவற்றை, தரமான எழுத்தாளர்கள் என்று இனங்கண்டு காட்டியவர்களை எந்த இலக்கிய அளவுகோல்களின் அடிப்படையிலும் தரமற்ற படைப்புகள் என்றோ மோசமான – மலினமான எழுத்தாளர்கள் என்றோ நம்மால் ஒதுக்கிவிட முடியாது. ஆனால், அவருடைய ஜனரஞ்சக எதிர்ப்பினை – இலக்கியத் தரம் பற்றிய கருத்தினை – மக்கள் விரோத, மக்கள் இலக்கிய விரோத நோக்காகச் சிலர் விளக்கியுரைத்துள்ளனர். 'க.நா.சு. இலக்கியத்தரம் என்ற குண்டாந்தடி, கண்ணீர்புகையினால் முற்போக்கு இலக்கியத்தை எதிர்த்தவர்' என்று கைலாசபதி போன்றோரால் குற்றம் சாட்டப்படுகின்றார். இது சற்றுச் சிக்கலான பிரச்சினை. **தரம்** என்பது எல்லா வகையான இலக்கியங்களுக்கும் பொதுவான ஒன்றுதான். முற்போக்கு இலக்கியம் மட்டும் அதற்குப் புறம்பாக இருக்கமுடியாது. முற்போக்கு இலக்கியத்தில் தரத்தை எதிர்பார்க்க முடியாது என்று யாரும் வாதிட முடியாது.

க.நா.சு. தரமற்ற இலக்கியம் என்று பிரதானமாகக் கருதியது வாசக ருசிக்குத் தீனிபோடும் பொழுதுபோக்கு ஜனரஞ்சக

எழுத்துகளைத்தான். கல்கி, அகிலன், சுஜாதா வகையறாக்களைத் தான். அதேவேளை உடனடியான சமூகப் பிரச்சினைகளைக் கையாளும் இலக்கியங்களை அவர் உன்னதமான இலக்கியங் களாகக் கருதவில்லை. இந்த வகையிலேயே முற்போக்கு இலக்கியக் கோட்பாட்டை அவர் உயர்வாகக் கருதவில்லை. இது அவரது இலக்கிய நோக்கில் இருந்த குறைபாடு. எனினும், சமூகப் பிரச்சினைகளுக்கு முதன்மை கொடுத்து எழுதிய கு. அழகிரிசாமி, சண்முகசுந்தரம் போன்றோரைப் பற்றி மிகவும் உயர்ந்த அபிப்பிராயம் க.நா.சு.வுக்கு உண்டு.

இலக்கிய விமர்சனத்தில் அலசலைவிட அனுபவத்துக்கு முக்கியத்துவம் கொடுப்பவர் க.நா.சு. இதனாலேயே அவரது விமர்சன மதிப்பீடுகள் அபிப்பிராயங்களாக மட்டும் தோன்று கின்றன. அவரது மதிப்பீடுகள் எந்த அடிப்படையில் எந்த அளவுகோல்களால் உருவாகின்றன என்பது நமக்குத் தெளிவா காமல் இருக்கும். ஆனால், அவரது பரந்துபட்ட படிப்பறிவு, இலக்கிய அனுபவம் ஆகியவற்றினால் உருவாகியுள்ள ஓர் உயர்ந்த இலக்கிய ரசனையே அவரது மதிப்பீட்டின் அடிப்படை என்பதை நாம் புரிந்துகொள்ள முடியும். அடிப்படையில் க.நா.சு. ஒரு ரசனைமுறை விமர்சகர்தான். ஆனால், இவரது ரசனை டி.கே.சி. போல் இடைக்காலத் தமிழ்க் கவிதை என்ற குறுகிய வட்டத்துக்குள் மட்டுப்படுத்தப்பட்ட ரசனையல்ல. பரந்த உலக இலக்கிய அனுபவத்தினால் வளப்படுத்தப்பட்ட ரசனை. அவரது ரசனைமுறை உயர்ந்த இலக்கிய அனுபவத்திற்கு நம்மை வழிப்படுத்தமுடியும் என்றே நம்புகின்றேன்.

க.நா.சு.வின் இலக்கிய வாழ்க்கை முழுமையானது. பாரதிபோல், புதுமைப்பித்தன்போல் இன்னும் சிறிது காலம் வாழ்ந்திருந்தால் ...? என்று நம்மை ஏங்கவைக்கும் வாழ்வு அல்ல அவருடையது. நீண்ட காலம் – அரை நூற்றாண்டுக்கும் மேலாக – தொடர்ச்சியாக எழுதிவந்தவர் அவர். எழுத்து, பிரசுரம் என்பவற்றைப் பொறுத்தவரை அவருடைய வாழ்க்கையின் இறுதியாண்டுகள் வளமானவை. புதிதாகவும் மறுபதிப்பாகவும் கடந்த நான்கு ஐந்து ஆண்டுகளுக்குள் அவரது ஏராளமான நூல்கள் வெளிவந்துள்ளன. அவ்வகையில் புதிய தலைமுறையினருக்கு அவரை முழுமையாக நோக்கும் வாய்ப்பு இப்போதுதான் கிடைத்துள்ளது. க.நா.சு. பற்றிய நிதானமான மதிப்பீடுகள் இனித்தான் வர வேண்டும்.

***வியூகம்* 3, செப்டம்பர் 1989**

9

உமா வரதராஜனின் ‘உள்மன யாத்திரை’

‘உள்மன யாத்திரை’ உமா வரதராஜனின் முதலாவது சிறுகதைத் தொகுப்பு. குறிப்பிடத்தக்க தற்காலத் தமிழ் எழுத்தாளர்களுள் உமா வரதராஜனும் ஒருவர் என்பதை இத்தொகுப்பு உறுதிப்படுத்துகின்றது. குறைவாகவே எழுதித் தன்னை ஒரு நல்ல கலைஞனாக இனங்காட்டிக் கொண்டவர் இவர். தனக்குள்ளே யாத்திரை செய்து, தனக்கு உண்மையாக இருந்து, தன் அனுபவங்களை உண்மைகளைக் கலையாக்குபவன் ஒரு நல்ல கலைஞன். உமா வரதராஜனும் இத்தகைய ஒரு கலைஞன்தான். தன் தொகுப்புக்கு உள்மன யாத்திரை என்று பெயர் வைத்துள்ளார் இவர். இத்தலைப்பில் ஒரு கதையும் இத்தொகுப்பில் இல்லை. எனினும் இதில் உள்ள கதைகள் எல்லாமே உமா வரதராஜனின் உள்மன யாத்திரைதான். அவருடைய சொந்த அகவுலக அனுபவங்கள்தான். இவ்வகையில் உமா வரதராஜன் பெரும்பாலான எழுத்தாளர்களிலிருந்து வேறுபடுகின்றார்.

நமது பெரும்பாலான எழுத்தாளர்கள் கலைஞர்களாக இல்லாமல் ‘கதாசிரியர்’களாவே இருக்கிறார்கள். வாசக ரசனைக்குத் தீனி போடுவதற் காகக் கதைகட்டுபவர்களும், தங்கள் கொள்கை விளக்கத்துக்கு ஏற்றவகையில் பாத்திரங்களையும் சம்பவங்களையும் சோடித்துக் கதை புனைபவர்

களுமே இன்று பிரபலமான எழுத்தாளர்களாக நம் மத்தியில் உலாவுகின்றனர். இவர்களுடைய எழுத்தில் உண்மை இருப்பதில்லை. அதனால் நமக்குக் கலை அனுபவம் கிடைப்ப தில்லை; கலைப் பாதிப்பு ஏற்படுவதுமில்லை. இத்தொகுப்பில் உள்ள கதை எதுவும் வாசக ரசனைக்குத் தீனிபோடுவதற்காகவோ கொள்கைப் பிரகடனத்துக்காகவோ புனையப்பட்டவையல்ல. இவை படைப்பாளியின் உண்மை அனுபவங்கள், படைப்பாளியின் புறவாழ்வு அவன் அகவுலகில் ஏற்படுத்திய பாதிப்புகளின் வெளிப்பாடுகள். அவ்வகையில் இவை வெறுங் கதைகள் அல்ல கலை வெளிப்பாடுகள்.

இத்தொகுப்பில் உள்ள கதைகள் எல்லாவற்றிலும் இடம் பெறும் பிரதான பாத்திரங்களெல்லாம் – அவற்றின் பெயர்கள் வெவ்வேறாக இருப்பினும், உதாரணமாக 'தொலைவில் தெரியும் ஒற்றை நட்சத்திர'த்தில் வரும் வரதன், 'சின்னஞ்சிறு சிறகு'களில் வரும் பத்மநாதன், 'மாலை சூட்டி'களில் வரும் செங்கா, 'பெரிய வெள்ளியும் புனித ஞாயிறு'மில் வரும் வரதராஜ் – ஒரே பாத்திரத்தின் வெவ்வேறு விம்பங்கள்தான். அந்த ஒரே பாத்திரம் உ(டையப்பா) மா(ணிக்கம்) வரதராஜன் என்ற படைப்பாளிதான், படைப்பாளியின் வெவ்வேறு சூழ்நிலைத் தோற்றங்கள்தான். இந்த அளவு தன்னைத் தன் படைப்புக்களில் வெளிப்படையாக இனங்காட்டிக்கொண்ட, தன்னையே தன் படைப்புக்களின் பாத்திரமாக்கிக் கொண்ட தமிழ் எழுத்தாளர்கள் நம் மத்தியில் மிகச் சிலரே.

உமா வரதராஜனின் கதைகள் கூறும் வாழ்க்கை அனுபவங்கள் வெவ்வேறாய் இருப்பினும், அவற்றில் நாம் ஒரு பொதுத்தன்மையை அவதானிக்கலாம். அதாவது இவ்வனுபவங்களெல்லாம் புறச்சூழலுக்கும் அல்லது சமூகத்துக்கும் தனிமனிதனுக்கும் இடையே உள்ள முரண்பாட்டின் வெளிப்பாடுகளாகவே அமைகின்றன. உதாரணமாக முதற் கதையான தொலைவில் தெரியும் ஒற்றை நட்சத்திரத்தையே எடுத்துக்கொள்வோம். வரதனின் பள்ளிப் பருவக் காதலுக்கும் சமூக மனப்பாங்குகளுக்கும் இடையிலான முரண்பாடுதான் கதையின் மையம். இம்முரண்பாட்டி னால் வரதன் ஆறுமாதம் ஊரைப் பிரிந்திருக்கவும் நேர்கின்றது. இதுபோல் அரசியல்வாதிக்குப் பந்தம் பிடிக்கும் ஊர்மனப்பாங்குக்கும், ஒத்தோட மறுக்கும் செங்காவுக்கும் இடையிலான முரண்பாடே 'மாலை சூட்டி'களின் கதை. கலை இலக்கியப் போலித்தனங்களுக்கும் பத்மநாதனுக்குமிடையில் உள்ள முரண்பாடே 'சின்னஞ்சிறிய சிறகுகள்' கதை. இவ்வாறே ஏனைய கதைகளும் ஏதோவொரு வகையில் சமூக – தனிமனித உறவு நிலையில் ஏற்படும் முரண்பாடுகளையே விபரிக்கின்றன.

உமா வரதராஜனின் கதாபாத்திரங்கள் இந்த முரண்பாடுகளை எவ்வாறு எதிர்கொள்ளுகின்றன? ஏதோ ஒரு வகையில் அவை இந்த முரண்பாடுகளில் இருந்து விலகி அல்லது நழுவிச் செல்லவே முனைகின்றன. போலிகளின் அரவணைப்பில் சிக்கிக்கிடப்பதை விடத் தனியாகத் தொலைவில் ஒற்றையாக இருப்பதில் எவ்வளவு சந்தோசம் என்று நினைக்கின்றான் தொலைவில் தெரியும் ஒற்றை நட்சத்திரத்தில் வரும் வரதன். உமா வரதராஜனின் பெரும்பாலான கதாபாத்திரங்களிடம் நாம் இத்தகைய ஒரு மனப்பாங்கையே காண்கின்றோம். மாலை சூட்டிகளில் வரும் செங்காவுக்கு தன் வீட்டில் இருந்து எம்பியின் கழுத்தில் விழும் மாலையைக் கூடத் தடுத்து நிறுத்த முடியாது. மாலை சூட்டும் பொறுப்பைத் தன் தம்பி மீது விட்டுவிட்டுத் தான் மட்டும் தப்பித்துக்கொள்ள முடிகின்றது. சின்னஞ்சிறு சிறகுகளில் வரும் பத்மநாதனால் செம்பறவைகளின் இலக்கியப் போலித்தனத்தை எதிர்த்துக் கலகம் செய்ய முடியவில்லை. ‘வேறு வழியில்லாமல் முன்வரிசையில் இருந்த மனுஷி ஒருத்தியின் ரவிக்கையில் இருந்த பூக்களை எண்ணிக்கையிடத் தொடங்குகிறான்’ அவன். எலியத்தில் வரும் ‘அவன்’ எலிகளை அழிப்பதில் தோற்றுப் போகின்றான். பதிலாக எலிகளிடம் இருந்து தன்னை எவ்விதம் காப்பது என்ற பயமே அவனிடம் மேலோங்குகின்றது. ஜெனியில் வரும் ‘அவன்’ ஜெனியின் துயரக் கதைகளைக் கேட்ட பிறகு கண்களை மூடிக்கொள்கின்றான். தனக்குள் அழுவதைத் தவிர அவளுக்காக என்ன செய்யலாம் என்று அவனுக்குப் புரிவதில்லை. அவள் இறங்க வேண்டிய நிலையம் வரும்வரைக்கும் அவன் எதுவும் பேசவும் இல்லை. உமா வரதராஜனின் பாத்திரங்கள் முரண்பாடுகளை எதிர்கொள்ளும் விதம் இதுதான். இதையே படைப்பாளியின் மனோபாவமாகவும் நாம் கொள்ளலாம்.

இக்கதைகளைப் பொறுத்தவரை இத்தகைய எதிர்கொள்ளல் மிகவும் இயல்பானதாகவும் கலைத்தாக்கம் ஏற்படுத்துபவையாகவும் இருந்தபோதிலும், நமது பாரம்பரிய முற்போக்கு விமர்சகர்கள் கலை இலக்கியத்தில் இத்தகைய மனோபாவத்தைத் தீவிரமாக எதிர்ப்பர். இதைப் பிற்போக்குத் தனிமனிதக் கலை என்றும் சாடுவர். அவர்களைப் பொறுத்தவரை கதாபாத்திரங்கள் ஏதோ ஒரு வகையில் கலகக் குரல் எழுப்ப வேண்டும். முரண்பாடுகளை மோதி உடைக்க வேண்டும். கதையிலேயே ஒரு புரட்சியை நிகழ்த்திக்காட்ட வேண்டும். அப்போதுதான் அது முற்போக்கு இலக்கியமாகும். இக்கண்ணோட்டம் ஒரு படைப்பு வெளிப்படுத்தும் வாழ்க்கை உண்மைகளை விட, படைப்பாளியின் மனோபாவத்தை – அல்லது நோக்குநிலையை மட்டும் முதன்மைப்படுத்துவதன் விளைவாகவே ஏற்படுகின்றது.

ஆனால் ஒரு நுண்ணுணர்வு மிக்க வாசகனைப் பொறுத்தவரை படைப்பாளியின் மனோபவத்தை விட, படைப்பு வெளிப்படுத்தும் வாழ்க்கை உண்மைகள் அல்லது சமூக யதார்த்தம், அது ஏற்படுத்தும் கலைப்பாதிப்பு என்பனவே முக்கியமானதாகும். இவ்வடிப்படையிலேயே பால்சாக்கையும் டால்ஸ்டாயையும் மார்க்சிய மூலவர்கள் உயர்ந்த கலைஞர்களாக இனங்கண்டனர்.

உமா வரதராஜனின் படைப்புகள் வெளிப்படுத்தும் சமூக யதார்த்தமும், அவை ஏற்படுத்தும் கலைப்பாதிப்பும் ஆழமானது. சமூகத்தில் ஊடுருவியுள்ள பொய்மையை, போலித்தனங்களை, முரண்களை அவை அம்பலப்படுத்துகின்றன. அவற்றோடு ஒத்தோட மறுக்கும், அவற்றுக்கிடையே அகப்பட்டு நசுங்கும் மனித உள்ளத்தின் அவஸ்தையை வாசகன் மனதிலும் தொற்றவைக்கின்றன. இதுவே இவரது கலையின் வெற்றியாகும்.

சுமார் பத்தாண்டுகால இடைவெளியில் எழுதப்பட்ட பதின்மூன்று கதைகள் இத்தொகுப்பில் உள்ளன. எல்லாக் கதைகளிலுமே – வெவ்வேறு அளவில்தான் எனினும் – ஒரு கலை முதிர்ச்சியைக் காண முடிகின்றது. நிகழ்ச்சிகளை ஒழுங்கமைப்பதில் மொழியைக் கையாள்வதில் இந்த முதிர்ச்சி தெரிகின்றது. எனினும், மாலை சூட்டிகள், முகங்கள், ஜெனி, சூரியனின் முன்புறம், எலியம் ஆகிய ஐந்தும் இத்தொகுப்பிலுள்ள மிகச் சிறந்த படைப்புக்கள் என்பது என் அபிப்பிராயம். உருவம், பொருள் இரண்டிலும் கட்டிறுக்கமான படைப்புக்கள் இவை. இன்றைய தமிழில் எழுதப்பட்ட நல்ல சிறுகதைகளுள் இவற்றுக்கும் இடம் இருக்கும் என்பதே என் கணிப்பு. பதின்மூன்று கதைகள் உள்ள ஒரு தொகுதியில் ஐந்து கதைகள் சிறந்தவையாக இருப்பது ஒரு படைப்பாளிக்கு வெற்றிதான். ஏனையவையும் நல்ல படைப்புக்களே என்பது திருப்திதரும் விடயமாகும்.

உமா வரதராஜனின் ‘உள்மாயாத்திரை’ சிறுகதைத் தொகுப்புக்கு எழுதிய முன்னுரை, 1988

10

தோப்பில் முஹம்மது மீரான்: தமிழ் நாவல் உலகில் ஒரு புதிய வருகை

தோப்பில் முஹம்மது மீரானை எனக்கு முதலில் அறிமுகப்படுத்தியவர் கேரளப் பல்கலைக்கழகத்தைச் சேர்ந்த நண்பர் டாக்டர் நாச்சிமுத்து அவர்கள். 1989இல் நான் சென்னையில் அவரைச் சந்தித்தபோது மீரானின் 'ஒரு கடலோரக் கிராமத்தின் கதை' என்ற நாவலைப் பற்றிக் கூறினார். ஒரு வித்தியாசமான நாவல். படித்துப்பாருங்கள் என்றார். அதன் பதிப்பகத்தாரின் விலாசத்தையும் தந்தார். அப்போது மீரான் இலக்கிய உலகில் பரவலாக அறியப்படவில்லை. அவரது நாவலும் புத்தகக் கடைகளில் கிடைக்கவில்லை. கடந்த ஆண்டு (1990) டிசம்பரில், கீழைக்கரையில் நடைபெற்ற இஸ்லாமிய இலக்கிய மாநாட்டுக்காக நான் மீண்டும் தமிழகம் சென்றிருந்தபோது ஓராண்டுகால இடைவெளியில் மீரானின் பெயர் உயர் இலக்கிய வட்டாரத்தில் மிகவும் பிரபலம் பெற்றிருப்பதைக் கண்டேன். சுந்தர ராமசாமி மீரானையும் அவரது நாவலையும் மிகவும் சிலாகித்துச் சொன்னார். கீழக்கரைக்குப் போகும் வழியில் திருநெல்வேலியில் அவரைக் கட்டாயம் சந்திக்கும்படி கேட்டுக்கொண்டார். அவரே மீரானுடன் தொலைபேசியில் தொடர்புகொண்டு எமது சந்திப்புக்கும் ஏற்பாடு செய்தார்.

மீரான் திருநெல்வேலிக்கு அண்மையில் பேட்டை எனும் கிராமத்தில் வசித்து வருகின்றார்.

திருநெல்வேலி நகரில் அவருக்கு ஒரு கடையும் உண்டு. மிளகாய் வற்றல் வியாபாரம் செய்கின்றார் என்று நினைக்கின்றேன். பேட்டை வீட்டில் பல மணிநேரம் மீரானுடன் பேசிக்கொண்டிருந்தேன். வயது ஒருமை மட்டுமன்றி பல விசயங்களில் எமக்குள் கருத்தொருமை இருப்பதையும் உணர்ந்தேன்.

மீரான் தமிழ் நாவல் உலகுக்குப் புதியவர் என்றாலும் தமிழ் இலக்கிய உலகில் இவர் பிரவேசித்து சுமார் இருபது வருடங்கள் ஆகிறது. 1968 முதல் இவர் சிறுகதைகளை எழுதி வந்திருக்கின்றார். இதுவரை ஐம்பதுக்கும் அதிகமான சிறுகதைகள் வெளிவந்துள்ளன. 'அன்புக்கு முதுமை இல்லை' என்ற தலைப்பில் இவரது சிறுகதைத் தொகுதி ஒன்றும் கடந்த ஆண்டு (1990) வெளிவந்துள்ளது. இவரது சிறுகதைகளைப் பற்றிச் சிலாகித்துச் சொல்வதற்கு அதிகம் இல்லை என்றாலும் இவரது நாவல் முயற்சிக்கான பயிற்சிக் களமாக அவை இருந்திருக்கின்றன என்று சொல்லத் தோன்றுகின்றது.

மீரான் சுமார் இருபது ஆண்டு காலம் தமிழ் இலக்கியத்தோடு தொடர்பு கொண்டிருந்த போதிலும், இரண்டு ஆண்டுகளுக்கு முன்புவரை வெளி உலகில் பரவலாக அறியப்படாதவராகவே இருந்திருக்கிறார். இதற்கு முக்கியமான ஒரு காரணம் இவரது படைப்புக்கள் அனைத்தும் இஸ்லாமிய சஞ்சிகைகளில் வெளிவந்தமை எனலாம். இவரது முதலாவது கதை 'பிறை'யில் பிரசுரிக்கப்பட்டது. இவரது முதலாவது நாவல் 'முஸ்லிம் முரசில்' தொடர் கதையாக வந்தது. தற்போது 'துறைமுகம்', 'சாய்வு நாற்காலி' ஆகிய இவரது இரண்டு புதிய நாவல்கள் முறையே *மதிநா*, *முஸ்லிம் முரசு* ஆகிய இதழ்களில் தொடராக வெளிவருகின்றன. இச்சஞ்சிகைகள் முற்றிலும் மதச்சார்பானவை. மத உணர்வுமிக்க முஸ்லிம் வட்டாரத்தில் மட்டும் உலவுபவை. பாரம்பரிய சிந்தனை மரபைப் பேணுபவை. சில கம்யூனிச சார்பான சஞ்சிகைகள் இலக்கியத்தை அரசியல் பிரசாரச் சாதனமாக மட்டும் கருதுவதுபோல இவை இலக்கியத்தைச் சமயப் பிரசார, சமூக சீர்திருத்த சாதனமாக மட்டும் கருதுபவை. இலக்கியத்தை ஒரு வாழ்க்கைத் தரிசனமாகக் காணும் நல்ல கலைஞர்கள் யாரும் இச்சஞ்சிகைகள் மூலம் உருவாகியதில்லை. மீரான் இதற்கு ஒரு விதிவிலக்காகக் காணப்படுகின்றார்.

மீரானின் 'ஒரு கடலோரக் கிராமத்தின் கதை' முஸ்லிம் முரசில் தொடராக வெளிவந்தபோது இலக்கிய உலகில் யாரும் அதனைக் கண்டுகொள்ளவில்லை. 1988 ஜனவரியில் அது நூலுருப்பெற்றபோதும் ஓராண்டுக்கு மேலாக இலக்கியப் பிரமாக்களின் கவனத்தில் அது படவில்லை. அடுத்த ஆண்டில்

இந்த நாவலுக்கு 'சுக்கிர தசை' அடித்தது என்று சொல்லலாம். 1989 பிற்பகுதியில் தமிழ்நாடு கலை இலக்கியப் பெருமன்றம் இதனைச் சிறந்த நாவலாகத் தெரிவுசெய்தது. தொடர்ந்து கேரளப் பல்கலைக்கழகம், மதுரை காமராஜர் பல்கலைக்கழகம், திருச்சி பாரதியார் பல்கலைக்கழகம், திருநெல்வேலி மனோன்மணியம் சுந்தரனார் பல்கலைக்கழகம் என்பன இதனை பி.ஏ, எம்.ஏ. வகுப்புகளுக்குப் பாடநூலாக்கின. தூரதர்ஷன் இக்கதையை தொலைக்காட்சி நாடகமாக்குவதற்காக ஆசிரியருடன் ஒப்பந்தம் செய்துகொண்டது. இரண்டு ஆண்டுகளுக்குள் நாவல் மூன்று பதிப்புக்கள் கண்டுவிட்டது. இந்த நாவல் மூலம் இதுவரை தனக்கு சுமார் ஒரு இலட்சம் ரூபா வருமானம் கிடைத்துள்ளதாக மீரான் கூறுகிறார். இத்தகைய பிரபல்யங்களை அடிப்படையாகக் கொண்டு ஒரு நாவலின் முக்கியத்துவத்தை, அதன் இலக்கியத் தரத்தை நாம் மட்டிட முடியாது என்பது உண்மை எனினும், இத்தகைய பிரபல்யத்துக்கு இந்த நாவலின் தனித்துவம் ஒரு காரணம் என்பதை மறுக்க முடியாது.

தமிழ் நாவலுக்கு ஒரு புதிய களத்தையும் புதிய வாழ்க்கை முறையையும் அறிமுகப்படுத்தி அதன்மூலம் புதிய பரிமாணத்தைக் கொடுத்திருப்பது இந்நாவலின் முக்கியத்துவத்துக்குக் காரணமாகும். தமிழ் நாவலுக்கு நூறு வயது கடந்துவிட்ட போதிலும், இதுவரை தமிழ் பேசும் சமூகத்தை அது முழுமையாகப் பிரதிபலிக்கவில்லை என்றே கூற வேண்டும். தமிழ் பேசும் முஸ்லிம்களின் சமூக வாழ்வு தமிழ் நாவலில் சரியாகப் பிரதிபலிக்கப்படவில்லை. முஸ்லிம் வாழ்க்கைப் பின்னணியில் நாவல் என்ற பெயரில் எழுதப்பட்டவையெல்லாம் கற்பனைப் புனைவுகளும் சீர்திருத்தப் பிரசாரக் கட்டுக்கதைகளும்தான். முஸ்லிம் சமூகம் பற்றிய ஒரு யதார்த்தப் படிமம் தமிழ் நாவலில் இடம்பெறவே இல்லை. தனது 'ஒரு கடலோரக் கிராமத்தின் கதை' மூலம் முதன்முதல் மீரான் ஒரு வெற்றிடத்தை நிரப்பி இருக்கிறார். இதன்மூலம் தமிழ் நாவல் புதிய பரிமாணத்தைப் பெறுகின்றது. எழுபதுகளில் ஹெப்சிபா ஜேசுதாசனின் 'புத்தம் வீடு' செய்ததுபோல.

ஒரு புதிய களத்தையும் ஒரு புதிய வாழ்க்கை முறையையும் அறிமுகப்படுத்துவதனால் மட்டும் ஒரு நாவல் முக்கியத்தும் பெற்றுவிடுவதில்லை. படைப்பைப் பொறுத்தவரை உண்மையில் இவை இரண்டாம் பட்சமானவைதான். படைப்பின் அடிப்படையான வெற்றி அது வாழ்க்கையை அணுகும் முறையிலும் அது காட்டும் வாழ்க்கைத் தரிசனத்திலும் தங்கியுள்ளது. இத்தரிசனம் குறிப்பாக அப்படைப்பு சித்திரிக்கும் வாழ்க்கை பற்றியதாக மட்டுமன்றி, பொதுவாக மனித வாழ்க்கை முழுமையையும் தழுவி அமைகின்றது. அவ்வகையில் ஒவ்வொரு சிறந்த படைப்புக்கும்

ஓர் இரட்டைத் தன்மை இருக்கின்றது. ஒன்று அதன் குறிப்பான தன்மை *(particularity)* அதாவது அப்படைப்பு சித்திரிக்கும் சூழலின் உண்மையான படிமத்தைத் தருவது. மற்றது அதன் பொதுவான தன்மை *(universality).* அதாவது முழு மனித வாழ்வுக்கும் ஒரு பொதுக் குறியீடாக அமைவது.

ஒவ்வொரு சிறந்த நாவலாசிரியனுக்கும் அவனது படைப்பு ஒரு ஜன்னலாக அமைகிறது. அவன் தனது படைப்பில் சித்திரிக்கும் அவனது காலம், சமூகம் என்னும் ஜன்னலூடாக வெளி உலகம் முழுவதையும் பார்க்கிறான். முழு வாழ்க்கையையும் தரிசிக்கிறான். பண்பட்ட வாசகனுக்கும் அப்படைப்பு ஒரு ஜன்னலாகவே அமைகிறது. அதனூடே அவன் முழு வாழ்க்கையையும் காண்கிறான். வாழ்வு பற்றிய தரிசனத்தைப் பெறுகிறான். இவ்வாறுதான் படைப்பு தன் கால, தேச, வர்த்தமானங்களைக் கடந்து செல்கின்றது. ஒரு குறிப்பிட்ட காலத்தில், இடத்தில், சமூகத்தில் தோன்றினாலும் உலகப் பொதுமையாகின்றது. இவ்விரட்டைத் தன்மை இல்லாவிட்டால் ருஷ்ய நாவல் ருஷ்ய நாவலாகவும், ஆபிரிக்க நாவல் ஆபிரிக்க நாவலாகவும், இந்திய நாவல் இந்திய நாவலாகவும் மட்டுமே இருக்கும். தன் வட்டார எல்லைகளைக் கடந்து செல்லாது. ஆனால், டால்ஸ்டாயும் ஹெமிங்வேயும் நகிப் மஹ்புசுமும் சிவராமகரந்தும் நமது உணர்வோடு கலக்க முடிகின்றதென்றால் இந்த இரட்டைத் தன்மைதான் காரணம். ஒவ்வொரு உண்மையான கலைஞனும் பிரக்ஞைபூர்வமாகவோ அல்லது பிரக்ஞைபூர்வமற்றோ இவ்விரட்டைத் தன்மைக்குத் தன் படைப்பில் இடம்கொடுத்து விடுகிறான்.

தோப்பில் முஹம்மது மீரானைப் பற்றிப் பேசும்போது இந்த உண்மையை வலியுறுத்துவது அவசியமாகிறது. அவர் காட்டும் வாழ்க்கைப் புலம் தமிழ் நாவலுக்கு மிகவும் புதியது. அரை நூற்றாண்டுக்கு முந்திய தமிழ்நாட்டு முஸ்லிம் கிராமம் ஒன்றை (தேங்காய்ப் பட்டினம்) அவர் தன் படைப்புக்குக் களமாகக் கொண்டிருக்கின்றார். பாரம்பரிய பழக்கவழக்கங்களும் அறியாமையும் மூட நம்பிக்கைகளும் கொண்ட கட்டிறுக்கமான சமூகம், பொருளாதார வலுமிக்க ஒரு சிலரின் பிடியில் நசுக்குண்டு மூச்சுத் திணறிக் கிடக்கும் சமூகம், நவீன நாகரிகத்தின் ஒளிக்கீற்றுப் புக முடியாத மூடுண்ட சமூகம், இந்தச் சமூகத்தின் மனிதர்களையும் அவர்களது வாழ்க்கைச் சலனங்களையும் இந்த நாவலில் காண்கிறோம். மதம் பற்றிய (மூட) நம்பிக்கைகள் மனிதர்கள்மீது குவிந்து ஆட்சி செலுத்துவதைக் காண்கிறோம். ஒவ்வொரு மனிதனும் தன் கண்ணுக்குத் தெரியாத தளைகளில் கட்டுண்டு கிடக்கிறான். அடக்கியும் அடக்கப்பட்டும் சுரண்டியும்

சுரண்டப்பட்டும் ஏமாற்றியும் ஏமாந்தும் கோபித்துக்கொண்டும் தன் வாழ்க்கையை வாழ்ந்து கழிக்கிறான். இத்தகைய சமூகம் நிலைத்திருக்க முடியாது. அதன் கட்டிறுக்கம் குலைந்து மெல்ல மெல்லச் சிதிலம் அடைந்து, தன் சிதைவுக்குக் காரணமான புதிய வித்துக்களுடன் மூர்க்கமாக மோதி அழிந்து விடுகின்றது. இவ்வாறு ஒரு மூடுண்ட சமூகத்தையும் அதன் சிதைவையும் மீரான் தன் நாவலில் சித்திரமாக்கியுள்ளார். அவ்வகையில் இது இறந்த காலத்தின் கதை மட்டுமல்ல நிகழ்காலத்தின் கதையும்தான். குறிப்பிட்ட சமூகத்தின் கதை மட்டுமல்ல எல்லோருடைய கதையும்தான். நல்ல நாவல்களுக்குரிய இந்த இரட்டைத் தன்மை மீரானின் நாவலையும் அந்த வரிசையில் சேர்த்துவிடுகின்றது.

மீரான் தமிழ் நாவல் இலக்கியத்தில் அதிகம் பரிச்சயம் உடையவர் அல்ல. அவர் படித்த தமிழ் நாவல்கள் மிகச் சில. அவரது தாய்மொழி தமிழே எனினும் அவர் முறையாகத் தமிழ் படித்தவர் அல்ல. அவரது சொந்தக் கிராமம் தமிழ்நாடு – கேரள எல்லைப் புறத்தில் உள்ள தேங்காய்ப் பட்டினம். பள்ளியிலும், கல்லூரியிலும் இவர் பயின்றது மலையாள மொழியில். இதனால் தமிழை விட மலையாளத்தில் இவருக்கு அதிக புலமை உண்டு. தமிழ் எழுத்துகளைப் பயன்படுத்தி இவருக்கு வேகமாக எழுத முடியாது. தனது நாவல்களை மலையாள வரிவடிவத்திலேயே இவர் முதலில் எழுதுகின்றார். இவரது சிந்தனை வேகத்துக்கு மலையாள வரிவடிவம்தான் ஈடுகொடுப்பதாகச் சொல்கிறார். மலையாள எழுத்தில் எழுதி முடிந்த பிறகே தமிழ் வரிவடிவத்திற்கு மாற்றிக்கொள்கிறார்.

வளமான மலையாள யதார்த்த நாவல் மரபில் இவருக்கு அதிக பரிச்சயம் உண்டு. அதன் சாதகமான செல்வாக்கை இவரது நாவலில் காணமுடிகின்றது. வேறுவகையில் சொல்வதா னால் மலையாள யதார்த்த நாவல் மரபை இவர் ஓரளவு வெற்றிகரமாகத் தமிழுக்குக் கொண்டுவந்திருக்கிறார் எனலாம். இவ்வகையில் மீரானை வைக்கம் முகம்மது பஷீருடன் ஒப்பிடத் தோன்றுகிறது. பஷீரின் ‘எங்க உப்பப்பாவுக்கொரு ஆனையிருந்தது’ நாவலை மீரானின் ஒரு கடலோரக் கிராமத்தின் கதையுடன் ஒப்பிட்டு நோக்க முடியும். ஆனால், இந்த ஒப்பீடு முற்றிலும் நியாயமானதல்ல. பஷீர் தனது சிறிய நாவலில் காட்டும் பரப்பு வீச்சை மீரானின் நாவலில் காணமுடியாது. இருவரின் பாணியும் கூட வேறானது. பஷீரிடம் உள்ள, உள்ளடங்கிய கிண்டல் **(satire)** மீரானிடம் இல்லை. பஷீருக்குள் இருக்கும் சீர்திருத்தவாதியும் கலகக்காரனும் மிகக் கவனமாக அவரது நாவலுக்குள் ஒளிந்துகொண்டிருக்கிறார்கள். ஆனால், மீரானுக்குள் இருப்பவர்கள் அங்கங்கே திமிறிக்கொண்டு நாவலுக்கு வெளியே

தலைகாட்டுகின்றனர். கிராமத்தில் சுறா, இறால் வாங்கி விற்கும் மஹ்மூது, இங்கிலிஸ் பள்ளி ஆசிரியர் மஹ்பூக்கான் ஆகியோரிடம் இத்தகைய திமிறல்களைக் காணமுடிகிறது. இருந்தபோதிலும் மீரானின் நாவலில் சித்திரிக்கப்படும் சமூக அமைப்பும் பண்பாடும் மொழியும் இரத்தமும் சதையுமாக வடிவம் பெற்றுள்ளன என்றே கூற வேண்டும். முக்கிய பாத்திரங்கள் எல்லாம் – வடக்கு வீட்டு அகமதுக் கண்ணு முதலாளி, மோதினார் அசனார் லெல்பை, செய்யதினா முகம்மது முஸ்தபா, இம்பிச்சி கொயா தங்கள், நூகுபாத்தும்மா, ஆயிசா எல்லோரும் – உண்மை மனிதர்களாக இயல்பாக இருக்கின்றார்கள். இது இந்த நாவலின் வெற்றிக்கு அடிப்படையாகும்.

மீரான் தமிழ் நாவல் உலகுக்குப் புதியவர். தனது முதல் நாவல் மூலம் தமிழ் நாவலுக்கு ஒரு புதிய பரிமாணத்தைக் கொடுத்திருக்கிறார். அடுத்துவர இருக்கும் இவரது நாவல்கள் இதற்கு மேலும் வளமூட்டுமா என்பதைப் பொறுத்திருந்துதான் பார்க்க வேண்டும்.

***காலச்சுவடு*, ஆண்டுமலர் (1991)**

11

தேரோடும் வீதி அல்லது சிவ கதிரேசனின் மன உலகம்

'தேரோடும் வீதி' நீல பத்மநாதனின் மகத்தான நாவல் என்ற விளம்பரக் குறிப்புடன் இரண்டு பாகங்களாக வெளிவந்துள்ளது. இரண்டும் சேர்ந்து சுமார் 1200 பக்கங்கள். இவ்வளவு பக்கங்களையும் பொறுமையுடன் படித்து முடித்தபிறகு இதை ஒரு நாவல் என்று சொல்வதற்கு என்ன முகாந்திரம் என்று தெரியவில்லை. ஒருவேளை இந்தப் புத்தகத்தில் பேசப்படும் மனிதர்களின் பெயர்கள் கற்பனைப் பெயர்களாக இருப்பது ஒரு காரணமாக இருக்கக்கூடும். மற்றபடி நீல பத்மநாதனின் (சிவ கதிரேசன்) எழுத்துலக வாழ்க்கையின் விபரணமே இந்நூல். அவருடைய இலக்கியச் சாதனைகள், எழுத்துலக அபிலாசைகள், சக எழுத்தாளர்களுடன் அவருக்குள்ள உறவு, அவர்களைப் பற்றிய அவரது கணிப்பு ஆகியவை பற்றிய விபரணம். இன்றைய தமிழக இலக்கிய உலகோடு பரிச்சயம் உடைய ஒரு சராசரி வாசகனுக்கும் இது புரியும். கற்பனைப் பெயர்கள் யார்யாரைக் குறித்து நிற்கின்றன என்பதையும் அவன் இலகுவாகக் கண்டுகொள்வான். 'ஒரு இலக்கியவாதியின் அரசியல் அனுபவங்கள்', 'ஒரு இலக்கியவாதியின் கலை உலக அனுபவங்கள்' என ஜெயகாந்தன் எழுதிய மாதிரி எனது எழுத்துலக அனுபவங்கள் என்ற தலைப்பில் இந்தப் புத்தகத்தை நீல பத்மநாதன் எழுதியிருந்தால் – கற்பனைப் பெயர்களுக்குப் பதிலாக உண்மைப் பெயர்களைக் கொடுத்திருந்தால் இது மகத்தான

நாவல் ஆகியிருக்காது. ஒரு சுயசரிதை, ஒரு கட்டுரை நூல். அவ்வளவுதான். அப்படியானால் மகத்தான நாவலையும் சுயசரிதை நூலையும் வேறுபடுத்துவது எது? கற்பனைப் பெயர்கள் தாமா? நீல பத்மநாதனைப் பொறுத்தவரை அப்படி என்றுதான் தெரிகின்றது.

இந்தப் புத்தகம் அது அமைந்துள்ள வகையில் சிவ கதிரேசன் என்ற எழுத்தாளனுடைய எழுத்துலக வாழ்க்கை பற்றியது. இவன் தனது பன்னிரண்டாவது வயதில் எட்டாவது வகுப்பில் படிக்கும்போது எழுதத் தொடங்கிவிட்டான். ஓர் ஐம்பது ஆண்டுகாலம் வாழ்ந்து இலக்கியத்துக்காகவே தன் உடல், உள பலம் அனைத்தையும் உருக்கி நாவல்களும் சிறுகதைத் தொகுதிகளும் வெளியிட்டான். பிறமொழிகளில் இவனது படைப்புக்கள் மொழிபெயர்க்கப்பட்டன. தன் இலக்கிய சாதனைக்காக 'பெறுதற்கரிய' பரிசொன்றினையும் அதுவும் முதலமைச்சரின் கையினாலேயே பெறும் பேறுபெற்றான். பல்கலைக்கழகத்தில் டாக்டர் பட்ட ஆய்வுகளுக்கும் இவனது படைப்புக்கள் எடுத்துக்கொள்ளப்பட்டன. மலையாள எழுத்தாளர்களும் இவனைச் சரியாக இனங்கண்டு மதித்தனர். ஆயினும், தான் பிறந்த தமிழகத்தில் உச்சிமேல் வைத்துக் கொண்டாடப்படாமல் சக எழுத்தாளர்களின் பொறாமைக்கும் பதிப்பகங்களின் உதாசீனத்துக்கும் குடும்பத்தினரின் உபத்திரவங்களுக்கும் ஆளாகி, மனம் நொந்து, கடைசியில் ஒரு இருதய நோயாளியாகி இறந்து போகின்றான்.

'சாதனையும் சோதனையும்' மிகுந்த சிவ கதிரேசனின் இலக்கிய வாழ்வு பற்றிய இந்த விருத்தாந்தத்தை எழுதியவன் ராதாகிருஷ்ணன் என்ற எழுத்தாளன். அவன் பரதன் என்ற நண்பன் ஒருவனிடம் இந்தக் கையெழுத்துப் பிரதியைக் கொடுத்துவிட்டுச் செத்துப்போகிறான். பரதன் இதனைப் படித்து முடித்துவிட்டு கதிரேசனின் சுமை அனைத்தையும் தன் நெஞ்சில் ஏற்றிக்கொண்டு, இதை எவ்வாறு அச்சுவாகனம் ஏற்றப்போகிறோம் எனத் திகைத்துப்போய் இருக்கிறான். நர்மதா பதிப்பகம் அதை இப்போது இரண்டு பாகங்களாக அச்சுவாகனம் ஏற்றியிருக்கிறது. இந்தப் புத்தகத்தின் முதல் ஆறு பக்கமும் கடைசி முக்கால் பக்கமும் இதை ஒரு கற்பனைக் கதை என்று காட்ட முயலும் உத்தி. அவற்றை நீக்கி விடலாம். விட்டால் மிகுதி சிவ கதிரேசனின் சுயசரிதை.

இதோ சிவகதிரேசன் என்ற தமிழ் எழுத்தாளனின் சுமார் 38 ஆண்டுகால (50–12 = 38) இலக்கிய வாழ்வு பற்றிய அவனது சொந்த அனுபவத் தரவுகள் நம் முன்னே உள்ளன.

இவை அவனது ஒப்புதல் வாக்குமூலம். இவற்றின் அடிப்படையில் இவ்வெழுத்தாளன் எத்தகையவன்? இவனது ஆசை, அபிலாசைகள் என்ன? இவனது எழுத்துலக இலட்சியம் எத்தகையது? அவனுடைய வாழ்க்கைத் தரிசனம் (அவ்வாறு ஏதும் இருந்தால்) என்ன? தன் சக எழுத்தாளர்களை இவன் எவ்வாறு மதிப்பிடுகின்றான்? இவை எல்லாவற்றினூடும் வெளிப்படும் இவனுடைய ஆளுமை – இவனுடைய மன அமைப்பு – எத்தகையது என்பதை நாம் மதிப்பிட முடியும். இத்தகைய ஒரு மதிப்பீடு இந்த நூலாசிரியரின் இலக்கிய ஆளுமையைப் புரிந்து கொள்ளவும் நமக்கு உதவக்கூடும். இங்கு சுருக்கமாகச் சில அம்சங்களை மட்டும் நாம் பார்க்கலாம்.

2

சிவ கதிரேசன் ஏன் எழுதுகிறான்? அவன் எழுத்தின் நோக்கம், அவனது படைப்புகளின் பின்னணி, அவனது வாழ்க்கைத் தரிசனம், இவை பற்றிய குறிப்புக்கள் எதையும் அவன் நமக்குத் தரவில்லை. அவனைப் பொறுத்தவரை எழுத்து அவனுக்கு யக்ஞம் அல்லது வேள்வி (தவம்) போன்றது (*I* பக். 312) அவ்வளவுதான். “உலகில் இதுநாள்வரை யாரும் செய்திராத எதை எதை எல்லாமோ வேறு யாரும் செய்யாத ரீதியில் எழுத்தில் செய்து முடித்துவிட வேண்டும்” என்ற படைப்புச் செயலுக்குப் புறம்பான பேராசை உடையவன் (*I* பக். 478). படைப்புக்காகத் தன்னை உருக்கி வேள்வி செய்வதை பிறர் பாராட்ட வேண்டும் என்பதே அவன் எதிர்பார்ப்பு (*I* பக். 448). இவனைப் பொறுத்தவரை படைப்பு தன்னை நிலைநாட்டும், தனக்குப் புகழ் தேடித்தரும் முயற்சி, சாதனம். அதனாலேயேதான் தன் படைப்புக்களைப் பிரசுரிப்பதில் அச்சுருவாக்குவதில் தன் ஆரம்ப காலத்தில் மட்டுமன்றி, இறுதி நாட்களிலும் இவன் மிகை உணர்ச்சியுடன் நடந்துகொள்கின்றான்.

பாராட்டைக் கண்டு நெகிழ்வதும் விமர்சனத்தைக் கண்டு மறுகுவதுமான நொய்ந்த உள்ளம் கதிரேசனுக்கு. தன் படைப்புப் பற்றிய பிறருடைய அபிப்பிராயத்தை அறிவதற்காக மாய்ந்து போகிறான். கையெழுத்துப் பிரதியை கற்பூர ஆராதனை செய்துவிட்டே அபிப்பிராயத்திற்குக் கொடுக்கிறான். அபிப்பிராயம் தனக்குச் சாதகமாக, புகழ்ச்சியாக வரும்போது பூரித்துப்போகிறான்; அந்தப் புகழுரை கூறுவோரை உயர்வாக மதிக்கிறான். அபிப்பிராயம் தனக்குச் சாதகமில்லாதபோது நொந்துபோகிறான், எரிச்சற்படுகிறான். அத்தகைய அபிப்பிராயம் கூறுவோர் தன்மீது கொண்ட காழ்ப்பினால், பொறாமையால்தான்

அப்படிக் கூறுகிறார்கள் என்று புழுங்கிப் போகிறான். தன்னுடைய படைப்புகளைக் குறைகூறுவோரின் படைப்புகள் எவ்வகையிலும் உசத்தியல்ல என்று சிறுபிள்ளைபோல் பதிலுக்குச் சாடுகிறான். உதாரணமாக மா. கோபிகிருஷ்ணன் என்ற எழுத்தாளரைப் பற்றி (தி. ஜானகிராமன் ?) இவனுக்கு முன்பு நல்ல அபிப்பிராயம் *(I பக். 364)*. அதே எழுத்தாளர் இவனுடைய வாழையடி வாழை (தலைமுறைகள் ?) நாவல் பற்றிக் குறைவாக மதிப்பிட்டபோது பதிலுக்கு அவருடைய படைப்புகளையும் (மோகமுள் ?) அதன் இலக்கியத் தரம் பற்றிக் கிஞ்சித்தும் யோசியாது இவன் பதிலுக்குத் தாக்கத் தொடங்கிவிடுகிறான் *(I பக். 448 – 450)*.

இவ்வாறு பாராட்டுக்கு ஏங்குவதும், புகழப்படும்போது நெகிழ்ந்து போவதும், விமர்சனத்தைக் கண்டு கலங்கிப்போவதும், அத்தகைய விமர்சனத்துக்குத் தனிப்பட்ட காரணங்களைக் கற்பிப்பதும், அவ்வாறு விமர்சிப்போரின் படைப்புக்கள் இலக்கிய ரீதியில் எவ்வளவு உயர்ந்ததாக இருப்பினும் அவற்றை மட்டம் தட்டுவதும் போன்ற நொய்ந்த மன அமைப்புடைய சிவ கதிரேசன் அடிப்படையில் ஓர் ஆணவ முனைப்புடையவனாக *(egocentric)* காணப்படுகின்றான். ஒரு படைப்பைக் குறை நிறையோடு மதிப்பீடு செய்வது பற்றி இவன் பல இடங்களில் பேசினாலும் தன்னுடைய படைப்பைப் பொறுத்தமட்டில் இவன் நிறைகளையே நாடுவது இதன் வெளிப்பாடுதான்.

படைப்பாளி என்றவகையில் இத்தகைய மன அமைப்புடைய சிவ கதிரேசன் சொந்த வாழ்க்கையிலும் வாழ்க்கை பற்றிய மதிப்பிடுகளிலும் கூட சராசரியான 'ஆசார சீல'னாகவே காணப்படுகிறான். வாழ்க்கை பற்றிய அறிவார்ந்த விசாரணை இவனிடம் காணப்படவில்லை. சினிமாத் தயாரிப்பாளனைப் போல தன் படைப்பு தோல்வியடைந்து விடக்கூடாது என்று கடவுளிடம் இறைஞ்சுகிறான், இவன் *(II பக். 05)*. பாபாவின் தரிசனம் இவனுக்கு ஆனந்த அனுபூதியைத் தருகின்றது. பாலுறவு சார்ந்த இவனது கண்ணோட்டம் முற்றிலும் போலித்தனமான ஆசாரசீலமானது. இயற்கையாகவே ஆசைகள் கிளர்ந்தாலும் அவற்றை அடக்கி 48 வயதுவரை பெண்களிடம் 'கண்ணியமாகவே' நடந்துகொண்டதாக இவன் பெருமைப்பட்டுக்கொள்கிறான் *(II பக்.519)*. ருஷ்யப் பெண் சொன்யாவுக்குப் பக்கத்தில் நின்று பாலியல் சிற்பத்தைப் பார்க்கக் கூசும் ஆரோக்கியமற்ற மனம் இவனுடையது *(II பக். 548)*. திருமணத்துக்குப் பிந்திய 25 வருட வாழ்வில் 'செக்ஸ் சுகம்' ஒன்றைத்தான் 'ஒரே ஒரு ப்ளஸ் பாயிண்டாக' இவன் கருதுகிறான். அவ்வகையில் எப்போதும் வெறுப்போடு வாழ்ந்த

மனைவியிடம் செக்ஸ் சுகம் மட்டும் எப்படியோ காணக்கூடிய ஒரு போலியான வக்கரித்துப் போன ஆசாரசீலன் இவன்.

3

தனது படைப்புகள் சத்தியத்தின் தேடல் என இவன் கருதுகிறான் (*II* பக். 179). இவனைப் பொறுத்தவரை சத்தியத்தின் தேடல் என்பது தான் பார்த்த, கேட்ட, தன்னோடு சம்பந்தப்பட்ட மனிதர்களின் நடத்தைகளை தன் நோக்கு நிலையில் அம்பலப்படுத்துவதாகும். 'தன்னைப் பொறுத்தவரை தனிப்பட்ட விருப்பு, வெறுப்பு, கற்பனை வளம் எல்லாம் இருப்பினும் கூடியமட்டும் உண்மைக்கு முதலிடம் கொடுத்தே இதுநாள் வரையும் எழுதி வருவதாகவும், இருந்தும் நெருங்கியவர்கள் எழுத்தை வாசித்துவிட்டு பகைவர் ஆகிறார்கள்' என்றும் இவன் நொந்துகொள்கிறான் (*II* பக். 358). இவனது நண்பர்களும் உறவினர்களும் இவனுக்குப் பகைவர்களாவதற்குக் காரணம் அவர்களைப் பற்றி அவர்கள் கண்டுகொள்ளாதிருக்க (பெயர்கள் உட்பட) சில மாற்றங்களுடன் இவன் எழுதுவதுதான் (*II* பக். 359). இது இவனுடைய படைப்புச் செயற்பாட்டில் உள்ள அடிப்படையான கோளாறு ஒன்றைக் காட்டுகின்றது.

இலக்கியத்தின் அடிப்படை உண்மை வாழ்க்கைதான் என்றாலும், உண்மைச் சம்பவங்களையும் மனிதர்களையும் பெயர்களை மாற்றி எழுதுவது சிறந்த படைப்பாகி விடாது. அது சத்தியத்தின் தேடலோ, உண்மை நாட்டமோ ஆகாது. இத்தகைய படைப்புகளுக்கு உள்ளார்ந்த கலையாற்றல் தேவையில்லை. ஒரு தரிசனம் தேவையில்லை. இலக்கியம் குறிப்பிட்ட நபர்களையும் அவர்களின் நடத்தைகளையும் பற்றிய பதிவு அல்ல. அவற்றின் அடியாக அவற்றின் உள்ளே உறைந்துள்ள வாழ்வின் உண்மையை – தரிசனத்தை வெளிக்கொண்டுவரும் ஒரு கலை முயற்சி அது. டால்ஸ்டாய் தன் 'புத்துயிர்' நாவலை ஓர் உண்மைச் சம்பவத்தின் அடிப்படையில்தான் எழுதினார். தன் முன்னே விபச்சாரியாகக் குற்றம் சாட்டப்பட்டு நிற்பவள் ஒரு காலத்தில் தன்னால் காதலிக்கப்பட்டு கைவிடப்பட்டவள்தான் என்ற உண்மையைக் கண்டுகொள்ளும் பெரிய மனிதனான ஒரு ஜூரியின் கடந்தகாலப் போக்கிரித்தனங்களை அம்பலப்படுத்துவது டால்ஸ்டாயின் நோக்கமாக இருக்கவில்லை. அவ்வாறு இருந்திருந்தால் அவர் உலகில் மிகச் சிறந்த நாவல்களுள் ஒன்றைப் படைத்திருக்க முடியாது. ஆனால், தான் கேள்விப்பட்ட அந்த உண்மைச் சம்பவத்தினூடே வெகுதூரம் சென்று வாழ்வின் – மனிதனின் புத்துயிர்ப்பை வெளிக்கொண்டு வந்தார். அதனாலேதான் அவர் ஒரு கலைமேதையாகக் கருதப்படுகிறார்.

சிவ கதிரேசன் கலைமேதையல்ல; சிறந்த கலைஞனாகவும் அவன் காணப்படவில்லை. ஒரு உயர்ந்த மனிதனாகக் கூட அவன் தோற்றம் தரவில்லை. வெறும் எழுத்தாளன் அவன். தன் போதாமைகளை, குறைபாடுகளை, கண்டுகொள்ளாத – வாழ்க்கை கலை இலக்கியம் பற்றி ஒரு ஆழ்ந்த தரிசனம் இல்லாத – மேலோட்டமான சம்பவங்களை வைத்து, அதில் சம்பந்தப்பட்ட மனிதர்களைப் பற்றி கதைகள் எழுதுபவன். அதிஷ்டவசமாக அவற்றில் ஒன்றிரண்டு நல்ல படைப்புக்களாக உருவாகக்கூடும். ஆனால், மொத்தமாக ஒரு பெருங்கலைஞனாக விகசிக்க முடியாத உள்ளார்ந்த குறைபாடுகள் உடையவன் அவன். அதைக்கண்டுகொள்ள முடியாமல் மேலோட்டமான சங்கதிகளிலேயே சஞ்சரித்து, சஞ்சலப்பட்டுத் தவித்து இறந்துபோகிறான். அதனாலேயே அவனுடைய இறப்பு நம்மை அதிகம் பாதிப்பதில்லை; அவனது சோகம் நம் மீதும் கவிவதில்லை. இது சிவ கதிரேசனின் தோல்வி மட்டுமல்ல் தன்னையே அவனாகப் படைத்த நீல பத்மநாபனின் தோல்வியுமாகும்.

***காலச்சுவடு*, ஆண்டுமலர் (1991)**

12

வளவையின் மடியில்

எம்.எச்.எம்.ஷம்ஸ் ஒரு பல்துறைக் கலைஞன், கவிஞன், சிறுகதை எழுத்தாளன், பாடகன், பத்திரிகையாளன், மொழிபெயர்ப்பாளன் என அவரது கலைத்துறை ஈடுபாடுகள் பலவாயினும் சிறுகதையே அவரது பிரதானதுறை; 1960 களிலிருந்து அவர் சிறுகதைகள் எழுதி வருகிறார். எனினும், அதிகமாக எழுதிக் குவித்தவர் அல்ல. கடந்த முப்பது ஆண்டுகளில் சுமார் 25 கதைகளே அவர் எழுதியிருக்கிறார் என்று அறிகிறேன். அவற்றுள் தேர்ந்தெடுத்த 15 கதைகள் இத்தொகுப்பில் இடம் பெறுகின்றன.

ஈழத்துச் சிறுகதை வளர்ச்சியிலே 1960கள் ஒரு முக்கியமான காலகட்டம் எனலாம். எண்ணிக்கையில் அதிகமான புதிய தலைமுறையினர் சிறுகதைத்துறையில் நுழைந்த காலகட்டம் இது. முற்போக்கான சிந்தனையும் சமூக மாற்றத்துக்கான வேட்கையும் கொண்ட இளைஞர்கள் இவர்கள். முற்றிலும் மார்க்சியச் சார்பு என்று இல்லாவிட்டாலும் சோஷலிசக் கொள்கையினால் கவரப்பட்டவர்கள் இவர்கள். அவ்வகையில் வர்க்க வேறுபாடு அற்ற, சமத்துவமான சமூகத்தைக் கட்டியெழுப்ப வேண்டும், அதற்குத் தங்கள் இலக்கியப் படைப்புகள் பயன்பட வேண்டும் என்ற ஆர்வம் இவர்களது படைப்புகளுக்கு அடிப்படையாக அமைந்தது. நூற்றுக்கு நூறு வீதம் என்றில்லாவிட்டாலும் 1960களிலும் 1970களிலும் இதுவே ஈழத்து இலக்கியத்தின் பிரதான கருத்துநிலையாக – அதன் உள்ளடக்கமாக அமைந்தது.

ஈழத்துச் சிறுகதை வளர்ச்சியிலே 1960கள் பிறிதொரு வகையிலும் முக்கியத்துவம் பெறுகின்றன. இக்கால கட்டத்திலேயே சிறுகதையின் களம் நாடு பரந்த அளவில் விசாலித்தது. 1930, 40களில் ஈழத்துச் சிறுகதை யாழ்ப்பாணத்திலேயே மையம் கொண்டிருந்தது. 50களில் இது ஓரளவு கிழக்கிலங்கைவரை விசாலித்தது. மலையகத்திலும் சற்று வேர்கொள்ளத் தொடங்கியது. 60களிலேயே அது இலங்கை முழுவதையும் உள்ளடக்கியது. நாட்டின் மூலைமுடுக்குகளில் இருந்தும் சிறுகதை ஆசிரியர்கள் முளைவிட்டனர். ஈழத்தின் வெவ்வேறு சமூக, கலாசார அநுபவங்களுக்கு அது வடிவம் கொடுக்கத் தொடங்கியது.

எம்.எச்.எம். ஷம்ஸ் தென்னிலங்கையில் திக்குவல்லைக் கிராமத்தைச் சேர்ந்தவர். தென்னிலங்கை சிங்களம் பேசும் மக்களைப் பெரும்பான்மையாகக் கொண்ட பிரதேசம். இங்கே தமிழைத் தாய்மொழியாகக் கொண்ட முஸ்லிம்கள் ஆங்காங்கே சிறுசிறு கிராமங்களில் மிகச் சிறுபான்மையினராக வாழ்கின்றனர். தென்னிலங்கை முஸ்லிம் கிராமங்கள் 1960களில் ஈழத்துத் தமிழ் இலக்கியத்துக்கு ஒரு புதிய பண்பாட்டை, புதிய வாழ்க்கை அனுபவத்தை, புதிய மொழி வழக்கை அறிமுகப்படுத்தின. 60, 70களில் பல எழுத்தாளர்கள் இப்பிரதேசத்தில் உருவாயினர். அவர்களுள் சிறுகதைத்துறையில் நன்கு அறிமுகமான பெயர்கள் இரண்டு. ஒன்று, திக்குவல்லைக் கமால். மற்றது, எம்.எச்.எம். ஷம்ஸ். தென்னிலங்கை முஸ்லிம்களின் வாழ்க்கை அனுபவத்துக்கு இலக்கிய வடிவம் கொடுக்க முயன்றவர்கள் இவர்கள்.

இலங்கை முஸ்லிம்களின் வாழ்க்கை அனுபவம் 50களிலேயே சிறுகதைகளில் இடம்பெறத் தொடங்கிவிட்டது. பித்தன் என்ற புனைபெயரில் எழுதிய கே. எம். ஷா, அ. ஸ. அப்துஸ்ஸமது ஆகியோர் இத்துறையில் முன்னோடிகள். 1960களில் மருதூர்க்கொத்தன் இலக்கிய உலகில் பிரபலம் பெற்றிருந்தார். இவர்கள் மூவருமே கிழக்கிலங்கையைச் சேர்ந்தவர்கள் என்பது குறிப்பிடத்தக்கது. கிழக்கிலங்கையில் பிறிதொரு குறிப்பிடத்தக்க பெயர் எஸ்.எல். எம். ஹனிபா. இவர் இன்றும் உயிர்த்துடிப்போடு இயங்குகின்றார்.

கிழக்கிலங்கைக்கு வெளியே சிறுகதை எழுதியவர்களில் அபூதாலிப் அப்துல் லதீப், எச்.எம்.பீ. முகையதீன் இருவரும் பழைய தலைமுறையைச் சேர்ந்தவர்கள். மார்க்சிய சித்தாந்தச் சார்புடையவர்களாக எழுத்துலகில் இயங்கியவர்கள். இளைய தலைமுறையைச் சேர்ந்த பலரும் இப்பிரதேசத்தில் சிறுகதை எழுத்தாளர்களாக முகிழ்த்துள்ளனர். அல் அஸூமத், ஆப்தீன், முயீன் சமீன் போன்றவர்கள் குறிப்பிடத்தக்க நல்ல கதைகளை

எழுதியுள்ளனர். ஆயினும், எம்.எல்.எம். மன்சூர் ஒருவரே ஈழத்து முஸ்லிம் எழுத்தாளர்களுள் ஓர் உயர்ந்த கலைஞனாகவும் முதிர்ச்சி பெற்றவர் என்பது எனது கணிப்பு. முஸ்லிம் எழுத்தாளர், ஈழத்து எழுத்தாளர் என்ற சிறு வட்டங்களைத் தாண்டி பரந்த தமிழ்ச் சிறுகதை உலகிலும் அவருக்கு இடம் உண்டு. ஆயினும், அவர் இன்னும் நல்ல முறையில் அறிமுகமாகவில்லை. இவருக்கு அடுத்துவரக்கூடிய இன்னுமொருவர் எம்.ஐ.எம்.றஊப். இவர்கள் இருவருமே பாரம்பரிய கதை சொல்லும் முறையில் இருந்து வேறுபட்டவர்கள், வாழ்க்கை அநுபவத்தை கலை அநுபவமாக்கியவர்கள்.

ஷம்ஸின் கதைகளைப் பற்றிச் சொல்ல வந்த நான் அதற்கு அப்பாலே சென்றுவிட்டேன். திக்குவல்லைக் கமாலும் இவரும் ஒரே காலத்தில் அல்லது சற்று முன் பின்னாக எழுத்துத் துறைக்கு வந்தவர்கள். இருவருமே தங்கள் கதைகளில் அனுபவத்தை விட கருத்துக்கு முதன்மை கொடுப்பவர்கள். பாரம்பரியக் கதை வடிவத்துக்குள் இயங்குபவர்கள். இது இவர்கள் இருவருக்கு மட்டும் உரிய பண்பு என்று கூற முடியாது. ஈழத்தின் பெரும்பாலான சிறுகதை எழுத்தாளர்கள் இத்தகைய பண்புக்குரியவர்களே.

ஷம்ஸின் கதைகள் அவரை சமூகப் பிரக்ஞை உள்ள ஒரு கதாசிரியராகக் காட்டுகின்றன. அவருக்குள் இருக்கும் கலைஞன் இரண்டு படிகள் கீழேயே நிற்கின்றான். ஆனால், அவருக்குள் இருக்கும் சமூக சீர்திருத்தவாதியோ இரண்டு படிகள் மேலே நிற்கின்றான். கமாலைப் பொறுத்தவரை இந்தச் சீர்திருத்தவாதி மேலும் இரண்டு படிகள் உயர நின்று, தனக்குள் இருக்கும் கலைஞனைக் குனிந்து பார்க்கிறான். இது 50களுக்குப் பிறகு ஈழத்து இலக்கியத்தில் ஆதிக்கம் பெற்றிருந்த முற்போக்கு இலக்கியத்தின் குணாம்சமேயாகும். டொமினிக் ஜீவா, டானியல், கணேசலிங்கன், யோகநாதன் முதலியோர் மூலம் கிடைத்த இலக்கிய முதுசொம் இது. நமது முற்போக்கு இலக்கிய விமர்சகர் பலரும் இதனை இலக்கியத்தின் உயர்ந்த குணாம்சமாகவும் வலியுறுத்தியிருக்கிறார்கள். பரவலான பொது வாசகர்களைப் பொறுத்தவரையிலும் கூட இத்தகைய எழுத்தே அவர்களுக்குப் பிடிக்கின்றது, உடனடியாகப் புரிந்துகொள்ளக் கூடியதாகவும் இருக்கின்றது. அவ்வகையில் தன் காலத்து இலக்கியத்தின் பிரதான போக்கையே ஷம்ஸும் பிரதிபலித்து நிற்கிறார் எனல் வேண்டும். சமூகப் பிரக்ஞை இல்லாத வெறும் கலைஞனை விட சமூகப் பிரக்ஞையுள்ள ஒரு சீர்திருத்த எழுத்தாளன் பிரயோசனமானவன் என்றே எனக்கும் தோன்றுகிறது. ஆயினும், அவன் ஓர் உயர்ந்த கலைஞனாகவும் இருக்க வேண்டும் என்ற ஆதங்கம் எனக்கு எப்போதும் உண்டு.

இனி, ஷம்ஸின் கதைகளுக்கு வருவோம். வெவ்வேறு காலகட்டங்களில் அவர் எழுதிய 15 கதைகள் இத்தொகுப்பில் உள்ளன. எனினும் கதைப்பொருளிலும், கதை சொல்லும் முறையிலும் வாழ்க்கைப் பார்வையிலும் பெரிய மாறுதல்களைக் காணமுடியவில்லை. ஆயினும், ஒன்றை மட்டும் நான் அழுத்திச் சொல்ல வேண்டும். ஒரு பின்தங்கிய, மூடுண்ட கட்டுப்பெட்டித்தனமான, ஏற்றத்தாழ்வுகள் மிகுந்த ஒரு சமூகத்தில் வாழும் சமூகப் பிரக்ஞையுள்ள ஓர் எழுத்தாளனின் எகிறிக் குதிக்கும் தார்மீக உணர்ச்சி இந்தக் கதைகளில் அழுத்தமாகப் பதிவாகி இருக்கிறது என்பதுதான் அது.

இவரது கதைகளில் வரும் கிராமம் வளர்ச்சி குன்றியது, கல்வியறிவு குறைந்தது, பாரம்பரிய சமய நம்பிக்கைகளுக்குள் கட்டுண்டு கிடப்பது. இங்கும் வர்க்க முரண்பாடுகளும் சமூக ஏற்றத்தாழ்வுகளும் உண்டு. கிராமத்தின் சிறு வர்த்தகர்களும் பள்ளிவாசல் மத்திசம்மாரும் ஹாஜிமாரும்தான் இக்கிராமத்தில் உயர்வர்க்கத்தினர் – ஆதிக்க சக்திகள். கூலித் தொழிலாளர்களும், ஏழைகளும் பள்ளிவாசல் ஊழியர்களும், பொட்டணி வியாபாரிகளும் சமூகத்தின் கீழ்த்தட்டு வர்க்கத்தினர். ஆதிக்கத்துக்கு உட்படுவோர். ஆயினும் இங்கு மாற்றத்துக்கான முளைகள் – புதிய காற்றைச் சுவாசிக்க விரும்பும் படித்த இளைய தலைமுறை ஒன்றும் வளர்ச்சியடைந்து வருகிறது. ஷம்ஸின் கதைகளில் இவற்றையே நாம் காண்கின்றோம். ஏழை பணக்காரர்களுக்கிடையிலான முரண்பாடுகளும் சுரண்டலும் மதச்சார்பான பாரம்பரிய (மூட) நம்பிக்கைளும் அவற்றுக்கெதிரான சீர்திருத்த நோக்கும் கஷ்டப்படும் மக்கள் மீதான அனுதாபமும் ஆதிக்க சக்திகள் மீதான எதிர்ப்பும் இவரது கதைகளில் கருப்பொருள்களாக உள்ளன. உதாரணமாக 'கிராமத்திலே ஓர் சுவர் சாய்கின்றது' என்ற கதையில் ஷம்ஸின் வர்க்கக் கண்ணோட்டம் பதிவாகி இருப்பதைக் காண்கின்றோம். ஒரு செருப்புத் தொழிற்சாலையில் தொழிலாளிகள் தங்களைச் சுரண்டும் முதலாளிக்கு எதிராகச் சங்கம் அமைத்து போராடத் துணிந்து ஒன்றிணைவதைக் கூறுகின்றது கதை. முதலாளி ஒரு முஸ்லிம். தொழிலாளர்களை ஒன்றுசேர்க்க முயலும் பியதாச சிங்களவர். முதலாளிக்குச் சார்பான சிலர் இனபேதத்தைக் கிளறிவிட முனைகின்றனர். நிஹாரா ஓர் ஏழைத் தொழிலாளி. சங்கத்தில் இணைந்தால் தன் வேலை போய்விடும் என்ற பயம் அவளுக்கு. ராஸிக் என்ற சக தொழிலாளியின் உபதேசத்தால் வர்க்க உணர்வு பெற்றுக் கடைசியில் 'நிமிர்ந்து செல்கிறாள்' அவள். கூட்டத்திலும் கலந்துகொள்ளச் செல்கிறாள். "அவளது வீட்டு முற்றத்தில் மொட்டாக இருந்த சிவப்பு மலரொன்று

விரிந்து காற்றிலே அசைந்தது" என்ற குறியீட்டுடன் கதை முடிகின்றது.

1960, 70களில் ஈழத்தில் மேலோங்கியிருந்த முற்போக்கு இலக்கியக் கோட்பாட்டின் இலக்கண சுத்தமான கதை இது. 'விடுதலை' என்ற கதையிலும் பணக்கார மேலாதிக்கத்துக்கு எதிராக எழும் ஏழ்மையைக் காண்கிறோம். 'வளவையின் மடியிலே' என்ற கதை தன் இஷ்டத்துக்கு விரோதமாகவே ஏழ்மையின் நிர்ப்பந்தம் காரணமாக பணக்கார ஆதிக்கத்துக்கு உட்படும் ஓர் ஏழைப் பெண்ணின் அவலத்தைக் கூறுகின்றது. 'ரெண்டாம் ஷோ', வயிறுகள்' ஆகிய கதைகள் ஏழ்மையின் அவலத்தையே கூறுகின்றன. 'திருப்புமுனை', 'நிஹாரா நீ தனித்தவள் அல்ல' ஆகியவையும் ஏழை – பணக்காரர்களுக்கிடையே உள்ள இடைவெளிகளையே கூறுகின்றன. உரத்துப் பேசப்படும் இஸ்லாமிய சகோரத்துவம் என்னும் இலட்சியவாதம் எங்கோ முடங்கிக் கிடக்க, நடைமுறை வாழ்வில் பொருளாதார, வர்க்க நலன்களே மனிதனின் மன உணர்வுகளையும் நடத்தைகளையும் தீர்மானிக்கின்றன என்ற உண்மையையே இக்கதைகள் எல்லாம் உரத்துப் பேசுகின்றன. மேல்தட்டு வர்க்கத்தினர் மதத்தை சடங்காசாரமாகப் பேணுகின்றனரே தவிர, அதன் மானுட சாரத்தைக் கடைப்பிடிக்கிறார்கள் இல்லை என்ற ஆதங்கம் ஷம்ஸின் எழுத்துக்களில் புதைந்து கிடக்கிறது. வயிறுகள் கதையில் இது வெளிப்படையாகவே கூறப்படுகின்றது.

நிய்யத்து, நம்பிக்கைகள் ஆகிய இரு கதைகளும் கூட மத மூடநம்பிக்கைகளை விமர்சிப்பன. 'நிய்யத்து' கதை அவுலியாக்களின் 'சியாரங்களில்' நம்பிக்கை வைத்து வழிபாடு செய்வதன் பொய்மையை அம்பலப்படுத்த முயல்கின்றது. மக்களின் மத நம்பிக்கையை மூலதனமாகக் கொண்டு பிழைப்பு நடத்தும் போலி 'பாவா' ஒருவரை இக்கதையில் காட்டுகிறார் ஷம்ஸ். கடந்த ஆண்டு (1993) இலங்கைக்கு வந்த மத நம்பிக்கையின் உண்மை சொரூபத்தை பெரும் ஆரவாரத்தோடு வெளிக்காட்டிய பாகிஸ்தான் மௌலானா பற்றிய கதை 'நம்பிக்கைகள்.' மதத்தின் பேரால் தன் மகளை வீட்டுக்குள்ளே அடைத்து வைத்து மனநோயாளியாக்கிய இப்றாஹிம், மௌலானாவின் இஸ்மால் அவளைக் குணப்படுத்தி விடலாம் என்ற அவரது நம்பிக்கை, அதுபற்றி அறிவுபூர்வமாக விளங்கிக்கொள்ள முயலும் அவரது உறவினரான கொழும்பு ரிச்சர் பாத்திமா இவர்களைப் பற்றியதே கதை. இவ்விரு கதைகளும் தூய மத நம்பிக்கையில் இருந்து மூட நம்பிக்கையை வேறுபடுத்திக் காண முயல்கின்றன.

முஸ்லிம் எழுத்தாளர்கள் பலர் மதத்தில் ஊடுருவியுள்ள மூட நம்பிக்கைகளைக் களைந்தெறிந்து ஓர் ஆரோக்கியமான இஸ்லாமிய

சமூகத்தை உருவாக்கிவிட முடியும் என்று நம்புகின்றனர். தோப்பில் முகமது மீரானிடம் கூட இத்தகைய நம்பிக்கை உள்ளூறைந்து கிடக்கிறது. திக்குவல்லைக் கமாலின் சமீபகாலக் கதைகளில் இது வெளிப்படையாகவே தெரிகின்றது. ஆயினும், சற்று விலகி நின்று பார்த்தால் மதத்தில் நம்பிக்கைகளே உண்டு. 'மூடநம்பிக்கைகள்' என்று எதுவும் இருப்பதாகக் கூற முடியாது. மதம் பல்வேறு தளங்களில் இயங்குகின்றன. 'அனல்ஹக்' (நானே இறைவன்) என்ற அத்வைத தளத்தில் இருந்து அவுலியாக்களுக்கு நேர்த்திக்கடன் வைப்பதுவரை அதன் தளங்கள் பல. ஒவ்வொரு தளத்தில் இருப்பவர்களுக்கும் அவரவர் நம்பிக்கைகள் உண்மையானவையே. ஒரு தளத்தைத் தூய நம்பிக்கை சார்ந்ததென்றும் பிறிதொரு தளத்தை மூடநம்பிக்கை சார்ந்ததென்றும் கூறுபடுத்துவது சார்பு நிலைப்பட்டது. கல்வியறிவுக்கும் இத்தள வேறுபாட்டுக்கும் தொடர்பு இருப்பதாகவும் கருத முடியவில்லை. மௌலானாவின் இஸ்முக்கு அலைந்தவர்களில் படித்த உயர் வர்க்கத்தினரும் அநேகர் இருந்தனர். இது எவ்வாறாயினும் மனித நடத்தையை தன் நோக்கில் விளங்கிக் கொள்ளவும் விளக்கவும் ஒரு படைப்பாளிக்கு உள்ள உரிமையை நான் மறுதலிக்க முயலவில்லை.

ஷம்ஸின் எல்லாக் கதைகளையும் பற்றி நான் இங்கு தனித்தனியாகச் சொல்ல முடியாது. எனினும், இன்னும் இரண்டு கதைகளைப் பற்றிக் குறிப்பிட விரும்புகிறேன். ஒன்று, 'களனியும் கல்லோயாவும் கலக்கின்ற போது'. இன ஒருமைப்பாடு பற்றிய, சிங்கள முஸ்லிம் உறவு பற்றிய சற்று மிகைப்படுத்தப்பட்ட செயற்கையான கதை என்றே இதைப் பற்றிக் கூறத் தோன்றுகிறது. தன் கணவனின் சிங்கள ஆசை நாயகி பேபி நோனாவின் வயிற்றில் வளரும் குழந்தையை "உங்களுக்குரிய சொத்து, அது யாரின் வயிற்றில் வளர்ந்தால்தான் என்ன?" என்று ஏற்றுக்கொள்ளும் மனைவி ஓர் இலட்சிய பாத்திரம்தான் என்றே எண்ணத் தோன்றுகிறது. உண்மையில் யதார்த்தம் வேறுவிதமாகவே இருந்திருக்கும். 'மனிதன் அல்லாத காரணத்தால்' ஷம்ஸின் கதைகளில் சற்று வித்தியாசமானது. சமூகப் பிரச்சினைகளை விட்டுச் சற்று விலகி, ஒரு நாயை மையப் பொருளாகக் கொண்டு அதற்கும் அதன் எஜமானாருக்கும் இடையே உள்ள உறவைக் கிளர்ச்சி தரும் வகையில் இக்கதை கூறிச் செல்கிறது.

முடிவுரையாகச் சொல்வதானால் ஷம்ஸின் கதைகள் 1960, 70களில் ஈழத்து இலக்கிய உலகில் ஆதிக்கம் செலுத்திய முற்போக்கு இலக்கியக் கோட்பாட்டின் செல்வாக்குக்கு உட்பட்டவை. இக்கோட்பாட்டின் பலம் அதன் சமூகப் பார்வைதான். சமூக முரண்பாடுகளை அம்பலப்படுத்தி, ஏற்றத்தாழ்வற்ற, சுரண்டலற்ற, ஒரு சமத்துவமான சமூக அமைப்பின் உருவாக்கத்துக்கு

இலக்கியம் பயன்பட வேண்டும் என்பது இக்கோட்பாட்டின் சாரம் எனலாம். அதனால் இலக்கியத்தின் உள்ளடக்கம் – அதன் பொருள் முதன்மைப்படுத்தப்பட்டது. கலை அநுபவத்தை மீறிய பிரச்சாரம் இக்கோட்பாட்டைப் பின்பற்றிய பலரின் பலவீனம் எனலாம். ஷம்ஸ் தன் பிரதேச, பண்பாட்டுச் சூழலில் இக்கோட்பாட்டை உள்வாங்கி கதைகள் எழுதினார். அவரது சமூகப் பண்பாட்டுச் சூழலில் அவரது கதைகள் உடனடியான தாக்கத்தையும் எதிர்விளைவுகளையும் ஏற்படுத்தின என்பதில் ஐயமில்லை.

ஆயினும், கடந்த சுமார் இரண்டு தசாப்தங்களில் தமிழ்ச் சிறுகதை அதன் உருவத்திலும் உள்ளடக்கத்திலும் எவ்வளவோ மாறிவிட்டது. பாரம்பரியக் கதை சொல்லும் பாணி பெரிதும் கைவிடப்பட்டது. வாழ்க்கை அனுபவத்தைக் கலை அனுபவமாக மாற்றுவதில் பல பரிசோதனைகள் நிகழ்ந்துள்ளன. எனினும், ஈழத்து எழுத்தாளர் மிகச் சிலரிடமே இப்புதிய பாணியின் தாக்கத்தை நாம் காண்கின்றோம். அடுத்துவரும் பத்தாண்டுகளில் ஈழத்துச் சிறுகதைகளில் நாம் பாரிய மாற்றங்களை எதிர்பார்க்கலாம். திக்குவல்லை எழுத்தாளர்களின் பங்களிப்பும் அதில் முக்கிய இடம்பெற வேண்டும் என்பதே என் ஆசை.

எம்.எச்.எம். ஷம்ஸின் 'வளவையின் மடியிலே' சிறுகதைத் தொகுதிக்கு எழுதிய முன்னுரை, 1994

13

கனவும் மனிதன்: ஓர் அறிமுகம்

மருதூர்க் கொத்தன் முக்கியமான ஈழத்துச் சிறுகதை எழுத்தாளர்களுள் ஒருவர். 1960, 70 களில் ஈழத்துச் சிறுகதை உலகில் அவரது பெயரும் பிரபலமாக இருந்தது. றஊப், கொத்தனின் மூத்த மகன். சமகால ஈழத்துச் சிறுகதை எழுத்தாளர்களுள் கவனத்துக்குரிய ஒருவர். இவர் தனது முதல் கதையை – 'மஞ்சள் சோறு' – 1980 ஜனவரி முதல் திகதி எழுதியிருக்கிறார். அவ்வகையில் சிறுகதைத் துறையில் இவர் பிரவேசித்து சரியாக ஒரு தசாப்தம் முடிந்துவிட்டது. இந்தப் பத்து வருடகால அறுவடை இந்தத் தொகுதியில் உள்ள கதைகள். றஊபின் கதைகள் கொத்தனின் கதைகளின் சாயல் எதனையும் கொண்டிருக்கவில்லை. முற்றிலும் வேறுபட்டவை என்பது நம் கவனத்திற்குரியது. இந்த வேறுபாடு ஒரு தனிப்பட்ட தந்தைக்கும் மகனுக்கும் இடையே உள்ள தலைமுறை வேறுபாடு மட்டுமல்ல தமிழ்ச் சிறுகதை வரலாற்றில் காணப்படும் இருவேறு தலைமுறைகளுக்கு இடையே உள்ள வேறுபாடுமாகும்.

தமிழ்ச் சிறுகதை முன்னோடிகளும் அவர்களின் வழித்தோன்றல்களும் கதை அம்சத்துக்கு முதன்மை கொடுத்தே சிறுகதை எழுதினார்கள். அதற்கேற்ற வகையான கட்டமைப்புள்ள ஒரு வடிவத்தையும் அவர்கள் கையாண்டார்கள். சிறுகதை என்றால் இப்படித்தான், சிறுகதை இலக்கணம் இதுதான் என்ற ஒரு மனோபாவத்தை இவர்கள்

வளர்த்திருந்தார்கள். இவர்கள் எல்லோரையுமே நாம் பழைய தலைமுறை எழுத்தாளர்கள் எனலாம். மௌனி இதில் ஒரு வித்தியாசம். மற்றவர்களிடமும் ஆங்காங்கே சில விலகல்கள். மற்றும்படி கதை அம்சம் பழைய தலைமுறைச் சிறுகதையின் பிரதான பண்பு எனலாம். புதுமைப்பித்தன் முதல் ஜெயகாந்தன் வரை இந்தப் பண்பைக் காணலாம். இவர்களின் கதைகளை மரபுவழிச் சிறுகதை என்று வேண்டுமானாலும் நாம் அழைத்துக் கொள்ளலாம்.

எழுபதுகளில் தோன்றிய புதிய சிறுகதை எழுத்தாளர் பலர் இந்த மரபுவழி முறையில் இருந்து பெரிதும் விலகினார்கள். கதை அம்சத்தைப் பெரும்பாலும் அல்லது முற்றிலுமாக இவர்கள் கைவிட்டார்கள். அன்றாட வாழ்க்கை அனுபவங்கள், அதன் அடியான மனோநிலைகள், எண்ணங்கள், உணர்வுகள் என்பனவற்றுக்கு வடிவம் கொடுக்க முயன்றார்கள். தொடர்புள்ள அல்லது தொடர்பற்ற நிகழ்வுகளைத் தொகுப்பதன் மூலம் ஒரு குறிப்பிட்ட உணர்வு நிலையை வெளிக்காட்டுவது இவர்களின் பொதுப்பண்பு எனலாம். கதை என்று சொல்லக்கூடிய ஒரு சட்டகம் இவர்களிடம் இராது. இவர்கள் மூலம் தமிழ்ச் சிறுகதையின் பொருளும் வடிவமும் பெரிதும் மாற்றம் அடைந்தன. அசோகமித்திரன், சா. கந்தசாமி, நா. முத்துசாமி முதல் வண்ணதாசன், வண்ணநிலவன், பிரபஞ்சன், பூமணி, கோபிகிருஷ்ணன் போன்றோர்வரை வெவ்வேறு அளவில் இப்பண்பு மாற்றத்துக்கு வழிவகுத்தனர். ஈழத்திலும் இப்பண்பு மாற்றத்தை நாம் காண்கின்றோம். கொத்தனும் அவருக்கு முந்திய, அவர் காலத்து எழுத்தாளர்கள் பலரும் பாரம்பரிய சிறுகதை வடிவத்தையே பயன்படுத்தினர். ஒரு கதை, இவர்கள் படைப்புகளின் மையமாக இருக்கும். எழுபதுக்குப் பிறகு இங்கு தோன்றிய புதிய தலைமுறை எழுத்தாளர் சிலர் – சிறிதரன், யேசுராசா, சண்முகம் சிவலிங்கம், எம்.எல்.எம். மன்சூர், உமா வரதராஜன், ரஞ்சகுமார் முதலியோர் – பாரம்பரிய மரபில் இருந்து விலகிச் சென்றனர். இலங்கைத் தமிழ்ச் சிறுகதைக்கு ஒரு புதிய முகத்தைப் பெற்றுத் தந்தனர். இவர்கள் வழக்கமான கதை சொல்லும் மரபை முற்றிலுமாக – அல்லது வெவ்வேறு அளவில் தம் படைப்புகளில் நிராகரித்தவர்கள். இவர்களின் வரிசையில் வந்து நிற்பவர்தான் றஊப். இவர் சிறுகதையில், கதை அம்சத்தை முற்றாக நிராகரித்துவிட்டவர் என்பதற்கு இத்தொகுப்பில் உள்ள கதைகள் அத்தனையுமே சாட்சி கூறுகின்றன.

இத்தொகுப்பில் 12 சிறுகதைகள் உள்ளன. எல்லாமே கடந்த பத்து ஆண்டுகளுள் எழுதப்பட்டவை. அதிலும் 1980 முதல் 1982 வரையுள்ள மூன்று ஆண்டுகளே இவரது கருவளம் மிக்க

காலப்பகுதி. இம்மூன்று ஆண்டுகளில் எழுதப்பட்ட பத்துக் கதைகளும், 1983இல் ஒன்றும் பின்னர் நீண்ட இடைவெளிக்குப் பிறகு 1988இல் ஒன்றுமாக 12 கதைகள். இதுவரை இவர் எழுதிய இரண்டொரு கதைகளைத் தவிர, அனைத்தும் இத்தொகுப்பில் உள்ளன. இவற்றுள் மிகப் பெரும்பாலானவை இவரது இருபது வயது முதல் இருபத்தி ஐந்து வயதுக்குள் எழுதப்பட்டவை என்பதும் நமது கவனத்துக்கு உரிய செய்தி.

இந்தப் 12 கதைகளையும் ஒருசேரப் படித்து முடித்த பிறகு இது ஒரு சிறுகதைத் தொகுப்பா அல்லது ஒரு நாவலா என்ற நியாயமான கேள்வி என்னுள் எழுந்தது. இரண்டும்தான் என்பதே அதற்குரிய பதில். ஒரு சிறுகதைத் தொகுப்பு, அதேவேளை ஒரு நாவல். 12 சிறுகதைகளால் அமைந்த ஒரு நாவல். ஒவ்வொரு கதையும் தனித்தனியே முழுமையாகவும் எல்லாம் சேர்ந்து ஒரு தனி முழுமையாகவும் அமைகின்றன. இந்த இரட்டைத் தன்மை இத்தொகுப்புக்கு தனித்தன்மையை வழங்குகிறது. றஊப் இந்த தனித்தன்மையை புத்திபூர்வமாக உணர்ந்திருக்கவில்லை என்று தெரிகிறது. அவ்வாறு உணர்ந்திருந்தால் சில கதைகளின் வரிசையை மாற்றியிருப்பார். இப்போது பத்தாவதாக இடம்பெற்றிருக்கும் ‘இடையில் வெளிகள்’ இரண்டாவது அல்லது மூன்றாவதாக இடம்பெற்றிருக்கும். பதினோராவதாக இடம்பெற்றிருக்கும் ‘ஆகாசத்திலிருந்து பூமிக்கு’ ஒன்பதாவதாக இடம்பெற்றிருக்கும். இவ்வாறு வரிசை மாறியிருந்தால் இது தொடர்ச்சி குலையாத – அமைப்பொழுங்கு உடைய நல்ல நாவலாகவும் அமைந்திருக்கும். இந்தத் தொடர்ச்சி இல்லாமலுங்கூட இதன் நாவல் தன்மை ஊறுபடவில்லை என்பது ஒரு விசேஷம்.

இக்கதைகள் அனைத்திலும் இடம்பெறும் பிரதான பாத்திரம் பெயர் இல்லாத அவன். ஏனைய பாத்திரங்கள் எல்லாம் அவனைச் சுற்றி அமைபவை. அவன் கனவு காணவும், கண்ட கனவுகள் கலையவும், அவன் இன்புறவும், துன்புறவும் காரணமாக அமைபவை. அவனது வாப்பா, உம்மா, மூத்தம்மா, மாமா, சகோதரர்கள், பெயர் இல்லாத சில ‘அவள்’கள், சில நண்பர்கள், மனைவி – இவர்கள் அனைவருமே சிறுசிறு கீறல்களாக – கோட்டுச் சித்திரங்களாக வந்து செல்பவர்கள். முழுமையாக அவன் மட்டும்தான். இதில் உள்ளவை அவனைப் பற்றிய கதைகள் – இது அவனைப் பற்றிய நாவல்.

அவன் யார்? ஓர் இளைஞன். மென் உணர்வுகளும் நொய்மையான மனமும் கொண்டவன். இலக்கியப் பாஷையில் ‘மோப்பக் குழையும் அனிச்சம்’ போல், நாட்டார் வழக்கில் தொட்டாற் சுருங்கி போல். மத்தியதரக் குடும்பத்தின்

பற்றாக்குறை வாழ்வின் நெரிசல்களைச் சுமப்பவன் அவன். இந்த நெரிசல்களுக்கு உட்படாத சிறுபிராய நினைவுகளை மீட்டி அதில் சுகம் காண்பவன். அவனுடைய உலகம் மிகவும் சிறியது. அனுபவங்கள் குறுகியவை. அறிவார்த்தமான விசாரணைகளோ இலட்சிய தாகமோ அவனிடம் இருப்பதாகத் தெரியவில்லை. வாழ்க்கை பற்றிய அவனது தரிசனங்கள் சாதாரணமானவை. மத்தியதரக் குடும்பத்தில் பிறந்து, பல்கலைகக் கழகத்தில் படித்துப் பட்டம் பெற்று, சில ஊமைக் காதல் அனுபவங்களுக்கு உள்ளாகி, உத்தியோகம் பெற்று, பலரைத் திருப்திப்படுத்த திருமணம் என்னும் வில்லங்கத்துள் மாட்டி, குழந்தை பெற்று, கடைசியில் உத்தியோகத்தையும் உதறி எறிந்துவிட்டு வெளியேறும் வரையுள்ள அவனது இளமை வாழ்வின் சில கட்டங்கள் அவனது பார்வையிலேயே இக்கதைகளில் விபரிக்கப்பட்டுள்ளன. இக்கதைகளில் விபரிக்கப்பட்டுள்ள வகையில் 'அவன்' நமது படித்த சராசரி இளைஞர்களுள் ஒருவன். அவனது ஆசை அபிலாசைகளில் பல நமதாகவும் உள்ளன. அவ்வகையில் அவன் நமது இளைஞர்களுள் ஒருவனாக, அவர்களின் பிரதிநிதியாக இருக்கிறான். ஆயினும், அவனது உணர்திறன் நமது சராசரி இளைஞர்களில் இருந்து அவனை வேறுபடுத்திக் காட்டுகிறது. சண்முகம் சிவலிங்கம் வேறு ஒரு இடத்தில் சொல்வதுபோல அவன் 'தன் இருத்தலுக்குப் பிரக்ஞையாக இருக்கிறான்' இது அவனது தனித்துவம். இந்தப் பிரக்ஞைதான் இந்தக் கதைகளைச் சாத்தியமாக்கி இருக்கிறது; கலைத் தன்மையைக் கொடுத்திருக்கிறது.

இந்தத் தொகுப்புக்குக் 'கனவும் மனிதன்' என றஊப் பெயரிட்டிருக்கிறார். இக்கதைகளின் நாயகனைக் கனவுகாணும் மனிதனாக கதாசிரியர் கருதுகிறார் என்பதை இத்தலைப்பு உணர்த்துகிறது. நமது பெரும்பாலான வாசகர்களுக்கு இவரது கதைகளைப் போலவே இத்தலைப்பின் மொழி அமைப்பும் பிடிபடாததாக – நெருடலாகத் தோன்றக்கூடும். கனவு என்பது பெயர்ச் சொல். இங்கு அது வினையாகப் பயன்படுத்தப்பட்டிருக்கிறது. கனவினான், கனவுகிறான், கனவுவான் என நாம் வழங்குவதில்லை. அவ்வகையில் 'கனவும் மனிதனும்' என்பதுதான் 'கனவும் மனிதன்' எனப் பிழையாக எழுதப்பட்டிருக்கிறதோ எனச் சிலர் கருதக்கூடும். ஆனால், இது பிழையல்ல ஒரு புதுமையாக்கம். மழைகிறது என்பது போல. வினவு என்ற வினை அடி இருப்பது போல அதை வடிவில் ஒத்த கனவு என்பதும் வினையடியாகக் கொள்ளப்பட்டுள்ளது, அவ்வளவுதான். இத்தகைய புதுமை ஆக்கங்களை மொழியியலாளர் பின்னோக்கு ஆக்கம் *(back formation)* என்பர். றஊபுக்கு முன்னரே கனவு வேறு சில எழுத்தாளர்களால் வினையாகப் பயன்படுத்தப்பட்டிருக்கிறது. நமக்கு இப்பயன்பாட்டை விட அவன் எவ்வகையில் கனவு காண்பவனாய் இருக்கிறான், அவனது கனவு எத்தகையது என்பது முக்கியமானது. பொருளாதாரப் பற்றாக்குறையினால் ஏற்படும் அன்றாட நெரிசல்களுக்கு மாற்றீடாகத் தற்காலிகமாகவேனும் திருப்திதரும் ஒன்றைத் தேடும் அவனது மனோநிலையையே கனவு என்பது சுட்டுவதாகக் கருதுகிறேன். இந்த மனோநிலையே பெரும்பாலும் எல்லாக் கதைகளிலும் ஏதோ ஒரு வகையில் வெளிப்பாடு பெற்றுள்ளது. உதாரணமாக, 'மஞ்சள் சோறு' கதையில் அடம்பிடித்தாவது தீர்த்தம் வார்த்து மஞ்சள் சோறு கொண்டுபோய்க் கழிப்புக் கழிக்கத்தான் வேண்டும் என்று அவன் தீர்மானிப்பது (பக்.12) பற்றாக்குறை வாழ்விலும் ஒரு திருப்தியைக் காணத்தான். 'வாழ்வைப் புரிந்துகொள்ள முந்தி' என்ற கதையில் கழிந்துபோக இருக்கின்ற காலத்தையும் சுமைகளையும் நினைத்துக் கனக்கும் மனதுக்கு (பக்.13) தேறுதலாகத்தான் 'சந்தோஷமாகக் கழிந்துபோக விடுவது (பக்.23). 'நொண்டிக் கனவு'களில் அவனது மனவலிக்கு மாற்றீடாக மல்லிகைப் பந்தல் வீட்டுக்காரியின் சிரிப்பு ஒத்தடம் அவனுக்குத் தேவைப்படுகிறது (பக். 60).

'இன்னும் வட்டத்துள்' இவ்வாறு முடிகிறது. 'விடுமுறையை ஊரில் கழிக்க இருக்கிறதை நினைத்து கொழும்பில் மனது ஏக்கம் கொள்ளும். மாத முடிவில் பட்ஜெட்டில் துண்டுவிழ பட்டினிகள் தொடரும். தொடர்ந்து உடுத்திக் கொண்டதில் றவுசர் புளித்து மணக்கும். சவரம் செய்யாததால் வளர்கின்ற தாடி யூனிவசிற்றியின் தரத்தை மேலும் உயர்த்தும். ஒளிமயமான உலகை எண்ணி மனது பறக்கும். இடைக்கிடை முகம் காட்டுகிற அவளது கனவுகள் நடுசியில் முழிப்புக் காட்டும்' (பக்.33). இங்கு பற்றாக்குறை வாழ்வின் சித்திரமும் அதற்கு மாற்றீடாக ஒளிமயமான உலகுக்கு மனது பறப்பதும் கவிதையின் செறிவுடன் சொல்லப்பட்டுள்ளன. ஆனாலும், இந்த ஒளிமயமான உலகு இவரது கதைகளில் அரூபமாக, புகைமூட்டமாகவே காட்சியளிக்கின்றது. அந்தவகையில், அவனது கனவுகள் அவனுக்கே அர்த்தமாகாத 'நொண்டிக் கனவுகள்'தான். அவனது நொண்டிக் கனவுகள் நமது நெஞ்சையும் உறுத்துவதுதான் றஊபின் கலையின் வெற்றி.

வார்த்தைகளில் செட்டான படிமங்களைச் செதுக்கும்திறன் ஆரம்பத்தில் இருந்தே றஊபுக்கு கைவந்திருக்கிறது. உதாரணத்துக்கு அவரது முதலாவது கதையில் வரும் பின்வரும் சித்திரத்தைக் காட்டலாம். 'சுவரில் தொங்கிய கண்ணாடி வலது சொக்கிலும் நெற்றிப் பொட்டிலும் மிகக் கோரமாகக் கொப்பளித்துப்

போனதைக் கண்டு திண்ணையில் சலாரென்றது. எல்லோரும் சற்றைக்குத் திடுக்கிட்டுப் போனார்கள். பேசாமல் வந்து மெதுவாக உம்மா கண்ணாடித் துண்டுகளைத் தள்ளிவிட்டாள்.'

பொதுவாகவே இத்தொகுப்பில் உள்ள கதைகள் எல்லாம் தம்மளவில் சிறப்பான வடிவ அமைதி பெற்றிருப்பதாகவே சொல்ல வேண்டும். அதிகம் அலட்டிக் கொள்ளாமல், ஆர்ப்பாட்டம் இல்லாமல் இயல்பாக நிகழ்வுகளைத் தொடுத்துச் செல்வது இவரது வினைத்திறனுக்கு அடையாளம். ஆயினும், இதற்கு ஒரு புறநடையாக 'வெறுமையும் நிறைவும்' கதை அமைந்துள்ளது. இதன் முடிவு றஊபுக்குப் பொருத்தமில்லாத வகையில் மிகை நாடகப் பாணியில் அமைந்திருப்பதைக் குறையாகவே சொல்ல வேண்டும்.

றஊபின் மொழிநடையில் அவர் அறிந்தோ அறியாமலோ ஆங்காங்கே மௌனியின் பாதிப்பு சாதகமாகவும் பாதகமாகவும் இருப்பதாகத் தோன்றுகிறது. மௌனி நடைச் சிறப்புக்கு மட்டுமன்றி, நெருடலுக்கும் பேர் போனவர். அத்தகைய நெருடல்கள் சில றஊபிடமும் காணப்படுகின்றன. இங்கு இரண்டொரு உதாரணங்களைத் தரலாம்:

- முடிவில் அதுபோல பருமன்கொள்ள முடிந்தால் இருக்கப்போகிறதை நினைத்து மனது மகிழ்ந்து கொண்டிருக்கும். (பக். 44)
- இப்போதைக்கு இல்லாமல் அவளுக்கும் எல்லாம் முடிந்து ஐந்தோ ஆறோ வருடம் முடியத்தான் அவளைக் கட்ட எண்ணமென்று கதைத்ததெல்லாம் நினைவுக்குவர சிரிப்பு வந்தது. (பக். 66)
- அவவுக்கும் தனக்கும் இரத்த உறவில் இருக்கிற அளவுக்குப் பரிமாணம் மற்ற சகோதரர்களுடையதைப் பார்க்கிலும் குறைவாக இருப்பதை இப்போதும் உணர்ந்து கொண்டான். (பக். 78)

இத்தகைய நெருடல்களில் இருந்து றஊப் விடுபட வேண்டும் என்பது என் விருப்பம்.

இந்தக் கதைகளைப் பற்றிப் பலவிதமான விமர்சனங்கள் பல தளங்களிலிருந்து பல நிலைப்பாடுகளில் இருந்து வரக்கூடும். அது தவிர்க்க முடியாதது. அது எவ்வாறாயினும் றஊப் வித்தியாசமான – தனித்துவமான எழுத்தாளனாக வளர்ச்சியடைந் திருக்கிறார் என்பதை தமிழ்ச் சிறுகதை உலகோடு பரிச்சயம் உடையவர்கள் மறுக்க மாட்டார்கள். எனினும் ஒரு நல்ல எழுத்தாளனுக்கு

இருக்க வேண்டிய பார்வை ஆழம் – தரிசன வீச்சு இனித்தான் இவருள் வளர்ச்சியடைய வேண்டும். அடையும் என்பதே என் நம்பிக்கை.

1960களில் நான் ஆரம்ப எழுத்தாளனாக கொத்தனின் வீட்டுக்குப் போய் வந்துகொண்டிருந்த நாட்களில் றஊப் ஒரு பாலகன். பின் ஒரு காலத்தில் இவன் சிறுகதை எழுத்தாளனாக வளர்வான் என்றோ, இவனது தொகுப்புக்கு நான் முன்னுரை எழுத நேரும் என்றோ எங்களில் யாரும் எதிர்பார்த்திருக்க முடியாது. இன்று அது நிகழ்ந்திருக்கிறது. இது மகிழ்ச்சி தரும் வளர்ச்சிதான். கவிதைத் துறையில் மஹாகவியின் இன்னொரு கட்ட வளர்ச்சி சேரன் என்றால் சிறுகதைத் துறையில் கொத்தனின் பிறிதொருகட்ட வளர்ச்சியாக றஊபைக் காண்கின்றேன். இந்த வளர்ச்சி மேலும் செழுமை பெற வேண்டும் என வாழ்த்துகின்றேன்.

எம். ஐ. எம் றஊப், 'கனவும் மனிதன்', *கல்முனை*, 1990

14

ஜெயகாந்தன்: கலை ஆளுமையும் கருத்துநிலை அரசியலும்

தான் இறப்பதற்கு இருபத்தைந்து ஆண்டுகளுக்கு முன்பே ஜெயகாந்தன் எழுதுவதை பெரும்பாலும் நிறுத்திவிட்டார். 1990க்குப் பிறகு அவர் அதிகம் எழுதவில்லை என்றே நினைக்கிறேன். அவர் எழுதுவதை நிறுத்த முன்னரே, சுமார் 35 ஆண்டுகளுக்கு முன்பே, நான் ஜெயகாந்தனை வாசிப்பதைப் பெரிதும் நிறுத்திவிட்டேன். 1975க்குப் பிறகு ஜெயகாந்தனை வாசித்தது மிகவும் குறைவு.

இன்று பேசப்படுகின்ற ஜெயகாந்தனின் முக்கியமான படைப்புகள், 1955க்கும் 1975க்கும் இடைப்பட்ட காலத்தில் வெளிவந் தவைதான். அக்காலகட்டத்தில் வெளிவந்த அவருடைய படைப்புகள் அனைத்தையும் விரும்பிப் படித்திருக்கிறேன். கற்பித்தல், விமர்சனம் போன்ற வெவ்வேறு தேவைகளுக்காக அன்றி, புதுமைப்பித்தன்போல் ஓர் இலக்கிய அனுபவத்துக்காக மீண்டும்மீண்டும் படிக்கத் தூண்டும் எழுத்தாளர்களுள் ஒருவரல்ல ஜெயகாந்தன் என்பது எனது கருத்து. தீவிர இலக்கிய வாசகர்

பலருடைய கருத்தும் இவ்வாறே இருக்கும் என்று நினைக்கிறேன்.

எனது தலைமுறையையும் எனது அடுத்த தலைமுறையையும் சேர்ந்த எழுத்தாளர்கள் பலர் இலக்கிய உலகில் நுழைந்த *1960, 70*களில் தமிழ் இலக்கிய உலகில் புயல் போன்ற வீறாப்புடனும் வீச்சுடனும் நட்சத்திர எழுத்தாளராகச் சுழன்றுகொண்டிருந்தவர் ஜெயகாந்தன். சில வகையில் அவரைவிட இலக்கிய முக்கியத்துவம் உடைய அவரது சமகாலப் படைப்பாளிகளான அசோகமித்திரன், சுந்தர ராமசாமி போன்றோர் அவருடைய வெளிச்சத்தில் சற்று மங்கலாகவே தோன்றினார்கள்.

*1960*இல் 'ஒரு கண்விடுக்காத பூனைக் குட்டியாய்' இலக்கிய உலகில் நுழைந்தவன் நான். கல்கி, அகிலன், நா. பார்த்தசாரதி, மு. வரதராசன் போன்றோரின் ஈர்ப்பிலிருந்து விடுபட்டு இடதுசாரிச் சிந்தனைக்குள் அப்போதுதான் மடைமாற்றம் பெறத் தொடங்கிய எனக்கு ஜெயகாந்தன் பரவசமூட்டும் எழுத்தாளர்களுள் ஒருவரானார். அவருடைய 'ஒருபிடி சோறு', 'இனிப்பும் கரிப்பும்'. 'மாலை மயக்கம்' முதலிய சிறுகதைத் தொகுதிகள் ஆதர்சமாக அமைந்தன. அதுமுதல் அவருடைய படைப்புகளைத் தேடித்தேடிப் படிக்கத் தொடங்கியதும், அவைபற்றிய சர்ச்சைகளில் ஈடுபட்டதும் இன்றும் நினைவில் உள்ளது.

இடதுசாரிகளாக முகிழ்த்துக்கொண்டிருந்த என்போன்றவர்களுக்கு அடித்தள மக்களின் வாழ்க்கையை முனைப்பாகச் சித்திரிக்கும் அவரது அக்காலப் படைப்புகள் ஆதர்சமாக அமைந்ததில் ஆச்சரியம் இல்லை. குடும்பம் நடத்த இடம் இல்லாமல் தங்கள் முதலிரவைப் பொதுப் பூங்காவில் அனுபவிக்க முயலும் இளம் சோடியை பொலிஸ்காரன் இழுத்துச் சொல்வதைச் சித்திரிக்கும் அவரது 'தாம்பத்தியம்' கதை படித்து நெஞ்சில் கொதிப்பேறிய நினைவை மறக்கமுடியாது. அவரது 'உன்னைப்போல் ஒருவன்', 'யாருக்காக அழுதான்' போன்ற குறுநாவல்களும் அக்காலத்தில் அத்தகைய அனுபவங்களையே தந்தன. 'கருணையினால் அல்ல' அக்காலத்தில் எனக்குப் பிடித்த அவரது பிறிதொரு குறுநாவல். நொய்ந்துபோன கீழ் நடுத்தர வர்க்கத்தவரின் காதல் அனுபவத்தைப் பேசும் உருக்கமான படைப்பாக அது இன்றும் நினைவில் உள்ளது.

*1960*களின் நடுப்பகுதியிலிருந்து படைப்புக்கான அவரது பின்புலம் பெரிதும் மாறுபடுகிறது எனலாம். நகர்ப்புற அடித்தள மக்களிலிருந்து பெரிதும் பிராமண சமூகத்தைச் சேர்ந்த நகர்ப்புற உயர் வர்க்கத்தினரின் பக்கம் அவரது பார்வை திரும்புகிறது.

அவரது கதைசொல்லும் பாணியிலும் சற்று அதிகப் பிரசங்கித்தனம் மேலோங்குகின்றது. இவ்வகையில் 'பாரிசுக்குப் போ' (1966) முக்கிய திருப்பம் எனலாம். அந்த நாவலைப் படித்துவிட்டு ஜெயகாந்தனுக்கு நீண்ட கடிதம் எழுதியது நினைவிருக்கிறது. கடித விபரங்கள் இப்போது நினைவில் இல்லை. ஆனால் அந்நாவல் எழுப்பும் பிரச்சினைகள் பற்றி எழுதியதாக ஞாபகம். அதற்கு அவரிடமிருந்து பதில் எதுவும் இல்லை. அக்கடிதம் அவருக்குக் கிடைத்திருக்குமா என்பதும் சந்தேகமே கிடைத்திருந்தாலும் வாசகர் கடிதங்களுக்கெல்லாம் பதில் எழுதக்கூடியவர் அல்லர் அவர் என்றும் பின்னர் அறிந்திருக்கிறேன். பாரிசுக்குப் போவைத் தொடர்ந்து 'சிலநேரங்களில் சில மனிதர்கள்', 'கங்கை எங்கே போகிறாள்', 'ஆடும் நாற்காலிகள் ஆடுகின்றன' போன்ற படைப்புகள் வந்தன. இவை எல்லாமே நகர்ப்புற உயர் வர்க்கத்தினரின் அற விழுமியங்கள் (மதிப்பீடுகள்) பற்றி விவாதிப்பவைதான். பாரம்பரிய நிலவுடைமை அற விழுமியங்களுக்கும் நவீன வாழ்க்கைமுறைக்கும் இடையே முரண்பாடுகள் தோன்றுமிடத்து பழைய விழுமியங்களுக்கு வக்காலத்து வாங்குவதை விடுத்துப் புதிய விழுமியங்களை உரத்துப் பேசுபவை இவை.

இவரது பிற்காலப் படைப்புகள் பெரும்பாலும் பழமைக்கும் புதுமைக்குமான முரண்பாட்டில் புதுமைக்கான நியாயப்பாட்டை உரத்துப் பேசுவனவாகவே காணப்படுகின்றன. ஜெயகாந்தனின் பிரபலத்துக்கான அடிப்படை இது என்றே எனக்குத் தோன்று கின்றது. இது பெரும்பாலும் பாலியல் சார்ந்த மதிப்பீடுகளாகவே அமைகின்றன. 'அக்கினிப் பிரவேச'த்தை இதன் தொடக்கப் புள்ளியாகச் சொல்லலாம். பணக்கார வாலிபனால் பாலியல் வல்லுறவுக்கு உட்பட்ட கங்கா என்ற பள்ளி மாணவியை அவளுடைய தாய் தூய்மையாக்கம் செய்வதுதான் கதை. தலையில் தண்ணீர் வார்த்ததுடன் அவளுடைய களங்கம் நீங்கிவிட்டது என்றும் அவள் அக்கினிப் பிரவேசம் செய்துவிட்டாள் என்றும் தாய் வாதிக்கிறாள். இந்த வாதம் தமிழ்ச் சநாதனிகள் மத்தியில் ஏற்படுத்திய கோபம் முக்கியமானது. இந்தக் கோபம் பாலியல் வல்லுறவுக்கு எதிரானதல்ல ஆனால் களங்க நீக்கத்துக்கு எதிரானது என்பது கவனிக்கத்தக்கது.

யதார்த்த நிலையில் ஒழுக்க மதிப்பீடுகளுக்குப் புறம்பான பாலியல் நடத்தை பரவலாகவும் மறைமுகமாகவும் நிலவினும் கருத்துநிலைத் தளத்தில் கற்புக்கோட்பாடு மிக இறுக்கமாக இருக்கும் சமூகத்தில் இத்தகைய எதிர்வினை எதிர்பார்க்கக் கூடியதே. எனினும் பாலியல் வல்லுறவைக் கேள்விக்குட்படுத்தாது

ஒரு பெண்ணுக்கு அதனால் ஏற்படுவதாகக் கருதப்படும் களங்கத்தை மட்டும் பிரச்சினை மையமாக்கி அதற்கு மிக எளிதான தீர்வை ஜெயகாந்தனால் எவ்வாறு முன்வைக்க முடிந்தது என்ற கேள்வி அப்போதே என்னுள் எழுந்தது. ஆயினும் தான் எடுத்துக்கொண்ட பிரச்சினையின் பின்விளைவுகளை 'சிலநேரங்களில் சில மனிதர்கள்', 'கங்கை எங்கே போகிறாள்' ஆகிய நாவல்களில் அவர் விவாதத்துக்கு எடுத்துக்கொண்டார். நகர்ப்புற உயர்வர்க்கத்தின் பாலியல் நடத்தைகளை அலசுவதும் முதலாளித்துவ, கைத்தொழில் யுகப் பண்பாட்டு நிலை நின்று அவற்றுக்குத் தீர்வு காண்பதும் இங்கு அவருடைய நோக்கம் என்று தோன்றுகின்றது. "காலம் மாறும்போது மனுஷாளும் மாறணும்" என்ற கௌரிப் பாட்டியின் குரல் ('யுகசந்தி') அவருடைய பிற்காலப் படைப்புகளில் ஓங்கி ஒலிப்பதாகச் சொல்லலாம். ஜெயகாந்தனை யதார்த்தவாதி என்பதைவிட லட்சியவாதியாகவும், சீர்திருத்தவாதியாகவும் காட்டும் குரல் இது. அவருடைய மிகச் சிறந்த படைப்பாகக் கருதப்படும் 'ஒரு வீடு, ஒரு மனிதன், ஒரு உலகம்' அவரது லட்சியவாதத்தின் உச்சம் எனலாம்.

தன் பிற்காலப் படைப்புகளில் தன் குரலை மறைக்க அவர் முயன்றதில்லை. அது ஓங்கி ஒலிப்பதையே விரும்பினார் என்று தோன்றுகின்றது. அதனாலேயே அவரது கதைசொல்லல் பிரசங்கபாணியாகவும் தர்க்க நடையிலும் அமைந்திருக்கிறது. எல்லாப் பாத்திரங்களிலும் அவரே அமர்ந்திருக்கிறார். சாரங்கனும் அவர்தான், கங்காவும் அவர்தான், ஓங்கூர் சாமியாரும் அவர்தான், ஹென்றியும் அவர்தான், கௌரிப்பாட்டியும் அவர்தான். அவருடைய தர்க்க மூளைதான் அவர்களுக்குள்ளே இருப்பது. அவரைப்போலவே எல்லோரும் தர்க்கரீதியாகப் பேசுகிறார்கள்.

ஜெயகாந்தனின் பெரும்பாலான படைப்புகள் வெளிப்படையான போதனை நோக்கம் உடையவை. சமூகத்துக்குச் சொல்வதற்கு, சமூகத்தை விமர்சிப்பதற்கு அவரிடம் நிறைய விஷயங்கள் இருந்தன. அதற்கான கதைகளை அவர் புனைந்தார். வாசகர் தன் செய்தியைப் புரிந்துகொள்ளாமல் அல்லது ஏற்றுக்கொள்ளாமல் போய்விடக்கூடாது என்பதற்காக அவர் அதிக பிரயாசை எடுத்துக் கொண்டார். அதனாலேயே அவரது கதைகள் சற்று நீளமாகவும் தர்க்கரீதியாகவும் அமைந்துள்ளன என்று நினைக்கிறேன். அவருடைய கதைகளில் கலை ஆளுமையைவிட கருத்துநிலை அரசியல் *(ideological politics)* முனைப்பாகத் தெரிவதற்கும் இதுவே காரணம் என்று கூறலாம். முற்போக்கு எழுத்தாளர்மீது இது ஒரு குற்றச்சாட்டாக முன்வைக்கப்பட்டது. அவர்களுடைய எழுத்து

பிரசார எழுத்து என்று சொல்லப்பட்டது. அப்படிப் பார்த்தால் ஜெயகாந்தனும் அதே குற்றச்சாட்டுக்கு ஆளாவார். ஆனால், அதைக் குற்றமாக, ஒரு குறையாக நான் சொல்லமாட்டேன். அது வேறு கலைமுறை என்று வேண்டுமானால் சொல்லலாம். ஆனால் ஜெயகாந்தன் முற்போக்கு வட்டாரத்தைச் சார்ந்துநின்ற காலகட்டப் படைப்புகளில் அவருடைய கருத்துநிலை அரசியல் பெரிதும் மறைவாகவும், 1965க்குப் பிந்திய அவரது எழுத்துக்களில் இந்த அரசியல் சற்று முனைப்பாகவும் வெளிப்படுவதுதான் இதில் விசேட அம்சம் என்று சொல்ல வேண்டும்.

இந்த அம்சத்தில் ஜெயகாந்தனை மு. வரதராசனுடன் ஒப்பிடத் தோன்றுகின்றது எனக்கு. மு.வவின் கலைமுறைக்கும்; ஜெயகாந்தனின் கலைமுறைக்கும் இடையே ஒப்புமை காணலாம் என்றே நினைக்கிறேன். புதிய தலைமுறையைச் சேர்ந்த எழுத்தாளர்களும் விமர்சகர்களும் மு.வவை நல்ல எழுத்தாளராக ஏற்றுக்கொள்வதில்லை. ஆனால், ஜெயகாந்தனை நல்ல எழுத்தாளர் என்று ஒப்புக்கொள்ள யாரும் தயங்குவதில்லை. இந்நிலையில் மு.வவையும் ஜெயகாந்தனையும் ஒப்பிடுவது பலருக்கும் அபத்தமாகத் தோன்றலாம். நானும் இதைக் கருதுகோளாகவே முன்வைக்கிறேன். முடிந்தமுடிவாக அல்ல. இந்தக் கருதுகோளை யாரேனும் ஆய்வுமாணவர் எடுத்துக்கொண்டு நிரூபிக்கலாம் அல்லது நிராகரிக்கலாம். இது எனது ஒரு மனப்பதிவுதான்.

கதைசொல்லலில் மு.வ, ஜெயகாந்தன் இருவரின் பாணியும் கிட்டத்தட்ட ஒன்றுதான். இருவரும் தங்கள் கருத்துநிலை அரசியலை மையப்படுத்தியே கதை புனைந்தார்கள். தங்கள் கருத்துநிலை அரசியலை வாசகர்களிடம் கொண்டு செல்வதே அவர்களின் பிரதான நோக்கம். இருவரிடமும் மேற்கோள் வாக்கியங்கள் நிறைய இருக்கும். அவர்களின் வாசகர்கள் அவற்றை அடிக்கோடிட்டுப் பேணுவார்கள்.

ஆயினும், தங்கள் கருத்துநிலை அரசியலில் இருவரும் பெரிதும் வேறுபட்டவர்கள். பாரம்பரிய ஒழுக்கவியல் அல்லது திருக்குறள் அறநெறி மு.வவின் கருத்துநிலை அரசியல் என்றால், அதற்கு எதிரான முதலாளித்துவ அல்லது ஜனநாயக, தனிமனிதவாத ஒழுக்கவியல் ஜெயகாந்தனின் கருத்துநிலை அரசியல். ஒன்று மரபு பேணுவது, மற்றது மரபை உடைப்பது.

1940, 50களில் மரபுணர்ச்சி மிகுந்த தமிழாசிரியர்களும் படித்த நடுத்தர வர்க்கத்தினரும் மு.வவினால் அதிகம் கவரப்பட்டார்கள், 1960, 70களில் நகரமயமாக்கலுக்கு உட்பட்ட, சோசலிஸ, ஜனநாயக, நவீனத்துவக் கோட்பாடுகளால் கவரப்பட்ட புதிய நடுத்தர

வர்க்கத்தினர் ஜெயகாந்தனால் அதிகம் கவரப்பட்டார்கள். இவர்கள் இருவருமே ஜனரஞ்சக எழுத்தாளர்கள்தான். ஆனால் வர்த்தகரீதியான ஜனரஞ்சக எழுத்தாளர்களிலிருந்து இவர்கள் வேறுபட்டவர்கள். இவர்கள் இருவருமே தங்கள் கருத்துநிலை சார்ந்து ஜனரஞ்சகமானவர்கள் *(ideologically popular).* 1975 வாக்கில் இவர்கள் இருவரையும்பற்றி எனக்குள் உருவான கருதுகோள் இது. இவர்கள் இருவரையும் மீண்டும் வாசிக்கவோ எனது கருதுகோளை நிராகரிக்கவோ மாற்றவோ எனக்கு அவகாசம் கிடைக்கவில்லை. இளைய தலைமுறை ஆய்வாளர்கள், விமர்சகர்கள் யாரும் இதனைச் செய்யலாம்.

ஜெயகாந்தனின் கருத்துநிலை அரசியல் உக்கிரமானது. தீவிரமான சமூக, அரசியல் விமர்சகராக அவர் இயங்கினார். அவருடைய புனைகதைகளில் மட்டுமன்றி அவருடைய கட்டுரைகளிலும் இதனை உணரலாம். அவரது மேடைப் பிரசங்கங்களிலும் அவர் அவ்வாறே செயற்பட்டார் என்று அறிகிறேன். இந்த உக்கிரம் அவரது எழுத்தில் அறிவுரீதியாகவே வெளிப்பட்டது. அந்தவகையில் அவரது புனைகதைகளில் ஆய்வறிவுத் தன்மையே *(intellectualism)* முனைப்பாக வெளிப்பட்டது. இது அவரது காலத்துப் பிற எழுத்தாளர்களிடமிருந்து அவரைப் பெரிதும் வேறுபடுத்தியது. மு.வவுடன் அவரை இணைத்துப் பார்ப்பதற்கு இதுவே காரணமாகலாம் என்று இப்போது தோன்றுகின்றது. ஜெயகாந்தனின் எழுத்துகளில் நகைச்சுவை இன்மைக்கும் இதுவே காரணம் என்று நினைக்கிறேன். இடைக்கிடை வாய்விட்டுச் சிரிக்காமல் புதுமைப்பித்தனைப் படிக்க முடியாது. சுந்தர ராமசாமி, அசோகமித்திரன் ஆகியோரிடமும் நகைச்சுவை உள்ளூறைந்து கிடக்கும். ஜெயகாந்தனிடம் மிக அரிதாகவே அதைக் காண முடியும்.

இவ்வாறு சொல்வதன் மூலம் நான் ஜெயகாந்தனைக் குறைத்து மதிப்பிடுவதாகக் கருதத் தேவையில்லை. என்னளவில் அவரது குறைநிறைகளை இனங்காண முனைகிறேன். எனது வளர்ச்சியின் முக்கியமான ஆரம்ப கட்டத்தில் நான் விரும்பி வாசித்த படைப்பாளி, பின்னர் என்னால் வாசிக்க முடியாதவராகப் போனது எவ்வாறு? சிலர் ஜெயகாந்தனின் கருத்துநிலை மாற்றம், வீழ்ச்சி, முரண்பாடு என்றெல்லாம் பேசுகிறார்கள். என்னைப் பொறுத்தவரை அது முக்கியமானதல்ல. என்னோடு கருத்துநிலை உறவு கொண்டிராத பல எழுத்தாளர்களை நான் விரும்பிப் படிக்கிறேன்.

என்னைப் பொறுத்தவரை படைப்பிலக்கியத்தில் ஆய்வறிவுத் தன்மையைவிட அனுபவத்தை முதன்மைப்படுத்துகிறேன்.

ஒரு படைப்பு எந்த அளவு எனக்கு அனுபவ அதிர்வுகளைத் தருகின்றதோ அந்த அளவு நான் அதற்குள் நெருங்கிப் போகின்றேன். காலப்போக்கில் எனது வளர்ச்சி, எனது இலக்கிய அனுபவம், இலக்கிய முதிர்ச்சி என்பவற்றைப் பொறுத்து இது வேறுபடும். கல்கியை, அகிலனை, நா.பாவை, மு.வவை வாசித்து மகிழ்ந்த காலம் இனி வராது. அது ஒரு வளர்ச்சிக் கட்டம். ஜெயகாந்தன் பிறிதொரு கட்டம். கருத்துநிலைதான் இவரை மற்றவர்களிடமிருந்து வேறுபடுத்தும் முக்கியமான பிரிகோடு என்று தோன்றுகின்றது. அந்தக் கருத்துநிலை புதுமை மங்கும் போது அவரும் மங்கிவிடுகிறார். இந்த அனுபவம் எல்லோருக்கும் ஒன்றாக இருக்க வேண்டும் என்ற கட்டாயம் இல்லை.

எனது பதின்ம வயதில் ‘கல்யாணப் பரிசு’ படம் பார்த்துவிட்டு நான்கைந்து நாட்கள் தூக்கமின்றி மனச்சுமை யுடன் தத்தளித்திருக்கிறேன். ‘காதலிலே தோல்வியுற்றான் காளையொருவன்’ பாடல் தூக்கத்திலும் என் காதுகளில் ஒலித்துக்கொண்டே இருந்தது. இது அக்காலத்தில் அநேகருடைய அனுபவமும்தான். எனது வளர்ச்சிப்போக்கில் தமிழ் சினிமாவின் மிகை உணர்ச்சிச் செல்வாக்கிலிருந்து விரைவிலேயே விடுபட்டு விட்டேன். 1960களின் பிற்பகுதியிலோ 70களின் தொடக்கத்திலோ தீபம் இதழில் ‘திரைக்கு ஒரு திரை’ என்ற தலைப்பில் தமிழ் சினிமா பற்றி ஜெயகாந்தன் தொடராக எழுதிவந்தார். அதில் கல்யாணப் பரிசுபற்றி விரிவாக எழுதினார். நமது பதின்ம வயதுக்குரிய முதிர்ச்சியடையாத போலி ரசனையின் பலவீனங்களை அவர் மிகச் சிறப்பாக அதில் உடைத்துக்காட்டியிருப்பார். ஜெயகாந்தனின் படைப்புகளுக்கும் அத்தகைய ஒரு விமர்சனம் தேவை என்றே நினைக்கிறேன்.

ஜெயகாந்தன் காலமான பின்னணியில் அவரைப்பற்றி வந்து குவிகின்ற அஞ்சலிகள் எல்லாம் அவருடைய விமர்சன மரபுக்குப் புறம்பான புகழுரைகளாகவே காணப்படுகின்றன. அதற்கு அவர் தகுதியானவர் அல்லர் என்று நான் சொல்லவரவில்லை. தற்காலத் தமிழின் மிக முக்கியமான படைப்பாளிகளுள் அவரும் ஒருவர் என்பதில் எனக்குக் கருத்துவேறுபாடு இல்லை. ஆனால், அவரைவிட கலை ஆளுமைமிக்க படைப்புகளைத் தந்த அவர்காலத்து எழுத்தாளர்கள் சிலரைவிடத் தமிழ் வாசக மனதில் அவருக்கு ஒரு உயர்ந்த பீடம் உருவாகுவதற்குப் பின்னணியாக அமைந்த நமது கலை இலக்கிய பண்பாட்டுச் சூழல் எனக்கு முக்கியமாகப் படுகின்றது. அகிலனுக்கு சாகித்திய விருதையும் ஞானபீட விருதையும் பெற்றுக்கொடுத்த அதே சூழலும்

மதிப்பீடுகளும்தான் ஜெயகாந்தனுக்கும் அவ்விருதுகளையும் ராஜராஜன் விருதையும் பெற்றுக்கொடுத்ததா? அவ்வாறானால் நமது இலக்கிய அளவுகோல் எது? அதன் தாரதம்மியம் எத்தகையது? இக்கேள்விகள் முக்கியமானவை. எப்போதும் விமர்சனச் சிந்தனையோடு *(critical thinking)* வாழ்ந்த ஜெயகாந்தனுக்கு நாம் வழங்கும் நியாயமான அஞ்சலி, அவரையும் அவர் வாழ்ந்த காலச் சூழலையும் மதிப்பிடுவதற்கு நாமும் அச்சிந்தனை முறையைப் பயன்படுத்துவதுதான் என்றே நினைக்கிறேன்.

காலச்சுவடு, ஜூன், 2015

15

புதுமைப்பித்தன்: எழுத்துகளும் பதிப்புகளும்

புதுமைப்பித்தன் இறந்தபோது எனக்கு நாலு வயது. நான் பிறக்க முன்பே அவர் தமிழ்ச் சிறுகதையின் சிகரங்கள் சிலவற்றை எட்டியிருந்தார் என்பதையும், பாரதிக்குப் பிறகு தமிழ் இலக்கியத்தின் பிறிதொரு திருப்புமுனையாக விளங்கினார் என்பதையும் 1960களின் தொடக்கத்தில் எனது பதினேழு அல்லது பதினெட்டு வயதில்தான் முதல் முதல் அறிய நேர்ந்தது. என்னிடம் உள்ள 'புதுமைப்பித்தன் கதைகள்', 'புதுமைப்பித்தன்' கட்டுரைகள் ஆகிய நூல்கள் நான் 1962இல் வாங்கியவை. அப்போதிருந்து புதுமைப்பித்தனை அடிக்கடி படித்து வந்திருக்கிறேன். தொடர்ந்தும் சலிப்பில்லாமல் படிக்கக்கூடிய நவீன தமிழ் எழுத்தாளர் சிலருள் புதுமைப்பித்தன் முதன்மையானவர் என்பது என் அனுபவம். தீவிர தமிழ் வாசகர் பலரின் அனுபவமும் அவ்வாறே இருக்கலாம் என்பது என் நம்பிக்கை.

தற்காலத் தமிழ் இலக்கியம் பற்றிச் சிந்திக்கும் போது பாரதியையும் புதுமைப்பித்தனையும் அருகருகே வைத்துப் பார்க்காமல் இருக்க முடிவதில்லை. இருவருமே பெரும் சாதனையாளர்களாக அற்பாயுளில் மறைந்தது மட்டும் அதற்குக் காரணம் அல்ல. பாரதி கவிதையில் சாதித்ததைப் புதுமைப் பித்தன் சிறுகதையில் சாதித்தார். இருவருமே தற்காலத் தமிழ் இலக்கிய வரலாற்றில் புதுப்பாதை சமைத்தவர்கள். பாரதியின் காலத்தில் அவனுக்குச் சமமான அல்லது அவனுடன் ஒப்பிட்டுப் பேசக்

கூடிய கவிஞர்கள் என்று யாருமே இருந்ததில்லை. ஆனால், புதுமைப்பித்தனின் சமகாலத்தில் அவரோடு ஒப்பிட்டுப் பேசக்கூடிய முக்கியமான சிறுகதை ஆசிரியர்களாக கு.பா.ரா., மௌளி, பிச்சமூர்த்தி, பி.எஸ். ராமையா என்று சிலராவது இருந்தார்கள். ஆனால், இவர்களில் யாருமே புதுமைப்பித்தனைத் தாண்டி பாரதியின் அருகில் நிற்க முடியவில்லை. காரணம், புதுமைப்பித்தன்தான் பாரதிபோல் தன்காலத்தில் கலகக் காரனாகச் செயற்பட்டிருக்கிறார். புதுமைப்பித்தனின் கலகக் குரல் அவரது சமூக நோக்குச் சார்ந்தது. அதாவது, அவருடைய உள்ளடக்கம் சார்ந்தது. கவிதையில் பாரதியிடம் ஒலித்த தீவிர இலக்கியக் குரலை புனைகதையில் அதன் பிறிதொரு வடிவத்தில் நாம் புதுமைப்பித்தனிடம்தான் கேட்கிறோம். புதுமைப்பித்தனின் சக எழுத்தாளர்களைச் சித்தாந்த சநாதனிகள் என்றால் புதுமைப்பித்தன் அவர்களில் இருந்து விலகி கலகக்காரனாக, எதிர்ச் சனாதனியாகப் பாரதியின் அருகில் இருக்கிறார்.

புதுமைப்பித்தன் எவ்வகையில் ஒரு கலகக்காரன்? வழிவழியான நமது நம்பிக்கைகளை கற்பனைகளை கனவுகளை பொய்மைகளை நம் கண்முன்னே போட்டு உடைப்பதில் ஒரு கலகக்காரன். உன் சித்தாந்தப் புனைவுகளுள், புராதன மதிப்பீடுகளுள் இருப்பதல்ல வாழ்க்கை, இதோ என் கதைகளுள் இருப்பதுதான் பச்சையான வாழ்க்கை, இதுதான் உன் யதார்த்தம் என்று நம் முகத்தில் அறைந்தாற்போல் யதார்த்தத்தைப் புனைவதில் அவர் கலகக்காரன். “கற்பு கற்பு என்று கதைக்கிறீர்ளே, இதுதான் ஐயா பொன்னகரம்” என்பது வெறுமனே ஒரு கதையின் முடிவல்ல. நம் கற்பனைக்கும் யதார்த்தத்துக்கும் இடையே உள்ள நீண்ட இடைவெளியை, நம் மதிப்பீடுகளின் பொய்மையை நம்முகத்தில் ஓங்கி அடிக்கும் கலகக்குரல்தான் இது.

‘பொன்னகரம்’ மதுரைக்கு அண்மையில் உள்ள ஒரு கிராமத்தின் உண்மைப் பெயர் என்பார் ரகுநாதன். இருக்கலாம். ஆனால், கதையில் அது உருவகமாகவே செயற்படுகின்றது. நம் புனிதங்களின் உருவகம். நம் மனதில் சிருஷ்டித்துள்ள பொன்னகரங்களை ஈவிரக்கம் இல்லாமல் தன் குத்தலாலும் கிண்டலாலும் புனைவுகளாலும் உடைப்பதில் புதுமைப்பித்தன் கலகக்காரன்தான். கடவுளரின் பிம்பங்களும் இதனுள் அடங்கும். கந்தசாமிப் பிள்ளையின் முன் கடவுள் சிறுத்துப் போகிறார், ராமனைத் திரஸ்கரித்து அகலிகை மீண்டும் கல்லாகிறாள். புதுமைப்பித்தனின் பெரும்பாலான கதைகள் வெவ்வேறுவகையில் இப்பொன்னகரங்களின் உடைவுதான்.

புதுமைப்பித்தன் எல்லாவற்றையும் போட்டு உடைத்தாரே தவிர அதற்கு மாற்றீடாக எதனை முன்வைத்தார் என்ற கேள்வி

எழுவதுண்டு. புதுமைப்பித்தனுடைய இலக்கியக் கோட்பாட்டில் மாற்றீடுகளுக்கு இடம் இல்லை. “முடிவில் தர்மத்துக்கு வெற்றி கொடுக்க வேண்டியது கலைத்தொழிலில் ஈடுபடுகிறவனுடைய கடமை” என்பதைப் புதுமைப்பித்தன் ஒப்புக்கொள்ளவில்லை. “தர்மம் இலக்கியத்தில் மட்டும் வெற்றி பெற்றுக்கொண்டிருப்பதால் வாழ்வு அப்படியேயாகிவிடுமோ” என்று கேட்கிறார் அவர். “மகா இலக்கியங்கள், பலவித கோணங்களிலிருந்தும் வாழ்வை நோக்குவதைத் தடைசெய்வதற்காகக் கட்டம் போட்டு மாட்டப்பட்ட படங்கள் அல்ல” என்பது அவருடைய அழுத்தமான கருத்தாகத் தோன்றுகின்றது. இலக்கியம் வாழ்வைப் பலவித கோணங்களில் இருந்தும் புரிந்து கொள்வதற்கான சாதனமே என்பதைப் புதுமைப்பித்தன் நன்கு உணர்ந்திருந்தார் என்பதை நாம் இதன்மூலம் அறிந்துகொள்கிறோம். புதுமைப்பித்தனின் எழுத்துகளின் மூலம் நாம் வாழ்வை எவ்வாறு புரிந்துகொள்கிறோம் என்பதே முக்கியம். வாழ்க்கையின் இருண்ட பகுதிகளின் மீதே புதுமைப்பித்தன் தன் பார்வையைச் செலுத்தியிருக்கிறார். நமது மதிப்பீடுகளை ஒருபுறம் வைத்துவிட்டு வாழ்க்கையின் யதார்த்தத்தைப் புரிந்துகொள்ள அவரது சித்திரிப்பு நமக்கு உதவுமானால் அதுவே அவரைப் பொறுத்தவரை அவரது கலையின் வெற்றி எனலாம். தமிழ்ப் புனைகதை வரலாற்றில் முதல்முதல் பண்பாடு பற்றிய முற்கற்பிதங்களை உடைத்துக் கொண்டு நடுத்தர மற்றும் கீழ்மட்ட மக்களின் வாழ்வின் உண்மையான முகத்தை வெளிச்சத்துக்குக் கொண்டுவந்தவர் புதுமைப்பித்தன்தான். அதனாலேயே புதுமைப்பித்தன் மிகுந்த கவனத்துக்கும் விமர்சனத்துக்கும் உள்ளாகி இருக்கிறார்.

“என் கதைகளின் தராதரத்தைப் பற்றி ‘எரிந்த கட்சி’, ‘எரியாத கட்சி’ ஆடுகிறார்கள். அதற்குக் காரணம் பலர் இலக்கியத்தில் இன்னதுதான் சொல்ல வேண்டும், இன்னது சொல்லக் கூடாது என ஒரு தத்துவம் இருப்பதாகவும், அதை ஆதரித்துப் பேசுவதாகவும் மனப்பால் குடித்துக் கொண்டிருக்கலாம். உண்மை அதுவல்ல. சுமார் இருநூறு வருடங்களாக ஒரு விதமான சீலைப்பேன் வாழ்வு நடத்திவிட்டோம். சில விஷயங்களை நேர்நோக்கிப் பார்க்கவும் கூசுகிறோம். அதனால்தான் இப்படிச் சக்கரவட்டமாகச் சுற்றி வளைத்துச் சப்பைக்கட்டுக் கட்டுகிறோம்.” என்று 1942இலேயே எழுதினார் புதுமைப்பித்தன். ஆயினும், இன்றுவரை புதுமைப்பித்தன் பற்றிய மதிப்பீட்டில் இப்போக்கு வெவ்வேறு அளவில் தொடர்வதைக் காணலாம்.

நவீன எழுத்தாளர்களுள் புதுமைப்பித்தன் அளவு விமர்சனத்துக்கு உள்ளான வேறு எழுத்தாளன் இல்லை எனலாம்.

இந்த விமர்சனம் போற்றலும் தூற்றலும் நிறைந்தது. இதன் ஒரு முனையில் ரகுநாதன் இருக்கிறார். புதுமைப்பித்தனின் 'திருமேனியில்' ஒரு ஈயைக் கூட மொய்க்கவிடாது புனிதப் போர்வையால் அவரைப் போர்த்திப் பாதுகாக்கும் கரிசனை அவரது சமீபத்திய நூலில் ('புதுமைப்பித்தன் கதைகள்: சில விமர்சனங்களும் விஷமத்தனங்களும்') துலக்கமாகத் தெரிகிறது. மறுமுனையில் மார்க்சியத்தை வரலாற்றுக் குப்பைக் கூடைக்குள் வீசிவிட்டு, கட்டுடைக்கும் புனித இயந்திரத்தைக் கையேற்றுள்ள அ. மார்க்ஸ் இருக்கிறார். புதுமைப்பித்தனின் பிரதிகளைக் கட்டுடைத்து அதற்குள் இருந்து தலித்துகள், மறவர்கள், கிறிஸ்தவர்கள் மற்றும் இதர மாமிச பட்சிணிகளை இழிவுபடுத்தும் ஆபத்தான கூறுகளை மிகுந்த கரிசனையுடன் தோண்டி எடுத்துக் கொண்டிருக்கிறார். மற்றவர்கள் இவர்கள் இருவருக்கும் இடையிலே இருக்கிறார்கள். ஆனால், தன் விமர்சகர்களைப் பார்த்துப் புதுமைப்பித்தன் இவ்வாறு சொல்கிறார்:

"வேதாந்திகள் கைக்குள் சிக்காத கடவுள் மாதிரிதான் நான் பிறப்பித்துவிட்டவையும். அவை உங்கள் அளவுகோல்களுக்குள் அடைபடாதிருந்தால் நானும் பொறுப்பாளியல்ல நான் பிறப்பித்து விளையாட விட்ட ஜீவராசிகளும் பொறுப்பாளிகளல்ல உங்கள் அளவுகோல்களைத்தான் என் கதைகளின் அருகில் வைத்து அளந்து பார்த்துக்கொள்கிறீர்கள் என்று உங்களுக்குச் சொல்லிவிட விரும்புகிறேன்."

2

புதுமைப்பித்தன் பற்றி எழுதியவர்கள் எல்லாரும் அவரின் சிறுகதைகள் பற்றியே எழுதியிருக்கிறார்கள். புதுமைப்பித்தனின் மொழிபெயர்ப்புகளைத் தவிர்த்துப் பார்த்தால் கிட்டத்தட்ட தன் சிறுகதைகளின் பக்க எண்ணிக்கையின் அளவுக்கு புனைகதை அல்லாத உரைநடையும் அவர் எழுதியிருக்கிறார் என்று தெரிகின்றது. கட்டுரைகள், கடிதங்கள், மதிப்புரைகள், உலக அரசியல் விமர்சனங்கள் என இது பலரகப்பட்டது. புதுமைப்பித்தனின் இலக்கியக் கொள்கை, விமர்சன நோக்கு, வாழ்க்கை பற்றிய மதிப்பீடுகள், சமூக – அரசியல் நிலைப்பாடு என்பனபற்றி இவை வெளிப்படையாகப் பேசுகின்றன. புதுமைப்பித்தனின் சிறுகதைகளோடு இவற்றையும் ஒருமித்து நோக்கும்போது புதுமைப்பித்தன் பற்றிய முழுமையான பார்வை நமக்குக் கிடைக்கும். புதுமைப்பித்தனின் பன்முகத்தன்மை பரிமாணம், அவற்றின் பலம், பலவீனம் என்பவற்றை நம் போக்கில் நாம் புரிந்துகொள்ள முடியும்.

இந்திய வரலாற்றிலும் உலக வரலாற்றிலும் மிக முக்கியமான, நெருக்கடி மிக்க காலகட்டத்தில் வாழ்ந்தவர் புதுமைப்பித்தன் (1906 – 1948). இந்திய விடுதலைப் போராட்டமும் இந்திய சமூகங்களுக்கிடையே முரண்பாடுகளும் மோதல்களும் நிகழ்ந்துகொண்டிருந்த காலம் இது. உலக நிலையில் முதலாளித்துவத்தின் முதிர்நிலையான ஏகாதிபத்திய எழுச்சியும் ஏகாதிபத்திய எதிர்ப்பும், சோசலிஷ, கம்யூனிஸ இயக்கங்களும், சோவியத் புரட்சியும், சோசலிசக் கட்டுமானமும், இரண்டு உலக யுத்தங்களும் நிலவிய காலம்; இக்காலகட்டத்தின் இலக்கிய, கருத்துநிலைத் தேவைகளுக்கும் சவால்களுக்கும் புதுமைப்பித்தன் எவ்வாறு முகம்கொடுத்தார், எதிர்வினையாற்றினார் என்பதை அவரது சிறுகதைகளும் கட்டுரைகளும் நமக்கு உணர்த்துகின்றன. சிறுகதைகள் அவரது இலக்கிய – அழகியல் எதிர்வினைகள் என்றால் கட்டுரைகள் அவரது அரசியல் எதிர்வினைகளாக உள்ளன.

இவ்வகையில் புதுமைப்பித்தனின் நான்கு நூல்கள் முக்கியமானவை. 'பேஸிஸ்ட் ஜடாமுனி', 'கப்சிப் தர்பார்', 'ஸ்டாலினுக்குத் தெரியும்', 'அதிகாரம் யாருக்கு' என்பன அவை. இவை நான்கும் புதுமைப்பித்தனின் 35 – 40 வயதுக்குள் எழுதி முடிக்கப்பட்டவை. இது இரண்டாவது உலக யுத்தம் தொடங்கித் தீவிரமாக நடைபெற்றுக்கொண்டிருந்த காலம். முதல் இரண்டு நூல்களும் உலக யுத்தத்தின் பிதாமகர்களான முசோலினி, ஹிட்லர் இருவரையும் பற்றியவை. மூன்றாவது நூல் சோவியத் சோசலிசக் கட்டுமானத்தில் ஸ்டாலினின் பாத்திரம் பற்றியது. கடைசிநூல் அதிகாரம் பற்றிய அரசியல் விஞ்ஞானத்தை விபரிப்பது. இந்த நூல்களைப் படிக்கும்போது புதுமைப்பித்தனின் வேறொரு பரிமாணம் நமக்குத் தெரிகின்றது. உலக அரசியல் விவகாரங்களில் அதிக அக்கறையும் விஷயஞானமும் உடைய, முதலாளித்துவ, ஏகாதிபத்திய, பாசிஸ சக்திகளுக்கு எதிரான, சோசலிச பொதுவுடைமைக் கருத்துக்களுக்கு எட்டி நின்றேனும் ஓரளவு அனுசரணை காட்டுகின்ற, ஜனநாயகம், தனிமனித சுதந்திரம் என்பவற்றை வலியுறுத்துகின்ற புதுமைப்பித்தனின் அரசியல் பரிமாணம் இது. இந்த அம்சத்தைப் புதுமைப்பித்தன் காலத்து வேறு எந்த இலக்கியக்காரர்களிடத்தும் நாம் காணமுடியாது.

மேல்குறிப்பிட்ட நான்கு நூல்களிலும் 'பேஸிட் ஜடாமுனி' மிகவும் பெரியது. சுமார் 250 பக்கங்கள் நீண்டது. முசோலினியின் வாழ்க்கை வரலாற்றினூடாக இத்தாலியின் அரசியல் வரலாற்றையும், ஐரோப்பிய அரசியலையும் இதில் விரிவாகவும் மிகவும் சுவையாகவும் அலசுகிறார் புதுமைப்பித்தன்.

தகவல்களுக்குப் புதுமைப்பித்தன் பயன்படுத்திய நூல்கள் எவை என்று தெரியவில்லை. ஆயினும்; அவரது பரந்த, பலமான வாசிப்புப் பின்புலம் அவரது எழுத்தில் நன்கு வெளிப்படுகின்றது.

பாஸிசம் பல்வேறு அர்த்தத்தில் நாம் இன்று அன்றாடம் பயன்படுத்தும் சொல்லாகிவிட்டது. முசோலினியின் கட்சியின் பெயருடன் இணைந்து அது ஒரு அரசியல் சித்தாந்தமாகவே நிலைபெற்றுவிட்டது. முதலாளித்துவத்தின் குரூர முகந்தான் பாஸிசம் என்பதை முசோலினியின் வரலாற்றின் மூலம் புதுமைப்பித்தன் இந்நூலில் விளக்க முயன்றிருக்கிறார். இதே கருத்தை ஹிட்லர் பற்றிய நூலிலும் ('கப்சிப் தர்பார்') அவர் தன் கோணத்தில் விளக்கிச் செல்கிறார். பாஸிசம் தோன்றிய காலத்திலிருந்து அது சோசலிசத்துக்கு எதிரானதாகவே இருந்து வந்துள்ளது. முசோலினியும் ஹிட்லரும் பொதுவுடமைவாதிகளைக் கொன்றொழித்தனர், அல்லது சிறையிலடைத்தனர். புதுமைப் பித்தன் தன் நூலில் இதனை விரிவாகப் பதிவு செய்திருக்கிறார்.

பாஸிசமும் பொதுவுடமையும் கைத்தொழில் யுகத்தின் உற்பத்திகளே என்ற புரிதல் புதுமைப்பித்தனுக்கு இருந்தது. பொருத்தம் கருதி இது தொடர்பான புதுமைப்பித்தனின் நீண்ட மேற்கோள் ஒன்றை இங்கு தருகிறேன்.

> 'தேவைகளை – அன்றாடத் தேவைப் பொருள்களை – இலட்சியமாக்கிய பெருமை இந்த மிஷின்யுகத்தின் கைங்கரியம். அந்த இலட்சியத்தின் தர்க்க முடிவு எல்லோருக்கும் சாப்பாடு கிடைக்கும்படி செய்வதே. இது இவ்வுலகத்தில் மோட்ச சாம்ராச்சியத்தை ஸ்தாபிப்பது என்ற பொதுவுடமை சித்தாந்தத்தில் வந்து முடிவடைந்தது. இந்த உபாக்கியானத்தின் கிளைக் கதைகள் நாஸ்தீகம், பொருளாதார அடிப்படையுடன் சரித்திரத்தை வியாக்கியானம் செய்தல் முதலியவை. இவற்றை ஆதாரமாகக் கொண்ட ஒரு கட்டுக்கோப்பு ருசியாவில் எழுந்தது. அங்கு அது எழுவதற்கு முன்னும் பின்னும் அதன் சீடர்கள் உலகின் பல நாடுகளுக்கும் சென்று சமுதாயத்தின் ஜீவப்பிண்டத்தைப் பாதித்து வந்தனர். இதற்குத்தான் முதலாளித்துவ சர்க்கார்கள், 'பொதுவுடமை அபாயம்', 'போல்ஷிவிக் ஆபத்து', 'சிவப்புப் பயங்கரம்' என்ற பெயர்களைக் கொடுத்தார்கள். வேர்ஸேல்ஸ் உடன்படிக்கை ஐரோப்பிய மனநிலயைப் பெரிய கலக்குக் கலக்கியதுபோல் அது சமுதாய அமைப்பிலும் பெரிய மாறுதல்களை உண்டுபண்ணிற்று. சோனியாக மெலிந்து வந்த முதலாளித்துவம் தன்னைப் பாதுகாத்துக்கொள்ள மிகுந்த பயத்துடன்

பெற்ற குழந்தைதான் இந்த பேஸிஸமும், நாஜிஸமும். ஐரோப்பாவிலோ மற்ற இடங்களிலோ சிறிய நாடுகள் சுதந்திரத்தைக் காப்பாற்றிக்கொள்ள வேண்டுமெனில் ராட்சசத் தன்மையைக் கடைப்பிடித்தால்தான் முடியும் என்பதை இந்த அரசியல் உற்பாதங்கள் நிரூபித்தன. இவை தம்மைப் பலப்படுத்திக் கொள்ள அயல்நாடுகளில் புல்லுருவிபோல் பாய்ந்து, அவற்றை நாசமாக்கப் பொதுவுடைமைவாதிகளின் வழிகளையே பின்பற்றின. இப்படியாகப் பொதுவுடமை அபாயத்துடன் பேஸிஸ்ட் – நாசி அபாயங்களும் சம்பவிக்கலாயின. மிஷின் யுகத்தின் இரண்டு சாயைகள்தான் பொதுவுடைமை பேஸிஸ்ட் தத்துவங்கள்.

பேஸிஸ்ட்டுகள் மனித சமுகத்திற்கு இன்று ஏற்பட்டுள்ள ஆபத்துகள் எல்லாவற்றிலும் முதன்மையான கோர ஆபத்து பொதுவுடைமையே என்று கூறி அதைச் சபிக்கிறார்கள்...... எல்லா ஜனங்களுக்கும் ஆளச் சக்தி கிடையாது என்றும், சிலரே ஆளப்பிறந்தவர்கள் என்றும், சாமார்த்தியமுள்ள ஒரு சிலர் கைக்குள்ளேயே சர்க்கார் இயந்திரம், சமூகம் எல்லாம் சிக்கியிருந்தால்தான் தேசத்துக்குச் க்ஷேமம் என்றும் அவர்கள் விவாதிக்கிறார்கள். ஆனால் பொதுவுடைமைவாதிகளோ பேஸிஸம் ஒன்றும் புதிதில்லை என்றும், சாகக் கிடக்கும் முதலாளித்துவமே கடைசியாக அந்த ரூபத்தில் தோன்றியிருக்கிறதென்றும், பேஸிஸ்ட் – நாஜி உறுமல்கள் எல்லாம் முதலாளித்துவத்தின் கடைசி விக்கல் என்றும் சொல்கிறார்கள்." ('பேஸிஸ்ட் ஜடாமுனி')

பாஸிசத்தையும் பொதுவுடைமையையும் எதிரெதிரே நிறுத்தினாலும் புதுமைப்பித்தன் பாஸிசத்தையும் முதலாளித் துவத்தையும் முற்றாக நிராகரிப்பதையும் பொதுவுடைமையின் மீது அனுதாபம் கொண்டிருப்பதையும் அவரது எழுத்துகளில் பரவலாகக் காணலாம். பாஸிசத்தைப் பற்றிக் கூறுகையில் 'பேஸிஸம் புதிதாகப் பிறந்த தத்துவமல்ல புராதன எதேச்சாதிகாரத்துடன், தற்போதைய மிஷிஜீன் யுகத்தின் அவசியத்துக்கேற்ப, மனித சிந்தனையையும், சுதந்திரத்தையும் நசுக்குவதற்காகக் கட்டிச் கோக்கப்பட்ட கடதாசிக் குப்பையே அது" என்பார் புதுமைப்பித்தன் (பே.ஜ.மு) பாஸிசம் முதலாளித்துவ சமூகத்தின் வக்கரித்த ஆட்சி என்பது புதுமைப்பித்தனின் கருத்து.

'மக்கள் ஆட்சியில் நிர்வாக யந்திரமானது, உறுதி சற்றும் இல்லாத பதவிவேட்டை உடும்புகளிடம் அகப்பட்டு, சமாஜத் தொடர்பை இழந்து நிர்வாகத்தை நல பங்கீடு

அங்காடியாக ஆக்கிவிடும் பொழுது, இந்த பாஸிசம் என்ற முதலாளித்துவ சமாஜத்தின் வக்கரித்த ஆட்சி உதயமாகின்றது. தொற்று நோய்கள் போல இந்த ஆட்சியும் ஒரு தற்காலிகமான சாகைதான். சித்த வைத்தியத்தின் பாஷாண சிகிச்சை மாதிரி இற்றுப்போன சமாஜத்தை உயிர்ப்பிக்க, இந்த சர்வ–தாண்டவம் அவசியம் என வாதிக்கிறவர்கள் உண்டு. இந்த மாதிரியான சித்தாந்தம் எல்லாம், தர்க்க சோதனைகளாக வைத்துக்கொள்ள வேண்டுமே ஒழிய, மனித வம்சத்தின் அந்தராத்மாவான சமாஜரூபத்தின் மீது பிரயோகித்துப் பார்க்க வேண்டிய விஷப் பரிட்சைகள் எனக் கருதக் கூடாது"

என பிரிதோரிடத்தில் புதுமைப்பித்தன் எழுதுகிறார் ('அதிகாரம் யாருக்கு').

முதலாளித்துவத்தை 'சொத்துரிமை மகோதரம்' என்று வருணிக்கும் புதுமைப்பித்தன் முதலாளித்துவ சமூகம் பற்றித் தரும் பின்வரும் சித்திரம் நம் கவனத்துக்குரியது.

'தனிமனிதனுக்குச் சொத்துரிமை தந்து யந்திர வசதியில் அகப்பட்டுக்கொண்டு அதில் ஒருமைப்பாடு காணும்படி அதை உபயோகிக்க வகைதெரியாமல் தவிக்கும் சமுதாயமே முதலாளித்துவ சமுதாயம் என்று சொல்லவேண்டும். யந்திரத்தை உபயோகித்து, சர்க்காருக்குச் சமனாக செல்வம் பெற்று அதைத் தன் வசப்படி ஆட்ட தனிமனிதனுக்கு வசதி அளிப்பது இதுதான். இது ஜனங்களின் சம்மதத்தின் பேரில் எழுந்த ஆட்சியாக இருக்குமாகில் அமெரிக்க ரக ஜனநாயகமாக இருக்கும், ஜனங்களின் சம்மதிப்பு உதாசீனம் செய்யும் ஒன்றாக இருந்தால், ஜெர்மன் இத்தாலிய ஏக தர்பாராக விடியும். ஒன்றில் அடிமை வரம்பில் நின்று மேலெவ்வ வொட்டாத சம்பள வாழ்வு சம்பவிக்கும். மற்றொன்றில் அடிமைத்தனம் சம்பவிக்கும். சர்க்காரை இவ்வாறு கவந்தராசியாகவே வைத்திருப்பதனால்தான் தனிமனித வாழ்வு திரணமாக மதிக்கப்படுகின்றது" ('அதிகாரம் யாருக்கு').

இதற்கு மாறாக "பொதுவுடமை எல்லோருடைய தேவையையும் திருப்தி செய்வதற்கென்று தர்க்க ரிதியாக வகுக்கப்பட்ட ஓர் அரசியல் சித்தாந்தம்" என்று கூறும் புதுமைப்பித்தன் ('பேஸிஸ்ட் ஜடாமுனி'), 'சொத்துரிமையை தனிமனிதனுக்கு வழங்கும் சமுதாயத்தில் வாழும் மனிதர்களில் பெரும்பகுதியினர் அன்ன விசாரத்தில் ஈடுபடுவதையே பிரதான காரியமாக நடத்திவர வேண்டியிருக்கிறது. இந்தத் தொந்திரவு தனிமனிதனுடைய

தோளிலிருந்து அகற்றப்பட்டுவிட்டால், அவனுடைய மனோசக்திகள் யாவும் பிரயோஜனப்படக்கூடிய வேறு எத்தனையோ காரியங்களில் ஈடுபடுத்தப்பட முடியும். இது ஓரளவு சாத்தியம் என்பதை நிரூபித்துவிட்டது ஸோவியத் ரஷ்யா" என்றும், "ஏற்றத்தாழ்வு என்பது சாதாரண உரிமைகளில் இல்லாதபடி பார்த்துக் கொண்டால்தான் மனித வம்சம் விருத்தியடைய வகையுண்டு" என்றும் அதிகாரம் யாருக்கு என்ற நூலில் கூறுகிறார்.

ஸ்டாலினின் தலைமைத்துவத்தின் கீழ் சோவியத் யூனியனில் சோசலிசக் கட்டுமானம் பற்றிய சாதகமான சித்திரத்தை 'ஸ்டாலினுக்குத் தெரியும்' என்ற நூலில் புதுமைப்பித்தன் மிகவும் விஸ்தாரமாகத் தீட்டியிருக்கிறார். ஏனைய எழுத்துகளில் ஆங்காங்கே பொதுவுடமை பற்றிப் போகிறபோக்கில் விசுக்கும் குத்தல் விமர்சனங்கள் எதையும் இதில் காணமுடியவில்லை. அக்டோபர் புரட்சி சமூகங்களுக்கிடையே சம உரிமையைக் கொண்டுவந்தது பற்றி புதுமைப்பித்தன் பின்வருமாறு எழுதுகிறார்:

> "அக்டோபர் புரட்சி கழிந்த இரண்டாவது நாள் ரஷ்யத் தொழிலாளர்கள், குடியானவர்கள் சர்க்காரின் பிரகடனம் கையெழுத்திடப்பட்டது. பல ஜாதியினரின் கமிஸார் என்ற ரிதியில் ஸ்டாலின் அதில் கையெழுத்திட்டார். லெனின், ரஷ்யாவில் உள்ள சகல வர்க்க, ஜாதிய வேறுபாடுடைய மக்கள் யாவரும் சம உரிமை உள்ளவர்கள் என்பதை அங்கீகரித்தார். ஜார் ஆண்ட ரஷ்யாவைப் பல ஜாதீய மக்களின் சிறைக்கோட்டம் என்று வர்ணிப்பார்கள், இந்தப் பிரகடனம் அந்த சிறைச்சாலையின் பூட்டை திறந்த சாவி" ('ஸ்டாலினிக்குத் தெரியும்').

இவ்வாறு கூறும் புதுமைப்பித்தன், "ஸோவியத் சமுதாயத்திலே மிகுந்த கவுரவம் அளிக்கப்படும் பிரஜை கலைஞன்" என்றும் "ஸோவியத் மக்களுக்கு சுயமாகச் சிந்திப்பதற்குப் பயிற்சி கொடுக்கப்பட்டுள்ளது" என்றும் புகழ்ந்துரைப்பார். சோவியத் அரசு அது உருவான காலத்திலிருந்தே நெருக்கடிகளை எதிர்கொண்டு வந்திருப்பதையும், அதன் மத்தியில் புதிய சமூகத்தை உருவாக்குவதில் அதன் முயற்சிகளையும் பரிசோதனைகளையும் புதுமைப்பித்தன் அனுதாபத்துடன் நோக்குவதை இந்நூலில் காணமுடிகின்றது.

"அதிகாரம் யாருக்கு?' என்ற நூல் அரசியல் விஞ்ஞானத்தில் புதுமைப்பித்தனுக்கிருந்த அக்கறையையும் அறிவையும் காட்டுகின்றது. ஏகாதிபத்தியக் கெடுபிடியும் யுத்தமும் உச்சத்தில்

இருந்த காலகட்டத்தில் அதற்குப் பின்புலமாய் இருந்த அரசியல் அதிகாரம் பற்றி புதுமைப்பித்தன் ஆழமாகச் சிந்தித்திருக்கிறார் என்று தெரிகின்றது. அரசியலை அதிகாரத்துக்கான ஆடுகளமாகவே புதுமைப்பித்தன் கருதியிருக்கிறார். உண்மையான அதிகாரம் இறுதியில் மக்களிடம் இருக்க வேண்டும் என்பதுதான் புதுமைப் பித்தனின் கருத்தாகும். ஆனால் மக்களாட்சியோ எதேச்சாதிகார ஆட்சியோ "இதுவரை மனித நலத்துக்கு பூர்ண பொருத்தத்துடன் வேலை செய்தே வந்திருக்கின்றன என்று சொல்லமுடியாது" என்பது அவரது முடிவு. "அரசியல் கட்டுக்கோப்பு சோதனையில் லட்சியப் பேச்சுக்கு இடமில்லை" என்று இந்நூலுக்கு எழுதிய முன்னுரையில் கூறும் புதுமைப்பித்தன், தனக்குரிய வழக்கமான கிண்டலோடு "கருணை என்ற வார்த்தையின் பொருள் இப்போது கிழங்குவர்க்கத்தில் அடங்கிவிட்டது. அரசியல் மண்ணில் அது முளைக்காவிட்டால் அதிசயம் இல்லை. முளைக்குமாகில் அதற்குக் காரணம் அரசியலின் தன்மை அல்ல" என அரசியல் அதிகாரத்தின் தன்மையை வலியுறுத்துகின்றார். இந்நூலின் கடைசிப் பகுதி ('ஏகாதிபத்தியம்: சர்வதேசீயம்') மிக முக்கியமானதாக எனக்குத் தோன்றுகின்றது. ஏகாதிபத்தியங்களின் ஆதிக்க வெறியையும் யுத்த அனர்த்தங்களையும் தன் வாழ்நாளிலேயே கண்ட புதுமைப்பித்தன் ஏகாதிபத்தியம், யுத்தம் என்பன பற்றிய தன்பார்வையை இங்கு முன்வைக்கின்றார். யுத்தத்தை முடிவுக்குக் கொண்டு வருவது பற்றி அவர் இறுதியாகக் கூறுவது நம் கவனத்துக்குரியது.

> "யுத்தம் நிற்பது என்பதன் தெளிவான பொருள் என்னவென்றால், தனி மனிதன் தன்னிடம் எவ்வாறெல்லாம் நடந்து கொள்ளக் கூடாது என்று ஒரு சமாஜத்தின் நிர்வாகம் கருதுகிறதோ அவ்வாறெல்லாம் தானும் பிறநாட்டு ராஜாங்க ஸ்தாபனங்களுடன் எல்லாம் நடந்துகொள்ளுவதில்லை என்று சம்மதித்து வடுப்படாத தனது ஆதிபத்திய உரிமையில் ஒரு பகுதியை இழக்கத் தயாராக இருக்க வேண்டும் என்பதேயாகும். அவ்வாறு செய்வதால் நாட்டில் உள்ள செலவினத்தில் பெரும்பகுதி குறைந்துவிடும். இவ்வாறு மனித சமூகத்தின் கழுத்தில் உள்ள பளு குறைவதால் மனித வம்சம் நசித்துப் போகாதிருக்க அது செய்ய வேண்டிய, இன்னும் கவனிக்கப்படாதிருந்து வரும் பல காரியங்களுக்கு அவகாசமும் வசதியும் கிடைக்கும். ஆனால், யுத்தத்தின் மூலம் உலக வம்ச ஒழுங்கை நிலைநாட்டிக் கொள்ளுவது என்பது பிராந்திமயக்கம் தீர மீண்டும் பிராந்தி குடிப்பதுதான்" ('அதிகாரம் யாருக்கு').

இன்றைய உலக அரசியல் சூழலில் இது இன்னும் பொருத்தமான கருத்தாகவே உள்ளது.

3

புதுமைப்பித்தனின் கட்டுரைகளையும் மதிப்புரைகளையும் ஒன்றாக நோக்க வேண்டும். சிறிதும் பெரிதுமான சுமார் அறுபது கட்டுரைகளும் சுமார் எழுபது மதிப்புரைகளும் இத்தொகுப்பில் இடம்பெற்றுள்ளன. பெரும்பாலும் எல்லாமே இலக்கியம் பண்பாடு தொடர்பானவை. புதுமைப்பித்தனின் கலை இலக்கியக் கோட்பாடுகளையும் விமர்சன நோக்கையும் நாம் இவற்றின் ஊடாகப் புரிந்துகொள்ள முடிகிறது.

கவிதை பற்றி புதுமைப்பித்தன் பலகட்டுரைகள் எழுதியிருக்கிறார். கவிதையைப் பொறுத்தவரை புதுமைப்பித்தன் அவர் காலத்தில் மேலோங்கியிருந்த புது விமர்சனத்தினதும் *(New Criticism)*, இரசனைக் கோட்பாட்டினதும் செல்வாக்குக்கு உட்பட்டிருந்தார் என்று தெரிகின்றது. இடைக்காலத் தனிப்பாடல்கள் பற்றிய நயப்புக் கட்டுரைகளில் இது தூக்கலாக வெளிப்படுகின்றது. கவிதையை இலட்சிய மயப்படுத்தி மிகை உணர்வுடன் நோக்குகின்ற பார்வை இது. இங்கு கவிதை கடவுளின் படைப்புக்குச் சமனாக்கப்படுகின்றது. “கடவுள் கனவுகண்டார், இந்தப் பிரபஞ்சம் பிறந்தது. கவிஞன் கனவு கண்டான், இலக்கியம் பிறந்தது” என்பார் புதுமைப்பித்தன். கவிதை கலையின் அரசி என்பதை புதுமைப்பித்தனும் வழி மொழிகிறார். கவிதையின் ஜீவநாடி உணர்ச்சி என்பதைப் பல கட்டுரைகளில் வலியுறுத்துகின்றார். அதை சங்கீதத்துடன் இணைத்துப் பார்க்க வேண்டும் என்கிறார். “கவிதை மனிதனின் உணர்ச்சியில் பிறந்த உண்மை. உள்ளப் பாற்கடலில் பிறந்த அமிர்த கலசம், மனித உள்ளம் யதார்த்த *(realistic)* உலகத்துடன் ஒன்றுபட்டோ பிரிந்தோ கண்ட கனவு, அது உள்ள நெகழ்ச்சியிலே உணர்ச்சி வசப்பட்டு வேகத்துடன் வெளிப்படுகிறது. அதுதான் கவிதை” என கவிதையை உணர்ச்சியை மையமாகக் கொண்டு விபரிக்க முனைகிறார். இதைக் கவிதை பற்றிய உணர்ச்சிக் கொள்கை என விமர்சகர் கூறுவர். தமிழில் டி.கே.சி.யிடம் மிதமிஞ்சிக் காணப்பட்ட இக்கொள்கை புனைகதையில் புதுமைகளைச் சாதித்த புதுமைப்பித்தனிடமும் செல்வாக்குப் பெற்றிருந்தமை வியப்புக்குரியது.

சிறுகதை பற்றிப் பேசும்போது புதுமைப்பித்தன் மிகவும் யதார்த்தவாதியாகவும் கலகக்காரனாகவும் இருக்கிறார். இதுபற்றி ஏற்கனவே சற்று விரிவாகப் பேசினோம். ‘காஞ்சனை’, ‘ஆண்மை’ ஆகிய தனது நூல்களுக்கு எழுதிய முன்னுரைகளில் தன் சிறுகதைக் கொள்கை பற்றி அழுத்தமாகக் கூறியிருக்கிறார். சிறகதை பற்றிய அவரது கொள்கைக்கும் கவிதை பற்றிய

கொள்கைக்கும் இடையே நீண்ட இடைவெளி இருப்பதாக எனக்குத் தோன்றுகின்றது. இரண்டு இலக்கிய வடிவங்களுக்கும் இடையே உள்ள வேறுபாடு மட்டும் இதற்குக் காரணம் அல்ல. கவிதை பழமையான இலக்கிய வடிவம் என்ற வகையில் கவிதை பற்றிய பாரம்பரியச் சிந்தனையின் தாக்கம் நவீன எழுத்தாளர்கள் பலரிடமும் வலுவாக இருந்தது. புதுமைப்பித்தன் தன்னளவில் வித்தியாசமான கவிதைகள் பலவற்றை எழுதியிருந்தபோதிலும் கவிதைபற்றிய பார்வையைப் பொறுத்தவரை இந்த உணர்ச்சிக் கொள்கையிலிருந்து அவராலும் விடுபட முடியவில்லை. கு. அழகிரிசாமியும் இவ்வகையில் குறிப்பிடத்தக்கவர்.

புதுமைப்பித்தனின் கட்டுரைகள் பற்றிப் பேசும்போது 1937இல் தழுவல், மொழி பெயர்ப்பு பற்றிய விவாதத்தில் புதுமைப்பித்தனின் நிலைப்பாட்டைப் பற்றிக் குறிப்பிடாமல் இருக்க முடியாது. புதுமைப்பித்தன் தழுவலை முற்றாக நிராகரித்து மொழிபெயர்ப்பை மட்டும் ஆதரித்துப் பேசியிருக்கிறார். தழுவலை 'வெறும் திருட்டு' என்று அவர் முத்திரை குத்தியிருக்கிறார். இது இன்னும் சற்ற ஆழமாக விவாதிக்கப்பட வேண்டிய விசயம். தழுவலில் பல வகைகள் உண்டு. புதுமைப்பித்தன் ஒருவகை பற்றி மட்டுமே பேசுகிறார். "அதாவது ஒரு குறிப்பிட்ட அன்னிய நாட்டுக் கதையின் முக்கிய சம்பவங்களை வைத்துக் கொண்டு ஏறக்குறைய அதைப்போல ஒரு கதையை ஜோடித்தல்" பிற மொழிக் கதையின் ஊர்ப்பெயர், பாத்திரப் பெயர், பண்பாட்டு அம்சங்களை மாற்றி மூல ஆசிரியரின் பெயர் குறிப்பிடாமல் சொந்தக் கதைபோல் எழுதுதல். இதையே புதுமைப்பித்தன் தழுவல் என்று சாடுகிறார், இலக்கியத் திருட்டு என்கிறார். புதுமைப்பித்தன் காலத்திலும் அதற்கு முன்பும் இத்தகைய தழுவல்கள் நிறையச் செய்யப்பட்டிருக்கின்றன. கல்கியை இதற்காகப் புதுமைப்பித்தன் உக்கிரமாகத் தாக்கியும் இருக்கிறார். ஆனால், புதுமைப்பித்தனே இத்தகைய தழுவல்கள் சிலவற்றைச் செய்திருப்பது இப்போது தெரியவந்துள்ளது. புதுமைப்பித்தன் பிறர் மீது சுமத்திய திருட்டுப் பழியை அவரே சுமக்கவும் நேர்ந்துள்ளது. இந்த விவாதத்தின்போது புதுமைப்பித்தன் தன் தழுவல் விளையாட்டுகளையும் வெளிப்படுத்தியிருக்கலாம். 'நானும் இத்தகைய தழுவல்கள் சிலவற்றை (பத்திரிகைத் தேவைக்காகச்) செய்திருக்கிறேன். ஆனால், நான் அவற்றை எனது படைப்புகள் என்றோ, நல்ல இலக்கிய முயற்சிகள் என்றோ ஒப்புக்கொள்ள மாட்டேன்' என்று கூறியிருக்கலாம். ஆனால் புதுமைப்பித்தன் எச்சந்தர்ப்பத்திலும் தன் தழுவல் முயற்சிகள் பற்றிக் கூறியதில்லை. அதற்கு அவர் உரிமைகோர முயன்றதும் இல்லை என்பது நம் கவனத்துக்குரியது. அவற்றுக்குச் சொந்தம் கொண்டாடவோ,

தன் படைப்புகளுடன் அவற்றையும் சேர்த்துக்கொள்ளவோ அவர் விரும்பியதில்லை என்றே தோன்றுகின்றது. ஆயினும் பதிப்பாளர்களின் சிரத்தையின்மையால் திருட்டுப் பழியை புதுமைப்பித்தனும் சுமக்க நேர்ந்தது.

மூலத்தைக் குறிப்பிடாமல் தன் சொந்தக் கதைபோல் பிற மொழிக் கதை ஒன்றைத் தழுவி எழுதுவது, அதனுடைய இலக்கியத் தாரதம்மியம் எப்படி இருந்தாலும் நேர்மைக் குறைவான காரியம் என்பதில் ஐயம் இல்லை. ஆனால், மொழி பெயர்ப்புக்கும் தழுவலுக்கும் எல்லாக் காலத்திலும் இடம் இருந்தே வந்திருக்கின்றது. கம்பராமாயணம் வால்மீகியின் மொழிபெயர்ப்பல்ல. அது ஒருவகையில் தழுவலே. மூலக் கதையை எடுத்துக்கொண்டு கம்பன் தன் சொந்தப் போக்கில் அதைப் படைத்திருக்கின்றான். முற்காலங்களில் நடந்த மொழி பெயர்ப்புகள் பெரும்பாலும் இத்தகையன என்றே சொல்ல வேண்டும். இது புதுமைப்பித்தன் கூறும் திருட்டுத் தழுவல் அல்ல. நெகிழ்ச்சியான அல்லது சுயாதீன மொழிபெயர்ப்பு என்று வேண்டுமானால் சொல்லலாம். மூலப் படைப்பை அல்லது அதன் ஒரு பகுதியை மறுவிளக்கம் கொடுப்பதற்காகத் தழுவுவதும் தழுவலின் பிறிதொரு வகை எனலாம். பாரதியின் 'பாஞ் சாலிசபதம்', புதுமைப்பித்தனின் 'சாப விமோசனம்' போன்றவை இதற்கு நல்ல உதாரணங்கள். ஒரு ஊடகத்தைப் பிறிதொரு ஊடகத்துக்கு மாற்றுவது கூடத் தழுவல்தான். சிறுகதை அல்லது நாவலைத் திரைப்படமாக்குவதை இதற்கு உதாரணமாகக் கூறலாம். அவ்வகையில் சத்தியஜித்ராயின் பதேர்பாஞ்சாலி அற்புதமான தழுவல். புதுமைப்பித்தன் பாராட்டும் பாரதிதாசனின் 'புரட்சிக்கவி'யும் நல்ல தழுவல்தான். இவற்றிலெல்லாம் மூல ஆசிரியரும் மூலப்படைப்பும் மூடிமறைக்கப்படுவதில்லை என்பதே இங்கு முக்கியமானது. புதுமைப்பித்தன் தழுவல் இலக்கியத்தைச் சாடும்போது இவற்றை அதற்குள் உள்ளடக்கவில்லை என்பது கவனிக்கத்தக்கது.

புதுமைப்பித்தன் கட்டுரைகளில் எனக்குச் சற்று ரசமட்டமாக (ரசக்குறைவு என்ற பொருளில்) தோன்றுவது கல்கி பற்றிய அவரது காட்டமான கருத்துகள்தான். தீவிரமான விமர்சன எல்லைகளைத் தாண்டிச் செல்லும் எழுத்து இது. பிற்காலத்தில் தமிழகச் சிறு சஞ்சிகைகளில் வளர்ந்த வசை மரபுக்கு ஒரு முன்னோடியைத் தேட வேண்டுமானால் புதுமைப்பித்தனின் கல்கி பற்றிய எழுத்துகளைச் சொல்லலாம் என்று தோன்றுகின்றது.

புதுமைப்பித்தனின் மதிப்புரைகளில் தீவிரமான எள்ளலும் குத்தலும் ஆங்காங்கே பளிச்சிட்டாலும் அவை அவரது இலக்கியக்

கொள்கை சார்ந்த, அளவுகோல் சார்ந்த உறுதிப்பாட்டின் வெளிப்பாடுகளாகவே உள்ளன. ஒரு மதிப்புரையாளனுக்கு புதுமைப்பித்தன் கொடுக்கும் வரைவிலக்கணத்துக்குள்ளேயே அவர் இருக்கிறார் என்பதை அவரது பெரும்பாலான மதிப்புரைகளின் தீவிரம் வெளிக்காட்டுகின்றது. மதிப்புரையாளர்களிடம் எதிர்பார்க்க வேண்டியது பற்றி புதுமைப்பித்தன் இப்படிக் கூறுகிறார்: "நல்ல இலக்கியத்தைக் காணும்பொழுது அதைத் தெரிந்து கொள்ளவும் பரிச்சயம் செய்துவைக்கவும் அவனிடம் திராணி வேண்டும், அப்படியே போலியைக் காணும்போது யார் வந்து நெற்றிக் கண்ணைத் திறந்தாலும் அது போலி என்று சொல்லுவதற்கு நெஞ்சு அழுத்தம் கொண்டிருக்க வேண்டும்; இது போதும்."

4

இறுதியாக புதுமைப்பித்தன் எழுத்துகளின் பதிப்பு முயற்சிகள் பற்றிச் சிறிது கூற வேண்டும். அதற்கு முன்னுரையாகத் தமிழில் பதிப்பு முயற்சிகள் பற்றிச் சில வார்த்தைகள்:

தமிழில் பதிப்பு முயற்சிகளுக்கு ஒரு வளமான பாரம்பரியம் உண்டு. ஆறுமுகநாவலர், சி.வை. தாமோதரம் பிள்ளை, உ.வே. சாமிநாதையர், எஸ். வையாபுரிப்பிள்ளை போன்றோர் மூலம் தொடர்ந்த இப்பதிப்பு மரபு ஆரோக்கியமானது. பழைய ஏடுகளைத் தேடி, பல பிரதிகளுடன் ஒப்பு நோக்கி, பிழைகள் நீக்கி, தகுந்த குறிப்புகளுடன் இவர்கள் பதிப்பித்த நேர்த்தியும் நேர்மையும், அவர்கள் காட்டிய அறிவுசார் அக்கறையும் இந்த ஆரோக்கியத்தின் அடிப்படை. இவர்கள் வியாபார நோக்கத்துக்காக இதில் ஈடுபடவில்லை என்பது நாம் அறிந்ததே. பண்பாடு சார்ந்த கடப்பாடு அவர்களை இதில் ஈர்த்தது. அவர்களது பதிப்புகள் நம்பகமான செம்பதிப்புகள் என்பதில் இரு கருத்துகள் இல்லை.

ஆனால், கடந்த சில தசாப்தங்களில் புத்தக வெளியீடு லாபமீட்டும் வியாபாரமாக மாறிய சூழலில் பதிப்பு முயற்சியிலும் நூல் வெளியீட்டுத் துறையிலும் பல கோளாறுகள் தோன்றியுள்ளன. மறைந்த எழுத்தாளர்களின் நூல்கள் மீண்டும் வெளியிடப்படும்போது அவை முதற்பதிப்புகளாகவே வெளிவரும் அதிசயம் இங்குதான் நிகழ்கின்றது. 1940களில் வெளிவந்த க.நா.சு.வின் நூல்கள் எல்லாம் சமீபத்தில் முதற் பதிப்புகளாக வெளிவந்ததை உதாரணமாகச் சொல்லலாம். நூலக விற்பனைக்காக இந்த உத்தி கையாளப்படுவதாகச் சொல்லப்படுகின்றது. ஆனால், இது ஒரு வரலாற்று மோசடி என்பது உணரப்படுவதாக இல்லை. பல எழுத்தாளர்களின் படைப்புகளை அல்லது கட்டுரைகளைத்

தொகுத்து வெளியிடுபவர்கள் தான்தோன்றித்தனமாக நடந்துகொள்கின்றனர். எழுத்தாளர்களின் சம்மதம் பெறவேண்டும் என்ற கடப்பாட்டுணர்வு பெரும்பாலோருக்கு இருப்பதில்லை. தகவல் பிழைகள், அச்சுப் பிழைகளோடு புத்தகங்களை வெளியிடுகிறார்கள். இதுபற்றிய அக்கறை பெரும்பாலோருக்கு இருப்பதாகத் தெரியவில்லை. துரதிஷ்டவசமாக, தமிழ்ச் சூழலில் பதிப்பித்தல் என்பது *publishing, editing* என்ற இருவேறு பொருள்களிலும் பயன்படுத்தப்படுவதால் பல கோளாறுகள் நிகழ்கின்றன. வெளியீட்டாளர் ***(publisher)*** பதிப்பாளர் அல்லது பதிப்பாசிரியர் ***(editor)*** இருவரதும் பணிகள் வேறு. வெளியீட்டாளர் நூல்களை தெரிந்து, அச்சிட்டு வெளியிடுபவர். பதிப்பாசிரியர் நூலை வெளியீட்டுக்காகத் தயாரிப்பவர். பண்டைய நூல்கள் அல்லது மறைந்த எழுத்தாளர்களின் ஆக்கங்களை பதிப்பிக்கும்போது, இவருடைய பணி பெரிது. உ.வே. சாமிநாதையரை ஒரு பதிப்பாசிரியராக நினைத்துப் பார்க்கும் போது அவரது உழைப்பு, அறிவு நாட்டம் என்பன நம் மனதில் தோன்றும். ஆனால், தமிழ்ச் சூழலில் சில வெளியீட்டாளர்கள் தங்களைப் பதிப்பாளர்களாகவும் கருதிக் கொள்வதனால் நேரும் அனர்த்தங்கள் பல. மறைந்த எழுத்தாளர்களின் நூல்கள் மனம்போன போக்கில் பதிப்பிக்கப்படுகின்றன. பாரதி நூல்களுக்கு நிகழ்ந்தவை நமக்குத் தெரியும். எனது அனுபவம் ஒன்றையும் இங்கு பதிவு செய்வது பொருத்தமானது.

பேராசிரியர் கைலாசபதி மறைந்த இரண்டாவது ஆண்டில் அவரது மனைவியாரின் வேண்டுகோளுக்கு ஏற்ப சித்திரலேகா மௌனகுருவும் நானும் 'பாரதி ஆய்வுகள்' என்ற தலைப்பில் பாரதி பற்றி கைலாசபதி எழுதிய கட்டுரைகளை எல்லாம் தேடித் தொகுத்து, கைலாசபதியின் வேறு நூல்களில் பாரதி பற்றி இடம்பெறும் குறிப்புகள் பற்றிய விபரங்களையும் தொகுத்து பதிப்பாசிரியர்கள் என்ற வகையில் சற்று விரிவான ஆய்வுபூர்வமான பதிப்புரை ஒன்றும் எழுதி அதை வெளியிட ஒப்புக்கொண்டிருந்த தமிழகத்தின் பிரபலமான வெளியீட்டு நிறுவனம் ஒன்றுக்கு *(N.C.B.H)* அனுப்பினோம். அவர்கள் தாங்கள்தானே பதிப்பகத்தார், இவர்கள் இருவரும் எப்படி பதிப்பாசிரியர்களாக இருந்து பதிப்புரை எழுதலாம் என்று நினைத்துவிட்டார்கள். பதிப்பாசிரியர் என்ற ஸ்தானத்தில் இருந்து எங்களை நீக்கி, நாங்கள் எழுதிய பதிப்புரையின் இறுதியில் 'இக்கட்டுரைகளைத் தொகுத்து அருளிய திருமதி சித்திரலேகா மௌனகுரு, திரு. எம் ஏ. நுஃமான் ஆகியோருக்கும் எமது நன்றி உரியது' என்று ஒரு வரி எழுதி, கீழே பதிப்பகத்தார் என்று போட்டதோடு எங்கள் பதிப்புரையையும் உழைப்பையும்

இலகுவாக தமது உடைமையாக்கிக்கொண்டார்கள். இதை இட்டு அழுவதா, சிரிப்பதா, ஆத்திரப்படுவதா? ஐயோ தமிழ்ப் பதிப்புலகே என்று அமைதி கண்டோம்.

இத்தகைய பதிப்புத் துறைக் குழறுபடிகளால் பாதிப்பு எழுத்தாளருக்குத்தான். அப்படி மிக மோசமாகப் பதிக்கப்பட்ட எழுத்தாளன் புதுமைப்பித்தன் என்பதை அண்மைக் காலத்தில் நடைபெற்ற புதுமைப்பித்தனின் 'இலக்கியத் திருட்டு' பற்றிய சர்ச்சை நமக்கு உணர்த்தியது.

புதுமைப்பித்தன் வாழ்ந்த காலத்தில் அவருடைய ஒன்பது நூல்களே வெளிவந்ததாகத் தெரிகின்றது. 'புதுமைப்பித்தன் கதைகள்' (1940), 'ஆறுகதைகள்' (1941), 'நாசகாரக் கும்பல்' (1941), 'காஞ்சனை' (1947), 'ஆண்மை' (1947) ஆகிய சிறுகதைத் தொகுதிகள், 'நமது இலக்கியம்' (1947) என்ற கட்டுரைத் தொகுதி, 'கப்சிப் தர்பார்' (1939), 'பேசிஸ்ட் ஜடாமுனி' (1943), 'அதிகாரம் யாருக்கு' (1944) ஆகிய அரசியல் நூல்கள் என்பன அவை. ஏனைய எழுத்துகள் அவரின் மறைவுக்குப் பின்னர் வெவ்வேறு வெளியீட்டாளர்களால் வெளியிடப்பட்டவை. இவற்றில் பிழைகளும் தவறுகளும் மலிந்திருப்பது மட்டுமன்றித் தீவிர வாசகனுக்கு, இலக்கிய மாணவனுக்கு வேண்டிய தகவல் எதையும் இவை தருவதில்லை. உதாரணத்துக்கு ஒன்றைச் சொல்லலாம். 1954இல் ஸ்டார் பிரசுரம் 'புதுமைப்பித்தன் கட்டுரைகள்' நூலை வெளியிட்டது. இதில் புதுமைப்பித்தனின் முன்னுரை ஒன்றும் இடம்பெற்றுள்ளது. இந்த முன்னுரையுடன் பார்க்கும்போது இத் தொகுப்பு புதுமைப்பித்தனே தொகுத்தது, அதை வெளியிடமுன் அவர் மறைந்துபோனார், இப்போது ஸ்டார் பிரசுரம் அதை வெளியிட்டுள்ளது என்ற எண்ணம்தான் வாசகனுக்குத் தோன்றும். நான் அவ்வாறுதான் நினைத்திருந்தேன். இப்போது ஆ.இரா. வேங்கடாசலபதி தொகுத்துள்ள 'புதுமைப்பித்தன் கட்டுரைக'ளுள் இடம்பெற்றுள்ள முன்னுரையைப் பார்த்தபோது, எனக்கு ஐயம் தோன்றியது. ஸ்டார் பிரசுரம் வெளியிட்ட நூலில் இந்த முன்னுரையின் முதல் இரண்டு பத்திகள் மட்டும் உள்ளன. இத்தொகுப்பில் உள்ள முன்னுரையில் மூன்று பத்திகள் உள்ளன. விசாரித்தபோது 1947இல் 'நமது இலக்கியம்' என்ற தலைப்பில் வெளிவந்த புதுமைப்பித்தன் கட்டுரைகளுக்கு அவர் எழுதிய முன்னுரை அது என்று தெரியவந்தது. ஸ்டார் பிரசுரத்தார் அதன் கடைசிப் பத்தியை நீக்கிவிட்டு அதைத் தங்கள் தொகுப்பில் சேர்த்திருக்கிறார்கள் என்று தெரியவந்தது. இதுபற்றி ஒரு குறிப்புத்தானும் எழுத வேண்டும் என்று அவர்களுக்குத் தோன்றவில்லை என்பது வியப்பூட்டுகின்றது.

1953இல் ஸ்டார் பிரசுரம் வெளியிட்ட புதிய ஒளி பல குழப்பங்களுக்குக் காரணமாக அமைந்ததுபற்றி வாசகர் அறிவர். புதுமைப்பித்தனின் தழுவல் கதைகளை ஆராய்ந்து பாராமல் அவரது சொந்தக் கதைகளுடன் சேர்த்து வெளியிட்டதால் வந்த குழப்பம் இது. 1988இல் ஐந்திணைப் பதிப்பகம் புதுமைப்பித்தனின் படைப்புகளை எல்லாம் நூலுருவாக்கும் முயற்சியை மேற்கொண்டது. 15 ஆண்டுகளுக்கு முன் அது ஒரு பாராட்டத் தக்க முயற்சியே. ஆவலுடன் வரவேற்றோம். ஆயினும் பதிப்பு நோக்கில் பதிப்புச் செம்மையை அவர்களும் கருத்தில் கொள்ளவில்லை. 'பேசிஸ்ட் ஜடாமுனி' முதல் பதிப்பாகவே வெளிவந்துள்ளது. அதன் முதல் வெளியீடு பற்றி குறிப்புகளைத் தர அவர்கள் முயன்றதில்லை. 'புதுமைப்பித்தன் படைப்புகள்' முதல் தொகுதியில் (சிறுகதைகள்) புதுமைப்பித்தனின் முன்னுரை ஒன்று இடம் பெற்றுள்ளது. இது அவருடைய 'ஆண்மை' தொகுதிக்கு எழுதிய முன்னுரை என்ற குறிப்பைத் தர வேண்டும் என்று அவர்கள் நினைக்கவில்லை. 'காஞ்சனை'க்கு எழுதிய முன்னுரை மட்டும் தேதியுடன் தரப்பட்டுள்ளது. கதைகள் பிரசுரமான ஆண்டுகள் பற்றிய விபரம் தரப்பட வேண்டும் என்ற அக்கறை இருந்ததாகத் தெரியவில்லை. வாசகரின் உடனடித் தேவையை இத்தகைய பதிப்புகள் நிறைவு செய்யலாம். ஆனால், இலக்கிய விமர்சன, இலக்கிய வரலாற்று நோக்கிலும்; ஆய்வு நோக்கிலும் இவை பயனுடையவை அல்ல.

புதுமைப்பித்தன் பற்றிய அக்கறையும் வாசிப்பும், விமர்சன முயற்சிகளும் பெருகிவரும் இன்றைய சூழலில், புதுமைப்பித்தனின் எழுத்துகளுக்கு ஒரு செம்பதிப்புத் தேவை என்பது பரவலாக உணரப்பட்ட நிலையில், காலச்சுவடு பதிப்பகம் அதைக் கையேற்றது மகிழ்ச்சிக்குரியது. இன்றையத் தமிழ் வெளியீட்டுச் சூழலில் 'க்ரியா', 'விடியல்', 'காலச்சுவடு' போன்ற சில வெளியீட்டு நிறுவனங்களே தரமான நூல்களைச் செம்மையாக வெளியிட வேண்டும் என்ற அக்கறை காட்டுகின்றன. ஏற்கனவே காலச்சுவடு வெளியிட்டுள்ள புதுமைப்பித்தனின் 'அன்னையிட்ட தீ', 'புதுமைப்பித்தன் கதைகள்' இரண்டும் பதிப்புத் துறையில் பெரிய சாதனைகள் என்பதில் ஐயமில்லை. ஓர் ஆய்வாளன் என்ற வகையில் இவற்றின் முக்கியத்துவத்தையும் இதற்குப் பின்னால் இருந்த உழைப்பையும் என்னால் உணர முடிகின்றது. கண்ணனின் தீவிர அக்கறையும் ஆ.இரா. வேங்கடாசலபதியின் கடின உழைப்பும் இவற்றைச் சாத்தியமாக்கியுள்ளன.

புதுமைப்பித்தன் எழுத்துகளின் செம்பதிப்பு வரிசையில் இப்போது வெளிவரும் இந்த இரண்டாவது தொகுதியில் அவரது கடிதங்கள் தவிர்ந்த, இதுவரை கண்டெடுக்கப்பட்ட அவரது

அல்–புனைகதை எழுத்துகள் அனைத்தும் உள்ளடக்கப்பட்டிருக்கின்றன என்று நம்புகிறேன். இதுவரை தொகுக்கப்படாத சில புதி கட்டுரைகளையும் மதிப்புரைகளையும் சலபதி கண்டெடுத்திருக்கிறார். நான்கு கட்டுரைகள் தவிர பிற கட்டுரைகள் எல்லாவற்றுக்கும் முதல் வெளியீட்டு விபரங்கள் கண்டறியப்பட்டு அவை கால வரிசையில் தொகுத்துத் தரப்பட்டுள்ளன. 'பேஸிஸ்ட் ஜடாமுனி', 'கப்சிப் தர்பார்', 'அதிகாரம் யாருக்கு' என்பன முதல் பதிப்போடு ஒப்பிடப்பட்டு பிழைகள் நீக்கப்பட்டுள்ளன. 'ஸ்டாலினுக்குத் தெரியும்' புதுமைப்பித்தனின் கையெழுத்துப் படியோடு ஒப்புநோக்கப்பட்டுத் திருத்தப்பட்டுள்ளது. அவ்வகையில் இது நம்பகமான செம்பதிப்பு என்பதில் ஐயம் இல்லை.

புதுமைப்பித்தன் எழுத்துகளைத் தேடுவதில் சலபதியின் கடின உழைப்பை நான் அறிவேன். *ஈழகேசரி*யில் (ஆண்டுமடல், ஏப்ரல் 1938) பிரசுரமான புதுமைப்பித்தனின் 'சினிமா உலகம்' என்னும் தலைப்பிலான கட்டுரை ஒன்று இத்தொகுப்பில் இடம்பெற்றுள்ளது. (இதன் மொழி நடையைப் பார்க்கும்போது இது உண்மையில் புதுமைப்பித்தனுடையதுதானா என்ற ஐயம் எனக்கு எழுந்தது) இதுபோல் பழைய ஈழகேசரி இதழ்களில் புதுமைப்பித்தன் ஏதாவது எழுதியிருக்கக்கூடும் என்ற நம்பிக்கையில் அவற்றைத் தேடி அவர் இலங்கைக்கே வந்தார். இரண்டு நாட்கள் ஈழகேசரியின் பழைய பக்கங்களை ஒவ்வொன்றாகப் புரட்டிப் பார்த்தார். ஒன்றும் கிடைக்கவில்லை. ஓர் ஆய்வாளன் என்ற வகையில் அது அவருக்கு ஏமாற்றம் அளிக்கவில்லை. பதிலாக ஈழகேசரியில் புதுமைப்பித்தனின் வேறு எழுத்துகள் எதுவும் பிரசுரமாகவில்லை என்பதைக் கண்டுபிடித்த திருப்தியோடு அவர் நாடு திரும்பினார்.

இந்தத் தேடல் முக்கியமானது. இந்தத் தேடலின் காரணமாகத்தான் 'புதுமைப்பித்தன் கதைகள்' தொகுப்புக்கு எழுதிய பதிப்புரையில் புதுமைப்பித்தன் எழுதாத கதை என்று அவர் குறிப்பிட்ட 'சாளரம்' அவர் எழுதியதுதான், அது சிறுகதையல்ல கட்டுரைதான், பித்தன் என்பது புதுமைப்பித்தனின் புனைபெயர்களுள் ஒன்றுதான் என்பதை உறுதிப்படுத்தி அதை இப்போது இத்தொகுப்பில் சேர்த்திருக்கிறார். எனினும் சாளரத்தை ஒரு கட்டுரையாகக் கொள்வதில் எனக்குத் தயக்கம் இருக்கிறது. அது கதை, கட்டுரை என்பவற்றின் எல்லைக் கோடுகளைத் தாண்டிய எழுத்து என்று சொல்லத் தோன்றுகின்றது. 'திருக்குறள் குமரேசபிள்ளை'யை 'ஐந்திணைப் பதிப்பகம்' புதுமைப்பித்தன் கதைகளில் சேர்த்திருக்கிறது. சலபதி அதை இக்கட்டுரைத் தொகுதியில் சேர்த்திருக்கிறார். அது நிச்சயமாகச் சிறுகதையல்ல.

ஒரு நடைச்சித்திரம். புதுமைப்பித்தன் காலத்தில் இத்தகைய நடைச்சித்திரங்களில் சிலர் ஈடுபாடு காட்டினார்கள். வ.ரா.வின் நடைச்சித்திரங்கள் பிரசித்திபெற்றவை. இவை கதைகள் அல்ல. 'திருக்குறள் குமரேசபிள்ளை'யில் கட்டுரையின் குணாம்சமே மேலோங்கி இருக்கிறது. அவ்வகையில் அதை இத் தொகுப்பில் சேர்த்துக் கொண்டது பொருத்தமானதே.

காலச்சுவடு பதிப்பகம் புதுமைப்பித்தனின் எழுத்துகள் எல்லாவற்றையும் வெளியிடும் உரிமையை அவரது குடும்பத்திடம் வாங்கிய நிகழ்வு அண்மையில் பெரிய சர்ச்சைக்கு ஏதுவாக அமைந்தது. புதுமைப்பித்தனின் எழுத்துகளை நாட்டுடமையாக்க வேண்டும் என்ற கோரிக்கை இதன் அடியாக எழுந்தது. புதுமைப்பித்தன்மீது கொண்ட அக்கறையே இதற்குக் காரணம் என்று தோன்றவில்லை. இதற்குப் பின்னால் வேறு அரசியல் உள்ளது என்பதைப் புரிந்துகொள்ள முடியும். புதுமைப்பித்தன் எழுத்துகள் நாட்டுடமையாக்கப்படுவதில் யாருக்கும் ஆட்சேபனை இருக்கமுடியாது. அவை நாட்டுடைமையாக்கப்பட்டாலும் அவரின் எழுத்துகளுக்கு ஆய்வுபூர்வமான ஒழுங்குபடுத்தப்பட்ட செம்பதிப்பு வேண்டும் என்பதை இலக்கியப் பிரக்ஞையுடைய யாரும் மறுக்கமாட்டார்கள் என்று நாம் நம்பலாம். சிலவேளை ஒழுங்கு, செம்மை என்பவற்றைப் பாசிசத்தின் அடையாளங்களாகக் காணும் கட்டுடைக்கும் யந்திரப் பார்வையில் இதுவும் ஆபத்தானதாகத் தோன்றக்கூடும். அதுபற்றி நாம் செய்வதற்கு எதுவும் இல்லை.

புதுமைப்பித்தனின் ஏனைய எழுத்துகளும் விரைவில் செம்பதிப்பாக வெளிவர வேண்டும் என்பதே எமது விருப்பம். காலச்சுவடு பதிப்பகம் அதை நிறைவேற்றும் என்று நம்புகிறேன். புதுமைப்பித்தன் பற்றிய விருப்புவெறுப்பற்ற புறநிலையான ஆய்வுகளுக்கு அது வழிவகுக்கும்.

'புதுமைப்பித்தன் கட்டுரைகள்', முன்னுரை
காலச்சுவடு வெளியீடு, 2002

16

சுதாராஜின் 'உயிர்க்கசிவு'

1970களில் எழுதத் தொடங்கிய சுதாராஜ், இலங்கையின் முக்கியமான சிறுகதை எழுத்தாளர்களுள் ஒருவராக தன்னை நிலைநிறுத்திக்கொண்டவர். கடந்த சுமார் நாற்பது ஆண்டுகால ஈழத்து வாழ்வின் அசைவியக்கத்தை, அதன் வரலாற்றுத் திருப்பங்களை, தனிமனித வாழ்வில், மன உணர்வுகளில் அவை ஏற்படுத்திய தாக்கங்களைத் தன் கதைகளில் அவர் பதிவுசெய்திருக்கிறார். இந்தப் பதிவுகள் உணர்வு சார்ந்த, அனுபவம் சார்ந்த பதிவுகளாக அமைகின்றன. அவற்றில் பொதிந்திருக்கும் அரசியலும் அழகியலும் அவரை சமூகப் பொறுப்புடைய கலைஞராக இனங்காட்டுகின்றன.

தனது "சிறுகதைகளின் அடிநாதமாக அமைவது நேசிப்பு" என சுதாராஜ் 'காற்றோடு போதல்' என்ற தன் சிறுகதைத் தொகுப்புக்கு எழுதிய முன்னுரையில் குறிப்பிடுகிறார்.

> "நேயம் என்பது மனிதர்கள்பால் மட்டுமன்றி சகல உயிரினங்கள் மீதும் இரங்குதல் ஆகும். எங்களைச் சூழ உள்ள இயற்கை ஓர் அற்புதமான விஷயம். மரம், செடி, பூக்கள் ஆகியவற்றின் வனப்புகள் பிரமிப்பையும் இதமான சுகானுபவங்களையும் தருகின்றன. வானத்தில் பறவைகள் பறக்காத ஒரு நாளைக்

கற்பனைசெய்து பாருங்கள். எவ்வளவு சோகமாயிருக்கிறது. அந்தப் பறவைகளும் அவற்றின் வனப்பும் எங்கள் மனங்களை இதமாக வருடிக்கொண்டிருப்பதற்காகவே படைப்பெடுத்துள்ளனபோல் எண்ணத் தோன்றுகின்றது. இவற்றையெல்லாம் என் கதைகளில் பதியவைத்திருக்கிறேன்."

என்று எழுதுகிறார் அவர். மனிதர்கள் மீதும் இயற்கையின் மீதும் கொண்ட இந்த நேயம் நல்ல கலைஞருக்குரிய முக்கியமான குணாம்சம் என்று சொல்லவேண்டும்.

'நேயம்' என்ற தலைப்பில் சுதாராஜ் கதை எழுதியிருக்கிறார். இது 2001இல் *மல்லிகையில்* வெளிவந்தது. இன முரண்பாடும் யுத்தமும் மேலோங்கிய சூழலில் அவற்றை மீறிய மனித உறவின், மனித நேயத்தின் முகிழ்ப்பைச் சித்திரிக்கும் நல்ல கதையாக அதைக் கருதுகிறேன். நானும் ஆஷ்லி ஹல்பே, ரஞ்சினி ஒபயசேகர ஆகியோரும் தொகுத்து 'லங்கன் மொஷய்க்' *(Lankan Mosaic)* என்ற தலைப்பில் ஆங்கிலத்தில் வெளியிட்ட ஈழத்துத் தமிழ், சிங்கள சிறுகதைக் தொகுப்பில் அந்தக் கதையையும் சேர்த்துக்கொண்டோம். பின்னர் 'அசல்வெசி அப்பி' (நாம் அயலவர்) என்ற தலைப்பில் நானும் காமன் விக்கரம கமகேயும் தொகுத்து வெளியிட்ட ஈழத்துத் தமிழ்ச் சிறுகதைகளின் சிங்கள மொழிபெயர்ப்புத் தொகுதியிலும் அக்கதையைச் சேர்த்துக்கொண்டோம்.

இன வெறுப்பின் மத்தியில் இன நல்லுறவின் மலர்ச்சியை அக்கதை இயல்பாக வெளிப்படுத்துகின்றது. வெவ்வேறு வகையில் யுத்தத்தால் பாதிக்கப்பட்ட நால்வரைப்பற்றிய கதை அது. யுத்தச் சூழலில் மனைவியையும் பிள்ளைகளையும் யாழ்ப்பாணத்தில் விட்டுவிட்டுத் தொழிலுக்காகக் கொழும்பிலிருந்து கிறீஸ் செல்லும் வழியில் கராச்சி விமான நிலையத்தில் அடுத்த விமானத்துக்காகக் காத்திருக்கும் தமிழ் இளைஞன் கதையின் மையப் பாத்திரம். தன் குடும்பத்தைப் பற்றிய கவலையும் பரிதவிப்பும் அவனுக்கு. அதே விமானத்தில் வந்த மூன்று சிங்களவர்கள் – இரண்டு இளைஞர்களும் ஒரு யுவதியும் அவனுடன் உறவுகொள்ள முயல்கின்றனர். இளைஞர்கள் இருவரும் ராணுவத்திலிருந்து தப்பிவந்தவர்கள். ஒரு முகவருக்கு நிறையப் பணம் கொடுத்து கிறீஸுக்கு வேலை தேடிச் செல்கின்றனர். அந்தப் பெண்ணின் கணவன் ஒரு ராணுவ வீரன். வடக்கில் யுத்தமுனையில் இருக்கிறான். அவனை மீண்டும் சந்திக்கலாம் என்ற நம்பிக்கை அவளுக்கு இல்லை. தன் குழந்தையைத் தாயின் பராமரிப்பில் விட்டுவிட்டு வீட்டுப் பணிப்பெண்ணாக கிறீஸுக்குச் செல்கிறாள்.

அவர்கள் மூவரும் இவனுக்கு உதவவும், இவனுடன் உறவு கொள்ளவும், இவனது தனிமையைப் போக்கவும் முயல்கின்றனர். இவன் அவர்களைத் தவிர்த்துத் தனிமையையே விரும்புகிறான். அவர்கள்மீது எரிச்சலும் வெறுப்பும்கூட ஏற்படுகின்றது. எனினும் அவர்களது விடாமுயற்சியால் இறுதியில் அவர்களுக்கிடையே நட்பு மலர்கிறது. 'ஒரு மத்தாப்பு வெடித்ததுபோல் அவனிடத்திலும் சிரிப்பு மலர்ந்தது' என்று கதை முடிகின்றது.

சுதாராஜின் அனுபவ வலயமும் சமூக அரசியல் பார்வையும் விசாலமானவை. அல்ஜீரியா, இத்தாலி, இந்தோனேசியா, ஈராக், எகிப்து, ஏமன், குவைத், பாகிஸ்தான் முதலிய பல நாடுகளில் இவர் பணிபுரிந்திருக்கிறார். தன் வெளிநாட்டு வாழ்க்கை அனுபவங்கள் பலவற்றை இவர் தமிழ்ச் சிறுகதைக்குள் கொண்டுவந்து தமிழ்ச் சிறுகதையின் அனுபவ வலயத்தையும் சற்று அகலப்படுத்தியிருக்கிறார். அவ்வகையில் அ. முத்துலிங்கத்துடன் ஒப்புநோக்கத்தக்கவர் இவர். 'ஒரு நாளில் மறைந்த இரு மாலைப் பொழுதுகள்', 'பாலைவனத்திலும் புல் முளைக்கும்', 'ஏகபத்தினி விரதம்', 'இளமையின் ரகசியம்' போன்றவை சுதாராஜின் வெளிநாட்டு அனுபவங்களின் வெளிப்பாடுகள்.

சுதாராஜ் எழுதத் தொடங்கிய எழுபதுகளில் இலங்கை அரசியலில் இடதுசாரிச் சிந்தனையும், இலக்கியத்தில் முற்போக்குவாதமும் முன்னணியில் இருந்தன. சுதாராஜின் ஆரம்பகாலக் கதைகளில் இவற்றின் தாக்கத்தைக் காணமுடிகிறது. இத்தொகுப்பில் முதலாவதாக இடம்பெறும் 'நாணயக் கயிறு' (1979) இவ்வகையில் குறிப்பிடத்தகுந்த கதை. கொழும்பில் வாழும் யாழ்ப்பாணத்து நடுத்தர வர்க்கத்தினர் தங்கள் நலனுக்காக வறுமைப்பட்ட மலையகச் சிறுவர்களைத் தொழிலுக்கமர்த்தி கொடுமைப்படுத்துவதைப் பற்றியது கதை. இக்கதையில் வீட்டு எஜமானியால் கொடுமைப்படுத்தப்படும் சிறுவன் கொடுமையின் உச்சத்தில் எதிர்ப்புணர்வுடன் அவர்களைவிட்டும் திமிறிச் செல்கிறான். வறுமை இனத்துவ மேலாண்மை வர்க்க ஆதிக்கம் என்பனவற்றுக்கு எதிரான ஆசிரியரின் உணர்வு இக்கதையில் இழையோடுகின்றது. இத்தகைய இடதுசாரி முற்போக்குவாதக் கருத்துநிலை அவரது பிற்காலக் கதைகள் பலவற்றிலும் உட்புதைந்திருப்பதைக் காணமுடியும்.

1980க்குப் பின்னர் சுதாராஜ் எழுதிய பெரும்பாலான கதைகள் இனமுரண்பாடு, யுத்தம், குடும்பங்களையும் தனிமனிதர்களையும் அவை பாதித்த விதம் என்பவற்றைப் பதிவுசெய்கின்றன. இனமுரண்பாட்டுச் சூழலிலும் இனவெறுப்புக்குப் பதிலாக மனித

உறவுகளையும் மனிதத்துவத்தையும் குவிமையப்படுத்துகின்ற சில நல்ல கதைகளை சுதாராஜ் எழுதியிருப்பது மன நிறைவைத் தருகிறது. நான் முதலில் குறிப்பிட்ட நேயம் அத்தகைய கதைதான். 'மனிதர்கள் இருக்கும் இடங்கள்' இது தொடர்பாகக் குறிப்பிட்டுச் சொல்லக்கூடிய இன்னும் ஒரு முக்கியமான கதை. சிங்களவரான சோமையா மனதில் நிற்கும் பாத்திரமாக இக்கதையில் உருவாகியிருக்கிறார்.

சோபாசக்தி, சக்கரவர்த்தி ஆகிய புலம் பெயர்ந்த எழுத்தாளர்கள் போல் யுத்த சூழலில் விடுதலை இயக்கங்களின் வன்முறை, மனித உரிமை மீறல் போன்ற கருப்பொருட்களை மையமாகக் கொண்ட கதைகளை எழுதியவர்களை ஈழத்தில் மிக அரிதாகவே காணமுடியும். அதற்கான சுதந்திரம் அவர்களுக்கு இருக்கவில்லை. கோவிந்தன் என்ற புனைபெயரில் இயக்கங்களின் வன்முறையை அம்பலப்படுத்தி 'புதியதோர் உலகம்' நாவலை எழுதிய நோபேட் விடுதலை இயக்கங்களால் பின்னர் கொல்லப்பட்டார். செல்வி அவ்வாறு கொல்லப்பட்ட ஒரு பெண் கவிஞர். இப்பின்னணியில் சுதாராஜ் போன்றவர்களின் மௌனத்தை நாம் புரிந்துகொள்ள முடியும். யுத்தத்துக்குப் பிந்திய சூழலில் இந்த மௌனத்துக்கு விடுதலை கிடைக்கும் என்று நாம் எதிர்பார்க்கலாம்.

சுதாராஜ் வடிவ பரிசோதனையில் அதிக அக்கறை காட்டுபவரல்லர். பாரம்பரியமான சிறுகதை வடிவத்தில் வாழ்க்கையின் பல கோணங்களை, மனிதர்களின் பல முகங்களை ஆழ்ந்த சமூக அக்கறையுடனும் மனித நேயத்துடனும் பதிவு செய்வதிலேயே அவர் அக்கறை காட்டியிருக்கிறார். புனைவு தரும் போதைக்கு அவரது இலக்கியக் கொள்கையில் இடம் இல்லை எனலாம். இலக்கியத்தின் சமூகக் கடப்பாட்டுக்கு முதன்மை கொடுப்பவர்களுள் சுதாராஜுக்கும் முக்கிய இடம் உண்டு. சுதாராஜின் சில கதைகளைப் படிக்கும்போது அவர் இன்னும் சற்றுச் சொற் சிக்கனத்தைக் கடைப்பிடித்திருக்கலாமே என்று எனக்குத் தோன்றுவதுண்டு. எனினும் அது அவரது கதைசொல்லும் பாணியின் ஒரு அம்சம் என்று நாம் அமைதி காணலாம்.

கடந்த நாற்பது ஆண்டுகளில் சுதாராஜ் சுமார் நூறு கதைகளாவது எழுதியிருப்பார் என்று நினைக்கிறேன். அவற்றுள் அறுபது கதைகளை ஒன்றாகப் படிக்கும் வாய்ப்பை 'உயிர்க்கசிவு' என்ற தலைப்பில் வெளிவரும் இத்தொகுப்பு நமக்குத் தருகிறது. கதைகள் கால வரிசையில் தொகுக்கப்பட்டிருப்பதால்

ஆசிரியரின் எழுத்தாளுமை வளர்ச்சியையும் இலங்கையின் சமூக வரலாற்றையும் ஒன்றிணைத்துப் பார்க்கும் வாய்ப்பும் நமக்கும் கிடைக்கின்றது. 'நாணயக் கயிறு' என்ற முதல் கதையில் தொடங்கி; 'உயிர்க்கசிவு' என்ற கடைசிக் கதைவரை படித்துமுடிக்கும்போது, வாழ்க்கை – மனிதர்கள் பற்றிய சுதாராஜின் பார்வையின் அடிச்சரடாக ஒரு மனிதாபிமான நோக்கு தொடர்ச்சியாக இழையோடியிருப்பதைக் காணமுடிகின்றது. இது அவரது படைப்பாளுமையின் வெற்றி எனக் கூறலாம்.

(சுதாராஜ் – 'உயிர்க்கசிவு', நியூ செஞ்சுரி புக் ஹவுஸ், 2010)

17

சட்டநாதன் கதைகளில் போரும் வாழ்வும்

சட்டநாதன் எனக்குப் பிடித்த ஈழத்துத் தமிழ்ச் சிறுகதைப் படைப்பாளிகளுள் ஒருவர். 1970களில் அவர் எழுதத் தொடங்கிய காலத்திலிருந்தே நான் அவருடைய கதைகளை விரும்பிப் படித்துவருகிறேன். கடந்த சுமார் நாற்பது ஆண்டுகளில் அவர் அதிகமாக எழுதிக் குவித்தவர் அல்லர். சுமார் ஐம்பது கதைகள்தான் எழுதியிருப்பார் என்று நினைக்கிறேன். குறைவாக எழுதிப் பலரதும் கவனத்தை ஈர்த்த எழுத்தாளர்களுள் அவரும் ஒருவர். இதுவரை அவரது ஐந்து தொகுதிகள் வெளிவந்துள்ளன. ‘மாற்றம்’ (1980), ‘உலா’ (1992), ‘சட்டநாதன் கதைகள்’ (1996), ‘புதியவர்கள்’ (2006), ‘முக்கூடல்’ (2010) என்பன அவை. முதல் நான்கு தொகுதிகளையும் படித்திருக்கிறேன், ஐந்தாவது தொகுதி இன்னும் படிக்கக் கிடைக்கவில்லை. முதல் நான்கு தொகுதிகளும் அவரைப்பற்றி மதிப்பிடப் போதுமானவை என்று நினைக்கிறேன்.

கடந்த சுமார் நாற்பது ஆண்டுகால சமூக மாற்றம் அவரது கதைப்பொருளில் மாற்றத்தை ஏற்படுத்தியிருக்கிறது என்பது உண்மையே எனினும், அவரது எழுத்துப் பாணியிலும் உலகப் பார்வையிலும் பெரிய மாற்றங்கள் எவற்றையும் என்னால் காணமுடியவில்லை. தனக்கென்று ஒரு பாணியையும் பார்வையையும் வகுத்துக்கொண்டு தொடர்ச்சி அறாமல், தடம் மாறிப் போகாமல், குடைசாய்ந்து விழாமல் அவரது இலக்கியப் பயணம்

நிகழ்ந்திருக்கிறது என்பது அவரைப்பற்றிய முக்கியமான அம்சமாக எனக்குத் தோன்றுகின்றது.

சட்டநாதன் ஜனரஞ்சக எழுத்தாளர் அல்லர். வாசக ருசிக்காகக் கதைகட்டுபவர் அல்லர் அவர். அரசியல் ரீதியாக அவரை முற்போக்கு எழுத்தாளர் ஒரு இடதுசாரி என்றோ அல்லது தமிழ்த் தேசியவாதி என்றோ அவரது படைப்புகளை வைத்து அவரை அடையாளம் காணவும் முடியாது. அவரது படைப்புகளில் இந்த அரசியல் துருத்திக்கொண்டு வெளிப்படுவதில்லை. "மிக அடக்கமாகவும் மனிதத் தன்மையோடும் தனது பாத்திரங்களை நோக்கி அவர்களுடைய உறவுகளினூடாக சமுதாயத்தைப் பற்றி, குறிப்பாக யாழ்ப்பாணச் சமுதாயத்தைப்பற்றி நாசூக்காகத் தமது கதைகள் மூலம் சிந்திக்கத் தூண்டியுள்ளார் ஆசிரியர்" என சட்டநாதனின் 'உலா' சிறுகதைத் தொகுதிக்கு எழுதிய முன்னுரையில் ஏ.ஜே. கனகரத்தினா சொல்வது எனக்கும் உடன்பாடானதே.

சட்டநாதன் தன்னைச் சூழ உள்ள சமூக யதார்த்தத்தையும் அது தொடர்பான தனது அனுபவங்களையும் கொண்டு தனது கதை உலகைப் புனைந்திருக்கிறார். அவரது புனைவில் யதார்த்தமும் மிகையுணர்வும் பொருத்தமான விகிதாசாரத்தில் கலந்திருப்பதே அவரது கலையின் வெற்றியின் அடிப்படை என்று எனக்குத் தோன்றுகின்றது. இவ்வகையில் தி. ஜானகிராமனின் செல்வாக்கு அவரிடம் உண்டு. இந்தச் செல்வாக்கு ஒரு போலியான பின்பற்றலாக அன்றி *(imitation)*, அவரது தனித்துவத்தின் ஒரு அம்சமாக மாறியுள்ளது எனலாம்.

சட்டநாதனின் கதைகள் எல்லாம் யாழ்ப்பாணக் கதைகள்தான். யாழ்ப்பாணச் சமூக வாழ்வு, அதன் யதார்த்தம்தான் அவரது கதைப்பொருள். யாழ்ப்பாணச் சமூக அமைப்பு, அதன் மதிப்பீடுகள், சாதி அடுக்கு என்பன தனிமனிதர்களை எவ்வாறு பாதிக்கின்றன, தனிமனிதர்கள் இவற்றை எவ்வாறு எதிர்கொள்ளுகிறார்கள் என்பதையே சட்டநாதனின் கதைகள் சித்திரிக்கின்றன. கடந்த முப்பது ஆண்டுகால யுத்தத்தின் விளைவுகளையும் அவரது கதைகள் பதிவுசெய்துள்ளன. பெண்களும் குழந்தைகளும் அவரது புனைவுலகில் முக்கிய இடம்பெறுகின்றனர்.

இக்கட்டுரையிலே போர்க்கால வாழ்வு பற்றிய அவரது கதைகளை மட்டும் நான் பரிசீலனைக்கு எடுத்துக்கொள்கிறேன். இப்பொருள் தொடர்பான அவரது கதைகள் அதிகம் இல்லை என்று நினைக்கிறேன். அவரது முதல் நான்கு தொகுப்புகளிலும் இடம்பெறும் 'அவர்களது துயரம்', 'நகர்வு', 'கவளம்', 'பக்குவம்', 'திருப்தி' ஆகிய ஐந்து கதைகளை மட்டும் நாம் இங்கு

நோக்கலாம். இவையெல்லாம் யுத்தத்தால் சாதாரண மக்கள் எவ்வாறு அவலத்துக்கு ஆளாகினார்கள், அதை எவ்வாறு எதிர்கொண்டார்கள் என்பதையே சித்திரிக்கின்றன.

புலம்பெயர்ந்து கனடாவில் வாழும் ஈழத்து ஆங்கில எழுத்தாளர் மைக்கல் ஓந்தாஜியின் அனுசரணையில் இயங்கும் 'க்றேஷியன் ட்ரஸ்ற்' வெளியிட விரும்பிய *Lankan Mosaic* என்ற சிங்கள, தமிழ்ச் சிறுகதைகளின் ஆங்கில மொழிபெயர்ப்புத் தொகுதிக்காகத் தமிழ்ச் சிறுகதைகளைத் தொகுத்தபோது எவ்வித சங்கடமும் இல்லாமல் சட்டநாதனின் அவர்களது துயரம் என்ற சிறுகதையைத் தேர்ந்தெடுத்தேன். கடந்த முப்பது ஆண்டுகளில் போர்க்கால வாழ்வு பற்றி எழுதப்பட்ட மிகச் சிறந்த ஈழத்துச் சிறுகதைகளில் அதுவும் ஒன்று என்பது என் அபிப்பிராயம். போர்க்கால வாழ்வு பற்றிய மிகப் பெரும்பாலான கதைகள் அனுபவச் செறிவற்ற அரசியல் முனைப்புடைய கட்டுக்கதைகளாகவே இருக்கின்றன. அவர்களது துயரம் அவற்றிலிருந்து வேறுபட்டது. ராணுவத்தால் பிடித்துச் செல்லப்பட்ட தன் அப்பாவி மகனைத் தேடி ராணுவ முகாமுக்குப் போயும் சரியான தகவல் எதுவும் இன்றித் திரும்பும் தகப்பன், வழியில் ஒரு பற்றைக்குள் சுட்டுக்கொல்லப்பட்டு, சிதைந்த நிலையில் அவனது உடலைக் கண்டெடுத்தும், அதை வீட்டுக்குக் கொண்டுபோனால் தாய் தாங்கமாட்டாள் என உணர்ந்து அந்த இடத்திலேயே தகனம் செய்துவிட்டு வீடுதிரும்புவதைச் சொல்கிறது கதை. சட்டநாதன் சம்பவங்களை விபரிக்கும் முறை அவர்களின் துயரத்தை வாசகரின் நெஞ்சில் ஏற்றிவிடுகின்றது.

கதை இவ்வாறு தொடங்குகின்றது:

> அந்தச் செய்தி அவருக்குச் சிறிது நம்பிக்கை தருவதாய் இருந்தது.
>
> "அவர்கள் அந்தக் காட்டேறியள் ... போகேக்கை புடிச்ச இளம் பெடியளை விடுறாங்களாம்... அல்லைப்பிட்டியிலை சைவப் பள்ளிக்கூடத்திலையும் அலுமினியத் தொழிற்சாலையிலையும் 'காம்' போட்டிருக்கிறாங்களாம்..."
>
> தருமர்தான் அந்தச் செய்தியைச் சொன்னார்.
>
> 'தருமருக்கு இதை ஆர் சொல்லியிருப்பினம்... தகவல் சரியாய் இருக்குமா...?
>
> முகத்தார் அமைதி இழந்து தவித்தார்.
>
> தருமர் மட்டுமல்ல சிவத்தாரும் அந்தச் செய்தியுடன்தான் முன் திண்ணைக்கு வந்தார்.

திண்ணையில் ஊரே கூடியிருந்தது. கொட்டத் தோட்டத்துச் சிவக்கொழுந்து, விசாலாட்சி, கதிரித் தம்பி, நாவலடிப்புலத்துச் செல்லப்பா, கந்தையா, அருமை, அருமை பெண்சாதி தவம், மொண்டித்துறை நவம், நடராசா, பசுபதி, நொச்சிக்காட்டுக் குணம், குணம் பெண்சாதி மதி, சோளாவத்தை செல்லர், சண்முகம் என்று பலர். திண்ணை நிரம்பி முற்றத்திலும் இருந்தார்கள்.

தாரணியும் கமலமும்கூட தாவடிப்பக்கத்திலிருந்து வந்திருந்தார்கள். தாரணியின் சிநேகிதி வதனியும் வந்திருந்தாள்.

கமலத்தின் மடியில் தலைவைத்துப் பவளம் படுத்திருந்தாள். தாரணி பவளத்துக்கு விசுக்கிக் கொண்டிருந்தாள். கமலம் பவளத்தைப் பார்த்துச் சொன்னாள்:

"மச்சாள் என்ன செய்யுது... கொஞ்சம் தண்ணி போட்டுத் தரட்டுமா..? நேற்றையிலை இருந்து அன்ன ஆகாரம் இல்லாமல் பட்டினிகிடக்கேலுமா ..? தம்பி தயாளனுக்கு ஒண்டும் நடவாது... அவன் சுகமாயிருப்பான்... உயிராபத்திராது ... நாம கும்பிடுற தெய்வம் பிள்ளையைக் கொண்டுவந்து தரும் ..."

பவளம் விம்மினாள். அவளது விம்மல் ஒலி கூடத்திலிருந்து வெளித்திண்ணைவரை கேட்டது. அந்த விம்மலில் தோய்ந்திருந்த துயரம், தாரையாய் அந்தச் சூழலையே கவிந்து அழுத்தியது.

முகத்தாருக்கு இருப்புக்கொள்ளவில்லை. கலக்கத்துடன் எழுந்து உள்ளே வந்தார்.

ஒரு திரைப்படக் காட்சிபோன்ற இந்த விபரிப்பு கடத்திச்செல்லப்பட்ட இளைஞனின் வீட்டுச் சூழலை பெற்றோர், உறவினர், அயலவர்களின் கவலையையும் ஆதங்கத்தையும் நம் மனதில் காட்சிப் படிமமாக விரிக்கின்றது.

முகத்தார், பவளம் தம்பதியரின் மகன் தயாளன்; ஒரு மருத்துவ பீட மாணவன். அவனுடைய மச்சாள் தாரணியும் ஏ.எல். சித்தியடைந்து மருத்துவபீடம் போக ஆயத்தமாயிருக்கிறாள். தயாளனுக்கு அவள்தான் என முகத்தார் ஏற்கனவே தீர்மானித்து விட்டார். அவர்களுக்கிடையேயும் அந்நியோன்யமும் காதலும் அரும்பியிருக்கிறது. இந்த நிலையில்தான் தயாளன் ராணுவத்தால் பிடித்துச் செல்லப்பட்டான். அவன் எங்கிருக்கிறான், அவனுக்கு என்ன நடந்தது என்று யாருக்கும் தெரியவில்லை.

வாய்வழித் தகவல்களைக் கேட்டு முகத்தார் அல்லைப்பிட்டி ராணுவமுகாமுக்குப் போகிறார். அவர் போகும் வழியெல்லாம் யுத்தத்தின் சிதைவுகளையே காண்கிறார். ராணுவ முகாமில் வழங்கப்படும் உலர் உணவுக்காக முதியவர்களும் பெண்களும் சிறு பிள்ளைகளும் கியூவரிசையில் நிற்கிறார்கள். நீண்ட காத்திருப்பின் பின் முகத்தார் ராணுவ அதிகாரியைச் சந்திக்கிறார். அதிகாரி சொல்கிறான்:

"நாம ஆக்களைப் பிடிக்கல்ல ... புலியத்தாங் பிடிச்சது. விசாரித்துப் பாத்து விடும் ... நீ போங்க ..."

நம்பிக்கை இழந்தவராய் முகத்தார் அவனைப் பரிதாபமாகப் பார்த்து நிற்கிறார். அதிகாரி மீண்டும் சற்று உரத்து அதட்டும் குரலில் சொல்கிறான்:

"நீ... போங்க ஐயா ... உங்க மகன் வரும் ..."

முகத்தார் மனம் உடைந்து போனவராய் மௌனமாக வெளியேறுகிறார்.

திரும்பிவரும் வழியில் மகனின் சடலத்தைக் கண்டெடுக்கிறார் முகத்தார்.

"கறுப்பாச்சி அம்மன் கோயிலைக் கடந்து, மண்கும்பானைத் தொட்டு நடந்தார்கள். அவர்களுக்கு முன்னாலும் பின்னாலும் சனசந்தடி இருந்தது. சாட்டியை ஊடறுத்து ஒற்றையடிப் பாதையில் இறங்கிய போது, அடர்த்தியாக வளர்ந்திருந்த ஈச்சம்பற்றைக் காட்டுப் பக்கமாக, வழமைக்கு மாறாக தொகையான காக்கைகள்... ஓரிரு நாய்களும் மோப்பம் பிடித்தபடி ...

முகத்தில் அறைந்தாற்போன்ற துர்நாற்றம் அவர்களைத் தாக்கியது.

"மாடுகீடு செத்துக்கிடக்குது போலை ..."

சிவராசா அபிப்பிராயம் கூறினான்

முகத்தாருக்கு அப்படி அல்ல என்று ஏதோ உள்ளிருந்து சொல்லியது. ஒருவகை வேகத்துடன் அவர் ஈச்சம் பற்றைகளை விலக்கியபடி உள்ளே நுழைந்தார். கறுப்பாய் உள்ளே... கிட்டவாக நுழைந்து பார்த்தார். பச்சைக் கோட்டுச் சாறத்துடன்... அவருக்கு ஐம்புலனும் ஒடுங்கி, சதுரம் பதறி, மரண வேர்வை வேர்த்தது.

"சிவராசா ... என்ரை பிள்ளை ... என்ரை பிள்ளையடா ..."

....

முன்னால் போனவர்களும் பின்னால் வந்தவர்களும் கும்பலாகக் கூடிவிட்டார்கள்.

சிவராசா முகத்தாரைப் பார்த்துக் கேட்டான்

“தொட்டால் கையுடன் வந்திடும் போலை கிடக்கு . . . எண்டாலும் வீட்டை எடுத்துப் போவம் . . .”

“வேண்டாம் ராசா. அவள் பவளம் இந்தக் கோலத்திலை பிள்ளையைப் பார்க்க வேண்டாம். அந்தப் பெட்டை தாரணியாலையும் தாங்கேலாது. இஞ்சையே என்ரை துரைக்கு நான் கொள்ளி போடுறன்.”

. . . .

அவரது துயரத்தில் அங்கு கூடிநின்றவர்கள் அனைவரும் பங்குகொண்டனர். காட்டுவிறகு, பூவரசங்கொம்பு, ஒதியமரக்கிளை என உடைத்துக் குவித்தார்கள். ஈச்சம்பற்றையின் உலர்ந்த பாளைகளைப் பிடுங்கி நெருப்பு மூட்டினார்கள். சடங்கு சம்பிரதாயம் எல்லாம் புறமொதுங்க தனது அருமந்த பிள்ளைக்கு முகத்தார் கொள்ளி போட்டார்.

தயாளனது உடலைத் தீ நாக்குகள் சூழ்ந்து தழுவிக்கொண்டன.

அங்கு நின்றவர்கள் எரியும் சிதையை வெறித்துப் பார்த்தபடி நின்றார்கள்.

கதை இத்துடன் முடிந்திருக்க வேண்டும். கதை வெளிப்படுத்தும் துயரமும், அதன் ஊடாக வெளிப்படும் யுத்தத்தின் மீதான ஆசிரியரின் விமர்சனமும் இங்கு உச்சத்தை எட்டிவிடுகின்றன. சட்டநாதனின் இயல்புப் படிக்கு அவர் இத்துடன் முடித்திருக்கக் கூடியவர்தான். ஆயினும் அவரது உணர்வு இதற்கு எதிரான தனது கோபத்தையும், இதற்கு ஒரு தீர்வையும் இன்னும் வெளிப்படையாச் சொல்வதற்கு அவரைத் தூண்டியதுபோலும். கதையை அவர் பின்வருமாறு முடிக்கிறார்:

‘இந்த யுத்தம் நம்மை மிதித்து, துவைத்துப் புழுதியோடு புழுதியாய் அரைத்துவிடுமா . . . இளம் பிள்ளையள் கண்ணில் பட்டால் அள்ளிக்கொண்டு போறாங்கள் . . . அல்லது சுட்டுத் தள்ளிவிடுறாங்களே இதற்கு . . . இதற்கு . . .?’

தூரத்தில் துப்பாக்கி வேட்டுகள் கேட்டன.

“பொடியள் ஆமியைச் சுடுறாங்கள் போலை கிடக்கு. அல்லைப்பிட்டிப் பக்கம்தான் கேட்குது . . .”

கூட்டமாய் நின்றவர்கள் தமக்குள் கதைத்துக்கொண்டார்கள்.

மேற்கு வானம் சிவந்து, பெரியவெளி குருதிப்புனலில் தோய்ந்தது போலிருந்தது. இரத்தக் கோளமாய் திரட்சிகொண்ட சூரியப்பந்து படுவானில் சாய்ந்து மறைந்தது.

முகத்தார் சிவராசாவின் கைத்தாங்கலில் மீளவும் நடக்கத் தொடங்கினார். சிவராசாவின் கைகளில் அந்த அரிசியும் மாவும் பொதியாக, அந்தப் பொதி இப்பொழுது அவனுக்குக் கனத்தது.

கதைக்கு இந்த முடிவு அவசியம் அற்றது எனினும், அன்றைய சூழலின் அரசியலோடு அது பொருந்திப்போவதாகத் தோன்றுகின்றது. சட்டநாதன் தமிழ்த் தேசியவாத அரசியலை வெளிப்படையாகப் பேசாதவர் எனினும், போர்க்கால வாழ்வு தொடர்பாக அவருடைய கதைகளில் வரும் இத்தகைய சில குறிப்புகள் அவருடைய அரசியல் சார்பை உணர்த்துவதாகக் கொள்ளலாம். இந்திய அமைதிப்படையின் அனுசரணையுடன் தமிழ்த் தேசிய ராணுவம் உருவாக்கப்பட்ட காலத்திலிருந்து தமிழ்ச் சிறுவர்களும் இளைஞர்களும் பலவந்தமாகப் பிடித்துச்செல்லப்பட்டு ராணுவத்தில் சேர்க்கப்பட்டதும், இயக்க மோதல்களினால் ஆயிரக்கணக்கான இளைஞர்கள் கொல்லப்பட்டதும் வரலாறு. ஆயினும், இத்துயரங்கள் நமது சிறுகதைகளில் அதிகம் இடம்பெறவில்லை என்பதும் இங்கு மனங்கொள்ளத்தக்கது.

'நகர்வு' போர்க்கால வாழ்க்கை பற்றிய சட்டநாதனின் பிறிதொரு முக்கியமான கதை எனலாம். படை நகரும்போது மக்கள் இடம்பெயர நேர்வதும், அது ஏற்படுத்தும் வலியும் சோகமும் இக்கதையில் இயல்பாகச் சித்திரிக்கப்படுகின்றன. மனிதத்தின் உயிர்ப்பும் நிலைமையை எதிர்கொள்ளும் ஓர்மமும் நிகழ்ச்சிகளின் ஊடாக முன்னிலைப்படுத்தப்படுகின்றன.

பட்டதாரி ஆசிரியனான வரதன், தோட்டத்தில் கடினமாக உழைக்கும் அப்பா, அப்பாபோல் கடின உழைப்பாளி இல்லாவிடினும் குசினியிலும் தோட்டத்திலும் வேலைசெய்யும் அம்மா, வயதான காலத்தில் நடமாட முடியாது கட்டிலோடு கிடக்கும் தாத்தா. ஷெல் தாக்குதலும் குண்டுவீச்சும் தொடர ராணுவம் கிராமங்களுக்குள் நுழைந்தபோது இவர்களின் அன்றாட வாழ்க்கை சிதைகிறது. ஊரே எடுக்கக்கூடியதை எடுத்துக்கொண்டு வெளியேறும்போது இவர்களும் வெளியேற நேர்கிறது. கிழவரைக் கொண்டுபோக முடியவில்லை. வீட்டிலேயே விட்டுவிட்டு வெளியேறுகிறார்கள்.

அவனுடனும், அந்த வீட்டுடனும் நெருக்கமான தொடர்புடையவள் வத்சலா. அதிகம் படிப்பறிவில்லாத அதே

கிராமத்துப் பெட்டை. 'தகப்பனைத் தின்னி... தாயிருந்தும் இல்லாத மாதிரி... நோயாளி, நடைப்பிணம்... அதோடு சொத்துப் பத்தெண்டு ஏதுமில்லாத பெட்டை.' அவர்களுக்கிடையிலே காதல் அரும்பி மலர்ந்திருக்கிறது. தாய் தகப்பனுக்கு அதில் விருப்பமில்லை. எனினும், தன் விருப்பத்துக்குக் குறுக்கே நிற்கமாட்டார்கள் என்ற நம்பிக்கை அவனுக்கு. அந்த வீட்டில் அவனைத் தவிர, தாத்தாவுடன்தான் அவளுக்கு அதிக நெருக்கம். வெளியேறும் அவசரத்தில் அவளைப் பார்க்க விரும்பியும் முடியவில்லை. இவர்கள் அவளைப் பார்க்காமலேயே வெளியேறுகிறார்கள்.

'பெரிசும் சிறிசுமாய், வித்தியாசம் ஏதும் இல்லாமல் பல பக்கத்திலுமிருந்து இடம்பெயரும் ஜனசமுத்திரம். கையில் அகப்பட்டதை எடுத்துக்கொண்டு, சொத்துசுகம் எல்லாவற்றையும் இழந்த நிலையில், துயரம் படிந்த முகத்துடன், எதையோ தொலைத்துவிட்டவர்கள்போல மக்கள் அள்ளுண்டு போய்க்கொண்டிருந்தார்கள்.'

வழியெங்கும் அவனுக்கு தாத்தாவின் எண்ணம், வத்சலாவின் எண்ணம். 'ஐயாவையும் அம்மாவையும் மண்கும்பானில் விட்டுவந்து தாத்தாவையும் அழைத்துப்போக முடிந்தால்' என்று யோசிக்கிறான். 'வத்சலா என்ன செய்துகொண்டிருப்பாள். தாயைத் தூக்கிப் பறிக்க முடியாமல் தனியாகத்தான் புறப்பட்டிருப்பாளா?' என்றெல்லாம் யோசிக்கிறான். 'வத்சலா வலுகெட்டி. எப்படியும் வந்திடுவாள். தாய்க்கும் ஏதாவது ஒழுங்குசெய்துபோட்டு வருவாள்... இரண்டொரு நாளிலை திரும்பலாம்... திரும்பமுடியாமல் போனால்...? தாத்தாவின் நிலை... வத்சலா அம்மாவின் நிலை...? அவனுக்குத் தலை சுற்றியது மயக்கம் வரும்போலிருந்தது.'

சாவுக்குப் பயந்து ஓடும் இந்த ஓட்டம் அவனுக்குச் சலிப்புத் தருகிறது. 'மரணத்தின் கருநிழலைக் கண்டு பயந்து விலகி ஓடி எதைக் கண்டுவிட்டோம். களத்தில் மரணத்தின் முகத்துக்கு நேராகவே முடிவுகளை எடுக்கும் ஒரு போராளியின் திராணி நமக்கு ஏன் ஆவதில்லை. பயந்து பயந்து ஓடும் இந்த அவலத்திலும் பார்க்க மரணம் அர்த்தமுடையது' என்றெல்லாம் யோசிக்கிறான். சூழலின் நெருக்கடி அவனுக்குள் மாற்றத்தை ஏற்படுத்துகின்றது.

பிள்ளையார் கோயிலடி இடம்பெயர்ந்தவர்களின் புகலிடமாகிறது. கால்வைக்க இடமில்லாத சனநெரிசல். அவன் அப்பாவையும் அம்மாவையும் கோயிலடியில் சைக்கிளிலிருந்து இறக்கிவிடுகிறான். கோயில் சுற்றாடலில் வத்சலாவைத் தேடிப் புறப்படுகிறான். அவள் இல்லை. 'வருவதாயின் அவள் இங்குதான் வர வேண்டும். இல்லை நடப்பது நடக்கட்டும் என்று வீம்புடன்

வராமலே விட்டுவிட்டாளோ' என்றெல்லாம் அவன் மனம் அலைபாய்கிறது. 'அவள் வரவில்லையானால் அவளையும் அவளது தாயாரையும் தாத்தாவையும் அழைத்துவர வேண்டும்' என்றும் தீர்மானிக்கிறான்.

சன நெரிசலில் கோயிலைச் சுற்றி வெளியே வந்தவனுக்கு அதிசயம் காத்திருக்கின்றது. வத்சலா சைக்கிளை உருட்டியபடி வருகிறாள். சைக்கிளின் பின்னால் அவளது தாய். ஒரு அடிதானும் எடுத்துவைக்க முடியாதவளைத் தனியாகச் சைக்கிளில் சுமந்துவந்திருக்கிறாள். மகிழ்ச்சியில் நின்ற அவனிடம் வத்சலா கேட்ட முதல் கேள்வி 'தாத்தா எங்க' என்பதுதான். அவனுடைய தயக்கத்தைப் பார்த்ததும் அவள் ஏசுகிறாள். "அந்தக் கிழவனைப் போட்ட இடத்திலை போட்டிட்டு ஓடிவர உங்களுக்கு வெக்கமாயில்லை. உயிர் அப்படி என்ன வெல்லமா?" என்று கேட்கிறாள். அப்படிக் கேட்க அவளுக்கு முழுத் தகுதியும் உண்டு. வரதன் சைக்கிளைத் தள்ளிக்கொண்டு போகப்போகிறான். அப்பாவும் அம்மாவும் தடுக்கின்றனர். வத்சலா அவர்களுக்குச் சமாதானம் சொல்லி அவனைப் போகவிடுகிறாள். தொலைவில் ஷெல் விழுந்து வெடிக்கும் சத்தம் கேட்கிறது. சட்டநாதன் கதையை இவ்வாறு முடிக்கிறார்:

> பாக்கியம் குமுறி அழத் தொடங்கினாள்.
>
> "இல்லை மாமி உங்கள் பிள்ளைக்கு ஒண்டும் வராது. நீங்கள் கும்பிடுற தெய்வம் அவரைக் காப்பாற்றும் கவலைப்படாதேங்க. செய்யவேண்டியதைச் செய்யாமல் விடுறதுதான் பிழை. தாத்தா பாவம், தனிச்சு – தவிச்சுப் போயிடுவாரெல்லா... இரண்டுபேரும் பத்திரமாய் வருவினம்."
>
> அவளது வார்த்தைகள் பாக்கியத்துக்கு ஆறுதல் தந்தன.
>
> பாக்கியம் வரதன் போன திசையையே பார்த்தபடி நின்றாள்.
>
> எங்கோ தொலைவில் பொம்மர்கள் குண்டு மழை பொழிந்துகொண்டிருந்தன. இடையில் ஹெலியின் வேட்டுச் சத்தமும் கேட்டது."

யுத்தத்தின்போது இடம்பெயரும் அவலத்தை மிக யதார்த்தமாகச் சித்திரிக்கும் கதை இது. சூழலின் யதார்த்தமும் மனித உணர்வுகளும் முட்டிமோதுவதை இயல்பு குன்றாமல் சட்டநாதன் இக்கதையில் விபரித்துச்செல்கிறார். இளந்தலைமுறையைச் சேர்ந்த பெரும்பாலான அவருடைய பெண்பாத்திரங்கள்

போல வத்சலாவும் தற்துணிபு உடையவளாகவும், சுயமாகச் சிந்தித்துச் செயற்படுபவளாகவும் இருக்கிறாள். 'துயரம்' கதையில் வருவதுபோலவே போராளிகள் மீதான மனச்சாய்வும் வரதனின் நினைவோட்டத்தின் மூலம் வெளிப்படுகின்றது. மக்கள் திரளாக அள்ளுண்டு வெளியேறுவதைக் கண்டு வரதனின் சிந்தனை இவ்வாறு ஓடுகின்றது:

> 'எங்கே போவது இந்த மண்ணைவிட்டு. தீத்தாங் கூடலையும், நவக்கை வயல் வெளியையும், தாவடியையும், சிலுந்தாவில் சிலிர்த்துக் கிடக்கும் நீரையும், அஞ்ஞாவையும், ஆலடித்துண்டையும் விட்டுவிட்டு எங்கே போவது. இருத்தலின் அர்த்தம் இழந்த இந்த அவலம் நிரந்தரமானதா...? போன மார்கழியில்தானே மாங்குளத்தில் அந்த வீரம் விளைந்தது. ஓடஓட விரட்டியவர்களை இந்த மண்ணின் மைந்தர்கள் புறங்கண்டு விரட்டினார்களே, அது இந்தப் பூமியில் நடந்த அதிசயம் அல்லவா...? இந்தப் பூமி... நம் கைவசமாகும், வாழ்வு புதிதாய் மலர்வுகொள்ளும்'

அவன் சிலிர்த்துக்கொண்டான்.

ஆக்கிரமிப்புக்கு எதிரான மண்பற்றும், 'மீட்பர்கள்' மீதான உணர்வுபூர்வமான நம்பிக்கையும் இங்கு வெளிப்படக் காணலாம். பின்நோக்கிப் பார்க்கும் போது இந்தக் கனவு மெய்ப்படவில்லை எனினும், இக்கதை சித்திரிக்கும் யுத்தச்சூழல் ஏற்படுத்திய மனித அவலமும் மனித உணர்வுகளும் யதார்த்தத்தை எதிர்கொள்ளும் ஓர்மமும் நம்முள் அழகில் ரீதியான ஆழமான அதிர்வுகளை ஏற்படுத்துகின்றன.

சட்டநாதனின் 'கவளம்' இந்திய அமைதிப்படையினால் அப்பாவி மக்கள் அடைந்த இன்னலைச் சித்திரிக்கின்றது. இக்கதையில் தாயை இழந்து, தகப்பனும் எங்கோ போய்விட தனது பாதுகாப்பில் வளரும் பேரக்குழந்தை சிவகாமியுடன் அகதி முகாமில் தங்கியிருக்கும் முதியவர் ராமலிங்கம் இந்திய அமைதிப்படையினரால் சுட்டுக் கொல்லப்படுகிறார். கீரைக்கட்டு விற்றுப் பிழைப்பு நடத்தியவர் அவர். ஒருபிடிச் சோற்றுக்கும் வழியில்லாமல் தங்கியிருக்கும் நிலையிலும் நேர்மையைப் பேணியவர். அகதிமுகாமில் இருக்கும் மற்றவர்கள் சங்கக் கடையை உடைத்துச் சாமான் அள்ளியதிலோ, கோழிப் பண்ணைத் திருட்டிலோ சம்பந்தப்படாதவர். அதைவிடப் பட்டினி கிடப்பதை மேலாகக் கருதியவர் ராமலிங்கம்.

தன் பேத்திக்கும் தனக்கும் ஒரு கவளம் சோற்றுக்கு வழியில்லாத நிலையில், திடீரென்று வீட்டில் பிடியரிசி

போட்டுவைத்த பானை அவருக்கு ஞாபகம் வருகிறது. அதை எடுத்துவருவதற்காக இந்திய ராணுவம் முற்றுகை இட்டுள்ள சூழலில் ஊரடங்குச் சட்டத்தையும் மறந்து ஒழித்தொழித்து வீடுவந்து அரிசிப்பானையை எடுத்துக்கொண்டு திரும்பியபோது இந்திய ராணுவத்தால் சுட்டுக் கொல்லப்படுகிறார். இந்தியச் சிப்பாய்கள் சப்பாத்துக் காலால் அவரது உடலைப் புரட்டிவிட்டு 'ஒரு கிழட்டுப் புலி' என்று ஏளனம் செய்து சிரிக்கிறார்கள்.

அப்பாவியான ராமலிங்கத்தின் அவலச் சாவு நம் மனதில் கனம் ஏற்றுகின்றது. இடப்பெயர்வும் பசியும் மக்களை எப்படியெல்லாம் விரட்டுகிறது என்பதை இக்கதையில் படம் பிடித்திருக்கிறார் ஆசிரியர். ராமலிங்கத்துக்குப் புரிந்த அளவு அரசியலும் இக்கதையில் பேசப்படுகிறது.

"காந்தி பிறந்த பூமி என்ற ஒரு பயபக்தி இருந்தது அவருக்கு. அந்த இந்தியா தன் ஆன்ம வசீகரம் அனைத்தையுமே இழந்து ஒரு இரத்த வெறி கொண்ட ஓநாயாய்... எல்லாமே பொய்யாய்... நம்ப முடியாததாய்...' இருக்கிறது அவருக்கு. அவர் தெரிந்துகொண்டதெல்லாம் அவ்வளவுதான். ஆழமான அரசியலெல்லாம் எங்கே அவருக்குப் புரியப் போகிறது. எளிமையும் அப்பாவித்தனமும் மிகுந்த மனிதர் அவர்" என்று அவரைப் பற்றி விபரிக்கும் கதைசொல்லி, அதனூடு தனது அரசியலையும் முன்வைக்கிறார்.

அவருக்கு எதுவுமே புரியும்படியாய் இல்லை என்று கூறும் கதைசொல்லி "மக்களது துன்பதுயரம் புரிந்தது, அவர்கள் வயித்துக்கும் வாய்க்கு மில்லாமல் அலைந்து திரிவது புரிந்தது. களப்பலியாகும் இளைஞர்களது இழப்பும் தியாகமும் புரிந்தது" என்கிறார். ராமலிங்கத்தின் நினைவோட்டமாக இப்படியும் கூறப்படுகின்றது:

> "... ஆமிக்காரன் எவனுமே அயோக்கியனாகத்தானிருப்பான். துப்பாக்கிச் சனியனைப் பிடித்தவன் தமிழனோ தெலுங்கனோ சீக்கியனோ எவனாயிருந்தாலும் எல்லாரும் ஒரே ரகம்தான்."

நற்குணங்கள் உள்ள ஒரு அப்பாவி ஏழைக் கிழவனின் படுகொலையைச் சித்திரிப்பதன் மூலம் யுத்தம் பற்றியும் வன்முறை அரசில் பற்றியும் நம்மைச் சிந்திக்கத் தூண்டுகின்றது இக்கதை.

'திருப்தி', 'பக்குவம்' ஆகிய இரு கதைகளும் யுத்தத்தை நேரடியாக அன்றி, பின்புலமாகக் கொண்டுள்ளன. திருப்தி கதை ஷெல் அடியில் தந்தையை இழந்த சிறுவன் தனக்கும்

தன் தாய்க்கும் தங்கைக்கும் சோறுபோடவும், தனதும் தன் தங்கையினதும் படிப்பைத் தொடரவும் கோயிலடியில் கடலையும் பலூனும் விற்றுப் பிழைப்பு நடத்த நேர்ந்த அவலத்தைக் கூறுகிறது. கதைசொல்லி அவனில் இரக்கப்பட்டும், அவனுக்கு உதவும் முகமாகவும் ஐந்து பலூன்கள் வாங்கித் திருப்தியடைகிறார். அவருடைய திருப்தி அந்தச் சிறுவனுக்கு எவ்வளவு தூரம் உதவும்? தொடர்ந்தும் அவர் அவனிடம் ஐந்து, பத்து பலூன்கள் வாங்குவாரா? அதன் மூலம் அவனது வாழ்க்கைத் தரம் உயர்ந்துவிடுமா? யுத்தம் அழித்த அவனுடைய வாழ்வு நிமிருமா? போன்ற கேள்விகளை நம்முள் எழுப்பும் நல்ல கதை இது.

பக்குவம் கதை தன் சக ஆசிரியனின் சாவீட்டுக்குச் சென்று திரும்பும் கதைசொல்லியின் மன உணர்வைப் பற்றிப் பேசுகிறது. முப்பத்தொரு வயதில் பரந்தாமன் துப்பாக்கிச் சூட்டில் பலியாகிறான். இன்னும் இரண்டொரு மாதத்தில்தான் காதலித்த ஈஸ்வரியைத் திருமணம் செய்ய இருந்தவன் அவன். அவன் எப்படிச் செத்தான்? ‘குரொஸ் ஃபயரிங்கிலா அல்லது இயக்கத் தொடர்பினாலா’ என்பது சரியாகத் தெரியவில்லை. ஆனால் யுத்தம்தான் அவனது சாவுக்குக் காரணம்.

கதைசொல்லியை அவனது சாவு பெரிதும் பாதிக்கின்றது. சாவீட்டுக்கு வந்த தனது மற்றொரு நண்பன் பசுபதியை அது அப்படிப் பாதித்ததாகத் தெரியவில்லை. பரந்தாமனின் பிணம் சிதையில் எரிந்தபோது அவன் யாரோடோ கலகலப்பாகப் பேசிக்கொண்டிருந்தான். மற்றவர்களைவிட தன்னை இது ஏன் பாதிக்க வேண்டும். “பரந்தாமனின் உடலைத் தீ நாக்குகள் தழுவியபோது இவனது தேகம் லேசாக நடுங்கியது. கண்கள் பனித்தன. உள்ளத்து உணர்வுகள் அனைத்துமே உறைந்து போனதான நிலை.” ஆனால் ‘பசுபதியை எதுவும் தொடவில்லை.’ அது ஏன் என்பது இவனது விசாரம். சுடலையை விட்டு வெளியே வந்தபோது மழை பிடித்துக்கொள்கிறது. இவன் பசுபதியின் குடைக்குள் ஒதுங்குகிறான். “பாஸிங் கிளவுட்ஸ் மச்சான் . . . மழை விட்டிடும்” என்கிறான் பசுபதி. ‘இந்த வாழ்வு . . . இதன் அர்த்தம் எல்லாமே நகரும் முகில்கூட்டம்தானா’ என இவன் யோசிக்கிறான். மரணமும் வாழ்வும் பற்றிய விசாரம் அவனைத் தொற்றிக்கொள்கிறது.

சாவீட்டுக்குச் செல்லும்போது தான் சைக்கிளை விட்டுச் சென்ற முன்பின் தெரியாத அந்த வீட்டுச் சிறுமியின் பரிவும், கரிசனையும் அவன் மனதை மகிழ்விக்கின்றது. அவன் சைக்கிளை எடுத்துக்கொண்டு வீடு திரும்புகிறான் ‘மனம் பரவசம் கொண்டு சிறகு விரித்ததான உணர்வு. பரந்தாமனின் மரணம் தந்த

உளைச்சல் சிறுகச்சிறுக நீங்கியதான நிலையில் எல்லாமே அவனுக்கு அழகாக இருந்தன.'

> "அவனுக்கு முன்பாக, எதிரே வந்து அவனைக் கடந்து சைக்கிளில் சென்ற பெண்பிள்ளையின் லாவகம், சுமக்க முடியாத சுமையைச் சுமந்து செல்லும் சிறுவனின் முகம் காட்டும் முதிர்ச்சி, தோளோடு தோள் கைபோட்டு சைக்கிளில் சமாந்தரமாய் உலாப்போகும் சீருடை அணிந்த கல்லூரி மாணவர்களின் குதூகலம், பஸ்ரியன் சந்தியில் திரும்பிய பஸ்ஸில், கணமே தெரிந்து மறைந்த அந்தப் பெயர் தெரியாத, எங்கோ எப்பொழுதோ பார்த்துப் பிரியப்பட்ட அழகியின் முகம், எல்லாமே அவனுக்கு மகிழ்ச்சியைத் தந்தன."

தன்னை மறந்தவனாக, பாடலொன்றை முணுமுணுத்தபடி அவன் சைக்கிளை ஊன்றி மிதித்துச் செல்வதாகக் கதை முடிகின்றது.

யுத்தம் மனிதர்களுக்கு எவ்வளவு காயத்தை ஏற்படுத்தினாலும் வாழ்வு தொடரத்தான் செய்கிறது. அதன் உயிர்ப்பும் இயக்கமும் நம் மனதை ஆற்றிவிடுகின்றது. வாழ்வில் இன்னும் இனிமை இருக்கிறது என்பதுதான் இக்கதை கூறும் செய்தி என்று நினைக்கிறேன்.

கடந்த முப்பதாண்டுப் போரையும் அதன் குரூரத்தையும் அதற்குள்ளும் வீழ்ச்சியடைந்துவிடாத மனித உயிர்ப்பையும் தன் கதைகளில் யதார்த்தமாகவும் நேர்மையாகவும் சட்டநாதன் பதிவு செய்திருக்கிறார். அவர் பதிவு செய்யத் தவறியவற்றை அவரது அரசியலை மட்டுமன்றி, போர்க்கால அரசியலையும் மையப்படுத்தியே பார்க்க வேண்டும்.

சட்டநாதனின் ஏனைய கதைகள் வெளிப்படுத்தும் அவரது புனைவுலகம் பற்றித் தனியாக நோக்கவேண்டும்.

(*ஜீவநதி*, சட்டநாதன் சிறப்பிதழ், ஐப்பசி 2015)

18

கண்ணீரினூடே தெரியும் வீதி

தேவமுகுந்தனின் சிறுகதைகள் இப்போதுதான் முழுமையாகப் படிக்கக் கிடைத்தன. இவர் 1990களின் தொடக்கத்தில் எழுதத் தொடங்கியிருக்கிறார். கடந்த சுமார் இருபது ஆண்டுகளில் பத்துக் கதைகள்தான் எழுதியிருக்கிறார். இவரது முதல் கதை 'மரநாய்கள்' 1993இல் அச்சில் வெளிவந்திருக்கிறது. ஏனைய ஒன்பது கதைகளும் 2008 முதல் 2011 வரை நான்கு ஆண்டுகளில் எழுதப்பட்டவை. இடைப்பட்ட சுமார் பதினைந்து ஆண்டுகளில் இவர் கதைகள் எவையும் எழுதவில்லை. குறுகிய காலத்தில் குறைவாக எழுதினாலும், புதிய தலைமுறையைச் சேர்ந்த இலங்கைத் தமிழ்ப் படைப்பாளிகளுள் குறிப்பிடத் தகுந்த ஒருவராகத் தன்னை நிலைநிறுத்திக் கொண்டவர் இவர் என்பதை இத்தொகுதி உறுதிப்படுத்துகின்றது.

தேவராசா முகுந்தன் என்ற சொந்தப் பெயர்கொண்ட தேவமுகுந்தன் தன் பெரும்பாலான கதைகளை 'நிர்மலன்' என்ற புனைபெயரிலேயே எழுதியிருக்கிறார். இவர் யாழ்ப்பாணத்தைப் பிறப்பிடமாகக் கொண்டவர் எனினும், கடந்த சுமார் இருபது ஆண்டுகளாக கொழும்பிலேயே வாழ்ந்துவருகிறார். இலங்கைத் திறந்த பல்கலைக் கழகத்தில் கல்விகற்று, தேசிய கல்வி நிறுவகத்தில் செயற் திட்ட அதிகாரியாகப் பணியாற்றி, அங்கு பணியாற்றிய காலத்திலேயே அரசாங்க புலமைப் பரிசில் பெற்று மலேசியாவில் பட்ட மேற்படிப்பை முடித்து, தற்போது திறந்த பல்கலைக் கழகத்தில் கல்வித் துறையில் விரிவுரையாளராகப் பணிபுரிகிறார். இவரது பெரும்பாலான கதைகள் கொழும்பையே

களமாகக் கொண்டிருப்பதை இப்பின்னணியில் புரிந்துகொள்ள முடிகிறது. மரநாய்கள் மட்டும் யாழ்ப்பாணத்தைக் களமாகக் கொண்டது. 'இரட்டைக் கோபுரங்கள்' மலேசியப் பின்னணியில் இலங்கையரின் அனுபவத்தைப் பேசுகிறது. ஏனைய கதைகளின் பிரதான களம் கொழும்புதான்.

1980க்குப் பிந்திய இலங்கைத் தமிழ் இலக்கியத்தின் பிரதான கருப்பொருள் இனமுரண்பாடும் யுத்த அவலமும்தான். இனமுரண்பாட்டால் பிளவுண்ட இலங்கையின் யுத்த சூழல் தனிமனிதர்களின் வாழ்வை, அவர்களின் உணர்வுகளை, நடத்தையை எவ்வாறெல்லாம் பாதித்திருக்கின்றது என்பதைத்தான் கடந்த முப்பது ஆண்டுகாலப் பகுதியில் எழுந்த மிகப் பெரும்பாலான படைப்புகள் பேசுகின்றன. அதிலும் குறிப்பாக, யுத்தத்தின் குழந்தைகளான முகுந்தன் போன்ற புதிய தலைமுறையினரின் எழுத்தில் இதுவே முனைப்பாக வெளிப்படுகின்றது. இவர்கள் இன உறவின் சுகத்தை அன்றி, இனப் பிளவின் குரூரத்தையே அனுபவித்தவர்கள். இவர்களின் படைப்புகள் அந்த அனுபவத்தின் வெளிப்பாடுகளாக அமைவது தவிர்க்க முடியாதது.

முகுந்தனின் முதலாவது கதையான 'மரநாய்கள்' யுத்தத்தினால் சிதைந்து, ராணுவம் முகாமிட்டிருந்த யாழ்ப்பாணக் கிராமம் ஒன்றின் அன்றாட வாழ்க்கையைச் சிறுவன் கோபியின் அனுபவத்தின் ஊடாகப் பேசுகின்றது. அந்தக் கிராமத்தில் யுத்தத்தால் இடம்பெயர்ந்திருந்த மக்களில் சிலர் வீடு திரும்பி அழிபாடுகளைத் திருத்தி வாழ்க்கையை மீண்டும் ஆரம்பிக்கத் தொடங்குகிறார்கள். ராணுவம் பள்ளிக் கூடத்தில் முகாமிட்டுள்ளது. ராணுவம் கோழிகளைப் பிடித்துச் செல்வதால் அண்மையிலிருந்த கோழிப் பண்ணை மூடப்பட நேர்கிறது. குறைந்த விலைக்குக் கோழிகளை விற்கிறார்கள். கோபியின் அம்மா ஒரு கோழி வாங்கிவருகிறார். அவன் அதை ஆசையோடு வளர்க்கிறான். இரவில் கோழியைப் பிடிக்கவரும் மரநாயை அண்ணன் துரத்தியடிக்கிறான். ஆனால் ராணுவம் ஊரெல்லாம் கோழிகளைப் பிடிக்கத் தொடங்குகிறது. ஒருநாள் வீடுவீடாகப் போய் கோழி பிடித்துவரும் ராணுவத்தினர் கோபியின் கண்முன்னாலேயே அவனது கோழியை அடித்துக் கொன்று உரப்பையில் போட்டுத் தூக்கிச் செல்கிறார்கள். கோபி அழுதுகொண்டு தோட்டத்தில் நின்ற அண்ணனிடம் சொல்கிறான். கதை இவ்வாறு முடிகிறது:

"வாழைகளுக்குப் பாத்தி கட்டிக்கொண்டிருந்த தமயன் மண்வெட்டியைக் கீழேபோட்டுவிட்டு நிதானமாகச் சொன்னான்.

"மரநாய்களைத் துரத்தவேண்டும்"

ஒன்றும் புரியாதவனாக கோபி அழுகையை அடக்கிக் கொண்டு கண்ணீரினூடு தமயனின் முகத்தை அண்ணார்ந்து பார்த்தான். அது தெளிவாக இருந்தது. இவனுக்குப் புரிய இன்னும் சிறிது காலம் போதும்."

இக்கதையில் மரநாய்கள் ராணுவத்துக்குக் குறியீடாகப் பயன்படுத்தப்படுகின்றது. ராணுவத்தின் முற்றுகைக்கு உட்பட்ட கிராமத்தில் உரிமையும் சுதந்திரமும் அற்ற மக்களின் வாழ்வையும் அவர்கள் மனதில் கொதிப்பு ஏறிவருவதையும் இக்கதை யதார்த்தமாகச் சித்திரிக்கின்றது. யாழ்ப்பாண யுத்த சூழலை மையமாகக் கொண்டு தேவமுகுந்தன் எழுதிய கதை இது ஒன்றுதான்.

இவரது பெரும்பாலான கதைகள் யாழ்ப்பாணத்துக்கு வெளியே, யுத்தம் காரணமாக இன உறவு பிளவுண்ட தலைநகர் கொழும்பில், சிங்கள நடுத்தர வர்க்கத்தினரின் சந்தேகப் பார்வைக்கு மத்தியில் தமிழர்கள் எதிர்நோக்கிய அன்றாட வாழ்க்கைப் பிரச்சினைகள் பற்றியே பேசுகின்றன.

இனமுரண்பாடும் மோதலும் உச்சத்தில் இருந்த யுத்த காலத்தில் கொழும்பிலும் பிற பிரதேசங்களிலும் பொதுமக்களை, குறிப்பாகச் சிங்களவர்களைப் பெருமளவில் பாதித்த புலிகளின் தொடர்ச்சியான குண்டு மற்றும் தற்கொலைத் தாக்குதல்கள் காரணமாக பொலிஸ், ராணுவக் கெடுபிடிகளும் கைதுகளும் அதிகரித்தன. எந்தக் கணத்தில், எங்கு, எது நடக்குமோ என்ற பீதி எல்லோர் மனதிலும் கவிந்திருந்தது. உத்தரவாதம் அற்ற வாழ்க்கைச் சூழல் எல்லோரையும் உலுக்கிக்கொண்டிருந்தது. புலிகள் யார், பொதுமக்கள் யார் என்று பிரித்தறிய முடியாத நிலையில் தமிழர்கள் அனைவரும் சந்தேகத்துக்கு உள்ளாகினர். அரசின் நடவடிக்கைகளும் ஊடகப் பிரச்சாரமும் இதைத் தீவிரப்படுத்தின. புலிகளின் அரசியலுக்கு இது அவசியமாக இருந்தாலும், குறிப்பாக, தமிழர்களைப் பொறுத்தவரை இது மரண விளையாட்டாகவே அமைந்தது. தனிப்பட்ட கோபதாபங்களின் அடிப்படையில் தெரிவிக்கப்படும் ஒரு பொய்த்தகவல் கூட ஒருவரின் கைதுக்கும் சித்திரவதைக்கும் சிறைவாழ்வுக்கும் அல்லது மரணத்துக்கும் கூடக் காரணமாகும் ஆபத்து எப்போதும் இருந்தது. தனிமனித உரிமைகள் செல்லாக் காசாகிய நிலைமையே யதார்த்தமாயிற்று. சிங்கள தேசியவாதம் தமிழ் வெறுப்பை ஊட்டி வளர்ப்பதற்கும், தமிழ்த் தேசியவாதம் சிங்கள வெறுப்பை ஊட்டி வளர்ப்பதற்கும் இது நல்ல பசளையாயிற்று.

இந்த யதார்த்தத்தை ஈழத்துத் தமிழ் இலக்கியம் எவ்வாறு கையாண்டது என்பது முக்கியமான கேள்வி. மிகப் பெரும்பாலான

எழுத்தாளர்கள் தமிழ்த் தேசியவாத நோக்கு நிலையிலிருந்தே இதைப் பார்த்திருக்கிறார்கள் என்பதே எனது அவதானிப்பு. தேவமுகுந்தன் இதற்கு விலக்கல்ல என்பதையே இத்தொகுப்பில் உள்ள பல கதைகள் உணர்த்துகின்றன. அவருடைய கதைகள் மிக வலுவாக இந்த அனுபவத்தைப் பேசுகின்றன. பெரும்பாலான கதைகள் அவருடைய சொந்த அனுபவத்தைப் பேசுகின்றனவோ என்று எண்ணத் தூண்டும் வகையில் உண்மைக்கு நெருக்கமாகத் தோன்றுகின்றன.

'சிவா' இத்தொகுப்பிலுள்ள மிக உருக்கமான கதைகளுள் ஒன்று. அவன் ஒரு பல்கலைக்கழக மாணவன். மிகுந்த திறமைசாலி. சிங்கள மாணவர்களுடனேயே மிக நெருங்கிப் பழகுகிறான். ஒரு சிங்கள மாணவியைக் காதலிக்கிறான். ஆனால் ஒருநாள் இரவு பல்கலைக் கழகத்திலிருந்து வீடு செல்லும் வழியில் சந்தேகத்தின் பேரில் சோதனைச் சாவடியில் அவன் கைதுசெய்யப்படுவதோடு எல்லாமே மாறுகிறது. வாயிற் காவலன் உட்பட நெருங்கிப் பழகிய சிங்கள மாணவர்கள் எல்லோரும் தமிழ் மாணவர்கள்மீது சந்தேகப்படுகிறார்கள். பல்கலைக் கழகத்துக்குள் பொலிஸ் புகுந்து தமிழ் மாணவர்களை விசாரணைக்காக அழைத்துச் செல்கிறது. சிவா ஆறுவருடங்கள் சிறையில் இருந்து குற்றம் நிரூபிக்கப்படாமல் சித்திரவதைக்கு உள்ளான வடுக்களுடன் வெளியே வருகிறான். நண்பர்களிடமிருந்து தனிமைப்படுகிறான். பின்னர் (மீண்டும் கைதுசெய்யப்பட்டு) காணாமல்போய்விடுகிறான்.

சிவாவுடன் பல்கலைக் கழகத்தில் ஒன்றாகப் படித்த நண்பன் முரளிதான் கதைசொல்லி. ஆறுவருடங்கள் சிறையிலிருந்து மீண்ட சிவாவை ஒரு கலியாண வீட்டில் சந்திப்பதுடன் கதை தொடங்குகிறது. பின்னர் முரளி பழைய சம்பவங்களை நினைவுகூர்கிறான். இறுதியில் சிவா மீண்டும் காணாமற்போனது பற்றி ஒரு நண்பன் சொன்ன தகவலுடன் கதையை முடிக்கிறான் முரளி. எனினும் கதை நமக்குள் அத்துடன் முடிவதில்லை. இன மோதலில் பலிக்கடாக்களாகிப்போன ஏராளமான அப்பாவி சிவாக்களின் கதைகள் நம்முள் தொடர்கின்றன.

'இடைவெளி', 'ஒரு சுதந்திர நாள்' ஆகிய இரு கதைகளையும் சிவாவுடன் இணைத்துப் பார்க்கலாம். இடைவெளி கதையில்வரும் ஜெகன் கொழும்பில் ஒரு அலுவலகத்தில் பணிபுரிகிறான். சக சிங்கள ஊழியர்களுடன் நட்புடன் பழகுகிறான். எனினும்; அலுவலகத்தில் தமிழ்ப் பத்திரிகை வாங்கிப் போடுவது தொடர்பாகவும், சுனாமி நிவாரணத்துக்குச் சேர்க்கும் பணத்தைத் தமிழ்ப் பிரதேசத்துக்கும் கொடுக்க வேண்டும் என்பது தொடர்பாகவும் சக ஊழியர்களுடன் உரிமைப் போராட்டம்

நடத்தி 'பயங்கரவாதி' என்ற பட்டமும் பெறுகிறான். அவன் அலுவலகத்துக்கு லீவு போட்ட ஐந்து நாட்களில் மூன்று நாட்கள் கொழும்பில் குண்டுவெடிப்புகள் நிகழ்கின்றன. அவனது லீவையும் குண்டுவெடிப்பையும் தொடர்புபடுத்தி அலுவலகத்தில் பலர் அவனைச் சந்தேகிக்கிறார்கள். கடைசியாகக் குண்டு வெடித்த அன்று அவன் தன் குழந்தையை நவலோக ஆஸ்பத்திரிக்குக் கொண்டுபோயிருந்தான். அவன் வெளியே வந்தபோது வீதியில் வாகனங்கள் எதுவும் இல்லை. ஆட்டோவுக்காக அவன் அங்கும் இங்கும் ஓடித்திருந்ததை அவனுடன் வேலைசெய்யும் யாரோ கண்டிருக்கிறார்கள். மறுநாள் பொலிஸ்காரர்கள் அலுவலகத்துக்கு வந்து விசாரணைக்காக ஜெகனை அழைத்துச் செல்வதோடு கதை முடிகிறது.

கொழும்பில் வாடகை அறையில் வாழ்ந்துகொண்டு பல்கலைக்கழகத்தில் படிக்கும் யாழ்ப்பாண மாணவன் ஒருவனின் சுதந்திர தின அனுபவத்தைக் கூறுகின்றது 'ஒரு சுதந்திர நாள்' என்ற கதை. சுதந்திர தினத்தில் தமிழர்கள் சுதந்திரம் இல்லாமல் வாழும் முரண்தான் கதைப்பொருள். பாதுகாப்புக் கெடுபிடி காரணமாக பகலுணவுக்குச் செல்லும்போது அவன் பரிசோதனைக்கு ஆளாவது, அவன் வழக்கமாகச் சாப்பிடும் லக்ஷ்மி பவன் மூடிக்கிடப்பது, பொலிஸ் பதிவு புதுப்பிக்கப்படாததால் அங்கு வேலைசெய்த மலையக இளைஞர்களைப் பொலிஸ் அள்ளிச் சென்ற செய்தி, பெரிய தேசியக் கொடியைப் பிடித்தவாறு சிங்கள இளைஞர்களும் யுவதிகளும் பொப்பிசை பாடியவாறு பஸ்சில் சுற்றுலாச் செல்வது, இனியும் சாப்பாட்டுக்கு அலைந்து ஆபத்தில் மாட்டிக்கொள்ளாது அறையில் இருக்கும் பாணைச் சாப்பிடலாம் என்று அவன் அறைக்குத் திரும்புவது என்று கதை விரிந்து முடிகிறது. சிங்களவர்களுக்கே சுதந்திரம், தமிழர்களுக்குச் சுதந்திரம் இல்லை என்பதை கதை அழுத்திக் கூறுகின்றது.

'இரட்டைக் கோபுரம்' மலேசியப் பின்னணியில் அமைந்தாலும் தொனிப்பொருளைப் பொறுத்தவரை மேற்குறிப்பிட்ட மூன்று கதைகளுடனும் உறவுடையது. சுனில், லால், முரளி மூவரும் அரசாங்க புலமைப் பரிசில் பெற்று மலேசியாவில் உயர்கல்வி கற்பவர்கள். ஒரே வாடகை வீட்டில் சமைத்துச் சாப்பிட்டு மிகுந்த நட்புடன் வாழ்பவர்கள். மலேசிய இலங்கையரான சுப்பிரமணியத்துடன் அவர்களுக்கு நெருங்கிய நட்பு ஏற்படுகின்றது. சிங்களவர், தமிழர் என்ற முரண்பாடுகள் எவையும் அவர்களை எவ்வகையிலும் பாதிக்கவில்லை. அப்படி ஒரு அன்னியோன்யம். திடீரென சுனிலின் குழந்தை பேராதனை மருத்துவமனையில் இறந்ததாகத் தகவல் வருகிறது. சுனிலின் தம்பி முரளியிடம்தான் தகவல் சொல்கிறான். உடனே

அண்ணனை ஊருக்கு அனுப்பிவைக்கும்படி கேட்கிறான். சுனிலிடம் தகவலைச் சொல்லி அவனைத் தேற்றி விமான நிலையத்துக்கு அழைத்துவருகிறார்கள். சுப்பிரமணியம்தான் தன்னுடைய செலவில் பயணச்சீட்டு வாங்கி தன்னுடைய காரில் கூட்டிவருகிறார். விமானம் இரண்டுமணிக்குக் கொழும்புக்குப் போகும், அங்கிருந்து சுனிலின் மச்சான் அவனைக் கண்டிக்கு அழைத்துச் செல்வான். ஆனால் அது நடக்கவில்லை. அன்றைக்குக் கொழும்புக்கான விமானங்கள் எல்லாம் ரத்துச்செய்யப் பட்டுவிட்டன. கட்டுநாயக்கா விமான நிலையத்தைப் புலிகள் தாக்குவதாகச் செய்தி தெரிவிக்கப்படுகின்றது. தன் பயணம் தடைப்பட்ட ஆத்திரத்தில் 'பறத் தெமிலு' எனச் சுனில் திட்டுகிறான். கதை இவ்வளவுதான். முரளியால் சுனிலைப் புரிந்துகொள்ள முடியவில்லை. அவன் தனக்குள் இப்படிச் சொல்லிக்கொள்கிறான்: 'என் காதுகளை என்னால் நம்பமுடியவில்லை. சுனில் ஏன் 'பறத் தெமிலு' என்று ஏசுகிறான்? அவனின் பயணம் தடைப்பட்டதற்கு நாங்கள் என்ன செய்ய முடியும். அவனின் துயர் எங்களிலும் பரவியுள்ளபோது ஏன் எங்களைத் திட்டுகிறான்,' முரளிக்கு இது புரியாவிட்டாலும் இன முரண்பாடு மனித நடத்தையை எவ்வாறெல்லாம் பாதிக்கின்றது என்பது இதன்மூலம் நமக்கு நன்கு புரிகின்றது.

இதுவரை நாம் பார்த்த நான்கு கதைகளிலும் சிங்களவர் பற்றிய எதிர்மறையான கருத்துநிலை வெளிப்படுவதைக் காணலாம். பாதிக்கப்பட்டவர்களின் நோக்குநிலையில் இருந்து நாம் இவற்றைப் புரிந்துகொள்ள வேண்டும்.

'கண்ணீரினூடே தெரியும் வீதி' இனமோதல், யுத்தம் தொடர்பாக நாம் முக்கியமாகக் கவனிக்க வேண்டிய கதை என்று நினைக்கிறேன். மோதலில் சம்பந்தப்பட்ட இரு சாராரின் துயர அனுபவமும் ஒரேசமயத்தில் இக்கதையில் பேசப்படுகின்றது. 'ஜயசிகுறு' படைநடப்பு காலப் பின்னணியில் கதை சொல்லப்படு கிறது. கதைசொல்லி பல்கலைக்கழக மாணவன். கொழும்பு கல்கிசையில் வாடகை அறையில் குடியிருக்கிறான். அவனது குடும்பம் யாழ்ப்பாணத்திலிருந்து புலம்பெயர்ந்து கிளிநொச்சியில் குடியிருக்கிறது. அப்பா கனடாவில். தம்பி நகுலன் இயக்கத்தில் சேர்ந்துவிட்டான். ஒருநாள் பள்ளிக்குப் போனவன் திரும்பிவர வில்லை. அவனுடைய சைக்கிள்தான் திரும்பிவருகிறது. அவன் தானாக இயக்கத்தில் சேர்ந்தானா அல்லது பாலத்காரமாகச் சேர்க்கப்பட்டானா என்பதைக் கதைசொல்லி சொல்லவில்லை. தம்பி இயக்கத்தில் சேர்ந்ததனால்தான் கதைசொல்லியின் குடும்பம் யாழ்ப்பாணம் திரும்பிச் செல்ல முடியவில்லை என்று நாம் யூகிக்கலாம். கிளிநொச்சியிலிருந்து அம்மா அவனுக்குக்

கடிதம் எழுதியதினால் அவன் இரண்டுமுறை அறை மாறவேண்டி இருந்தது. கனடாவிலிருந்து அப்பா அனுப்பும் காசை வங்கிமூலம் கிளிநொச்சிக்கு அனுப்புவதற்கு அவன் வங்கி முகாமையாளரின் அவசியமற்ற விசாரணைக்கெல்லாம் உட்படவேண்டியிருக்கிறது.

கல்விசாரா ஊழியர்களின் வேலைநிறுத்தத்தால் பல்கலைக் கழகம் மூன்று மாதமாக மூடிக்கிடக்கிறது. யாழ்ப்பாணம், மட்டக்களப்பு, திருகோணமலை ஆகிய இடங்களைச் சேர்ந்த அவனது பல்கலைக்கழக நண்பர்கள் எல்லாரும் ஊர் போய்விட்டார்கள். அவனால் கிளிநொச்சிக்குப் போகமுடியாது. அதனால் கொழும்பில் தங்கியிருக்கிறான். ஒரு தூக்கமற்ற இரவில் கதைசொல்லி இக்கதையைச் சொல்கிறான். கதை இவ்வாறு தொடங்குகிறது:

“நான்கைந்து மாதங்களாய் இதேமாதிரித்தான் இரவில் ஒழுங்காகத் தூங்க முடிவதில்லை. காலிவீதியைக் கிழித்து விரையும் அம்புலன்ஸ் வண்டிகளின் அவல ஒலிகள் என்னைத் திடுக்கிட்டு விழிக்கச் செய்கின்றன. பெரிய ஆஸ்பத்திரிக்கும் விமான நிலையத்திற்குமிடையே அவலக் குரலெழுப்பியபடி அம்புலன்ஸ் வண்டிகள் ஓடி விரைகின்றன. கல்கிசைச் சந்தியிலிருக்கும் மலர்ச்சாலைக்கு சடலங்களை ஏற்றியபடி வரும் இராணுவ டிரக் வண்டிகள் அவற்றை அங்கு இறக்கிவிட்டுச் செல்கின்றன. அவ்வண்டிகளின் முன் இருக்கைகளில் இராணுவ வீரர்கள் துயர்படிந்த முகத்தினராய் அமர்ந்திருப்பர். நகரெங்கும் வெண்கொடிகள் காற்றில் படபடக்கின்றன. நான் தங்குகிற அறையிருக்கும் கல்கிசை மார்க்கட்டுக்கு முன்னாலுள்ள வீதியிற்கூட இரு வீடுகளில் வெள்ளைக் கொடிகளைப் பறக்கவிட்டுள்ளார்கள். அவ்வீட்டு முகப்புகளில் இராணுவச் சீருடை தரித்த இளைஞர்களின் பெரிய வர்ணப் புகைப்படங்களை வைத்துள்ளார்கள். அவற்றைப் பார்க்க அவர்களுக்கு என்னிலும் பார்க்க இரண்டுமூன்று வயது குறைவாய் இருக்கும் போலிருந்தது. இன்று மாலை அவ்வீடுகளுக்குப் போய்க் கதைத்துவிட்டும் குடித்துவிட்டும் வந்த எனது அறையின் சொந்தக்காரர் குமுது அங்கிள், சடலங்கள் செஞ்சிலுவைச் சங்கம் மூலம் மல்லாவியிலிருந்து வவுனியா வந்துவிட்டனவென்றும் இன்று இரவு வீடுகளுக்கு வந்து நாளையிண்டைக்கு இறுதிக் கிரியைகள் நடைபெறுமென்றும் சொல்லியிருந்தார். சொல்லும்போது அவர் குரல் தழுதழுத்தது. அவருக்குத் தெரியப் பிறந்து வளர்ந்து இறந்த பிள்ளைகள்.. அவர் தூக்கி வளர்த்த பிள்ளைகள் அவர்கள் ...”

தூக்கமற்ற அந்த அதிகாலையில் அவனுடைய அறைக்கதவு தட்டப்படுகிறது. போலிஸ் விசாரணைக்கு வந்துள்ளதோ என்ற

தயக்கத்துடன் கதவைத் திறக்கிறான். வந்தவன் அறை நண்பன் நிக்சன். அவசரமாக அவனை வெள்ளவத்தைக்கு அழைத்துச் செல்கிறான். அவனது அப்பா அவனை அவசரமாக ரெலிபோன் எடுக்கச் சொன்னதாகச் சொல்கிறான். 'கோப்பாயில நகுலன் செத்திட்டானாம்' என்று அப்பா சொல்லி அழுகிறார். 'பொடி பெரியாஸ்பத்திரியில் இருக்காம்' என்று சொல்கிறார். கதை பின்வருமாறு முடிகிறது:

"எனக்குத் தலை சுற்றுமாப்போல இருக்கு. நிக்ஸன் என்னைப் பிடித்தபடி கொமினிகேசனின் கண்ணாடிக் கதவைத் தள்ளிக்கொண்டு வெளியே வருகிறான். நகுலனின் உடல் அநாதையாய் ஆஸ்பத்திரிச் சவச்சாலையில் இப்ப கிடக்கும். உடலில்லாமல் கிளிநொச்சியில் செத்தவீடு நடக்கும்.

நாளைக்கு வீட்டுக்காரர் குமுது அங்கிளோடை வீட்டுக்குப் பக்கத்திலை நடக்கப்பபோகின்ற செத்தவீடுகளுக்குப் போக வேண்டும்.

கண்ணீரினூடு வீதி தெரிகிறது

வெண்புறாக்களாய் சீருடையணிந்த பாடசாலைப் பிள்ளைகளை ஏற்றிய வாகனங்கள் காலிவீதியில் ஊர்கின்றன. அந்த வாகனங்களை விலத்தியபடி அவலக் குரலெழுப்பி அம்புலன்ஸ் வண்டிகள் தெற்கிலிருந்து வடக்குநோக்கி விரைகின்றன. வானம் வேறு அழுது தொலைக்கின்றது."

கடந்த முப்பது ஆண்டுகளில் இனமோதல், யுத்த அனுபவங்களைக் கருவாகக் கொண்டு எழுதப்பட்ட சில சிறந்த சிறுகதைகளுள் இதுவும் ஒன்று என்பது என் கணிப்பு. சிங்களவர், தமிழர் என்ற பேதம் இன்றி யுத்த அவலம் எல்லோர் மீதும் கவிந்திருப்பதை எவ்விதப் பாசாங்கும் இன்றி இக்கதை யதார்த்தமாகச் சொல்லுகின்றது. இத்தொகுப்பிலுள்ள தேவமுகுந்தனின் மிகச் சிறந்த கதை என்றும் நான் இதைத்தான் சொல்லுவேன். இனமுரண்பாட்டுக் காலகட்டத்தில் ஒரு எழுத்தாளனிடம் நாம் எதிர்பார்க்கக்கூடிய அறம் இக்கதையில் பிரகாசமாகத் தெரிகிறது. 'சிவா', 'இடைவெளி', 'இரட்டைக் கோபுரம்' போன்ற கதைகளில் வெளிப்படையாகத் தெரியும் சிங்களவர்களைப் பற்றிய எதிர்மறைப் பார்வை இக்கதையில் இல்லை என்பது எனக்கு மிகுந்த ஆறுதல் தருகின்றது.

'வழிகாட்டிகள்', 'கூட்டத்தில் ஒருவன்' ஆகிய இரு கதைகளும் இனமுரண்பாட்டைப் பின்னணியாகக் கொண்டவை எனினும் பிரச்சினையை வேறு ஒரு தளத்தில் அணுகுகின்றன. இன மோதல் சூழலில் சமூகப் பிரக்ஞையற்ற உயர்வர்க்கத் தமிழர்

சிலரின் நடத்தையைக் கிண்டலோடு விமர்சிக்கும் கதைகளாக இவற்றைக் கருதலாம். பிரச்சார வாடை சற்றுத் தூக்கலாக உள்ள மிகைப்படுத்தலாக இக்கதைகள் அமைகின்றன.

முகுந்தனின் கதைகள் எல்லாம் ஒரு வகையில் சுய அனுபவ வெளிப்பாடுகளாகக் கருதக்கூடியவையே எனினும் இவன் என்ற கதை சுயஅனுபவச் சாயலைச் சற்றுக் கூடுதலாகப் பெற்றிருப்பதாகத் தோன்றுகின்றது. பல்கலைக்கழகத்தில் படித்து முதல் வகுப்பில் சித்தியடைந்தும் பல ஆண்டுகளாக வேலையற்றிருக்கும் ஒரு பட்டதாரியின் அனுபவத்தைக் கதை விபரிக்கிறது. வேலையற்ற தமிழ் இளைஞன் கொழும்பில் வாழ்வதிலுள்ள பிரச்சினைகளையும் அது சித்திரிக்கின்றது. பணமும் செல்வாக்கும் உடைய, தன்னைவிடப் படிப்பிலும் திறமையிலும் குறைந்த தனது தமிழ் நண்பர்கள் நல்ல தொழிலில் இருப்பதையும் தான் வேலையற்று அலைவதையும் கதைசொல்லி விரிவாக விபரிக்கிறான். ஒருவகையில் சற்று மிகைப்படுத்தலாகத் தோன்றினாலும் கதைசொல்லும் முறையில் இத்தொகுப்பில் உள்ள நல்ல கதைகளுள் இதையும் ஒன்றாகக் கருதலாம்.

'சின்ன மாமா' இத்தொகுப்பிலுள்ள வித்தியாசமான கதை. போர்ச் சூழலோடு நேரடியான தொடர்பற்றது. சாதியில் தன்னைவிட உயர்ந்த ஒருத்தியைக் காதலித்துத் திருமணம் செய்தபின் தன் குடும்பத்தை முற்றிலும் புறக்கணித்த ஒரு பிரபல எழுத்தாளரைப் பற்றியது கதை. ஒரு எழுத்தாளனின் போலி வாழ்க்கையை அம்பலப் படுத்துவது என்பதற்குமேல் சொல்லும் முறையில் கதை சிறப்பாக அமைந்துள்ளது.

பொதுவாகவே தனது எல்லாக் கதைகளிலும் தான் ஒரு நல்ல கதைசொல்லி என்பதை தேவமுகுந்தன் நிரூபித்திருக்கிறார். கொழும்புச் சூழலை அதன் சமூக–புவியியல் வரைபடத்தை சிறப்பாக வரைந்திருக்கிறார். பத்துக் கதைகளில் அரைவாசிக் கதைகளாவது நல்லகதைகள் என்ற தகுதியைப் பெறுகின்றன. அந்தவையில் புதிய தலைமுறையைச் சேர்ந்த எழுத்தாளர்களுள் தேவமுகுந்தனும் முக்கிய இடம்பெறுகிறார் என்பதில் ஐயம் இல்லை.

கடந்த முப்பது ஆண்டுகால இனமுரண்பாடு, மோதல், யுத்தம் பற்றிய பிரச்சினைகளை ஈழத்துத் தமிழ் இலக்கியம் எவ்வாறு கையாண்டுள்ளது என்ற கேள்வியை மீண்டும் எழுப்ப விரும்புகிறேன். பெரும்பாலும் இவை பாதிக்கப்பட்டவர்களின் குரலாக, சார்புநிலைப்பட்டவையாகவே காணப்படுகின்றன. சிங்கள மேலாதிக்கம், ராணுவ ஒடுக்குமுறை, அரச பயங்கரவாதம் பற்றிய விபரிப்புகளாகவே அவை பெரிதும் வெளிப்பட்டுள்ளன.

அது ஒருவகையில் தவிர்க்கமுடியாதது என்று வாதிடலாம்; அது ஒருவகையில் நியாயமாகவும் தோன்றலாம். எனினும், விடுதலைப் போராட்டம் என்ற பெயரில் விடுதலை இயக்கங்கள் கட்டவிழ்த்துவிட்ட அடக்குமுறைகளையும் கொலைகளையும் பயங்கரவாதத்தையும் அதன் விளைவுகளையும் பற்றிப் பேசாத இலக்கியம் ஒருபக்கச் சார்பானது என்பதையும் நாம் அழுத்திக் கூற வேண்டும்.

இந்திய பிரிவினையின்போது இந்துக்களும் முஸ்லிம்களும் பல இலட்சக் கணக்கில் கொல்லப்பட்டதையும் புலம்பெயர்ந்ததையும் பின்னணியாகக் கொண்டு சாதத் ஹசன் மண்டோ, கே.ஏ. அப்பாஸ் போன்றவர்கள் அதற்கு வெளியே இருந்து அவற்றின் அபத்தத்தைப் பற்றி எழுதியவற்றை நான் நினைத்துப் பார்க்கிறேன். எழுத்தாளனின் அற உணர்வுக்கு நாம் அவற்றை உதாரணமாகக் கொள்ளலாம். தமிழில் அத்தகைய எழுத்து மிகவும் குறைவாகவே காணப்படுகின்றது. தேவமுகுந்தனின் ‘கண்ணீரினூடே தெரியும் வீதி’ கதையை அவ்வகையிலேயே முக்கியமானதாகக் கருதுகிறேன்.

இது தொடர்பாக சுதாராஜின் ‘உயிர்க்கசிவு’ சிறுகதைத் தொகுதிக்கு நான் எழுதிய முன்னுரையில் குறிப்பிட்ட ஒரு கருத்தோடு இக்குறிப்பை முடிக்க விரும்புகிறேன்.

“சோபாசக்தி, சக்கரவர்த்தி ஆகிய புலம் பெயர்ந்த எழுத்தாளர்கள் போல் யுத்த சூழலில் விடுதலை இயக்கங்களின் வன்முறை, மனித உரிமை மீறல் போன்ற கருப்பொருட்களை மையமாகக் கொண்ட கதைகளை எழுதியவர்களை ஈழத்தில் மிக அரிதாகவே காணமுடியும். அதற்கான சுதந்திரம் அவர்களுக்கு இருக்கவில்லை. கோவிந்தன் என்ற புனைபெயரில் இயக்கங்களின் வன்முறையை அம்பலப்படுத்தி ‘புதியதோர் உலகம்’ நாவலை எழுதிய நோபேட் விடுதலைப் புலிகளால் பின்னர் கொல்லப்பட்டார். செல்வி அவ்வாறு கொல்லப்பட்ட ஒரு பெண் கவிஞர். இப்பின்னணியில் சுதாராஜ் போன்றவர்களின் மௌனத்தை நாம் புரிந்துகொள்ள முடியும். யுத்தத்துக்குப் பிந்திய சூழலில் இந்த மௌனத்துக்கு விடுதலை கிடைக்கும் என்று நாம் எதிர்பார்க்கலாம்.”

இந்த எதிர்பார்ப்புடன் தேவமுகுந்தனுக்கு எனது பாராட்டுகளும் வாழ்த்துகளும்.

(தேவமுகுந்தன் – கண்ணீரினூடே தெரியும் வீதி, முன்னுரை, 2012)

19

மாப்பசானும் ஜானகிராமனும்

வாசகர் வட்டத்தின் ஆறாவது வெளியீடு ஜானகிராமனின் 'அம்மா வந்தாள்'. சர்ச்சைக்குரிய நாவல் என்றும், தமிழில் தலைசிறந்த நாவல்களுள் ஒன்று என்றும் அதைப் பற்றிப் பல அபிப்பிராயங்கள் வெளியாகி உள்ளன. 'கிராம வாழ்க்கைக்கும் நகர வாழ்க்கைக்கும் இடையேயுள்ள சிக்கலை, இந்நாவல் சித்திரிக்கின்றது என்றும், ஒரு குறிப்பிட்ட சமூகத்தின் சீரழிவைக் காண்பிக்கின்றது என்றும் அது பற்றிப் பிரஸ்தாபிக்கப்பட்டுள்ளது.

இந்தக் கருத்துகளுக்கும் நாவலுக்கும் இடையேயுள்ள பொருத்தம் விமர்சிக்கப்பட வேண்டியதெனினும், ஒரு மதிப்புக்குரிய தாய் சோரம் போனதை மகன் கண்டுபிடித்ததை அடிப்படையாகக் கொண்ட நாவல் என்ற வகையில் இது தமிழுக்கு புதிய கரு என்பதையும், ஜானகிராமனின் தேர்ச்சிமிகுந்த கைவண்ணத்தை வெளிப்படுத்தக்கூடிய மற்றுமொரு நாவல் இது என்பதையும் நாம் ஒப்புக்கொள்ளலாம்.

ஆனால், இந்தக் கட்டுரையின் நோக்கம் இந்த நாவலின் இலக்கியத் தரத்தையோ அதன் சமூகப் பெறுமானத்தையோ ஆராய்வது அல்ல. சுமார் எழுபத்தைந்து வருடங்களுக்கு முன்பு பிரபலமான பிரெஞ்சு எழுத்தாளர் மாப்பசான் 'பியரியும் ஜீனும்' *(Pierre and Jean)* என்னும் நாவலை எழுதி வெளியிட்டார். அதே நாவல் ரதுலன் மொழிபெயர்ப்பில் 'அண்ணனும் தம்பியும்' என்ற தலைப்பில் 1962ஆம் ஆண்டு 'தமிழ்ப் புத்தகாலய'

வெளியீடாக தமிழிலும் வெளிவந்துள்ளது. மாப்பசானின் அந்த நாவலுக்கும் ஜானகிராமனின் 'அம்மா வந்தாள்' நாவலுக்கும் கதைக் கருவிலும் சம்பவப் பின்னலிலும் பாத்திரங்களின் குணவியல்புகளிலும் பல ஒப்புமைகள் காணப்படுகின்றன. 'அண்ணனும் தம்பியும்' மாப்பசானின் மிகச் சிறிய நாவல் என்று சொல்லப்படுகின்றது. ஜானகிராமனின் மிகச்சிறிய நாவலும் 'அம்மா வந்தாள்'தான். அவ்விரு நாவல்களையும் ஒப்பிட்டு நோக்குவதே இக்கட்டுரையின் நோக்கம் ஆகும்.

இரண்டு நாவல்களும் தாய் சோரம் போனதை மகன் கண்டுபிடித்ததையும் அதனால் ஏற்படும் விளைவுகளையும் பற்றியதாகும். சாராம்சத்தில் அவை இரண்டும் ஒன்றே.

மாப்பசானின் நாவல் பிரான்சின் நோர்மண்டிப் பிரதேசத்தை நிலைக்களனாகக் கொண்டது. ரோலந், லூசி என்ற பெற்றோரையும் பியரி – ஜீன் என்ற இரண்டு சகோதரர்களையும் கொண்ட ஒரு சாதாரண குடும்பம். அந்தக் குடும்பத்துடன் சிநேகமாய் இருக்கும் ரோசிமல்லி என்ற அழகிய இளம் விதவை. அவள் தம்பி ஜீனுடன் நெருக்கமாக இருக்கிறாள் என்று அண்ணன் பியரிக்குச் சற்றுப் பொறாமை அந்தச் சந்தர்ப்பத்தில் தம்பி ஜீனுக்கு எதிர்பாராத அதிஷ்டம் அடிக்கிறது. எப்போதோ அந்தக் குடும்பம் பாரீசில் கடைவைத்து வியாபாரம் செய்த காலத்தில் அவர்களின் குடும்ப நண்பனாக இருந்த மான்ஷியர் லியோன் மார்சல் என்ற பணக்காரக் கனவான் தன் சொத்து முழுவதையும் ஜீனுக்கு எழுதி வைத்துவிட்டு இறந்துபோகிறார். பியரிக்கு இது ஆச்சரியமாக இருக்கின்றது. ஏன் அவர் தன் சொத்து முழுவதையும் தன் தம்பிக்கே எழுதி வைக்க வேண்டும்? சந்தர்ப்ப சூழ்நிலைகள் அவனை அதைப்பற்றி ஆராயத் தூண்டுகின்றன. கடைசியில் தன் தம்பி தன் தகப்பனுக்குப் பிறக்கவில்லை; அந்தக் கனவானுக்கே பிறந்தான் என்ற உண்மையை அவன் கண்டுபிடிக்கின்றான். மூத்த மகன் அவ்வுண்மையைக் கண்டுகொண்டான் என்பதைத் தாய் அறிகிறாள். தாயும் மகனும் ஒருவரை ஒருவர் காணும்போது அச்சம், அதிர்ச்சி, வெறுப்பு, ஆழமான சோகம் போன்ற உணர்ச்சிப் போராட்டங்களுக்கு ஆளாகின்றார்கள். இருவருக்கு மட்டுமே தெரிந்த உண்மையை இளைய மகனுக்கும் வெளிப்படுத்த வேண்டிய சூழ்நிலை ஏற்படுகின்றது. தான் சோரம் போனதை தன் பெற்ற மகனிடமே சொல்லி அழ வேண்டிய துர்ப்பாக்கிய நிலைக்கு லூசி தள்ளப்படுகின்றாள். இனிமேல் என்னால் வாழமுடியாது சாகப் போகிறேன் என்று கதறுகிறாள். ஆனால், இளையவன் அந்த உண்மையை ஜீரணித்துக்கொண்டு அன்னையை ஏற்றுக் கொண்டான். மூத்தவனால் அது முடியவில்லை. அவர்கள் பழையபடி சுகமாக வாழ முடியாது என்று தெரிகின்றது. அவன்

கப்பல் டாக்டர் வேலையை ஒப்புக்கொண்டு நிரந்தரமான கடல் வாழ்க்கையில் ஈடுபட பிரான்சை விட்டு அமெரிக்காவுக்குப் போகிறான். அந்தக் குடும்பம் அவனை வழி அனுப்பி வைக்கின்றது.

மாப்பசானின் நாவலின் கதைச் சுருக்கம் இதுவே. அதை ஒரு நாடக பாணி நாவல் என்று சொல்லலாம். நாவல் மிகவும் இறுக்கமாகவும் ஒரே தொடராகவும் வளர்த்துச் செல்லப்படுகின்றது. லூசியும் பியரியும் மிக அனுதாபத்துக்குரிய பாத்திரங்களாகச் சித்திரிக்கப்பட்டுள்ளனர்.

இனி, ஜானகிராமனின் நாவலுக்கு வருவோம்.

தனக்காக உருகி ஏங்கும் இளம் விதவையான இந்துவின் காதலை நிராகரித்துவிட்டு, தனது பதினாறுவருட வேதப் படிப்பை முடித்துக்கொண்டு அப்பு ஊருக்கு வருகின்றான். அவனுக்குத் தன் அம்மாவிடம் அளவற்ற பக்தியும் மதிப்பும். அவன் மட்டுமல்ல, அந்தக் குடும்பத்தில் எல்லோரும் – தகப்பனார் தண்டபாணி உட்பட – அலங்காரத்தம்மாளின் ராசகம்பீரத்தின் முன் அடங்கிப் போபவர்களே. அப்பு வீட்டில் வந்து நிரந்தரமாகத் தங்கத் தொடங்கிய பிறகுதான் அவனுக்கு நிலைமை புரிகின்றது. நீண்டகாலமாகத் தன் குடும்ப நண்பனாக இருக்கும் சிவசுந்தரம் என்னும் அழகிய பணக்காரன், தன் தாயின் அந்தரங்க நண்பனே தவிர, குடும்ப நண்பன் அல்ல என்ற உண்மைதான் அது. அந்தக் குடும்பத்தில் எல்லோருக்கும் தெரிந்த, ஆனால் தங்களுக்குள்ளேயே புதைத்துப் பழகிப்போன அந்த உண்மை புதிதாக அப்புவுக்குத் தெரிந்துவிட்டதை அறிந்த பிறகு அம்மாவே உண்மையைச் சொல்லி அழுகிறாள். ஆறு பிள்ளைகளில் மூன்றாவதாகப் பிறந்த அப்புவே தனக்குக் கடைசிப் பிள்ளை என்று அவள் சொல்கின்றாள். அதற்குப் பிராயச்சித்தமாகவே அவனை வேதம் படிக்க அனுப்பியதாகச் சொல்கிறாள். அவனது வேத நெருப்பில் தனது பாவத்தை எரித்துவிடக் காத்திருப்பதாகச் சொல்கிறாள். ஆனால், அந்த நெருப்பு அவளுடைய பாவத்தை எரிக்கவில்லை.

அவனும் சாதாரண மனிதன்தான் என்பதை அம்மா அறிந்து கொண்டாள். அப்பு மீண்டும் வேதப் பாடசாலைக்கே செல்கிறான். அலங்காரத்தம்மாளுக்கு சிவசுவின் தொடர்பைத் துண்டித்துக் கொள்ள முடியவில்லை. உள்ளுக்குள் புழுங்கிக் கொண்டிருக்கும் அந்தக் குடும்பத்துடன் இருக்கவும் அவளுக்குப் பிடிக்கவில்லை. அப்பு தன்னை மீண்டும் தேடி வரமாட்டான் என்று அவளுக்குத் தெரியும். ஆகையால் அப்புவைத் தேடி அம்மாவே வந்தாள். “எனக்கு வேறே வழியே தெரியல்லே. எத்தனை பாட்டிகள் அங்கே செத்துப் போறதுக்காகப் போய்க்

காத்துண்டே இருக்கா, நானும் போய்க் காத்துண்டிருக்கப் போறேன்" என்று மகனிடம் சொல்லிக்கொண்டு தன் கடைசிக் காலத்தைக் கழிக்கக் காசிக்குப் போகிறாள் அம்மா. அம்மா வந்தாள் நாவலின் கதைச் சுருக்கம் இது.

மாப்பசானின் நாவலில் மகன் அந்தக் குடும்பத்தை விட்டுப் போகிறான். ஜானகிராமனின் நாவலில் அம்மா குடும்பத்தை விட்டுப் போகிறாள். மான்ஷியர் மார்ஷலின் தொடர்பு எப்போதே நின்றுவிட்டதனாலும் அனுதாபத்துக்குரிய தன் தாயை ஜீன் உள்ளபடியே ஏற்றுக் கொண்டதனாலும் லூசி குடும்பத்தை விட்டு வெளியேறுவதற்கு அவசியம் இல்லாது போய்விட்டது. ஆனால், சிவசுந்தரம் இன்னும் அந்தக் குடும்பத்துடன் தொடர்பாக இருப்பதனாலும், அந்த உண்மை அந்தக் குடும்பத்தில் எல்லோருக்கும் தெரியும் என்பதனாலும், தான் நம்பி இருந்த ஒரே மகனே அவளை ஏற்றுக்கொள்ளத் தயாராக இல்லாததனாலும் அலங்காரத்தம்மாள் வெளியேற வேண்டி நேரிடுகிறது.

ஆனால், இந்த வேறுபாடுகள் கதையின் மையக்கருவைப் பாதிக்கவில்லை. நான் இங்கு காட்டிய மையக் கதையின் சுருக்கத்தில் இருந்து இரு நாவல்களின் கதை அம்சமும் சாராம்சத்தில் மிகவும் நெருங்கியவை என்பதைத் தெளிவாக அறியலாம். கதை நடைபெறும் களங்கள் வேறாக இருப்பதனாலும் பாத்திரங்களின் வாழ்க்கைமுறை வேறாக இருப்பதனாலும் சில உப பாத்திரங்களினாலும் இரு நாவல்களிலும் கதைப்போக்கு மாற்றம் அடைந்திருக்கின்றது. எனினும், இரு நாவல்களின் பாத்திரங்களின் குண அமைப்பிலும் உண்மைகளைக் கண்டு பிடிக்கும் முறையிலும் பாத்திரங்களின் உணர்ச்சி பாவத்திலும் பல ஒற்றுமைகளைக் காணலாம். கதை அம்சத்தின் சாராம்சத்திலுள்ள ஒற்றுமையே இந்த ஒப்புமைகளுக்கும் காரணமாக அமைகின்றன. அவை பற்றி நாம் தொடர்ந்து கவனிக்கலாம்.

2

மான்ஷியர் மார்சலும் சிவசுந்தரமும் அந்த இரண்டு குடும்பங்களுடனும் தொடர்பை ஏற்படுத்திக்கொண்ட முறையில் மிக நெருங்கிய ஒற்றுமை காணப்படுகிறன்றது. முதலில் மார்ஷல் எப்படித் தொடர்பை ஏற்படுத்திக் கொண்டான் என்பதைப் பார்ப்போம். மாப்பசான் அதை இவ்வாறு காட்டுகின்றார்.

எல்லோரும் சாப்பிட்டுக் கொண்டிருக்கிறார்கள். அப்போது பியரி கேட்கிறான். "இந்த மனிதர் மார்சலை உங்களுக்கு எப்படித் தெரியும்?"

ரோலந் நிமிர்ந்து தன் நினைவைப் பசுமையாக்கிக் கொண்டே "எப்படியோ எனக்கே இப்போது நினைவில்லை. அது எவ்வளவோ காலம் ஆகிவிட்டது. உன் அம்மாதான் முதலில் கடையில் அவரோடு நட்புக் கொண்டாள். இல்லையா லூசி? அவர் ஏதோ தனக்கு வேண்டிய பொருளுக்காக உத்தரவு கொடுக்க வந்தார். அவர் அடிக்கடி வருவார். அவர் நண்பராகும் முன்பு நமது கடையின் வாடிக்கைக்காரர்." அதன் பிறகு மார்சல் குடும்ப நண்பனாக இருந்த காலத்து நினைவுகளைத் தாயும் தகப்பனும் பரிமாறிக் கொள்கிறார்கள் ('அண்ணனும் தம்பியும்' பக். 71).

அதைப்பற்றிப் பியரி பிறகு இப்படி நினைத்துப் பார்க்கின்றான். "கம்பீரத் தோற்றமும் இளமையும் பிக்குப்பிடுங்கல் இல்லாத செல்வச் செழிப்பும் இருந்த இந்த மார்சல் ஒரு நாள் கடைக்கு வந்து அங்கு வியாபாரம் செய்யும் அழகிய பெண்ணைக் கண்டு மனம் கவரப்பட்டிருக்கலாம். ஏதோ சிறுசாமான் வாங்கிவிட்டு, பிறகு அடிக்கடி வந்து லேசாகப் பேச்சுக்கொடுத்து, பிறகு கொஞ்சம் கொஞ்சமாகப் பழக்கம் ஏற்படுத்திக்கொண்டு, பலசமயம் பற்பல சாமான்களும் வாங்குவதன் மூலம் மெல்ல மெல்ல வீட்டுக்கு வரும் உரிமையைப் பெற்று, அந்த இளம் மனைவியைக் கண்டு புன்னகை செய்யவும் அவளது கணவனின் கையைக் குலுக்கும் அளவுக்கு நட்பு வளர்ந்திருக்கலாம், அதன் பிறகு... பிறகு ஆண்டவா பிறகு... ('அண்ணனும் தம்பியும்' பக். 80)

சிவசுவுக்கு தண்டபாணி குடும்பத்துடன் தொடர்பு ஏற்பட்ட விதத்தை ஜானகிராமன் பின்வருமாறு எழுதுகிறார்:

'அந்தக் காலத்தில் ஒரு நாள் சிவசு தன் தங்கையின் ஜாதகத்தையும் ஒரு ஏழெட்டு வரன்களின் ஜாதகத்தையும் கொண்டு வந்தான். பொருத்தம் பார்க்கச் சொல்லுமாறு சொல்லி மறுநாள் வருவதாகப் போனான். மறுநாள் வந்தான். மறுநாளும் வந்தான். இன்னும் நூறு ஜாதகங்கள் கொண்டு வந்தான். வாராவாரம் ஒரு நாள் இரண்டு நாளாவது வராமல் இருக்க மாட்டான். அப்படித்தான் அவனுடைய சிநேகிதம் ஆரம்பமாயிற்று. தண்டபாணி சல்லடை போட்டு வஸ்திரகாயம் பண்ணி ஒரு ஜாதகத்தை எடுத்துக் கொடுத்தார். இதுதான் நடக்கும் என்று ஏதோ சொல்லி வைத்தார். அதுதான் நடந்தது. சாதாரண ஆனால் கௌரவமான இடம். அடக்கமான பையன், பெரிய பதவி. சிவசுவுக்கு ஆனந்தம் தாங்கவில்லை. தண்டபாணி போட்ட கணக்குகளுக்காகக் காசு ஒரு ஆயிரம் ரூபாவைச் சன்மானமாகக் கொடுத்தான். பத்தாறு வாங்கிக் கொடுத்தான். அவர் சம்சாரத்துக்கு ஒரு பட்டுப் புடவை வாங்கிக் கொடுத்தான்.

ஆனால் காரியமானதோடு நின்றுவிடவில்லை. சிநேகிதனாகவே தொடர்ந்து பழகினான்; பழகிக் கொண்டே இருக்கிறான் ('அம்மா வந்தாள்', பக். 109).

மாப்பசானின் நாவலில் ரோலந்து கடை வைத்திருந்ததும் ஜானகிராமனின் நாவலில் தண்டபாணி ஜாதகம் பார்ப்பவராக இருப்பதும் முக்கிய அம்சங்கள் என்பதை நாம் கவனிக்க வேண்டும். மார்சல் லூசியுடன் பழகுவதற்கு சாமான் வாங்க வருவது காரணமாகப் பாவனை செய்யப்பட்டது போல சிவசுந்தரம் அலங்காரத்தம்மாளுடன் தொடர்பு கொள்ளுவதற்கு ஜாதகம் பார்க்க வருவதை ஒரு சாட்டாகக் கொள்ளுகிறான் என்பதும் ஒப்பு நோக்க வேண்டியவை.

3

அடுத்த ஒரு முக்கியமான ஒப்புமை இரண்டு குடும்பத்துச் சிநேகிதர்களுக்கும் அவர்களுக்குப் பிறந்த பிள்ளைகளுக்கும் இடையே உள்ள உருவ ஒற்றுமையும் அது வெளிக்கொண்டு வரப்படும் முறையும் ஆகும்.

மாப்பசானின் நாவலில் வரும் பிரச்சினைக்குரிய மார்ஷல் இறந்துபோனான். அதனால் அவனுக்குப் பிறந்ததாகக் கருதப்படும் ஜீனுக்கும் அவனுக்கும் இடையே உள்ள உருவ ஒற்றுமையை எடுத்துக்காட்டுவதற்கு மார்சலின் படம் உபயோகிக்கப்படுகின்றது. இதைப்பற்றி நாவலில் பல இடங்களில் பிரஸ்தாபிக்கப்படுகின்றது. அந்தப் படத்தைப் பற்றி பிரஸ்தாபிப்பதன் மூலம் பியரி, லூசியின் உணர்வை நாடி பிடித்துப் பார்க்கின்றான். கடைசியில் லூசி இந்தப் படத்தை எல்லோருக்கும் மத்தியில் கொண்டு வருகிறாள். மாப்பசான் இதைப்பற்றிப் பின்வறுமாறு சித்திரிக்கிறார்:

அப்படத்தை வாங்க பியரிதான் முதலில் கையை நீட்டினான். அப்படத்தை வாங்கி சற்றுத் தூரத்தில் பிடித்துக் கொண்டு அதைக் கூர்ந்து கவனித்தான். தன் தாய் தன்னைத் கவனித்துக்கொண்டிருக்கிறாள் என்பதை நன்கு அறிந்த பியரி வேண்டுமென்றே தன் கண்களை ஜீனின் பக்கம் செலுத்தி அவன் உருவத்தோடு அப்படத்தின் உருவத்தை ஒப்பிட்டுப் பார்த்தான். உணர்ச்சியின் வேகத்தைத் தடுத்து நிறுத்த முடியாமல் "அட இது ஜீன் மாதிரியே இருக்கிறதே!" என்று சொல்லிவிட்டான் (பக்கம் 103).

ஜானகிராமனுக்கு இதுபோல் படத்தைக் கொண்டு நிரூபிக்க வேண்டிய சிரமம் இல்லை. இங்கு சிவசு இன்னும் அவர்களுடன்தான் இருக்கிறான். ஆகையினால் அதே உருவ

ஒற்றுமையை வேறுமுறையில் சற்று நுட்பமாக ஜானகிராமனால் வெளிப்படுத்த முடிகின்றது.

1. சிவசுந்தரம் ஊஞ்சலில் அமர்ந்து அம்மாவுடன் கதைத்துக் கொண்டிருக்கின்றான். அப்பு அப்போதுதான் ஊரிலிருந்து வருகிறான்.

   "அப்பு" என்றாள் அலங்காரம்.

   'அம்மா'

   'என்னடா கோபு மீசையை எப்ப எடுத்தே?' என்று ஊஞ்சலைப் பார்த்தான் அப்பு. மறுகணம் சற்றுக் குழம்பி உற்றுப் பார்த்தான்.

   "சிவசு மாமண்ணா" என்றாள் காவேரி.

   "ஆ! மாமா சௌக்கியமா?" என்றான் அப்பு (பக்கம்.116).

2. நீ குளிக்கப் போயிருந்தியோல்லையோ! அப்புண்ணா வந்து உள்ளே நுழஞ்சதும் ஊஞ்சல்லே சிவசு மாமா உட்கார்ந்திருக்கறதைப் பார்த்து நீன்னு நெனச்சிண்டு என்னடா கோபு மீசையை எப்படா எடுத்தேன்னு சத்தம் போட்டுக் கத்தினாளே பாப்பம். சிவசு மாமா திரும்பினார்; அப்புண்ணா மூஞ்சியை அப்ப பாக்கணுமே" என்று சிரித்தாள் காவேரி (பக். 119).

3. "என்னா அப்படிச் சொல்லிட்டே நீ. என் பர்சனாலிட்டிக்கு என்னம்மா குறைச்சல்? அப்பு மாதிரி உசரமில்லை. அதுதானே! நான் தம்பி தானே! அதுக்காக அப்படி இருக்கிறேன். வெறென்ன குறைச்சல்? அப்புவே சர்ட்டுபிக்கேட் கொடுத்திட்டானே சிவசு சார் மாதிரி இருக்கிறேன்னு (பக். 121).

4. பிறகு அப்பு அதைப்பற்றி நினைத்துப் பார்க்கிறான். "பளிர்" என்று தலையில் அடித்தாற் போல் ஒரு நினைவு. ஊஞ்சலில் உட்கார்ந்திருந்த சிவசுவைப் பாரத்ததும் மீசையை எப்படா எடுத்தேன்னு நான் உளறினேனே! நானா உளறினேன். ஒரு வினாடி அப்படியே கோபு என்றே சமைந்து விட்டேனே." தடதடவென்று நிதானமிழந்து தள்ளாடிக்கொண்டே பின்னால் நகர்ந்து சுவரில் முட்டிக் கொண்டதுபோல் இருந்தது அப்புவுக்கு (பக்128).

மேலே அப்பு நினைத்துப் பார்ப்பதாக வரும் வார்த்தைகளுக்கும் மாப்பசானின் நாவலில் பியரி நினைத்துப் பார்ப்பதாக வரும்

கீழ்வரும் வார்த்தைகளுக்கும் வார்த்தை அளவில்கூட ஒப்புமை இருப்பதை அவதானிக்கலாம்.

அதே சமயத்தில் ஒரு நினைவு. மிகவும் துல்லியமாக பயங்கரமாக அவன் நினைவின் அரங்கத்தில் பளிச்சிட்டது. மார்சல் அழகாக, ஆமாம் ஜீவனைப் போல அழகாக இருப்பான். பாரிஸில் இருந்த வீட்டில் முன் அறையின் மேஜை மீது அவனுடைய சிறிய உருவப்படம் ஒன்றிருந்தது அவன் நினைவுக்கு வந்தது (பக். 81).

4

அடுத்த முக்கியமான ஒப்புமை இரு நாவல்களிலும் வரும் குடும்பநிலை பற்றியது. இரண்டு குடும்பங்களும் ஏழைக் குடும்பங்கள். ஆனால், இரண்டு குடும்பங்களின் சிநேகிதர்களும் பெரும் செல்வந்தர்கள். அது பற்றிய சந்தேகம் பியரிக்கும் அப்புவுக்கும் ஒரே மாதிரியாகவே எழுகின்றது. பியரி இப்படி நினைக்கிறான்.

“இந்த மார்சல், செல்வம் மிகப் படைத்த அந்தக் கனவான் எங்கள் கடையின் வாடிக்கைக்காரன், வசதி நிறைந்தவன், மிகச் சாதாரணமான ஒரு கடைக்காரனின் மனைவிக்கு அடிக்கடி மலர்களைக் கொண்டு வந்து தருவான். அவள் மேல் காதல் கொண்டு இருந்தானா? இல்லாவிட்டால் கல்வியறிவும் அறிவு சார்ந்த பண்பும் நிறைந்த இவன் எப்படி சாதாரண கடைக்காரனின் நண்பனாக இருக்க முடியும்? (பக். 79).

அப்பு இப்படி நினைக்கின்றான்:

“இந்த சிவசுக்கு எத்தனை சுவாதீனம்? அவனுக்கும் நமக்கும் என்ன சம்பந்தம்? ஏணி வைத்தாலும் எட்டாத அந்தஸ்துக்கும் இந்தத் திருவல்லிக்கேணி மாட்டுக் கொட்டில் சந்துக்கும் என்ன பிணை? எத்தனை உறவு கொண்டாடுகிறான். எத்தனை உரிமை? எத்தனை கோபம் அவனுக்கு? அம்மாவின் கோபத்தில் தான் எத்தனை நெருக்கம் (பக். 138).

சந்தேகம் தோன்றும் பொழுதும் தங்கள் சந்தேகம் உறுதிப்பட்ட பொழுதும் அப்புவினதும் பியரினதும் போக்கு ஒரே விதமாகவே இருக்கின்றது. இருவரது உணர்ச்சியிலும் ஒத்த இயக்கத்தைக் காண முடிகின்றது. இருவரும் வீட்டில் நிலைகொள்ளாமல் தவிக்கின்றனர். பியரி கடற்கரையிலும் தெருவிலும் அலைந்து திரிகிறான். அப்பு மூன்றரை மணி வெயிலிலும் கடற்கரையில் சுற்றுகிறான்.

5

மார்ஷல் லூசிக்கு மலர்கள் கொண்டு வந்து கொடுப்பதையும், சிவசு அலங்காரத்தம்மாளுக்குக் காய்கறிகள் கொண்டு வந்து கொடுப்பதையும் இன்னும் ஓர் ஒப்புமையாக நாம் கொள்ளலாம். மாப்பசான் இவ்வாறு எழுதுகிறார்:

"அவன் – மார்ஷல் – அடிக்கடி நிறைய மலர்கள் கொண்டு வருவான். தன் தந்தை கூட அதைக் கண்டு "எவ்வளவு பூக்கள் இது என்ன முட்டாள்தனம். நீ ரோஜா மலர்களிலே உன்னை அழித்துக் கொள்வாய்போல் இருக்கிறதே" என்று சொல்வதுண்டு. அதற்கு மார்ஷல் பரவாயில்லை. இது எனக்கு மகிழ்ச்சியைத் தருகின்றது என்பான்.

திடீரென்று தன் தாயின் குரல் இப்போது தான் பேசுவது போல் மிகவும் துல்லியமாகக் கேட்டது. "மிகவும் நன்றி. அருமை நண்பரே!" என்று அவள் ஒரு புன்னகையுடன் பதில் கூறினாள் *(பக். 79).*

சிவசு அலங்காரத்தம்மாளுக்கு மலர்கள் கொண்டு வந்து கொடுக்க முடியாது, அது தமிழ்ப் பண்பாடு அல்ல. ஆகையினால் அவன் காய்கறிகள் கொண்டுவந்து கொடுக்கிறான். ஜானகிராமன் அதை இவ்வாறு எழுதுகிறார்:

"வாங்க எப்ப வந்தாப்ல"

"இப்பதான் ஊட்டிக்குப் போய் இருந்தேன். இங்கிலீஷ் காய்கறி எல்லாம் கொஞ்சம் வாங்கிண்டு வந்தேன். இங்கே கொஞ்சம் கொடுத்துட்டுப் போகலாம்னு வந்தேன்"

அலங்காரத்துக்கு முன்னால் கூடை. அதில் கரட்டு, முள்ளங்கி, தக்காளி, நூல்கோல் இன்னும் பெயர் தெரியாத இரண்டு மூன்று காய்கறிகள், ஆரஞ்சு, ஆப்பிள், வால்பேரிப் பழங்கள், காம்பு ஒடிக்காத வெங்காயம்... *(பக். 107)*

'எவ்வளவு பூக்கள். இது என்ன முட்டாள்தனம்' என்று ரோலந் சொல்வது போல இங்கு தண்டபாணி சொல்லாவிட்டாலும் எவ்வளவு காய்கறிகள் என்று நினைக்கும் வண்ணம் இங்கு இந்தக் காட்சி சித்திரிக்கப்பட்டுள்ளது.

இவ்வாறு இரு நாவல்களுக்கும் இடையில் இன்னும் பல ஒற்றுமைகளைக் காட்டிச் செல்லலாம். நிகழ்ச்சிப் பின்னல்களிலும் பாத்திரங்களின் உணர்ச்சிப் போக்கிலும் மட்டுமன்றி, பாத்திரங்களின் குணச்சித்திரங்களிலும் அந்த ஒற்றுமையைக் காணலாம்.

ரோலந் ஒன்றும் அறியாத முட்டாளாகவும் தண்டபாணி எல்லாம் அறிந்த கோளையாகவும் வருகிறார்கள். "ஒன்றையும் புரிஞ்சுக்க சிரமப்படப்படாது. பேசாமல் பார்த்துண்டே இருக்கணும். அதுக்காகத்தான் சுவாமி நம்மைப் படைச்சிருக்கார்" என்று பேசும் தண்டபாணியின் கோழைத்தனமும் கண்ணுக்கு முன் நடப்பவைகளையே புரிந்துகொள்ள முடியாத ரோலந்தின் முட்டாள்தனமும் கதையின் இயக்கத்துக்கு மிகவும் துணை நிற்பனவாகும்.

லூசியும் அலங்காரத்தம்மாளும் உருவ அழகிலும் அழகு ஈடுபாட்டிலும் மெல்லிய உணர்வுகளுக்குத் தங்களை இழந்து போவதிலும் ஒத்த இயல்பு உடையவர்கள்.

ரோஸிமில்லி மையக் கதையின் இயக்கத்துக்கு உதவுவதுபோல இந்து உதவாவிட்டாலும் இருவரும் இளம் விதவைகள் என்ற வகையில் ஒப்புமையுடைய பாத்திரங்களே.

இந்த ஒப்புமைகளை ஒதுக்கிவிட்டுப் பார்த்தால் இரு நாவல்களும் வேறுபடுவது கதை நிகழ்களம், பாத்திரங்களின் உரையாடல், வாழ்க்கை முறை, பழக்கவழக்கங்கள், குடும்பச் சூழல், சில உபபாத்திரங்கள் என்பவற்றினாலேயே என்பதை அறியலாம்.

ஆக, நான் இதுவரை காட்டிய ஒப்புமைகளில் இருந்து அம்மா வந்தாள் தமிழுக்கு 'ஒறிஜினலான' நாவல் இல்லையோ என்ற ஐயம் தோன்றுகிறது. ஜானகிராமன் மாப்பசானைப் படிக்காமல் இருக்க நியாயமில்லை. அம்மா வந்தாள் மாப்பசானின் நாவலைப் படித்த அருட்டுணர்வினால் தோன்றியிருக்கலாம். ஆனால், ஜானகிராமன் அம்மா வந்தாள் பற்றிப் பல இடங்களில் கூறியுள்ள சில குறிப்புக்களைப் பார்க்கும்போது இது அவருடைய சுயமான சிருஷ்டி என்ற கருத்தே தொனிக்கின்றது.

அவ்வாறு ஜானகிராமன் மாப்பசானின் நாவலைப் படிக்கவில்லை எனக்கொண்டால், இந்த இரு நாவல்களுக்கும் இடையேயுள்ள ஆச்சரியகரமான ஒப்புமை நம்மை வியப்பில் ஆழ்த்துகிறது.

***மல்லிகை*, அக்டோபர், 1969**

20

தி. ஜானகிராமன்: ஒரு அஞ்சலி

ஜானகிராமன் காலமானார் என்பது வெறும் செய்திதான். அவரது படைப்புகள் இன்னும் உயிருடன் உள்ளன. இனியும் நெடுங்காலம் அவை உயிர்வாழும் இயல்பின. நவீன தமிழ் இலக்கியத்தில் ஈடுபாடு உள்ள எல்லாருமே ஜானகிராமனை விரும்பிப் படிக்கின்றனர். இதிலே முற்போக்கு, பிற்போக்கு என்ற பேதமே இல்லை. அரசியலுக்கும் இலக்கியத்துக்கும் விவாக பந்தமே இல்லை என்று வாதிக்கும் சுத்த இலக்கியவாதிகள் முதல், அரசியலுக்கு அப்பால் இலக்கியமே இல்லை என்று பிரகடனம் செய்யும் அதிதீவிர புரட்சிகர எழுத்தாளர்கள் வரை ஜானகிராமனின் எழுத்தில் கவர்ச்சிகொண்டுதான் உள்ளனர். இந்த இலக்கியச் சித்தாந்தங்கள் பற்றி எவ்வித பிரக்ஞையும் அற்ற வியாபார இலக்கியத்துக்கு அடிமைப்பட்டுப் போன ஜனரஞ்சக வாசகனுக்குக்கூட ஜானகிராமன் முற்றிலும் ஒரு அன்னியமான எழுத்தாளன் அல்ல. இவ்வாறு, பல்வேறு இலக்கிய நிலைப்பாடு உள்ளவர்களையும், பல்வேறு ரசனை மட்டத்தில் உள்ளவர்களையும் தன்வசமாக்கும் எழுத்தாற்றல் புதுமைப்பித்தனுக்குப் பிறகு ஜானகிராமனுக்கே சாத்தியமாயிற்று என்று சொன்னால் அது தவறாகாது.

மாறும் சமூகத்தில் ஆண் பெண் உறவில் ஏற்படும் நெரிசலே ஜானகிராமனின் பெரும்பாலான படைப்புகளில், குறிப்பாக நாவல்களில், கையாளப்படும் பிரதான விசயப் பொருளாகும். ஆண் பெண் உறவுபற்றிய பாரம்பரிய சமூக நெறிமுறைகள் உடைந்துவருவதை அவர் தன் படைப்புகளில்

சிறப்பாக வெளிப்படுத்தினார். புதிய சமூக நிலைமைகளுக்கும், பாரம்பரிய அல்லது நிலப்பிரபுத்துவ ஒழுக்க நியமங்களுக்கும் இடையே அல்லலுறும் மனித உணர்வை, அதன் சோகத்தை மிகுந்த பொறுப்புணர்வுடனும் மனிதாபிமானத்துடனும் தன் படைப்புகளில் அவர் சித்திரித்தார்.

> "சிறுவயது முதலே என்னுடைய மனதில் 'கன்வென்ஷன்' என்று சொல்லப்படும் படியான கட்டுப்பாடுகளை எதிர்க்கும் ஒரு மனோபாவம் உருவாயிற்று. நம்முடைய மக்கள் மரபையும் (டிரெடிஷன்) கட்டுப்பாட்டையும் ஒன்று சேர்த்துக் குழப்பிக் கொள்கிறார்கள் என்று நினைக்கிறேன். கட்டுப்பாடுகள் காலத்துக்கு ஏற்றபடி மாறும் தன்மையுடையன. ஆனால், அவைகளுக்கு நம்முடைய அன்றாட வாழ்வில் நிரந்தரமான ஒரு இடத்தை அளிக்க முற்படும் போதுதான் தனிமனித சுதந்திரம் வெகுவாகப் பாதிக்கப்படுகின்றது. ஒரு சமுதாய நாகரிகத்தின் உயிர்ப்புச் சக்தியுடன் கூடிய ஜீவனானது இம்மாதிரியான கட்டுப்பாடுகளிலே நசித்துப்போக ஏது இருக்கிறது. மனித உணர்ச்சிகளைப் பற்றி, மன விகாரங்களைப் பற்றி எழுத முற்படும்போது கட்டுப்பாடுகளை அறுத்தெறிய வேண்டியிருக்கிறது."

என்று ஜானகிராமன் ஒரு பேட்டியிலே கூறியுள்ளார். அவரது படைப்புகளில் இச்சிந்தனை வெளிப்பாட்டைக் காணலாம்.

ஆயினும், நிலப்பிரபுத்துவ விழுமியங்களின் அடிப்படையில், ஒழுக்கவியல் கண்ணோட்டத்தில் சிலர் ஜானகிராமனைத் தாக்கியுள்ளனர். பெண்களைச் சோரம்போபவர்களாகவும், சலனசித்தம் உள்ளவர்களாகவும் அவர் சித்திரித்துள்ளார் என்று அவர்கள் கூறுகின்றனர். இது மனித யதார்த்தத்தைக் காணமறுப்போரின் கூற்று எனலாம். ஒழுக்கவியல் கண்ணோட்டத்தில் மட்டும் ஜானகிராமனை விமர்சிப்பது நியாயமாகாது.

ஜானகிராமன் அடிப்படையில் யதார்த்தநெறிக் கலைஞரே. அதேவேளை கற்பனா வாதத்தின் அம்சங்களையும் அவரிடம் காண்கின்றோம். அவ்வகையிலே யதார்த்தமும் மிகை உணர்ச்சியும் கலந்த கலவையே அவரது கலைப்பாணி. தனது படைப்புகளில் அன்பு, நேசம், நேர்மை ஆழ்ந்த தூய கலை உணர்வு போன்ற உன்னத உணர்வுகளுக்கு அவர் அழுத்தம் கொடுக்க முனையும்போது ஓரளவு கற்பனாவாதமும் மிகை உணர்ச்சியும் அவருக்குத் தவிர்க்க முடியாதாய்விடுகின்றது.

அவரது இந்தப் படைப்பு நெறியிலிருந்து – அவர் எழுப்ப விரும்பும் உன்னத உணர்வுகளிலிருந்து – அவரது

மொழிநடையைப் பிரித்துப் பார்க்கமுடியாது. பலர் அவருடைய மொழிநடைக்காகவே அவரில் மோகமுற்றுள்ளதாகக் கூறுவர். அவரது மொழிநடை அவரது கலையின் இன்றியமையாப் பண்பாகும். தற்கால உரைநடைக்கு – உரைநடை இலக்கியத்துக்கு – ஒரு புதிய வளமும் வனப்பும் கொடுத்தவர் ஜானகிராமன். நாவல், சிறுகதைகள் மூலம் மட்டுமன்றி நாடகம், மொழிபெயர்ப்பு, பிரயாண நூல்கள் போன்றவை மூலமும் அவரது எழுத்து ஆளுமை நன்கு வெளிப்பட்டிருக்கிறது. இத்துறைகளில் இதுவரை அவரது சுமார் இருபத்தைந்து நூல்கள் வெளிவந்துள்ளன.

இவற்றை அவரது இலக்கியப் பணி என்று சொன்னால் அவர் ஏற்றுக்கொள்வதில்லை.

> “இலக்கியப் பணி என்று எதைச் சொல்வது? என் ஆத்ம எதிரொலிப்பாக, நான் வாழும் வாழ்க்கையின் ரசனையை எனக்கு எளிதாகக் கைவரும் எழுத்தின் மூலம் வெளிக்காட்டுகிறேன். இதிலே சேவை என்பதோ பணி என்பதோ இடமே பெறவில்லை. என்னுடைய இன்பங்களை, நான் துய்க்கும் சோக உணர்வுகளை மற்றவர்களுடன் பகிர்ந்துகொள்ளவே நான் விரும்புகிறேன். சுற்றிலும் உலகம் சிறியதும் பெரியதுமாக சாதாரண அசைவுகளில் கூட வியப்புகள் நிறைந்து இயங்குகின்றது. அதைப் பார்த்துக்கொண்டிருப்பதே ஆனந்தம்தான். அதைத்தான் நானும் பகிர்ந்துகொள்கிறேன் – எழுத்துமூலம்”

என்று அவர் கூறியுள்ளார்.

தன்னுடைய இலக்கியச் சாதனைகள் பற்றி ஒருபோதும் அலட்டிக்கொள்ளாது அடக்கமாக இருந்து இன்றைய தமிழ் இலக்கியத்தில் சிலர் எட்டமுடியாத சிகரங்களைத் தொட்டு மறைந்துபோன ஜானகிராமனின் உயிர்வாழும் படைப்புகளில் நாம் பெற்றுக்கொள்வதற்கு எவ்வளவோ உள்ளன.

புதுசு, **மே 1983**

21

உருவகக் கதைகள்

உருவகக் கதை, புனைகதை வகைகளுள் ஒன்றாகும். உருவகக் கதைக்கும் பிற புனைகதை வடிவங்களான தேவதைக் கதை, நாடோடிக் கதை, சிறுகதை, நாவல் போன்றவற்றுக்கும் இடையே உள்ள வேறுபாடு என்ன என்பது ஆய்வுக்குரியது. அஃறிணைப் பொருட்களைப் பாத்திரமாகக் கொண்டு பின்னப்படும் கற்பனைக் கதைகளே உருவகக் கதைகள் என்று பரவலாகக் கருதப்படுகிறது. தமிழில் வெளிவந்துள்ள பெரும்பாலான உருவகக் கதைகள் விலங்குகளையும் தாவரங்களையும் இயற்கை உலகில் காணும் வேறுபல சடப்பொருட்களையும் பாத்திரங்களாகக் கொண்டிருப்பது தமிழ் எழுத்தாளர்கள் மத்தியில் இத்தகைய ஒரு கருத்து வேரூன்றி இருப்பதைக் காட்டுகின்றது. க. இரத்தினம் 1961இல் தமிழகத்தில் வெளிவந்த 'உருவகக் கதைகள்' என்ற தன் நூலுக்கு எழுதிய முன்னுரையில் "கொடியும் மரமும், அரும்பும் மலரும், கல்லும் மண்ணும் பேசமுற்படின் அவை பேசும் பேச்சு எப்படி இருக்கும் எனக் கற்பனை செய்து படைத்ததையே உங்களுக்குத் தருகிறேன். பெரும்பாலான கதைகள் அஃறிணை உயிர்களைப்பற்றி அமைந்தன ஆதலின் இத்தொகுப்பிற்கு உருவகக் கதைகள் எனப் பெயரிட்டேன்" எனக் குறிப்பிடுகிறார்.

ஆனால், இது உருவகக் கதையின் ஓர் அடிப்படைப் பண்பு அல்ல. உருவகக் கதைகள் அஃறிணைப் பொருட்களையே பாத்திரமாகக் கொண்டு அமைய வேண்டிய அவசியம் இல்லை. அது உயர்திணை சார்ந்த மனிதர்களையும்

தெய்வங்களையும் கூடப் பாத்திரங்களாகக் கொண்டிருக்கலாம். அல்லது அதன் பாத்திரங்கள் உயர்திணை, அஃறிணை ஆகியவற்றின் கலவையாகவும் இருக்கலாம். சுருக்கமாகச் சொல்வதாயின் இயற்கை அல்லது இயற்கை அதீத உலகு *(natural or super – natural world)* சார்ந்த எவையும் உருவகக் கதையின் பாத்திரங்களாக அமையலாம். ஈசாப் கதைகளிலும் பைபிள் கதைகளிலும் கலீல் கிப்றான், காண்டேகர் போன்றோரின் கதைகளிலும் மனிதர்களைப் பாத்திரங்களாகக் கொண்ட சிறந்த உருவகக் கதைகள் உள்ளன. தேவதைக் கதைகள், நாடோடிக் கதைகள் போன்ற பிற புனைகதை வகைகளிலும் இத்தகைய பாத்திரங்களே பெரும்பாலும் இடம்பெறுகின்றன. நாவல், குறுநாவல், சிறுகதை ஆகியவற்றில மிகப் பொரும்பாலும் மனிதர்களே பாத்திரங்களாக இடம்பெறுகின்றனர். இவ்வகையில் பார்த்தால் உருவகக் கதைகளை இவற்றிலிருந்து வேறுபடுத்தும் அம்சம் எது என்ற கேள்வி எழுகிறது.

இரண்டு முக்கியமான அம்சங்கள் உருவகக் கதைகளைப் பிற புனைகதை வகைகளிலிருந்து வேறுபடுகின்றன என நாம் கருதலாம். முதலாவது அம்சம் உருவகக் கதை என்ற அதன் பெயரே உணர்த்தும் உருவகப் பண்பு. இரண்டாவது அம்சம் அதன் போதனை நோக்கம் *(purpose of moral instruction)*. பிற புனைகதை வகைகளிலும் போதனை நோக்கம் உள்ளடங்கியிருக்கலாம். எனினும், உருவகக் கதைகள் வெளிப்படையாகவே போதனை நோக்கத்தைக் கொண்டவை. அதாவது, போதனைகளுக்காகவே எழுதப்படுபவை. பிற புனைகதை வகைகள் போதனை நோக்கங்கள் இல்லாமலும் அமையலாம். ஆனால், போதனை நோக்கம் இல்லாமல் உருவகக் கதைகள் இல்லை எனலாம்.

இத்தகைய போதனை நோக்கம் கொண்ட கற்பனைக் கதைகளை ஆங்கிலத்தில் *fable* என அழைப்பர். இவ்வகைக் கதைகளில் உயிருள்ள, உயிரற்ற அஃறிணைப் பொருட்கள் எல்லாம் மனிதர்களைப்போல் சிந்திக்கவும் பேசவும் செய்யும். மனிதர்களுடன் சம்பாஷிக்கும். தர்க்கிக்கும். தமிழில் இத்தகைய கதைகளை ஆரம்பகாலத்தில் 'நீதிக் கதைகள்' என அழைத்தனர். ஈசாப்பு நீதிக் கதைகள் என வழங்கப்படுவதை உதாரணமாகக் கூறலாம். உருவகக் கதை என்ற வழக்கு சமீபகாலத்தில்தான் ஏற்பட்டதாகத் தெரிகிறது.

உருவகக் கதையில் உருவகம் ஒரு முக்கிய அம்சம் எனக் கூறினேன். உருவகம் என்பது ஒன்றை ஏதோ ஒரு வகையில் அதனுடன் தொடர்புடைய பிறிதொன்றாகக் காணும் ஒரு மொழிப் பிரயோகமாகும். இங்கு இரண்டுக்குமிடையே உள்ள தொடர்பு

மிக முக்கியமானது. இத்தொடர்பு இல்லாமல் உருவகமில்லை. உதாரணமாக 'அவன் ஒரு சரியான குள்ளநரி' என்ற வாக்கியத்தை எடுத்துக் கொள்வோம். இங்கு குள்ளநரி என்பது உருவகமாகும். இது உண்மையில் நரியைக் குறிக்கவில்லை. நரிக்கு இயல்பானது என்று கருதப்படும் தந்திர புத்தியுள்ள ஒருவனைக் (அவன்) குறிக்கிறது. இங்கு நரிக்கும் அவனுக்கும் இடையே உள்ள தொடர்பு தந்திர புத்தியாகும். இந்த அம்சத்துக்கு அழுத்தம் கொடுப்பதற்காக அவன் நரியாகவே உருவகிக்கப்படுகின்றான்.

உருவகக் கதையில் இவ்வாறு ஒரு தனிச் சொல் அன்றி முழுக் கதையுமே உருவகமாக அமைந்து விடுகின்றது. உதாரணத்துக்கு ஒன்றைப் பார்க்கலாம். 'பழுத்த ஓலை விழும்போது குருத்தோலை சிரிக்குமாம்' என்ற பழமொழி நமக்குத் தெரியும். இந்தப் பழமொழியும் ஓர் உருவகம்தான். இதன் அடிப்படையில் பல உருவகக் கதைகள் தமிழில் எழுந்துள்ளன. யூ. எல். ஆதம்பாவாவின் 'நாங்கள் மனித இனம்' என்ற தொகுப்பிலே 'இறப்பு' என்ற தலைப்பில் ஒரு கதை உள்ளது. ஒரு தென்னைமரம்; அதில் குருத்தோலையும் பழுத்த ஓலையும். இளமைச் செருக்குடன் நின்ற குருத்தோலை புயலில் நிலை குலைந்து தலைகவிழ்ந்து நிற்க நேர்கிறது. பழுத்த ஓலை அதற்கு ஆறுதல் சொல்கிறது. குருத்தோலைக்கு அது பிடிக்கவில்லை. 'உன்னைப் பிடித்த சனியன்தான் என்னையும் பிடித்து ஆட்டுகிறது. முதலில் நீ செத்துத் தொலை' என்று அது எரிச்சலோடு கூறுகிறது. 'காலன் யாரையும் விட்டு வைப்பதில்லை' என்று அதற்குப் பதில் கூறும் பழுத்த ஓலை காற்றடிக்க மரத்தில் இருந்து செத்து விழுகிறது. அதைக்கண்ட குருத்தோலைக்கு மகிழ்ச்சி. ஆனால், அதன் மகிழ்ச்சி நீடிக்கவில்லை. சிறிது நேரத்திலேயே ஒருவன் கல்யாணப் பந்தலைச் சோடிக்க அதனை வெட்டி எடுத்துச் செல்கிறான்.

இக்கதை உருவகக் கதையின் இரண்டு அடிப்படைப் பண்புகளையும் விளக்கி நிற்கிறது. முதலாவது பண்பான உருவகத் தன்மையைப் பார்ப்போம். இங்கு எதற்கு எது உருவகம்? இயற்கை உலகின் சில உண்மைகள் சமூக வாழ்வின் சில உண்மைகளுக்கு உருவகமாகியுள்ளன. அதாவது பழுத்த ஓலை குருத்தோலை என்பன முதுமைக்கும் இளமைக்கும் உருவகமாக அமைந்துள்ளன. இயற்கை உலகில் காணப்படும் குருத்தோலை பழுத்தோலை. பழுத்த ஓலையின் இயற்கை மரணம், குருத்தோலையின் அகால மரணம் என்பன மனித வாழ்வில் இளையோருக்கும் முதியோருக்கும் இடையே உள்ள தலைமுறை முரண்பாடாயினும், மரணம் இருவருக்கும் பொதுவாய் இருப்பது ஆகியவற்றை உருவகித்து நிற்கின்றன. இளையோர் முதியோரை அவர்களின் முதுமை காரணமாக அலட்சியப்படுத்துவதும் வெறுப்பதும் அர்த்தமற்றது.

மரணம் இருவருக்கும் பொதுவாகவே உள்ளது என்பது இக்கதை உணர்த்தும் நீதியாகும். இது உருவகக் கதையின் இரண்டாவது பண்பான அதன் போதனை அம்சமாகும். இந்தப் போதனை கதையின் உருவகத்தின் வழியாக நமக்கு ஊட்டப்படுகிறது. ஒரு நல்ல உருவகக் கதை தன் நீதி போதனையை வெளிப்படையாக அன்றி, இவ்வாறு உருவகத்தின் ஊடாகவே வெளிப்படுத்தும். அதாவது, உருவகத்தின் உள்ளே நீதி பொதிந்திருக்கும்.

உருவகக் கதைகள் இயற்கை உலகின் உண்மைகளுக்கும் சமூக உண்மைகளுக்கும் இடையே உள்ள தொடர்பை அடிப்படையாகக் கொண்டவை. இயற்கை உலகின் உண்மைக்கும் சமூக உண்மைக்கும் இடையே பல நிலைப்பட்ட தொடர்புகளைக் காணக்கூடியதாக இருக்கலாம். ஆனால், கதாசிரியன் தான் விளக்க நினைக்கும் கருத்துக்கு ஏற்ப ஏதோ ஒரு தொடர்பையே அடிப்படையாகக் கொள்கிறான். உதாரணமாக மீன்களுக்கும் மனிதர்களுக்கும் இடையே காணக்கூடிய தொடர்பை எடுத்துக்கொள்வோம். மீன்களின் உலகில் பெரிய மீன் சிறிய மீனைப் பிடித்துண்டு வாழ்வது ஓர் இயல்பான நிகழ்வு. சமூக வாழ்விலும் வலியவர் மெலியவரைச் சுரண்டி வாழ்வதைக் காண்கிறோம். சாதி, இனம், வர்க்கம் எல்லாவற்றுக்கும் இது பொருந்தும். இன்று நீதி, நியாயம் எல்லாம் வலியவரின் கையில் இருக்கிறது. மெலியவன் அதனை ஏற்றுக்கொண்டு அடிபணிந்து வாழவேண்டி இருக்கிறது. இந்த அநியாயத்தை விளக்கச் சிறிய மீனும் பெரிய மீனும் பற்றிய கதை ஒன்றை எழுதினார் ஷொலொகோவ் என்ற புகழ்பெற்ற ரஷ்ய எழுத்தாளர். கதையின் சுருக்கம் இதுதான்.

ஒரு பெரிய மீன் சிறிய மீனை விழுங்க வாயைத் திறந்தது. சிறிய மீன் 'ஐயோ இது அநியாயம். எனக்கும் வாழும் உரிமை இருக்கிறது. சட்டப்படி எல்லா மீன்களும் சமமானவை என்று கத்தியது. அதற்குப் பெரிய மீன் சட்டத்தைப் பற்றி ஏன் சும்மா அளக்கிறாய்? நான் உன்னை விழுங்கக் கூடாது அவ்வளவுதானே. சரி நீ என்னை விழுங்கிவிடு. பயப்படாதே' என்று கூறியது. சிறிய மீனும் துணிவு கொண்டு அதனை விழுங்க எவ்வளவோ முயன்றது. முடியவில்லை. கடைசியில் நம்பிக்கை இழந்து ஒரு பெருமூச்சோடு பெரிய மீனைப் பார்த்துச் சொன்னது 'நீ சொல்வதுதான் ஐயா உண்மை நீயே என்னை விழுங்கிவிடு'.

யூ.எல். ஆதம்பாவா மீன்களுக்கும் மனிதர்களுக்கும் இடையே வேறு ஒரு தொடர்பைக் காண்கிறார். நாம் தொட்டியில் மீன்களை வளர்க்கிறோம். பல இன மீன்கள் பல நிறங்களில் பெரியதும் சிறியதுமாக ஒரே தொட்டிலில் வாழ்கின்றன. இதுபோல் பல இன மக்கள் ஒரே நாட்டில் ஏன் வாழமுடியாது என்ற கேள்வியை

'நாங்கள் மனித இனம்' என்ற கதையில் அவர் எழுப்புகிறார். மீன்களுக்கும் மனிதருக்கும் இடையே ஷொலொகோவ் கண்ட தொடர்பு எதிர்மறையானது. அவர் சமூக அநீதியை வெளிப்படுத்த விரும்பினார். எதிர்மறைத் தொடர்பு அவருக்கு வாய்ப்பாக அமைந்தது. யூ. எல். ஆதம்பாவா காணும் தொடர்பு உடன்பாடானது. இனங்களுக்கிடையே ஐக்கியத்தை வலியுறுத்த அவர் விரும்புகிறார். அதனால் உடன்பாட்டுத் தொடர்பு அவருக்கு வாய்ப்பாக அமைகிறது. ஆயினும், ஆதம்பாவாவின் கதையில் பிரச்சார அம்சம் உருவகத்துக்கு வெளியிலும் துருத்திக்கொண்டு நிற்பதை ஒரு குறையாகக் கூற வேண்டும்.

இயற்கை உலகின் உண்மைகளுக்கும் சமூக உண்மைகளுக்கும் இடையே ஒரு தொடர்பைக் காண்பதே உருவகக் கதைகளின் அடிப்படையாக அமைகின்றது என்று சொன்னேன். இந்தத் தொடர்பு எவ்வளவு தூரம் தர்க்க ரீதியானதாகவும் இயல்பானதாகவும் கையாளப்பட்டிருக்கிறது என்பதைப் பொறுத்தே ஒரு உருவகக் கதையின் கலை ரீதியான வெற்றி தீர்மானிக்கப்படுகின்றது. ஷொலொகோவின் கதையில் காணப்படுவதுபோல் இந்தத் தொடர்பு மிகவும் இயல்பானதாக இருக்கும்போதே அது சிறந்த கலைப் படைப்பாகக் கருதப்படும். இது சாத்தியமாக வேண்டுமானால் உருவகக் கதை எழுதுவோருக்கு இயற்கை உலகு, சமூக வாழ்வு ஆகியன பற்றிய நுட்பமான அவதானமும் ஆழ்ந்த அநுபவ ஞானமும் அவசியமாகும். தீர்க்கதரிசிகள், மேதைகள், ஞானிகள் போன்றோர் மூலமே உலகப் பிரசித்திபெற்ற உருவகக் கதைகள் பல நமக்குக் கிடைத்துள்ளன. அவ்வகையில் இக்கதை வடிவம் மேதைகளுக்கும் ஞானிகளுக்கும் உரிய வெளிப்பாட்டுச் சாதனம் என்று கூடக் கூறலாம்.

மௌலானா ரூமி ஒரு மேதை. சூபி ஞானி, பாரசீகப் பெருங்கவிஞர்களுள் ஒருவர். அவருடைய 'கிதாபுல் மஸ்னவி' என்ற நூலில் இடம்பெற்றுள்ள ஒரு கதையை இதற்கு உதாரணமாகத் தருகிறேன். கதை இதுதான். தெரு ஓரத்தில் ஒரு சிறு பள்ளம். அதற்குள்ளே கொஞ்சம் கழுதை மூத்திரம் தேங்கிக் கிடக்கின்றது. அதில் ஒரு சிறு துரும்பு மிதந்துகொண்டிருக்கிறது. எங்கிருந்தோ பறந்துவந்த ஈயொன்று அதன்மீது குந்திக் கொள்கிறது. காற்று வீசியதும் அத்துரும்பு சற்றே அசையத் தொடங்கியது. அப்போது அந்த ஈ கழுதை மூத்திரத்தை ஒரு சமுத்திரமாகவும், அந்தத் துரும்பை ஒரு கப்பலாகவும் தன்னை அக்கப்பலை ஓட்டிச் செல்லும் மாலுமியாகவும் நினைத்துப் பெருமிதம் அடைந்ததாம். இக்கதையில் ரூமி உருவாக்கிய அந்த ஈ எத்தனையோ வகைப்பட்ட மனிதர்களின் உருவமாக என்றும் நிலைத்திருக்கும். சற்றுக் கூர்ந்து பார்த்தால் நம் ஒவ்வொருவரிடத்திலும் கூட இந்த ஈயின் சாயலை

கண்டு நாம் தலை குனியக்கூடும். இத்தகைய கதைகள் சாகாவரம் பெற்றவை. ஏனெனில் அவை மேதமையின் சிருஷ்டிகள்.

தமிழ்மொழியிலே சிறந்த உருவகக் கதைகள் என்று நமக்குக் கிடைத்துள்ளவை பெரும்பாலும் மொழிபெயர்ப்புக் கதைகளே. ஈசாப்புக் கதைகளும் பஞ்ச தந்திரக் கதைகளும் ஏகநாதர் கதைகளும் இத்தகையன. டால்ஸ்டாய், காண்டேகர் போன்றோரின் சில நல்ல கதைகளும் நமக்குக் கிடைத்துள்ளன. தமிழகத்திலும் இலங்கையிலும் தமிழில் சுயமாக உருவப் பிரக்ஞையோடு உருவகக் கதை எழுதுவோர் பலர் இருக்கின்றனர். இதுவரை சில தொகுதிகளும் வெளிவந்துள்ளன. தமிழ்நாட்டில் ஐ. சாமிநாதன் உருவகக் கதைத் துறையில் குறிப்பிடத்தக்கவர். காண்டேகரின் உருவகக் கதைத் தொகுப்பு நூல் ஒன்றும் தமிழில் அரும்பு என்ற பெயரில் வெளிவந்துள்ளது. ஈழத்திலே எம். ஏ. ரஹ்மான் சிறிதுகாலம் இத்துறையில் அதிக ஈடுபாடு காட்டினார். அவரது உருவகக் கதைத் தொகுப்பு ஒன்று 'மரபு' என்ற பெயரில் வெளிவந்துள்ளது. யோ. பெனடிக்ற்பாலன், எஸ். முத்துமீரான், யூ.எல். ஆதம்பாவா, எம்.ஐ.எம். முஸம்மில் முதலியோர் ஈழத்தில் குறிப்பிடத்தக்க உருவகக்கதை எழுத்தாளர்கள் எனலாம். பெனடிக்ற்பாலனின் 'குட்டிக்கதைகள்', ஆதம்பாவாவின் 'நாங்கள் மனித இனம்', முஸம்மிலின் 'தியாகம்' ஆகிய உருவகக் கதைத் தொகுதிகள் வெளிவந்துள்ளன.

எனினும், உருவகக் கதை கலைமதிப்புடைய இலக்கிய வடிவமாக நம் மத்தியில் இன்னும் வளர்ச்சியடையவில்லை என்றே கூற வேண்டும். முதிர்ந்த எழுத்தாளர் யாரும் இத்துறையில் ஈடுபாடு காட்டாததும், இன்னும் இது ஆரம்ப எழுத்தாளர்களின் பயில்துறையாகவே இருந்துவருவதும் இதற்குரிய காரணம் எனலாம். இலக்கிய ஆற்றலும் பரந்த அநுபவ ஞானமும் ஆழ்ந்த சமூகப் பிரக்ஞையும் கொண்ட எழுத்தாளர்கள் இத்துறையில் ஈடுபாடு காட்டாதவரை இதில் நாம் பெரும் வளர்ச்சியைக் காணமுடியாது.

எம். ஐ. எம். முஸம்மிலின் 'தியாகம்' (1979), யூ, எல். ஆதம்பாவாவின் 'நாங்கள் மனித இனம்' (1991) ஆகிய உருவகக் கதைத் தொகுதிகளுக்கு எழுதிய முன்னுரைகளைத் தழுவிய கட்டுரை

22

கலீல் ஜிப்ரானின் 'தீர்க்கதரிசி'யும் கவிஞர் அபூபக்கரின் 'ஞானி'யும்

கலீல் ஜிப்ரான் (1883 – 1931) உலகப் பிரசித்தி பெற்ற அரபுக் கவிஞர், தத்துவ ஞானி, ஓவியர். லெபனான் நாட்டவரான இவர் ஒரு கிறிஸ்தவர். இவரது 'தீர்க்கதரிசி' (*The Prophet*) என்ற வசன கவிதை நூல் (1926) இருபதாம் நூற்றாண்டின் முக்கியமான ஆன்மீகப் படைப்புகளுள் ஒன்று எனக் கருதப்படுகிறது. இருபதுக்கும் அதிகமான உலக மொழிகளில் இதுவரை மொழிபெயர்க்கப்பட்டுள்ளது. பைபிளின் மொழியில் மத மெய்யியலின் இலட்சியவாதக் குரலாக–அதன் அழகியல் வெளிப்பாடாக அமையும் இந்நூலால் கவரப்படாத கவிஞர் இல்லை எனலாம்.

கவிஞர் அபூபக்கர் இந்நூலால் கவரப் பட்டவர்களுள் ஒருவர். அதைப் படித்துச் சுவைத்த உந்துதலில், தானும் அதுபோல் ஒன்றைப் படைக்கும் ஆர்வம் மீதுற 'ஞானி' என்ற கவிதை நூலை இப்போது நமக்குத் தந்துள்ளார். இது ஜிப்ரானின் தீர்க்கதரிசியின் மொழிபெயர்ப்பல்ல. அது ஏற்படுத்திய அருட்டுணர்வின் வெளிப்பாடு. ஒரு வகையில் தழுவல் என்று சொல்லலாம்.

ஜிப்ரானின் தீர்க்கதரிசி, அல் முஸ்தபா, தான் பிறந்த தீவுக்கு மீண்டும் தன்னைக் கொண்டு செல்லும் கப்பலின் வருகைக்காக ஓப்பலீஸ்

நகரத்தில் பன்னிரண்டு வருடங்களாகக் காத்திருக்கிறார். பன்னிரண்டாவது வருடத்தில் இயலூல் மாதத்தின் ஏழாவது நாள் நகரச் சுவர்களைத் தாண்டி, ஒரு குன்றின் மீதேறி கடலை நோக்குகிறார். அவரை ஏற்றிச் செல்லும் கப்பலின் வருகையைப் பனிப்புகாரிடையே தொலைவில் காண்கிறார். அவரது இதயக் கதவுகள் விரியத் திறக்கின்றன. அவரது ஆனந்தம் கடல் மீது பறக்கிறது. அவர் கண்களை மூடித் தன் ஆன்மாவின் மௌனத்தில் பிரார்த்திக்கிறார். அவர் பிரியப் போவதை அறிந்த மக்கள் அவரிடம் வந்து திரள்கின்றனர். தங்களைப் பிரிந்து செல்ல வேண்டாம் என்று கெஞ்சுகின்றனர். அவர் மௌனமாகத் தலைகுனிகின்றார். அவர் மார்பில் கண்ணீர்த் துளிகள் சிந்தியதை அவருக்கு அருகில் நின்றவர்கள் காண்கின்றனர்.

அப்போது பெண் தீர்க்கதரிசியான அல்மித்ரா அங்கு வருகிறார். தீர்க்கதரிசி பிரியத்தான் வேண்டும் என்பது அவருக்குப் புரிகிறது. எங்களுடன் பேசுங்கள். உங்கள் உண்மையை எங்களுக்குத் தாருங்கள். எங்களை எங்களுக்குத் திறந்து காட்டுங்கள். பிறப்புக்கும் மரணத்துக்கும் இடையே உங்களுக்குக் காட்டப்பட்ட அனைத்தையும் எங்களுக்குச் சொல்லுங்கள் என அல்மித்ரா திர்க்கதரிசியை வேண்டுகிறார். குழுமியிருந்த மக்கள் பலரும் ஒவ்வொன்றைப் பற்றிக் கூறும்படி வேண்டுகின்றனர். அன்பு, திருமணம், குழந்தை, கொடை, வேலை ஆனந்தம், துன்பம், வீடு, உடை, வாங்கல், விற்றல், குற்றம், தண்டனை, சட்டம், சுதந்திரம், பகுத்தறிவு, வேதனை, கற்பித்தல், நட்பு, நல்லது, கெட்டது, வணக்கம், மகிழ்ச்சி, அழகு, மதம், மரணம் என்பன பற்றித் தீர்க்கதரிசி மக்களுடன் பேசுகிறார். யேசுநாதரின் மலைப் பிரசங்கம் போன்ற பேச்சு அது. தத்துவமும் கவித்துவமும் நிறைந்த வார்த்தைகள்.

இறுதியில் கப்பல் வருகிறது. தீர்க்கதரிசி கப்பலில் ஏறுகிறார். அவர் கடைசியாக மக்களை நோக்கிக் கூறுகிறார்; “நினைவின் அந்திமாலையில் நாம் மீண்டும் ஒருமுறை சந்திக்க நேர்ந்தால் நாம் மீண்டும் பேசுவோம். நீங்கள் எனக்காக ஒரு ஆழ்ந்த பாடலைப் பாடுங்கள். இன்னொரு கனவில் நமது கைகள் சந்திக்குமாயின் விண்ணில் நாம் பிறிதொரு கோபுரத்தைக் கட்டுவோம்.”

அவ்வளவுதான். அவர் கப்பலோட்டிக்குச் சமிக்ஞை காட்டுகிறார். கப்பல் புறப்படுகிறது. மக்கள் ஒருமித்த குரலில் அழுகுரல் எழுப்புகின்றனர். அது மாலைக் கருக்கலில் மேலெழுகின்றது. கடலின் மீது பேரிரைச்சலாகப் பரவுகின்றது. கப்பல் புகாருள் மறையும்வரை அல்மித்ரா மட்டும் மௌனமாக இருக்கிறார். தீர்க்கதரிசியின் ஒரு கூற்று அவருக்கு நினைவு

வருகிறது. "சிறிது நேரத்தில், காற்றின் ஒரு கண அமைதியில், பிறிதொரு பெண் தன் கர்ப்பத்தில் என்னைத் தாங்குவாள்."

ஜிப்ரானின் தீர்க்கதரிசியின் குரல் ஆன்மீக இலட்சியவாதத்தின் குரல். செமிற்றிக் மக்களின் நெடுங்கால மத மெய்யியல் ஞான மரபின் வழிவரும் குரல். பைபிளைப் படிக்கும்போது, குறிப்பாக மலைப் பிரசங்கத்தைப் படிக்கும்போது ஏற்படும் கவித்துவ உள்ளக் கிளர்ச்சியை தீர்க்கதரிசியின் பிரசங்கமும் நமக்குள் ஏற்படுத்துகிறது. தீர்க்கதரிசியின் வருகையும் பிரிவும் குறியீடாகவே அமைகின்றது.

கவிஞர் அபூபக்கரின் 'ஞானி' தீர்க்கதரிசியின் அமைப்பிலேயே கட்டமைக்கப்பட்டுள்ளது. பன்னிரண்டு ஆண்டுகள் சிற்றூரில் வாழ்ந்த ஞானி, 'துறவறம் பூண்டு உயர்தவம் செய்ய உளங்கொண்டு' தன் பிறந்தகம் செல்ல முடிவெடுக்கிறார். அவரது முடிவை அறிந்த மக்கள் அழுது கலங்குகின்றனர். அவரது பிரிவைத் தடுக்க முயல்கின்றனர். ஞானி தன் பிரிவுக்கான நியாயத்தைச் சொல்கிறார். தொல்லைதரும் நகரின் வாழ்க்கையைத் துறந்து 'உறுதவம் இயற்றப்' போகிறேன் என்கிறார். இது தெய்வ ஆணை என்றும் கூறுகிறார். அவர் பிரிவைத் தடுக்க முடியாது என்பதை உணர்ந்த மக்கள் மேலும் கலங்குகின்றனர். இறுதி நேரத்தில் அவரிடமிருந்து உபதேசம் பெற விரும்புகின்றனர். ஒருவன் அன்பு பற்றி விளக்கம் கேட்கின்றான். ஞானி அவனுக்கு நீண்ட விளக்கம் தருகிறார். இன்னும் பலர் ஆன்மா பற்றியும், அழகு பற்றியும், பகையை ஒழிக்கும் வகை பற்றியும், மழலை இன்பம் பற்றியும் சட்டம், மனைவி, கனவு என்பன பற்றியும் கேட்கின்றனர். ஞானி அவற்றுக்கெல்லாம் விளக்கம் தருகிறார்.

> பிரியமான என்னுடைய ஆன்மா
> பிரியாதென்றும் உங்களோடிருக்கும்
> எங்கிருந்தாலும் என் இரண்டு விழிகளும்
> உங்களையேதான் உற்று நோக்கும்
> கூரிய எந்தன் காதுகள் உங்கள்
> சீரிய குரலையே சிறப்புறக் கேட்கும்

என்று கடைசியில் அழுது கலங்கும் மக்களுக்கு ஆறுதல் கூறிப் பிரியாவிடை பெற்றுச் செல்கிறார்.

> மக்களின் அழுகைக்
> குரலொலி விரிந்த கடலின் இரைச்சலாய்
> ஓங்கி எழுந்தே உம்பரைப் பிளந்தது

ஞானி பிரிந்து செல்ல மக்கள் 'பலகணம்' பிரமை பிடித்துப் பக்கம் சாயாப் பதுமையாய் நின்றனர் என முடிகிறது ஞானி.

கவிதையின் கட்டமைப்பிலும், உரையாடற் தலைப்புகள் பலவற்றிலும் ஞானி, தீர்க்கதரிசியைப் பின்பற்றி இருப்பினும், ஞானியின் கருத்துகள் தீர்க்கதரிசியின் கருத்துகளில் இருந்து பெரிதும் வேறுபடக் காணலாம். பாணி ஒன்றாக இருப்பினும் கருத்துக்கள் 'தனது சொந்தக் கருத்துகள்' என்பதை கவிஞர் அபூபக்கர் தனது முன்னுரையிலும் குறிப்பிடுகிறார்.

கவிஞர் அபூபக்கர், ஜிப்பரானின் சிந்தனை மரபில் இருந்து வேறுபட்டவர். ஜிப்ரான் கிறிஸ்தவ ஆன்மீக மெய்யியல் வழிவந்தவர் என்றால், அபூபக்கர் இஸ்லாமிய ஷரியா மரபு வழிவந்தவர் எனலாம். மறைஞான ஆன்மீக மெய்யியல் மத வரம்புகளைக் கடந்தது. அவ்வகையில் இஸ்லாமிய சூபித்துவ மறைஞானத்துக்கும் ஜிப்ரானின் தீர்க்கதரிசியின் ஆன்மீக மெய்யியலுக்கும் இடையே பெரிய இடைவெளி இல்லை எனலாம். மாபெரும் இஸ்லாமிய சூபித்துவக் கவிஞர்களான ரூமி, உமர்கையாம் ஆகியோரின் கவித்துவ மரபில் ஜிப்ரானுக்கும் ஒரு இடம் இருக்கும். ஓர் உயர் நிலையில் ஆன்மீக மெய்யியல் மதவரம்புகளைக் கடந்து செல்வதே இதற்குக் காரணம் எனலாம். ஆனால் ஷரியா மரபு மதவரம்புகளைப் பேணுவது. அதற்கு வரையறையான எல்லைகள் உண்டு. அதனால் ஷரியா மரபு வழிவந்த கவிஞர்களின் கவித்துவ விகசிப்பும் அந்த எல்லைக்குள்ளேயே நிகழ்கிறது.

கவிஞர் அபூபக்கர் சாராம்சத்தில் ஷரியா மரபினர். எனினும், இஸ்லாமிய சூபித்துவ மறைஞான மெய்யியலின் செல்வாக்குக்கும் உட்பட்டவர். அவரது ஞானியில் இந்தச் செல்வாக்கை நாம் பரக்கக் காணலாம். பின்வரும் ஞானியின் கூற்றுக்கள் சிலவற்றை உதாரணமாகக் காட்டலாம்:

சீற்றம் மிகுந்த சூரியனின்
சூட்டைக் கூட அன்பென்னும்
ஆற்றல் மிகுந்த தண்ணீரால்
அணைத்து விடலாம்

விண்ணை முட்டும் இமயத்தில்
வலிய அன்பை வைத்துவிடில்
எண்ணு முன்னே அதன் மேனி
எரிந்து சாம்ப ராகிவிடும்

மனித ஆன்மா ஒன்றுக்கே
மாண்பு மிகுந்த பேரன்பின்
புனிதச் சுமையைப் பொறுத்து நிதம்
புளகம் கொள்ளும் வலியுண்டு

'அன்பின் வணக்கம்'

மனிதனின் உணர்வை வரையறை இல்லாப்
புனிதம் பொலிந்த பரவச நிலைக்குத்
தள்ளிச் சென்று தன்னை மறக்கும்
கொள்ளை இன்பம் கொடுப்பதே அழகு

'அழகின் சிரிப்பு'

இவ்வாறு ஞானியின் உபற்நியாசங்களில் மத மெய்ஞானத்தின் சாயல்களைப் பரக்கக் காணலாம். அவ்வகையில் ஜிப்ரானின் தீர்க்கதரிசியின் சாயலை நாம் அபூபக்கரின் ஞானியிலும் காணலாம். ஆயினும், ஞானியைத் தீர்க்கதரிசியிலிருந்து வேறுபடுத்தும் பல அம்சங்கள் உள்ளன. அதில் ஒன்றாக இல்லாள் பற்றி ஞானி கூறும் கருத்துக்களைக் குறிப்பிடலாம். ஞானியின் உபற்நியாசங்களில் பலவீனமான பகுதியும் இதுவே. ஒருவகையில் மனைவி எனும் பாத்திரத்தைப் புகழ்வதான தோற்றத்தை இது தரினும், சற்று உற்று நோக்கினால் ஆணாதிக்கச் சிந்தனையின் படிமமாகவே ஞானியின் இல்லாள் அமைவதைக் காணலாம். ஆணுக்கு மகிழ்வும், நிறைவும் தருபவளே மனைவி – பெண் – என்ற படிமமே இது. 'கணவன் அணைக்காமல் அடித்தாலும் அகம் குளிர முகம் சிரிப்பாள் . . . தாசிபோல் தன் உடலை அர்ப்பணித்துச் சுகம் தருவாள்' போன்ற ஞானியின் கருத்துகளை பெண்ணுலகம் அங்கீகரிக்காது.

ஜிப்ரானின் தீர்க்கதரிசி திருமணத்தைப் பற்றிக் கூறும் வார்த்தைகள் ஞானியின் கூற்றுக்களுடன் ஒப்பு நோக்கத்தக்கன. ஞானி மனைவியை கணவனுக்கு இன்பமும் நிறைவும் தரும் அடிமையாக்கிவிடுகிறாரென்றால், தீர்க்கதரிசி கணவன் மனைவியின் நெருக்கத்தையும் அதேவேளை தனித்துவத்தையும் வலியுறுத்துகிறார். தீர்க்கதரிசியின் வார்த்தைகள் சிலவற்றை ஒப்பநோக்குதலுக்காக இங்கு தருகிறேன்:

You were born together, and together you shall be forevermore.
You shall be together when the white wings of death scatter your days.
Aye, you shall be together even in the silent memory of God.
But let there be spaces in your togetherness,
And let the winds to the heavens dances between you.
Love one another, but make not bond of love:
Let it rather be a moving sea between the shores of your souls. Fill each other's cup but drink not from one cup.
Give one another of your bread but eat not from the same loaf.
Sing and dance together and be joyous, but let each one of you be alone,
Even as the strings of a lute are alone though they quiver with the same music.

Give your hearts, but not into each other's keeping
For only the hands of life can contain your hearts.
And stand together yet not too near together:
For the pillars of the temple stand apart,
And the oak tree and the cypress grow not in each other's shadow.

இதன் மொழிபெயர்ப்பு பின்வருமாறு அமையலாம்

நீங்கள் ஒன்றாகவே பிறந்தீர்கள், என்றென்றும் ஒன்றாகவே இருங்கள்
மரணத்தின் வெண்சிறகுகள் உங்களைப் பிரிக்கும்வரை
நீங்கள் ஒன்றாகவே இருங்கள்
கடவுளின் மௌன நினைவுகளில்கூட
நீங்கள் என்றென்றும் ஒன்றாகவே இருங்கள்
எனினும் உங்கள் ஒன்றிப்புக்கிடையே ஒரு இடைவெளி இருக்கட்டும்
சுவர்க்கத்தின் காற்று உங்கள் இருவருக்கும் இடையில் நடனமாடட்டும்
ஒருவரை ஒருவர் நேசியுங்கள், ஆனால் நேசத்தால் கட்டுண்ணாதீர்கள்
உங்கள் இரவரின் ஆன்மாவின் கரைகளில் அசையும் கடலாக அது இருக்கட்டும்
இருவரின் கோப்பையையும் நிரப்புங்கள்.
ஆனால், ஒரு கோப்பையில் மட்டும் பருகாதீர்கள்
உங்கள் ரொட்டியைப் பகிர்ந்துகொள்ளுங்கள்
ஆனால் ஒரே ரொட்டியை உண்ணாதீர்கள்
ஒன்றாக ஆடிப்பாடி மகிழுங்கள்
ஆனால் ஒருவர் மற்றவரைத் தனித்திருக்க விடுங்கள்
ஒரே இசையில் ஒன்றிணைந்து அதிர்ந்தாலும்
வீணையின் தந்திகள் தனித்தேதான் உள்ளன
உங்கள் இதயத்தைக் கொடுங்கள்
ஆனால் ஒருவர் மற்றவரின் கட்டுப்பாட்டுக்குள் அல்ல
வாழ்வின் கரங்களால் மட்டுமே
உங்கள் இதயங்களை வைத்திருக்க முடியும்
ஒன்றாக நில்லுங்கள், ஆனால், மிக அருகாக அல்ல
கோயிலின் தூண்கள் தனித்தனியேதான் நிற்கின்றன
ஓக் மரமும் சைப்ரஸ் மரமும் ஒன்றின் நிழலில் மற்றது வளர்வதில்லை

கவிஞர் அபூபக்கர் சாராம்சத்தில் மரபுவழிச் சிந்தனையாளர் என்று சொன்னேன். அதற்கேற்ப மரபுவழிச் செய்யுளையே அவர் தன் கவிதை வடிவமாகவும் கொண்டுள்ளார். அவரது மரபுவழிச் சிந்தனையும் அதற்கேற்ப அவர் பயன்படுத்தும் மரபுவழி யாப்பும் மரபுவழிக் கவிஞர் மத்தியில் அவருக்கு ஓர் இடத்தை உறுதிப்படுத்தியுள்ளன. அவர் பயன்படுத்தும் யாப்பு செம்மையானது. பிசிறற்றது. ஆயினும், சில சமயங்களில் அது நொய்மையானதாகவும் காணப்படுகிறது. ஜிப்ரான் வசன கவிதை வடிவத்தைக் (prose poetry) கையாண்டவர். வசனம் தன்னளவில் நொய்மையானது. கட்டிறுக்கம் அற்றது. ஆனால், செய்யுள் கட்டிறுக்கமும் செறிவும் மிக்கது. கட்டிறுக்கமான யாப்பு தன் இயல்பு காரணமாக கவிதையில் நொய்மையையும்,

நொய்மையான வசனம் கவிதையில் இறுக்கத்தையும் செறிவையும் ஏற்படுத்த முடியும் என்பதைத் தற்காலத் தமிழ்க் கவிதை அனுபவம் நமக்குப் பலமுறை உணர்த்தியிருக்கிறது. இதை ஒரு உதாரணம் மூலம் விளக்கலாம். சட்டம் பற்றிப் பேசும்போது ஞானி பின்வருமாறு கூறுகிறார்:

குமுறும் கடலின் கரையில் இருந்து
குமுதக் கைகள் கொண்டொரு சிற்றில்
எழுப்பிப் பின்னர் அதனைச் சிதைத்துக்
களித்துப் பற்கள் காட்டிச் சிரிக்கும்
சிறுவர் சிறுமியர் போன்றவரே தாம்
குறையறச் சட்டம் கற்றவரெல்லாம்

மனித இனத்தின் மேன்மையைக் கருதிப்
புனிதச் சட்டம் பல்லாயிரங்கள்
ஆக்கி உலகுக்(கு) அளிப்பவர் நீங்கள்
ஆக்கிய கையால் அதனை அழித்துச்
சொந்த நலத்தின் சுவைநீர் பருகிச்
சிந்தை மகிழும் சிறியரும் நீங்கள்

ஜிப்பரானின் தீர்க்கதரிசி இதே கருத்தைச் சுருங்கிய சொற்களில் பின்வருமாறு கூறுகிறார்:

you delight in laying laws,
Yet you delight more in breaking them
Like children playing by the ocean who
Build sand towers with constancy and then
destroy them by laughter

தீர்க்கதரிசியின் வசனம் இறுக்கமும் செறிவும் மிக்கது. ஞானியின் யாப்பு நெகிழ்வும் நொய்மையும் கொண்டிருக்கிறது. கவிதை சொற்சிக்கனத்தை மீறும்போது நொய்மையடைவது தவிர்க்க முடியாதது.

கவிஞர் அபூபக்கரின் ஞானி, ஜிப்ரானின் தீர்க்கதரிசியைப் பின்பற்றி எழுதப்பட்டதனால் சில ஒற்றுமைகளையும், இருவரின் சிந்தனை, கவித்துவ மரபுகள் வேறுபட்டவை என்றவகையில் இரு படைப்பாளிகளிடையேயும் பல வேறுபாடுகளையும் காண்கின்றோம். இலக்கிய வரலாற்றில் மூலப்படைப்புக்குச் சமமான அல்லது அதனை விஞ்சிய தழுவல்களுக்கு உதாரணம் உண்டு. கம்பரின் இராமாயணம் இத்தகையதே. அதுபோல் மூலப் படைப்பின் நிழலாக அமையும் தழுவல்களும் உண்டு. கவிஞர் அபூபக்கரின் ஞானி இதற்கு ஒரு உதாரணம். இதை ஒரு நிழல் என்பது அதன் உள்ளார்ந்த குறைபாடு ஆகாது. மூலப்படைப்புடன் ஒப்பிடும்போதுதான் இது அதன் நிழல்.

மூலத்துடன் ஒப்பு நோக்காது தனித்துப் பார்க்கும்போது இது தன்னளவில் தனித்துவமானது என்பதில் ஐயமில்லை.

கவிஞர் அபூபக்கர் அடக்கமாக, தன் சாதனைகள் பற்றிய ஆர்ப்பாட்டம் இல்லாமல் கடந்த கால் நூற்றாண்டுக்கும் மேலாக இலக்கியப் பணி ஆற்றிவருபவர். இதுவரையில் பல கவிதை நூல்களும் அறிவியல் நூல்களும் வெளியிட்டுள்ளார். பொது நிகழ்ச்சிகளில் கலந்துகொள்ளாது தனித்திருந்து கற்றலும் படைத்தலுமே தன் பணியாகக் கொண்டிருந்த போதிலும், தன் எழுத்துக்கள் மூலம் வெளியுலகில் தன் இருத்தலை உறுதிப்படுத்திக் கொண்டவர் அவர். உலகப் புகழ்பெற்ற கலீல் ஜிப்ரானுடன் இவருக்கு ஏற்பட்ட சந்திப்பின் அறுவடையாக இப்பொழுது அவரது ஞானி வெளிவருகிறது. தமிழ் இலக்கிய உலகு ஞானியை வரவேற்று அவருடன் உரையாடலைத் தொடரும் என்று நம்புகிறேன்.

23

மௌனியுடன் ஒரு சந்திப்பு

30.12.1984 மாலை ஐந்து மணி அளவில் மௌனியைப் பார்க்கப் போனேன். சென்னையில் 'க்ரியா'வுக்குப் போயிருந்த போதுதான் மௌனியும் சிதம்பரத்தில் இருப்பதாக அறிந்தேன். திலீப்குமார் அரைகுரையாகச் சொன்ன ஒரு விலாசத்தை இன்னும் அரைகுறையாகக் குறித்து வைத்திருந்தேன். வடக்கு வீதியும் தெற்கு வீதியும் சந்திக்கும் மூலையில் பிரியும் ஒரு தெரு. இலக்கம் 4. ஒரு மாடி வீடு என்ற குறிப்பு எனது டயரியில் இருந்தது. வீட்டைத் தேடிச் சென்ற போதுதான் வடக்கு வீதியும் தெற்கு வீதியும் சந்திக்காதே என்ற உண்மை உறைத்தது. முதலில் கீழ வீதியும் வடக்கு வீதியும் சந்திக்கும் இடத்துக்குப் போனேன். இரண்டொருவரிடம் விசாரித்தேன். அவர்கள் மௌனி பெயரைக் கேள்விப்பட்டதில்லை. திமுக அலுவலகத்தில் போய் விசாரித்தேன். அவரின் சொந்தப் பெயர் மணி, பழைய எழுத்தாளர் என்று சொல்லியும் அவர்களுக்குத் தெரியவில்லை. கிழக்கு வீதி தெற்கு வீதிச் சந்தியிலும் நிரந்தர வாசிகள் சிலரைச் சந்தித்தேன். அவர்களுக்கும் தெரியவில்லை. தெற்கு வீதி மேலை வீதிச் சந்தியிலும் அதன் முடுக்குகளிலும் சற்றுப் படித்தவர்கள்போல் தெரிந்த சில முதியவர்களைக் கேட்டுப் பார்த்தேன். நாலாம் இலக்க வீடு ஒன்றைத் தட்டி விசாரித்துப் பார்த்தேன். அவர்களுக்கும் மௌனியைத் தெரியவில்லை. கடைசியாக மேல வீதி வடக்கு வீதிச் சந்தியில் பிரியும் தெருவில் இறங்கினேன். எப்படியும் இங்கு மௌனியைப் பிடித்து விடலாம் என்ற நம்பிக்கையுடன் தெருவில் சிறிது தூரம் போய்,

அது கிளை பிரியும் ஒரு சந்தியில் ஒரு வீட்டாரிடம் விசாரித்தேன். அவரும் மணி, மௌனி என்றெல்லாம் கேள்விப்பட்டிருக்கவில்லை. அங்கிருந்து ஒரு மூன்று நான்கு வீடு தள்ளிச் சென்றேன். நான்காம் இலக்கத்தில் ஒரு மாடி வீடு இருந்தது. கேற்றைத் திறந்து கொண்டு போனேன். ஒரு வயதான அம்மா வந்தார். 'மௌனி இருக்கிறாரா' என்று விசாரித்தேன். 'உள்ளே வாங்க' என்றார். மௌனி சிதம்பரத்தில் இருபத்தைந்து முப்பது வருடங்களுக்கு மேலாக இருக்கிறார் என்று நினைக்கிறேன். அந்தச் சிறு நகரத்தில் அவரை, அவரது இருப்பிடத்தை அறிந்த ஒருவர் எனக்கு சுலபத்தில் அகப்படவில்லை. மில் மணிஐயர் என்று விசாரித்திருந்தால் சில வேளை தெரிந்திருப்பார்கள் என்று பின்னர்தான் எனக்குத் தெரிய வந்தது.

மௌனிக்கு ஒரு அறுபது வயது இருக்கலாம் என்பதாக எனக்குள் ஒரு எண்ணம். முப்பதுகளில் எழுதத் தொடங்கியவருக்கு அதைவிட அதிகம் இருக்கும் என்ற உண்மை மௌனியைக் காணும்வரை எனக்கு ஏனோ தோன்றவே இல்லை. மௌனி முதுமையின் அரவணைப்பில் இருந்தார். முன்பின் அறிமுகமில்லாத ஒருவனைப் பார்க்கும் இயல்பான திகைப்போடு என்னைப் பார்த்ததும் இருக்கையில் இருந்து மெல்ல எழும்பினார். வயிறு ஒட்டி உடல் தளர்ந்துபோய் இருந்தது. இலங்கையன் என்று என்னை அறிமுகப்படுத்திக் கொண்டேன். அண்ணாமலைப் பல்கலைக்கழகத்தில் ஒரு ஆராய்ச்சிக்காக வந்திருப்பதாகச் சொன்னேன். தன்னுடைய படிப்பறைக்குள் என்னைக் கூட்டிச் சென்றார். அடிமேல் அடிவைத்து மெல்ல ஊர்ந்து நடந்து வந்தார். வயது எண்பதாகி விட்டது. ஒரு கண் பார்வை முற்றிலும் போயிற்று. மறுகண்ணும் பெரிதும் மங்கிவிட்டது என்றார். அடங்கிய குரலில் அவர் கூறுவதைக் கூர்ந்து கவனிக்க வேண்டி இருந்தது.

ஈழத்து இலக்கிய முயற்சிகள், எழுத்தாளர்கள் பற்றி அவருக்கு ஒன்றும் தெரிந்திருக்கவில்லை. 'இலங்கையர்கோன், சி. வைத்தியலிங்கம் ஆகியோர் உங்கள் காலத்தில் எழுதினார்களே, அவர்களைப் படித்திருக்கிறீர்களா' என்று கேட்டேன். அவருக்கு அவர்களைத் தெரிந்திருக்கவில்லை. போர் முரசோ ஏதோ ஒரு புத்தகம் தனக்கு அனுப்பப்பட்டதாகவும், ஒரே உணர்ச்சி மயம். அங்கு அப்படித்தான் எல்லோரும் எழுதுவார்களோ என்று கேட்டார். அவர் குறிப்பிட்டது தளையசிங்கத்தின் 'போர்ப்பறை' நூலை என்று புரிந்துகொண்டேன். அவர் சொல்வதுபோல் அப்படி ஒன்றும் உணர்ச்சிமயமான புத்தகம் அல்ல அது.

ஆங்கிலம்தான் அவர் படித்ததெல்லாம். கல்லூரியில் தமிழ் முறையாகப் படித்ததில்லை. ஆங்கில இலக்கியம் நிறையப்

படித்திருக்கிறார். அவருடைய மேசையிலும் ஷெல்பிலும் நிறைய ஆங்கிலப் புத்தகங்கள் இருந்தன. *Creation and discovery* என்று நினைக்கிறேன். ஒரு இலக்கியத் திறனாய்வுப் புத்தகத்தைக் காட்டினார். அது அண்ணாமலைப் பல்கலைக்கழகத்துக்குச் சொந்தமானது. நெடுங்காலமாக அவருடைய உடைமையாக இருந்து வருவதாகத் தோன்றியது. அந்தப் புத்தகத்தை நான் படித்ததில்லை. அதுபற்றி அவருக்கு மிக உயர்ந்த எண்ணம் இருப்பது தெரிந்தது. அந்தப் புத்தகத்தை அடியொற்றி விமர்சகனும் ஒரு படைப்பாளிதான் என்ற கருத்தை வலியுறுத்திச் சொன்னார். *creative writer* என்பது போல *creative critic* என்று சொன்னார். ஒரு படைப்பாளிக்குரிய நுண்ணுணர்வு இல்லாத ஒருவன் ஒரு சிறந்த விமர்சகனாக முடியாது என்ற பொருளிலேயே அவர் அந்தப் பதத்தைக் கையாண்டார் என்று நினைக்கின்றேன்.

இலக்கியம் மட்டுமன்றி தத்துவம், பண்பாடு, நாகரிகம் என்றெல்லாம் அவரது படிப்பார்வம் விரிவானது என்று தெரிந்தது. தென் அமெரிக்கா அஸ்ரெக் (aztec) நாகரிகம், எகிப்திய பிரமிட்டுக்கள் பற்றிய புத்தகங்களைக் காட்டினார். அதிலிருந்து சில பகுதிகளை எனக்குப் படித்துக் காட்டுவதற்குச் சிரமப்பட்டார்.

தனது குடும்ப நிலை பற்றிக் கொஞ்சம் சொன்னார். ஒரு உள்ளார்ந்த சோகம் அவரைக் கவிந்து கொண்டிருப்பது தெரிந்தது. இரண்டு மகன்கள் அகாலமாக விபத்தில் இறந்து விட்டார்கள். இன்னொருவர் தத்துவத்தில் எம்.ஏ. படித்துவிட்டு மனக்கோளாறோடு வீட்டில் இருக்கிறார். இன்னொரு மகன் எம்.எஸ்.சி., பி.எச்.டி. அமெரிக்காவில் இருக்கிறார்.

பிச்சமூர்த்தி, கு.ப.ரா. பற்றியும் சில செய்திகள் சொன்னார். பிச்சமூர்த்தி ஒரு சமயம், ஏதோ ஒரு பத்திரிகையில் தான் ஏன் தாடி வளர்க்கின்றேன் என்று ஒரு கட்டுரை எழுதியிருந்தாராம். அதைப் படித்தாயா என்று மௌனியைக் கேட்டிருக்கிறார். பார்த்தேன். படிக்கவில்லை. தாடி ஏன் வளர்கிறது என்று எழுதியிருந்தாயானால் படித்திருப்பேன் என்று மௌனி பதில் சொன்னாராம். அதற்குப் பிறகு அப்படிப்பட்ட விசயங்களைப் பற்றி பிச்சமூர்த்தி தன்னுடன் பேசுவதில்லை என்றார்.

மௌனி இப்போது எதுவுமே படிப்பதில்லை. முதுமையும் பார்வைக் குறைவும் அதற்கு அனுமதிப்பதில்லை. அடிக்கடி இலக்கிய நண்பர்கள் யாரும் வருவதில்லை. சமகாலத்தில் தன்னைச் சுற்றி என்ன நடக்கிறது என்று அவருக்கு எதுவும் தெரியாது. அவர் தனக்குள் தன்னுடைய கடந்த காலத்திலே வாழ்ந்துகொண்டிருக்கிறார். தன்னைப் பற்றி தன்னுடைய

படைப்புக்களைப் பற்றியே சொல்லிக் கொண்டிருந்தார். அவருக்கு ஒரு நிகழ்காலம் இல்லாமல் போய்விட்டதை உணர வருத்தமாக இருந்தது.

இடையில் மனைவியை அழைத்து கோப்பி வரவழைத்துத் தந்தார். குடித்துக் கொண்டிருக்கும்போதே ஷெல்பைத் திறந்து ‘அழியாச் சுடர்’, ‘மௌனிக் கதைகள்’, ஆகிய தொகுதிகளை எடுத்து வந்தார். அவருடைய கதைகள் பற்றி எங்களுடைய பேச்சுத் திரும்பியது. தன்னுடைய கதைகள் எதற்கும் நான் தலைப்பு வைத்ததில்லை என்றும் எல்லாம் பத்திரிகைக்காரர்களே வைத்த தலைப்புக்கள் என்றும் சொன்னார். *தீபத்தில்* வெளிவந்த பேட்டியிலும் இவ்வாறு குறிப்பிட்டுள்ளதாக ஞாபகம். அவருடைய பெரும்பாலான கதைகளுக்குப் பி. எஸ். ராமையாவே தலைப்புக் கொடுத்துப் பிரசுரித்ததாகப் பலர் குறிப்பிட்டுள்ளார்கள்.

தனது கதைகளைத் தான் ஒரே இருப்பில் எழுதி முடித்து விடுவதாகச் சொன்னார். ஒரே இருப்பில் முடியாவிட்டால் முடிந்த அவ்வளவும்தான் கதை என்றார். டால்ஸ்டாய் போன்ற பெரிய எழுத்தாளர்கள் தங்கள் கதைகளைப் பலமுறை திருத்தித் திருத்தி எழுதுவார்களாமே டால்ஸ்டாய் தனது ‘புத்துயிர்’ நாவலை ஏழு முறை திருப்பி எழுதியதாகச் சொல்கிறார்களே, நீங்கள் அப்படிச் செய்வதில்லையா என்று கேட்டேன். இல்லை என்றார். செப்பனிடும் பழக்கம் இல்லை என்றும், ஒரே முறையில் எழுதுவதுதான் என்றும், எழுத்துப் பிழைகள் இருந்தால் அதைத் திருத்திக் கொள்வார் என்றும் சொன்னார்.

ஒரு பத்திரிகைக்காகத் தான் எழுதிய ஒரு கதையில் அதன் கதாநாயகன் இறந்து விடுவதாக எழுதியதாகவும் அந்தப் பத்திரிகை ஆசிரிய நண்பர் அதை மாற்றி எழுதினால் நன்றாக இருக்கும் என்று அதை மாற்றி எழுதும்படி கேட்டதாகவும், முடியாது என்று தான் அதைக் கிழித்துப் போடப்போனதாகவும், வேண்டாம் அப்படியே இருக்கட்டும் என்று சொல்லி அவர் அதை வாங்கிப் போனதாகவும் மௌனி கூறினார். அது எந்தக் கதை, பத்திரிகை ஆசிரியர் யார் என்று அவர் கூறவில்லை. நானும் அதைக் கேட்கவில்லை.

மௌனியின் மொழியில் விசேட வழக்குகள் பல இருப்பதைக் குறிப்பிட்டு உங்கள் மொழிநடையைப் பிரக்ஞை பூர்வமாகக் கையாள்கிறீர்களா என்று கேட்டேன். இல்லை. அப்போது வருவதுதான் எழுத்து என்று சொன்னார். எனினும் காதல் கொண்டான் அல்ல காதல் கண்டான் என்றுதான் நான் எழுதுவேன் என்றார். மௌனி கதைகள் நூலில் சில பக்கங்களைப் புரட்டி அப்படிப்பட்ட சில இடங்களைக் காட்டினார். ‘பிரக்ஞை

வெளியில்' கதை இப்படி முடிகிறது. "அப்படியாயின் ஒரு வகையில் காதல் கண்ட பெண் கலியாணமாகாத கைம்பெண் என்ற அபத்தம் தானே"

'காதல் சாலை'யின் முடிவையும் எடுத்துக்காட்டினார். அது இப்படி முடிகிறது. "நேருக்கு நேரே காதலைக் கண்டதே போலும். கண்டதன் கதிபோலும். கண்டவரின் கதிபோலும்"

இப்போது தன்னால் எழுதவோ வாசிக்கவோ முடிவதில்லை என்றார். எழுத வேண்டும்போல் இருந்தால் யாரையும் கொண்டு சொல்லச்சொல்ல எழுதியிருக்கலாமே என்றேன். அப்படி டிக்டேட் பண்ணுவது எழுத்தல்ல என்றார். மௌனி கதைகள் முதல் தொகுதி பல ஆண்டுகளுக்கு முன்பு நான் இரவலாகப் படித்ததுதான். இப்போது அது கிடைப்பதில்லை. மேலதிக பிரதிகள் இருந்தால் ஒன்று தர முடியுமா? என்று கேட்டேன். தன்னுடைய புத்தகங்கள் இப்போது கிடைப்பதில்லை என்றும், யார் விரும்பினாலும் அவற்றை மறு பிரசுரம் செய்துகொள்ளலாம் என்றும் சொன்னார். அவரிடம் மௌனி கதைகள் இரண்டு மூன்று மேலதிகப் பிரதிகள் இருந்தன. அது நிறையப் பிழைகளுடன் அச்சாகி இருக்கின்றது என்றார். தன் கைப் பிரதியில் பல இடங்களில் வெட்டித் திருத்தி இருந்தார். ஒரு பிரதியில் நடுங்கும் கரத்தினால் கோணல்மாணலான ஆங்கிலத்தில் *with the best of wishes to M.A.Nuhman* என்று எழுதி கையெழுத்திட்டுத் தந்தார். சுமார் ஒரு மணி நேரம் அவருடன் இருந்திருப்பேன். மீண்டும் சந்திப்பதாகக் கூறி விடை பெற்றேன். ஆனால், மீண்டும் சந்திக்க முடியாமலே போகும் என்று அப்போது தோன்றவில்லை.

2

அன்று இரவு மௌனி கதைகளுக்கு தருமு சிவராமு எழுதியிருந்த முன்னுரையை வாசித்தேன். ஒரு செய்தி முக்கியமாகப்பட்டது. அவர் அதில் இப்படி எழுதியுள்ளார்.

> "மௌனிக்கு தனது கதைகளில் ஒவ்வொரு சொல்லுமே முக்கியமானது. சொற்களின் அர்த்தத்தோடு, சில வேளைகளில், அவற்றின் சப்த அமைப்பையும் கூட அவர் கவனத்தில் ஏற்கிறார்: "எவற்றின் நடமாடும் நிழல்கள் நாம்?" (அழியாச் சுடர்) என்ற வரியில் 'எவற்றின்' என்ற சொல் தவறு, எவைகளின் என்பதே சரி என ஒருவர் மௌனியிடம் சொன்னாராம். மௌனி அச்சொல்லின் சப்தம் அந்த வசனத்துக்கு தேவைப்படுகிறது என்றார். 'எவற்றின் என்ற சொல்லின் அழுத்தமான சப்தமே அவ்வரியில் உள்ள கேள்விக்கு அதிக வலிமையைக் கொடுக்கின்றது எனக்

காணலாம். தம் கதைகளில் பலவற்றை பல தடவைகள் வேறு வேறு சொற் பிரயோகங்களுடன் திரும்பத்திரும்ப எழுதி, முக்கியமான இடங்களைச் சீராக்கும் மௌனியைப் பற்றி 'சரி – தப்பு' பார்ப்பவர்கள் கொஞ்சம் நிதானித்து தங்கள் அபிப்பிராயங்களைச் சொல்வது நல்லது. (அழுத்தம் என்னுடையது)

இங்கு மௌனி தனது கதைகளைத் திரும்பத்திரும்ப எழுதிச் செப்பனிடுபவர் என்ற கருத்தே முக்கியமானது. மௌனி தனது கலைமுறை பற்றி என்னிடம் நேரில் சொன்னதற்கும் தருமு சிவராமு இங்கு எழுதியிருப்பதற்கும் இடையே பெரிய முரண்பாடு இருப்பதைக் கண்டேன். அடுத்த முறை சந்திக்கும்போது இது பற்றி மௌனியுடன் பேச வேண்டும் என்று எண்ணிக்கொண்டேன். இதற்குச் சில வாரங்களுக்குப் பிறகு வெங்கட் சாமிநாதனின் 'என் பார்வையில்' என்ற நூல் படிக்கக் கிடைத்தது 'மௌன உலகின் வெளிப்பாடு' என்ற தலைப்பில் மௌனி பற்றி ஒரு நீண்ட கட்டுரை அதில் இடம்பெற்றுள்ளது தருமு சிவராமுபோல், இன்னும் சற்று அழுத்தமாக அதில் அவர் இப்படி எழுதியுள்ளார்:

> "மௌனி எழுத உட்கார்ந்தால் கடுமையாக உழைப்பவர். பலமுறை திரும்பத்திரும்பத் திருத்தி எழுதுவார். ஏனெனில் பேனாவை எடுத்து எழுத உட்கார்ந்தால் அவர் தனது வேலையில் மிகத் தீவிரமாகச் சிரத்தை கொள்பவர். ஏதோ ஒன்றை ஒரு முறை எழுதி, அத்துடன் அவர் திருப்தி அடைந்தார் என ஒரு முறைகூட நிகழ்ந்ததில்லை. கடைசித் தேதி நெருங்கும்வரை, அது அனுமதிக்கும் வரை, பிரசுர கர்த்தாவின் பொறுமை எல்லை கடந்து சோதிக்கப்படும்வரை திருத்தம் செய்து கொண்டே இருப்பார்."

சாமிநாதன் சொல்வதன் உண்மை பொய் எவ்வாறு இருப்பினும் அவர் விஷயத்தை நன்கு மிகைப்படுத்திச் சொல்கிறார் என்றே தோன்றுகின்றது. மௌனி ஏராளமாக எழுதிக் குவித்தவரல்ல. மொத்தமாக 23 கதைகள்தான் எழுதியிருக்கிறார். 1936, 37ஆம் ஆண்டுகளில்தான் தொடர்ச்சியாக பத்துக் கதைகள் பிரசுரமாகியுள்ளன. அவற்றுள்ளும் பெரும் பகுதி 34, 35ஆம் ஆண்டுகளில் எழுதப்பட்டதாகத் தெரிகிறது. மற்றவை யெல்லாம் நீண்ட இடைவெளிகளில் எழுதியவை. 60க்குப் பிறகு நாலோ ஐந்தோ கதைகள்தான் எழுதியிருக்கிறார். எந்தப் பிரசுர கர்த்தாவும் மௌனியின் கதைகளுக்காகத் தவம் இருந்ததாகச் சொல்ல முடியாது. அவ்வகையில் பிரசுர கர்த்தாக்களின் கெடுவை மீறி அவர்களின் பொறுமையைச் சோதிக்கும் வாய்ப்பு மௌனிக்கு

இருந்ததாகவும் சொல்ல முடியாது. சில வேளை 'கசடதபற'வுக்கு கதை பெறுவதற்கு இவர்கள் இப்படி சிரமப்பட்டிருக்கக் கூடும். மற்றபடி புதுமைப்பித்தனைப்போல், பி.எஸ். ராமையாபோல் பத்திரிகைகளின் நெருக்குதல்களுக்காக எழுதிக் குவித்தவரல்லர் மௌனி. தவிரவும் தருமு சிவராமுவும் சாமிநாதனும் மௌனியின் எழுத்து முயற்சிகளை நேரில் அறிந்தவர்களைப் போலவே எழுதுகின்றனர். 60களில்தான் இவர்கள் மௌனியைச் சந்தித்தார்கள் என்று நம்புகின்றேன். அந்த நேரம் மௌனி தான் எழுதுவதைப் பெரும்பாலும் நிறுத்தி விட்டார். இவர்களுடைய இலக்கியப் பிரவேசத்திற்கு பல ஆண்டுகளுக்கு முன்பே அவர் தனது பெரும்பாலான கதைகளை எழுதி முடித்துவிட்டார். ஆகவே, மௌனி பெரும்பாலான கதைகளை மீண்டும்மீண்டும் திருத்திச் செப்பனிட்டு எழுதினாரா என்பதை இவர்களுக்கு நேரில் அறியும் வாய்ப்பு இருக்க பெரும்பாலும் சாத்தியம் இல்லை. இதுபற்றி மௌனி, அவர்களுக்குச் சொல்லி இருந்தால்தான் உண்டு. அல்லது அவரது திருத்தப்பட்ட கையெழுத்துப் பிரதிகளைப் பார்த்திருந்தால்தான் உண்டு. ஆனால் இதுபற்றி என்னால் திடமாக ஒன்றும் சொல்ல முடியாது. மௌனி என்னிடம் சொன்ன தகவலை வைத்துக் கொண்டு பார்க்கும்போது இவர்கள் சொல்பவை மிகவும் முரண்பாடாகத் தோன்றுகின்றன.

எனக்கு இது ஒரு முக்கிய விஷயமாகப் படுகின்றது. மௌனி பிரக்ஞை பூர்வமாகத் தன் மொழியைக் கையாண்டாரா இல்லையா என்பது அவரது படைப்புகள் பற்றிய மதிப்பீட்டில் முக்கிய பங்காற்றக்கூடிய ஒன்றாகும். நிறையப் புது மாதிரியான பிரயோகங்கள் நிறைந்த அவருடைய மொழியில் அவை அவருடைய பிரக்ஞை பூர்வமான புத்தாக்கமாக *(innovation)* அல்லது அவருடைய வழுவா என்பதை நிர்ணயிப்பதில் இது முக்கியமானது. சில சொற் பிரயோகங்களைப் பொறுத்தவரையில் மௌனி பிரக்ஞை பூர்வமாகவும் பிடிவாதமாகவும் இருப்பதாகத் தெரிகிறது. நான் முன் குறிப்பிட்ட 'காதல் கண்ட' என்பதை உதாரணமாகச் சொல்லலாம். கொள், காண் என்ற வினைச் சொற்களை அபரிமிதமாகவும் தமிழுக்குப் புதுவிதமான அமைப்புக்களிலும் *(construction)* இவர் கையாண்டுள்ளதையும் கூறலாம். உதாரணமாக 'இரவு கண்டு விட்டது, காலை காண ஆரம்பித்தது' போன்ற வாக்கியங்களைக் காட்டலாம் (மனக்கோலம்). தமிழிலே 'காண்' என்பது செயப்படுபொருள் குன்றா வினை. இங்கு மௌனி அதனைச் செயற்படுபொருள் குன்றிய வினையாகப் பயன்படுத்தியுள்ளார். இது ஒரு வழுப்போல் தோன்றினாலும், இதை அவருடைய புத்தாக்கம் என்று நாம் அங்கீகரிக்கலாம்.

ஆனால் வாக்கிய அமைப்பில் அவர் எப்போதும் பிரக்ஞை பூர்வமாக இருந்திருக்கிறார் என்று சொல்வதற்கில்லை. அவருடைய வாக்கியங்கள் பல தாறுமாறாக உள்ளன. அவருடைய வசனம் எளிமையானது என்று சொல்கிறார்கள். ஆனால் அவரைப்போல் தெளிவில்லாத வசனம் எழுதியவர்கள் தமிழில் வேறு யாரும் இல்லை. அவர் சொல்ல நினைத்த பலவற்றைச் சொல்வதற்கு பல சந்தர்ப்பங்களில் அவருடைய மொழித்திறன் தடையாக இருந்திருப்பதை உணர முடிகிறது. கவிதை போன்ற அற்புதமான வசனங்கள் அவருக்கு சாத்தியமாகி இருக்கின்றன என்பதில் ஐயம் இல்லை. ஆனால் கரடுமுரடான வசனங்களும் அவரிடம் ஏராளம் உண்டு என்பதை நாம் ஒப்புக்கொள்ள வேண்டும். உதாரணத்துக்கு ஒன்று தருகிறேன். "அவ்வேளைகளில் அவன் தவறாது மேற்குப் பார்த்த அந்த ஜன்னலின் முன் நிற்பான். சில சமயம் அவன் பார்வையில் குறுக்காக அவளை கோவிலுக்குப் போகப் பார்க்க நேரிடுவதும் உண்டு' (மனக்கோலம்). இதில் வரும் இரண்டாவது வசனம் மிகவும் தாறுமாறானது. இங்கு அவர் சொல்ல வருவது அவன் ஜன்னலில் நிற்கும் போது, சில சமயம் அவள் கோவிலுக்குப் போவதைப் பார்க்க நேரிடுவதும் உண்டு, அல்லது அவள் கோவிலுக்குப் போவது அவன் பார்வையில் படுவதுண்டு என்பதுதான். ஆனால் மௌனியின் மேற்காட்டிய வசனம் எவ்வகையிலும் புத்தாக்கம் அல்ல. தமிழின் வாக்கிய அமைப்புக்குக் கட்டுப்படாதது; அதனால் குழப்பமானது. பொருள் தெளிவற்றது; வழுவானது. அவர் தனது மொழியில் பூரண பிரக்ஞையுடன் இருந்திருந்தால் இத்தகைய கட்டற்ற வசனங்கள் தவிர்க்கப்பட்டிருக்கும் என்று எனக்குத் தோன்றுகின்றது.

மௌனியை மீண்டும் சந்திக்கும்போது இதுபற்றி விளக்கமாக அறிய வேண்டும் என்று எண்ணி இருந்தேன். உடனே அதற்கு வாய்ப்புக் கிடைக்கவில்லை. இலங்கைக்குப் போய் விட்டேன். ஜூன் ஐந்தாம் தேதிதான் திரும்பி வந்தேன். அந்த வார இறுதியில் மௌனியை எப்படியும் சந்திக்க வேண்டும் என்று எண்ணி இருந்தேன். அது முடியாமலே போயிற்று. ஆறாம் தேதி அவர் காலமான செய்தியை மூன்று நாட்களுக்குப் பிறகு இந்தியன் எக்ஸ்பிரஸ் மூலம் அறிந்தேன். எனது சந்தேகம் பற்றி மௌனி மூலம் தெளிவுபடுத்திக் கொள்ள இனி வாய்ப்பே இல்லை.

மௌனியின் மறைவுக்குப் பிறகு *தாய்* சஞ்சிகை 30. 06. 1985 இதழில் அவரைப் பற்றிய சிலரின் கருத்துகளை வெளியிட்டிருந்தது. அவற்றுள் கி.அ. சச்சிதானந்தனின் சில கருத்துகள் இங்கு முக்கியமானவை. சச்சிதானந்தன் மௌனியோடு நன்கு பழகியவர். மௌனி கதைகள் நூலை வெளியிட்டவர். அவர் இவ்வாறு சொல்லியுள்ளார்:

> "(மௌனி) எழுதுவதற்கு நிரம்ப கால அவகாசம் எடுத்துக் கொள்வார். ஒவ்வொரு சொல்லையும் சுண்டிச் சுண்டிப் பார்ப்பார். ஒரு நாளைக்கு ஒரு வாக்கியத்தோடு நிறுத்திக் கொண்டதும் உண்டு. தமிழில் முதலில் வரவில்லை என்றால் ஆங்கிலத்தில் எழுதிவிடுவார். பின்னால் தமிழ்ப்படுத்துவார். ஒரு கதைக்கு இருபது டிராப்ட் கூடப் போட்டிருக்கார்."

தருமு சிவராமு, வெங்கட் சாமிநாதன் ஆகியோர் கருத்துடன் சச்சிதானந்தனின் கருத்தும் ஒத்திருக்கிறது. சச்சிதானந்தனுக்கும் மௌனியின் எழுத்தை நேரில் அவதானிக்கும் வாய்ப்பு கிடைத்திருக்காதுதான். ஆனால், அவர் மௌனியின் கை எழுத்துப் பிரதிகள் பலவற்றைச் சேர்த்து வைத்திருக்கிறார் என்று கேள்விப்பட்டிருக்கிறேன். ஒரு கதையைத் திரும்பத்திரும்ப வெட்டி, திருத்தி, மாற்றி எழுதிய மௌனியின் கைப்பிரதிகள் அவரிடம் இருந்தால் அது அவருக்கு ஒரு நல்ல ஆதாரமாக இருக்கும். அதைச் சச்சிதானந்தன் வெளிப்படுத்துவாராயின் அது இலக்கிய ஆய்வாளருக்கும், விமர்சகருக்கும் பயனுடையதாக இருக்கும். இவர்கள் சொல்வது உண்மையெனில் தமிழ் வாக்கியத்தை லாவகமாகவும் வழுவின்றியும் கையாள்வதில் மௌனிக்கு இயல்பான சில தடைகள் இருந்தன என்பது உறுதிப்படுவது ஒருபுறம் இருக்க, மௌனி ஏன் என்னிடம் வேறு மாதிரியாகக் கூறினார் என்பது என்னைத் தொடர்ந்து சங்கடப்படுத்திக் கொண்டே இருக்கும்.

செப்டம்பர், 1985

24

‘இலக்கிய ஊழல்கள்’ என்று ஒரு புத்தகம்

‘இலக்கிய ஊழல்கள்’ என்ற பெயரில் அண்மையில் ஒரு புத்தகம் வெளிவந்துள்ளது. இதன் ஆசிரியர் வெங்கட் சாமிநாதன். சிந்துஜாவின் முன்னுரையுடனும் ந. முத்துசாமியின் பின்னுரை யுடனும் கூடிய மொத்தம் 64 பக்கங்கள் கொண்ட இப்புத்தகம், ஒரு வகையில் சுவாரஸ்யமானது. தெருச் சண்டையை, சற்று எட்டி நின்று அவதானிப்பதில் ஒரு சுவாரஸ்யம் இருக்கிறதல்லவா? அது இதிலும் உண்டு. ஆனால், வாசித்துவிட்டு சற்று நிதானிக்கும் போது ஓர் அநுதாபமும் ஏற்படத்தான் செய்கிறது. இந்த அநுதாபம் அறிவாளி வர்க்கத்தின் ஒரு பகுதியினரிடையே நிகழ்ந்துள்ள சீரழிவைக் கண்டு ஏற்படுவது. ‘மனித ஆளுமையின் உடைவு’ என்று கார்க்கி சொன்னாரல்லவா, அதுதான் இப்போது எங்கும் நிகழ்ந்துகொண்டுள்ளது.

சாமிநாதனைப் பற்றித் தமிழ்நாட்டு இலக்கியத் துடன் பரிச்சயம் உள்ளவர்கள் நன்கு அறிவர். இவர் ஓர் அதிதீவிரமான மார்க்சிய எதிர்ப்பாளர்; தூய கலைவாதி. காரமான, சற்று நாகரிகக் குறைவான வார்த்தைகளைப் பாவித்துக் கண்டன விமர்சனம் செய்வதில் பிரசித்தமானவர். தன்னோடு

கருத்து முரண்பாடு உள்ளவர்கள் எல்லோரும் அறியாமையில் உழல்பவர்கள் என்று பகிரங்கமாக எழுதி வருபவர். 'மார்க்சின் கல்லறையில் இருந்து ஒரு குரல்' என்ற கட்டுரை முதல் 'இலக்கிய ஊழல்கள்' வரை இதற்கு நல்ல உதாரணம். சமீப காலம்வரை சாமிநாதனுடன் ஒத்த மார்க்சிய எதிர்ப்பாளர்கள் அல்லது சுத்தக் கலைவாதிகளில் அநேகர் ஒரு குழுவாக இயங்கி வந்தனர். இவர்களிடையே சிநேக ஒருமைப்பாடும் கூட்டு இயக்கமும் இருந்ததாகத் தெரிகிறது. *நடை*, *கசடதபற* போன்ற சஞ்சிகைகள் இத்தகைய கூட்டு இயக்கங்களின் விளைவு போலும். ஆனால், கடந்த சில ஆண்டுகளாக சுயநலன் சார்பான உள்முரண்பாடுகளினால் இவர்களிடையே பிளவும் குரோதமும் ஏற்பட்டுள்ளதாகத் தெரிகிறது. சாமிநாதனும் அவரைச் சார்ந்த சிலரும் இப்பிளவினால் தனிமைப்படுத்தப்பட்டுள்ளார்கள்போல் தோன்றுகிறது. அத்தனிமைப்பாட்டின் பெறுபேறே இலக்கிய ஊழல்கள் என்னும் இப்புத்தகம் எனலாம்.

தமிழ்நாட்டுப் பெரும் பத்திரிகைகளுக்கும் எழுத்தாளர்களுக்குமிடையே உள்ள உறவுநிலை பற்றிய பிரச்சினையே இவர்களிடையே ஏற்பட்ட பிளவுக்கும் இப்புத்தகம் வெளிவருவதற்கும் நிமித்த காரணமாகக் கூறப்படுகின்றது.

தமிழ்நாட்டில் *தினமணிக்கதிர்*, *குமுதம்*, *ஆனந்த விகடன்*, *கல்கி* போன்ற பெரும் பத்திரிகைகள் இலக்கிய உலகில் ஏகபோகம் செலுத்தி வருவதையும், தமிழ்நாட்டின் கலாசாரச் சீர்குலைவைத் திட்டமிட்டு நடத்தி வருவதையும், ஒட்டுண்ணி வாழ்க்கை நடத்துவதையே தம் விதியாகக் கொண்ட அநேக எழுத்தாளர்கள் தம்மை அவற்றுக்கு விற்று வாழ்ந்து வருவதையும் நாம் அறிவோம். இதற்குப் புறம்பாகத் தம்மைச் சுதந்திர எழுத்தாளர் எனக் கருதும் சிலர் இப்பத்திரிகைகளுக்கு வெளியே இருந்துகொண்டு சிறு சஞ்சிகைகளைத் தொடக்கியும் புத்தகங்கள் வெளியிட்டும் இலக்கிய வாழ்வு நடத்தி வருவதையும் அறிவோம். ஆயினும், இவர்களுட் சிலர் அவ்வப்போது ஏகபோக பத்திரிகைகளால் ஈர்க்கப்பட்டு அவற்றின் தேவைகளோடு தம்மையும் இணைத்துக் கொண்டுள்ளனர்.

இப்பத்திரிகைகளின் கவர்ச்சி மையத்துள் இன்னும் அகப்படாது வெளியே இருக்கும் எழுத்தாளர்களுட் சிலர்கூட அதற்குரிய வாய்ப்பை உள்ளூர எதிர்பார்த்துக்கொண்டுதான் உள்ளனர். இத்தகைய நிலையில்தான் இந்திரா பார்த்தசாரதி *தினமணிக்கதிரின்* கவர்ச்சி மையத்துள் சிக்கினார். கதிர் ஆசிரியர் சாவியின் வேண்டுகோளுக்கிணங்க சில தற்காப்பு

நிபந்தனைகளுடன் அதில் ‘திரைகளுக்கப்பால்’ என்ற நாவலை எழுதத் தொடங்கியதும், பத்திரிகைக்காரரின் தேவையை நிறைவு செய்யாததால் அது நடுவில் நிறுத்தப்பட்டதும், அது பற்றிய செய்திகள் தமிழ் நாட்டுச் சஞ்சிகைகளில் அடிபட்டதும் நாம் அறிந்த சங்கதிகள். அது சம்பந்தமாக *கசடதபற*வில் சாமிநாதனும் ஒரு கட்டுரை எழுதியிருந்தார். இக்கட்டுரை எழுதப்பட்டமைக்கான காரணங்களும், அதைத் தொடர்ந்து நடந்த சம்பவங்களையும் அதில் சம்பந்தப்பட்டவர்களையும் பற்றிய விபரங்களுமே இப்புத்தகத்தில் கூறப்பட்டுள்ளன. சுருக்கமாகச் சொன்னால் சாமிநாதன் தனது இலக்கிய நேர்மையையும் ‘இலக்கிய மோசடிக்காரர்களுக்கு எதிராகத் தான் ஒரு தர்மயுத்தத்தில் குதித்துள்ள’தையும் நிரூபிக்க இப்புத்தகத்தில் முயன்றுள்ளார்.

இப்புத்தகத்திலேயே சமுதாயத்தின் மீது தனக்கிருக்கும் அக்கறையை, தனது தார்மீக உணர்ச்சியை, தனது நேர்மைத் திறனை சாமிநாதன் பிரகடனப்படுத்தியுள்ளார். *தினமணிக்கதிர்* – இந்திரா பார்த்தசாரதி விவகாரத்தில்தான் இவர் முதன்முதல் தனது சமூகப் பிரக்ஞையை வெளிக்காட்டியுள்ளார். அந்த விவகாரம் ஒரு குறிப்பிட்ட எழுத்தாளனின் எழுத்துச் சுதந்திரத்தை, தனிநபர் உரிமையை சிறுமைப்படுத்தியதால், அது இந்திய சமூகத்தினர் ஒவ்வொருவரும் தலையிட வேண்டிய சமூகப்பிரச்சினை ஆகிவிட்டதால், சாமிநாதன் அதில் தலையிட்டு ‘திரைகளுக்கு அப்பால்’ என்று கட்டுரை எழுதினார். இந்த அளவோடு முடித்திருந்தால் சாமிநாதனின் சமுதாய அக்கறைக்கு நாமும் மதிப்பு அளித்திருக்கலாம்.

ஆனால், விசயம் இத்தோடு முடியவில்லை. இதற்குப் பிறகுதான் பிரச்சினையே தொடங்கியது. சாமிநாதனின் கட்டுரையைப் படித்த ஜெயகாந்தன் (அது மறைமுகமாகத் தன்னையும் தாக்கியதால்) *கசடதபற* காரியாலயத்தில் சாமிநாதன் மீது வசைமாரி பொழிந்தார். ஆனால், *கசடதபற* குழுவினர் ஜெயகாந்தனுக்கு ஒரு பதிலும் சொல்லவில்லை. தில்லியில் இருந்த சாமிநாதன் இதனைக் கேள்விப்பட்டார். தான் கட்டுரை எழுதுவதற்கு உடந்தையாக இருந்த, தனது கட்டுரைக்குத் தலைப்புக் கொடுத்த, கட்டுரையில் காரம் போதாது என்று அபிப்பிராயப்பட்ட, அக்கட்டுரைக் கருத்துக்களின் மீது கூட்டுப்பொறுப்புடைய *கசடதபற* குழுவினர் ஜெயகாந்தனுக்கு சரியான பதில் கூறாமல் தன்மீது உள்ள பொறாமையினாலும் பகைமையினாலும் தன்னைக் காட்டிக்கொடுத்துவிட்டார்கள்.

அதுபற்றிக் கேட்டு எழுதியதற்கு அவ்வாறு ஏதும் நடக்கவில்லை என்பதுபோல் மழுப்பிவிட்டார்கள்.

> "இந்தக் கருங்காலித்தனம் கூட்டு முயற்சியின் தர்மங்களை, பொது இலட்சியங்களைக் கைவிட்ட ஈனச் செய்கை, ஒரு பூதாகரத் தோற்றத்துக்குக் கால் பிடித்து முதுகு சொறியும் கயமை பின்னர் அதைப் பூசி மெழுகி மூடி மறைக்கும் நேர்மையின்மை... எதைத்தான் சொல்வது! இவ்வளவும் என்மீது கோபத்தையும் வருத்தத்தையும் பிறப்பித்தன" (பக். 12) என்கிறார் சாமிநாதன்.

ஜெயகாந்தன் தனிப்பட்ட முறையில் தன்மீது வசை பாடியதும், குற்றம் சுமத்தியதும் திரும்பவும் ஒரு சமூகப் பிரச்சினையாகிவிட்டது சாமிநாதனுக்கு. அதற்குப் பதில் சொல்ல வேண்டியது அவருடைய தார்மீகக் கடமையாகிவிட்டது. ஜெயகாந்தனின் குற்றச்சாட்டுக்கள் இவைதான்: இ. பாவுக்கு மாத்திரம் சாமிநாதன் வக்காலத்து வாங்குவானேன்; *தினமணிக்கதிர்* என்னை அவமானப்படுத்தியபோது இச்சாமிநாதன் என்ன செய்துகொண்டிருந்தான்? (பக். 10) இந்த இரண்டு குற்றச்சாட்டுக்களினதும் சமுதாய முக்கியத்துவம் சாமிநாதனைத் தவிர வேறுயாருக்கும் புரியவில்லையாம் (பக்.18). ஆகவே, சாமிநாதன், ஜெயகாந்தனின் குற்றச்சாட்டுகளுக்குப் பதில் எழுதி *தாமரை, கணையாழி, கசடதபற* ஆகிய மூன்று பத்திரிகைகளுக்கும் ஒரே சமயத்தில் அனுப்பிவைத்தார்.

தாமரை தனது வழக்கமான கம்யூனிஸ்ட் புத்தியைக் காட்டிவிட்டது (பக். 14–15). *கசடதபற* அக்கட்டுரையைப் பிரசுரிக்காது என்பது சாமிநாதனின் நம்பிக்கை. ஆனால், சாமிநாதனுக்குச் செய்த காட்டிக் கொடுப்புக்குப் பிராயச்சித்தம் செய்வதற்காகவோ என்னவோ *கசடதபற* 'யாருக்காக எதற்காக அழுவது' என்ற ஜெயகாந்தனுக்கு எதிராக எழுதப்பட்ட சாமிநாதனின் கட்டுரையைப் பிரசுரித்தது. 'தான் கோழையாக, நயவஞ்சகமாக நடந்துகொண்டது. சிறுகதை மன்னனுக்கு முதுகு சொறிந்து விட்டது என்பது மனதை உறுத்தியதாலோ என்னவோ ஞானக்கூத்தன் இப்பதிலைப் பிரசுரிப்பதில் மும்முரமாகத் தன் ஆதரவைக் காட்டினார்' என்கிறார் சாமிநாதன் (பக். 17).

ஆனால், பின்னர் எல்லாம் தலைகீழாக மாறின. "சா. கந்தசாமியும் அசோகமித்திரனும் என்னிடம் கொண்டிருந்த பகையைச் செயல்படுத்த வேண்டிய தருணம் வந்துவிட்டதாக நினைத்தார்கள் போலும். *கசடதபற* கும்பல் அனைவரும் எனக்கு எதிராகச் சதி செய்யத் தொடங்கினார்கள்" என்கிறார் சாமிநாதன்

(பக். 18). அவர்கள் செய்த சதி 'யாருக்காக எதற்காக அழுவது' என்ற சாமிநாதனின் கட்டுரைக்கு எதிராக சாமிநாதனைத் தாக்கி அசோகமித்திரன் எழுதிய 'அழ வேண்டாம் வாயை மூடிக்கொண்டிருந்தால் போதும்' என்ற சாவோலக் கட்டுரையை பிரசுரித்து, அதற்குப் பதிலளிக்க சாமிநாதனுக்குச் சந்தர்ப்பம் கொடுக்காது விவாதத்தை முடித்து, வாய்ப்பூட்டுப் போட்டதுதான். இதன்மூலம் சாமிநாதன் கையாண்ட சமூகப் பிரச்சினையை சாமிநாதனின் உயர்ந்த மட்டத்தை எட்டும் அறிவுத்திறனற்று தனிமனிதப் பகைமையாக்கக் கீழிறக்கி விட்டார்கள் (பக். 25). "*கசடதபற* இக்கட்டுரையைப் பிரசுரிக்கக் காரணம் கொள்கை வேறுபாடோ மற்றதோ ஏதும் இல்லை. என்மீது அவர்கள் எல்லோரும் கொண்ட பகைமைக் காய்ச்சல்தான். அது கொள்கைகளை, நாகரிகத்தை, நியாய உணர்வை, பத்திரிகை தர்மத்தை காற்றில் பறக்கவிடச் செய்துவிட்டது" என்கிறார் சாமிநாதன் (பக். 27).

அசோகமித்திரன் சாமிநாதனைத் தாக்கிக் கட்டுரை எழுதியமைக்குக் காரணம் என்ன? அதையும் ஆர். சுவாமிநாதன் மூலம் விளக்குகிறார் சாமிநாதன். சுவாமிநாதனுக்கும் தன்மீது தீராத பகை என்பது இவருக்குத் தெரியுமாம். ஆயினும், டில்லிக்கு வந்த சுவாமிநாதனை வீட்டுக்கு அழைத்து இதுபற்றி விசாரித்தார் சாமிநாதன். அதற்கு அவர் சொன்னது "எனக்கு என்னப்பா தெரியும், *கசடதபற* Self - Seekers கருவியாகிப் போய்விட்டது. அதற்கு நான் என்ன செய்ய முடியும்? பேசாமல் எல்லாவற்றையும் பார்த்துக்கொண்டிருக்கிறேன். அவ்வளவுதான். எல்லாம் அப்படித்தான் போகும். அசோகமித்திரனுக்கு உங்களிடம் பகை. 'அறுசுவை' தொகுதியில் வந்த அவருடைய நாவலுக்கு மதிப்புரை எழுதும்போது, அசோகமித்திரனுக்குரிய நியாயம் செய்யவில்லை என்று அவர் சொல்கிறார். அந்தக் காட்டம். அவரைப்பற்றி நீங்கள் எழுதுவதே இல்லை. அந்தக் காட்டம். இதையெல்லாம் கொட்டுவதற்கு இதுதான் சமயம் என்று அவர் செய்திருக்கிறார்" (பக். 30). "ஆக ஒன்று தெளிவாகத் தெரிந்தது. அக்குழுவின் ஒவ்வொருவருக்கும் தமக்குள்ளே மனக்காய்ச்சல் உண்டு (வெ. சாமிநாதனும் *கசடதபற* குழுவின் ஒரு ஸ்தாபக உறுப்பினர் என்பதும் நாம் கவனிக்க வேண்டியது). அது தவிர அவர்களுக்கு என்னிடம் உள்ள பொறாமை பகைமைக் காய்ச்சல் அவர்கள் எல்லோருக்கும் பொதுமையாகையால் ஒற்றுமைப்பட்டார்கள். ஆகவே, தமக்குள் உள்ள பகைமையை மறந்து, பொது எதிரியை வீழ்த்த வேண்டும். அதற்கு எத்தகைய உத்தியையும் பயன்படுத்திக் கொள்ளலாம். இதற்குச் சாதகமாக எதிரியும் எங்கோ ஆயிரம் மைல்களுக்கு அப்பால் டெல்லியில் இருப்பவன். அன்றாடச்

சதி வேலைகள் எதுவும் தெரியவராது. தெரிந்தாலும் காரியம் முடிந்த பிறகுதான் தெரியும்" என்கிறார் சாமிநாதன் (பக். 31).

தமிழ் இலக்கிய சாம்ராஜ்யத்தின் சக்கரவர்த்தி வெங்கட் சாமிநாத மாமன்னனை வீழ்த்துவதற்கு நடந்த புரட்சிச் சதி பற்றிய படத்தை இவ்வாறுதான் நமக்குத் தருகிறார் வெங்கட் சாமிநாதன். இதற்குமேல் இந்தப் புத்தகத்தில் உள்ளவை பற்றி நான் எழுதவேண்டியதில்லை. அசோகமித்திரன் கட்டுரைக்குச் சாமிநாதன் ஒரு பதில் எழுதி அனுப்பியதும், அதில் வெட்ட வேண்டியதெல்லாம் வெட்டிவிட்டு மிகுதியையேனும் பிரசுரிக்கும் உரிமையை அவர்களுக்கு மிகுந்த தாராளத் தன்மையோடும் சத்திய வேட்கையோடும் கொடுத்தும் அதை அவர்கள் பிரசுரிக்காது குழி தோண்டிப் புதைத்ததும், பின்னர் சாமிநாதனுக்குச் சார்பாக தருமு சிவராமு *Thought* என்ற டில்லிப் பத்திரிகையிலும் 'அஃ'கிலும் இப்பிரச்சினையை மீண்டும் கிளறியதும் இது சம்பந்தமாக சாமிநாதன் 'தாட்' பத்திரிகைக்கு எழுதிய ஆசிரிய கடிதத்தை அதன் சமுதாய முக்கியத்துவம் கருதி (?) அப்பத்திரிகையின் வரலாற்றிலேயே முதன்முதலாக தலைப்புக் கட்டுரையாகப் பிரசுரித்துக் கௌரவம் தந்ததும் அ. மி யின் ரசிகர்களான 'விசிலடிச்சான் குஞ்சுகள்' இதில் தலையிட்டு வாங்கிக் கட்டியதும்; அ.மி.யின் இலக்கியத் திருட்டுப் பற்றிய செய்திகளும் . . . இத்தியாதி விசயங்களே இப்புத்தகம் முழுதும் உள்ளன.

ஆக, சாமிநாதன், தருமு சிவராமு, முத்துசாமி, சிந்துஜா தவிர இப்புத்தகத்தில் குறிப்பிடப்படுகின்ற (ஞானக் கூத்தன், கந்தசாமி, கிருஷ்ணமூர்த்தி, ராமகிருஷ்ணன், ஆர். சுவாமிநாதன் முதலிய *கசடதபற* குழுவினர், அசோகமித்திரன், தி. க. சிவசங்கரன், ஜெயகாந்தன் முதலியோர் உட்பட)

> "தமிழ்நாட்டு விமர்சகப் பெருந்தகைகள், எழுத்தாளர்கள், ரசிகர்கள் எனப்பட்டவர்கள் உண்மையில் சதிகாரர்கள், வியாபார நோக்கில், பண வேட்கையில், மலிவான பிரபல்ய ஆசையில் தம் லட்சியங்களைக் கைவிட்டவர்கள். வேசம் போடுபவர்கள். கும்பல் அரசியல் *(Clique politics)* பேணுபவர்கள். தமக்கு ஜாலராக்களும் பஜனைக் கும்பலும் தேவை என்பதற்காக அவர்கள் செய்யும் அயோக்கியத் தனத்தையெல்லாம் கண்டும் காணாதது போல் மௌனம் சாதித்து உடந்தையாகிறவர்கள். பொய்யும் புரட்டும் மோசமும் அபாண்டப் பழி சுமத்தலுமாக இரைச்சலிட்டே உண்மையின் குரல் எழும்பாதவாறு

கழுத்தை நெரிப்பவர்கள் ... "They are the scum and vermin of the earth" என்பது சாமிநாதனின் முடிவு (பக். 55).

இதற்கு மறுதலையில் சாமிநாதன் முதலியோர் பண்புடைமையும் சத்திய வேட்கையும் இலட்சிய தாகமும் கொண்ட சான்றோர் என நாம் நம்ப வேண்டும்.

ஆனால், எனக்கு இரண்டு விஷயங்கள் விளங்கவில்லை.

ஒன்று, ஜெயகாந்தன் தனிப்பட்ட முறையில் – பகிரங்கமாகப் பத்திரிகையில் எழுதாது – சாமிநாதன் மீது சுமத்திய குற்றச்சாட்டுக்களுக்கும் வசைபாடல்களுக்கும் தானும் தனிப்பட்ட முறையில் கடிதமோ வேறு வழியிலோ பதில் அளிக்காது, பகிரங்கமாகப் பத்திரிகையில் பதில் சொல்ல சாமிநாதன் சன்னதம் கொண்டு எழுந்ததேன்? அவருடைய ஆணவ முனைப்பு என்பது தவிர வேறு சமாதானம் கூற முடியவில்லை எனக்கு. சாமிநாதனுடைய ஆளுமை ஆணவ முனைப்புடையது என்பதையே அவரது பெரும்பாலான எழுத்துகள் காட்டுகின்றன.

இரண்டாவது, சாமிநாதன் குறிப்பிடும் இத்தனை பேரும் சாமிநாதன் மீது பொறாமையும் பகைமையும் கொண்டு அவருக்கு எதிராகச் சதி செய்வதற்குக் காரணம் என்ன? அத்தனைக்கும் சாமிநாதனிடம் நிறைந்துள்ள அரிய சம்பத்தும் மாபெரும் ஆற்றலும்தான் என்ன? சாமிநாதன் தன்னைத் தமிழ்நாட்டின் மாபெரும் விமர்சகராகவும் ஞானாசிரியனாகவும் ஆதாரமற்று நம்புகிறார் என்று தெரிகிறது. இது ஒரு வகையான உயர்வுச் சிக்கல். பக்குவமும் முதிர்ச்சியும் அற்ற மனத்தின் பிறழ்வு என்றே தோன்றுகிறது.

தான் விமர்சனம் எழுதாது இருப்பதற்கே தனக்கு நன்றி சொல் வேண்டும் என்று ஒரு எழுத்தாளனுக்குச் சொல்லியனுப்பக்கூடிய துணிச்சல் – அதைக் கூச்சமற்றுப் பகிரங்கமாக எழுதும் ஆணவம் – இவரது இந்த அசட்டுத்தனமான நம்பிக்கையையும் அவரது விமர்சன நேர்மையீனத்தையும் எமக்குத் தெளிவாகக் காட்டுகின்றது. கந்தசாமியின் 'சாயாவனம்' சரியாக எழுதப்படவில்லை என்று இவர் கருதினால், அடிப்படையிலேயே அபத்தமானது என்றால், உருவம் சிதைந்து ஒருமையற்றுப்போனது என்றால், விமர்சகன் என்ற முறையில் சாமிநாதன் அதுபற்றி எழுதியிருக்க வேண்டும். அவ்வாறு எழுதாதிருந்ததன் மூலம் தன் கருத்துக்குப் புறம்பாக அந்நாவல் பற்றிய பொய்மை பரவுவதற்குச் சாமிநாதன் வழிவகுத்தவராகிறார். அதுமட்டுமன்றி அதற்காக கந்தசாமி

தனக்கு நன்றி சொல்ல வேண்டும் என்று கேட்கிறார். இது எத்தகைய இலக்கிய நேர்மை? இது பெரிய மோசடி இல்லையா? இத்தகைய ஒருவருக்கு இலக்கிய ஊழல்கள் பற்றி எழுத என்ன யோக்கியதை இருக்கிறது?

சாமிநாதன் தான் ஒரு சமூகப் போரில் குதித்துள்ளதாகக் காண்பிக்க எவ்வளவுதான் முயன்றாலும் சாமானியராகிய எங்களுக்கு அவர்மீது ஒரு அனுதாபம்தான் உண்டாகிறது. சாமிநாதனுடைய குற்றச்சாட்டுக்களின் மறுபக்கம் பற்றி, அதன் நம்பகத் தன்மை பற்றி நமக்கு எதுவும் தெரியாது. ஆகவே, தனது எதிரிகள் பற்றிய சாமிநாதனின் தீர்ப்பு பற்றி அவர்களது வாக்கு மூலத்தை அறியாமல் திடமாக நாம் எதுவும் கூற முடியாது. சாமிநாதன் கூறுவது போல அவரது எதிரிகள் அனைவரும் உண்மையிலே அவர்மீது பொறாமையும் பகைமையும் கொண்டிருக்கிறார்களா, அல்லது அது சாமிநாதனின் பிரமையா என்பது நமக்கு முக்கியமானது அல்ல. ஆனால், சாமிநாதன் தான் கருதுவது போல ஒரு சத்திய யுத்தத்தில் அன்றி, ஒரு தனிப்பட்ட சண்டையிலேயே ஈடுபட்டுள்ளார் என்பது பாமர அறிவுக்குக் கூடத் தெளிவாகத் தெரியும்.

சாமிநாதனுக்கும் அவரது சகாக்களுக்கும் எதிரிகளுக்கும் இடையே நடைபெற்றிருப்பது தன்முனைப்பு சார்ந்த தனிப்பட்ட சண்டையே. எனினும், அதற்கும் ஒரு சமுதாயப் பின்னணி உண்டு. அந்தவகையில் இது சமுதாயப் பிரச்சினையின் ஒரு பகுதிதான்; ஆனால் சாமிநாதனின் அர்த்தத்தில் அல்ல. தன்னலத்தையே அடிப்படையாகக் கொண்ட தனியுடைமைச் சமுதாய அமைப்பில் இத்தகைய நிகழ்ச்சிகள் தவிர்க்க முடியாதவை. சுயநலமிகளையும் தன்முனைப்பாளர்களையும் புகழ்விரும்பிகளையும் பந்தம் பிடித்து முன்னேறுபவர்களையும் நண்பர்களுக்குக் குழி தோண்டுபவர்களையும் இத்தகைய சமுதாயம் ஏராளமாக உற்பத்தி செய்கின்றது. முதலாளித்துவ சமுதாயத்தின் எல்லாத் துறைகளிலும் இத்தகைய பிரகிருதிகளைக் காணலாம். இலக்கியத் துறை இதற்கு விதிவிலக்கல்ல.

நேர்மையான, முற்போக்கான பொது இலட்சியமும், செயல்ரீதியானதும் இயக்கபூர்வமானதுமான ஒரு கூட்டுறவும் இல்லாத வரை – சமூகப் புனரமைப்பில் தன்னை இதய சுத்தியாகப் பிணைத்துக் கொள்ளாதவரை, இயக்கபூர்வமான எழுச்சி இல்லாதவரை, கலை இலக்கியமும் மல்யுத்தம், கண்கட்டி வித்தை போன்ற தனித்திறனை வெளிப்படுத்தும் காட்சிக் கலையாகவே இருக்கும். இலக்கியத்துக்கு ஒரு செயல்முறைப்

பெறுமானம் இல்லாதவரை படைப்பாளியின் சிறப்பாற்றலே முதன்மை பெறுவதும் இலக்கியம் ஒரு காட்சிப் பொருளாகவும் விற்பனைப் பண்டமாகவும் மாறுவதும் தவிர்க்க முடியாதது.

நான் பெரிய எழுத்தாளன், என்னுடைய படைப்பே மிகச் சிறந்தது, என்னை வெல்ல விமர்சகன் இல்லை போன்ற தன்முனைப்பு வெளிப்பாட்டுக்கே இது வழி கோலுகின்றது. இது சுத்தமான பூர்ஷ்வா தனிமனித மனப்பாங்கே. இத்தகைய மனப்பாங்குக்கு மார்க்சியம் பேசும் ஏராளமான எழுத்தாளர்களும் கலைஞர்களும் கூட இரையாகிக்கொண்டே உள்ளனர். இலக்கிய ஊழல் இம்மனப்பாங்கின் விளைவான ஆளுமைச் சீர்குலைவையே காட்டுகின்றது.

_மல்லிகை_ – 1967 (சில திருத்தங்களுடன்)

25

‘நட்டுமை’: யதார்த்தமும் புனைவும்

நட்டுமை என்பது பொது வழக்கில் இல்லாத ஒரு விவசாயக் கலைச்சொல். கிழக்கிலங்கை அம்பாறை மாவட்ட முஸ்லிம் விவசாயிகள் மத்தியில் இச்சொல் வழக்கில் உண்டு. ஒரு வயலில் கட்டிவைத்த நீர் வரம்புகளில் உள்ள வெடிப்புகளால் அல்லது வேறு துளைகளால் வயற்காரன் அறியாமல் அடுத்த வயலுக்குள் கசிந்து இறங்குவதை இது குறிக்கும். ‘நட்டுமை போயிருக்கு’ என்றால் வயல் நீர் களவாக அடுத்த வயலுக்குள் இறங்கியிருக்கிறது என்று பொருள். ஆண்பெண் இடையிலான கள்ள உறவைக் குறிப்பதற்கும் இச்சொல் உருவகமாகப் பயன்படுத்தப்படுகின்றது.

இச்சொல் வழக்கைப் பயன்படுத்தி, ‘நட்டுமை போகவில்லை’ என்ற தலைப்பில் காலஞ்சென்ற கவிஞர் நண்பர் பஸீல் காரியப்பர் ஒரு கவிதை எழுதியிருக்கிறார். போடியார் தன்னைப் பெண்டாள நினைப்பதை மனைவி தன் கணவனிடம் கோபத்துடன் முறையிடுவதாக அமைந்த கவிதை அது.

> கொள்ளையாக் கதைச்சாங்கா அந்த ஆள்
> கோபம் என்டா பத்திக்கு வந்திச்சு
> பிள்ளை ஒன்டுக்கும் சுகமில்லையாம் – அவன்ர
> பொண்டாட்டியும் அவட உம்மாட்ட போறாவாம்
> வெள்ளிக் கிழமை அதுதான் நாளைக்கு மத்தியானம்
> வீட்ட வரட்டாம் ஒரு வேலை இருக்காம்
> கள்ளச் சிரிப்பும் அவன்ட கால்ல ஒரு சப்பாத்தும்

வெள்ளாமைக் காரன் பொண்டாட்டி எண்டா என்ன
வேசி எண்டா இந்த நாய் நெனச்சான்

என்று முடிகிறது அந்தக் கவிதை. மட்டக்களப்பு முஸ்லிம்களின் பேச்சுத் தமிழில் போடியாரின் ஆசைக்குப் பணிய மறுக்கும் பெண்ணின் குரலாக அமையும் இந்தக் கவிதைக்கு 'நட்டுமை போகவில்லை' என்று தலைப்பு வைத்திருக்கிறார் கவிஞர். மட்டக்களப்பு முஸ்லிம்களின் பேச்சு வழக்கு அறியாதவர்களுக்கு இந்தத் தலைப்பும் கவிதையும் புரிவது சிரமம்தான்.

தீரன் நௌஷாத்தின் 'நட்டுமை' நாவலைப் படித்தபோது பஸீல் காரியப்பரின் இந்தக் கவிதை ஞாபகம் வந்தது. இந்த நாவலும் நட்டுமையின் உருவக வழக்கில் சின்னப் போடியார் முகம்மது ஹனீபாவின் நட்டுமை நடத்தையைச் சுற்றி விரிகிறது.

இந்நாவலாசிரியர் தீரன் ஆர்.எம். நௌஸாத் கிழக்கிலங்கை அம்பாறை மாவட்டம் சாய்ந்தமருது கிராமத்தைப் பிறப்பிடமாகக் கொண்டவர். கல்முனையில் தபால் அதிபராகக் கடமைபுரிகிறார். கிழக்கிலங்கையின் முக்கியமான எழுத்ததாளர்களுள் ஒருவரான இவர் 1980களிலிருந்து எழுதிவருகிறார். இதுவரை சுமார் இருபத்தைந்து சிறுகதைகளும் பல கவிதைகளும் எழுதியிருக்கிறார். போட்டிகளில் பரிசுபெற்ற இவரது எட்டுச் சிறுகதைகளின் தொகுப்பு 'வல்லமை தாராயோ' என்ற தலைப்பில் வெளிவந்துள்ளது. இவரது 'பள்ளிமுனைக் கிராமத்தின் கதை' *முஸ்லிம் குரல்* என்ற பத்திரிகையில் 2003இல் தொடராக வெளிவந்தது. சுந்தர ராமசாமி நினைவுக் குறுநாவல் போட்டியில் முதல் பரிசுபெற்ற 'நட்டுமை' நூலுருப்பெறும் இவரது முதலாவது நாவல்.

சுமார் எழுபத்தைந்து ஆண்டுகளுக்கு முந்திய கிழக்கிலங்கை முஸ்லிம் கிராமம் ஒன்றை களமாகக் கொண்டது இந்த நாவல். கிழக்கிலங்கை முஸ்லிம் கிராம வாழ்வின் ஒரு பக்கத்தை இந்நாவல் நமக்குக் காட்ட முயல்கின்றது.

கிழக்கிலங்கைக் கிராமங்கள் பெரும்பாலும் விவசாயக் கிராமங்கள்தான். நவீனமயப்பட்ட இன்றைய சூழலில்கூட நில உடைமைச் சமூகத்தின் எச்சங்கள் பலவற்றை இங்கு காணலாம். இந்த நாவல் நவீனமயமாதலுக்கு முற்பட்ட சூழலைப் பின்புலமாகக் கொண்டது. அன்றைய கிராமங்களில் போடிமார் முக்கியமான அதிகார மையங்களாக இருந்தனர். போடி என்ற சொல் நில உடைமையாளர்களைக் குறிக்கும். போடியார் என அவர்கள் மரியாதையாக அழைக்கப்பட்டனர். நிலத்தையும் பணத்தையும் மூலதனமாகக் கொண்டவர்கள் இவர்கள். உடலுழைப்புடன் நேரடியாகச் சம்பந்தப்படாதவர்கள். போடியாரின் நிலத்தில்

பயிர்ச் செய்கைக்குப் பொறுப்பானவர் வயற்காரர் என அழைக்கப்பட்டார். இவர்கள் போடியாரின் பண மூலதனத்துடன் தமது உடலுழைப்பைச் செலுத்தி பயிர்ச்செய்கையில் ஈடுபடுவர். ஒவ்வொரு போடியாரும் குறைந்தபட்சம் ஒரு வயற்காரனைக் கொண்டிருப்பார். உற்பத்திசார்ந்த வயல் நிர்வாகம் முழுவதையும் இவர்களே மேற்கொள்வர். போடிமாருக்கும் இவர்களுக்கும் இடையே உள்ள உறவு நிலஉடைமை உறவாகவே இருக்கும். வயற்காரனின் முழுக் குடும்பமும் போடியாரின் குடும்பத்துடன் நெருக்கமான ஊழிய உறவில் கட்டுண்டிருக்கும்.

விவசாயத்துடன் பிணைப்புண்ட பிறிதொரு பிரிவினர் கூலி விவசாயிகள். உழுதல், விதைத்தல், அறுவடை செய்தல், சூடடித்தல் முதலிய வேலைகளை இவர்களே செய்வர். இவர்களது கூலி நெல்லாகவோ பணமாகவோ கிடைக்கும்.

வயற்காரரைவிட போடியாரின் வயல்களை மேற்பார்வை செய்வோரும் இருந்தனர். இவர்கள் முல்லைக்காரர் என அழைக்கப்பட்டனர். பெரிய போடிமார் தமக்கென முல்லைக்காரர் ஒருவரை வைத்திருப்பர்.

பலருடைய வயல்களை உள்ளடக்கிய ஒரு வயற் பிரதேசம் கண்டம், வெளி, வட்டை என பலவாறு அழைக்கப்பட்டது. அத்தகைய ஒவ்வொரு வயற் பிரதேசத்துக்கும் நீர்ப்பாய்ச்சல், பாதுகாப்பு நிர்வாகத்துக்குப் பொறுப்பாக ஒரு வட்டை விதானை நியமிக்கப்பட்டிருப்பார். பேச்சு வழக்கில் இவர் வட்டானை எனப்பட்டார். விதானை காலனித்துவக் காலத்தில் இங்கு அறிமுகமான சொல். அரசாங்கத்தால் நியமிக்கப்பட்ட கிராம அதிகாரியே விதானை எனப்பட்டார். பிரித்தானிய ஆட்சியாளர் சில விதானைமாருக்கு பொலிஸ் அதிகாரமும் வழங்கியிருந்தனர். இவர்கள் பொலிஸ் விதானை என அழைக்கப்பட்டனர். இது பேச்சுவழக்கில் பொலிசானை என்று மருவிற்று.

இந்த நாவல் உம்மாதுறை என்ற ஒரு முஸ்லிம் விவசாயக் கிராமத்தின் இந்த அதிகார மையங்களைப் பின்புலமாகக் கொண்டு வளர்கிறது. சுதந்திரத்துக்குச் சற்று முந்திய ஒரு முஸ்லிம் விவசாயக் கிராமத்தின் சமூக வாழ்வை, அதன் அசைவியக்கத்தை, அதன் சகல அம்சங்களுடனும் சித்திரிப்பது ஆசிரியரின் நோக்கமல்ல என்று தெரிகிறது.

1930கள் கிழக்கிலங்கையின் சமூக அரசியல் அசைவியக்கத்தில் முக்கியமான காலகட்டம். தென்னாசியாவில் இலங்கையில்தான் முதல்முதல் சர்வசன வாக்குரிமை அமுலுக்கு வந்தது. சர்வசன வாக்குரிமையின் அடிப்படையில் சட்டசபைக்கான முதலாவது பொதுத் தேர்தல் 1931இல் நடைபெற்றது. இந்த

நாவலின் கிராமம் உள்ளடங்கும் மட்டக்களப்புத் தேர்தல் தொகுதியில் கொழும்பைச் சேர்ந்த முஸ்லிம் பிரமுகரான மாக்கான் மாக்கார் போட்டியிட்டார். முஸ்லிம் பெண்களை வாக்களிக்கத் தூண்டுவதற்காக கொழும்பில் இருந்து உலமாக்களைக் கொண்டுவந்து பெண்கள் வீட்டைவிட்டு வெளியேவந்து வாக்களிக்கச் செல்லலாம் என்று ஃபத்வா கொடுக்கச் செய்தார் என அவர் பற்றிய குறிப்பு ஒன்று உண்டு. இந்த நாவல் தொடங்கும் 1936இல் இரண்டாவது பொதுத் தேர்தல் நடைபெற்றது. கிழக்கிலங்கை முஸ்லிம்கள் மத்தியில் இனத்துவ அடையாள அரசியல் அதிர்வுகள் ஏற்படத் தொடங்கிய காலகட்டம் இதுதான். தங்களுக்கும் கல்வி, தொழில் வாய்ப்பு, பொருளாதார முன்னேற்றம், அரசியல் அதிகாரம் என்பன வேண்டும் என்ற கோரிக்கை முஸ்லிம்கள் மத்தியிலும் மேற்கிளம்பத் தொடங்கியகாலம் இது. 1936இல்தான் கல்முனையில் முதல்முதல் பெண்களுக்கான ஒரு பள்ளிக்கூடமும் ஆரம்பிக்கப்பட்டது. இத்தகைய சமூக அசைவியக்கத்தை, அரசியல் அதிர்வுகளைப் பதிவுசெய்வது நாவலாசிரியரின் நோக்கமாக இருக்கவில்லை. அவை இந்த நாவலின் தூரத்துச் செய்தியாகக்கூட இல்லை. உம்மாதுறை ஒரு விவசாயக் கிராமமாக இருந்தாலும் நீர்ப்பாய்ச்சல் தொடர்பான சிறு சச்சரவைத் தவிர, விவசாயக் கிராமத்தின் உற்பத்தி உறவுகளோ, வர்க்க உறவுகளோ, விவசாயிகளின் வாழ்க்கை அனுபவங்களோ இந்நாவலின் மையமாக இல்லை.

அரசியல், சமூக அசைவியக்கங்களில் இருந்து விலகிய ஒரு 'தூய' முஸ்லிம் விவசாயக் கிராமத்தையும், அதன் பண்பாட்டுக் கூறுகள் சிலவற்றையும், அக்கிராமத்து மக்களின் தனிமனித நடத்தைக் கோலங்களையும் சித்திரமாக்குவதே நாவலாசிரியரின் நோக்கமாகத் தெரிகிறது. இதுவரை தமிழ் வாசகர்கள் அறியாத ஒரு புதிய வாழ்க்கைப் புலத்தை இந்நாவல் கட்டமைக்கிறது. அந்தவகையில் இந்நாவல் நௌஷாத்தின் ஒரு வெற்றிப் படைப்பு என்றுதான் கூற வேண்டும். சுந்தர ராமசாமி நினைவுக் குறுநாவல் போட்டியில் இந்நாவல் முதல் பரிசு பெற்றமை ஆசிரியரின் வெற்றியை உறுதிப்படுத்துகிறது எனலாம்.

இந்த நாவலின் முக்கியமான பாத்திரம் பெரிய போடியார் அகமது லெவ்வை. இந்த நாவலை முழுமையாக அவர் ஆக்கிரமித்துக் கொள்ளாவிடினும் அவரது அதிகார மையத்தின் நிழல்களாகவே ஏனைய பாத்திரங்கள் இயங்குகின்றன. பெரிய போடியார் தனது மகன் சின்னப் போடியார் முகம்மது அனிபாவுக்கு 90 ஏக்கர் காணியை நன்கொடையாக எழுதிவைக்கும் நிகழ்வுடன் நாவல் தொடங்குகின்றது. தன் மகன் பிறிதொருவனின் மனைவியுடன் கள்ள உறவு கொண்டு அதன் காரணமாகக் கொல்லப்பட்டபின்,

கள்ள உறவின் மூலம் அவனுக்குப் பிறந்த குழந்தையை தன் பேரக் குழந்தையாகவும் தன் குடும்ப உறுப்பினனாகவும் அவர் ஏற்றுக் கொள்வதுடன் நாவல் முடிகிறது. பெரிய போடியார் ஆளுமை மிக்க, அன்பும் கருணையும் கொண்ட ஒரு நாயகனாக இந்நாவலில் உருவாக்கப்பட்டிருக்கிறார். போடிமார் பற்றிய ஒரு உடன்பாடான சித்திரம் இது.

ஆயினும், நாவலின் பிரதான கதைப்பின்னல் சின்னப் போடியார் முகம்மது அனீபாவின் காதல், காமம், சண்டித்தனம், அதன் விளைவான சண்டை, கொலை ஆகியவற்றைச் சுற்றியே நகர்கிறது.

முகம்மது அனீபாவுக்குப் பல பெண்களோடு தொடர்பு இருப்பதாகக் கூறப்படுகிறது. என்றாலும் மீராவட்டானையின் மகள் செய்னம்பு மீது அவனுக்குக் காதல். அதேவேளை தன் எடுபிடியும் தோழனுமான மம்மலியின் (முகம்மது அலி என்பதன் கிராமியத் திரிபு) இளம் மனைவியும் செய்னம்புவின் தோழியுமான யம்னாவுடன் அவளது விருப்புக்கு மாறாகவே உறவு வைத்திருக்கிறான். அதன்மூலம் அவள் வயிற்றில் ஒரு குழந்தையும் வளர்கிறது. விபரம் புரியாத மம்மலி அதைத் தன் குழந்தை என்றே நினைக்கிறான். சின்னப் போடியாருக்குச் செய்னம்பு மீதுள்ள காதலுக்குத் துணைநின்று அவளை அவனுக்குத் திருமணம் செய்துவைக்கும் முயற்சியில் தீவிரமாக இருக்கிறான்.

செய்னம்புவுக்கோ தன் மாமி மகன்–முறைமாப்பிள்ளை – உமறுலெவ்வைமீது விருப்பம் இருக்கிறது. இதன் காரணமாக சின்னப் போடியாருக்கும் உமறுலெவ்வைக்கும் இடையே முரண்பாடு வளர்ந்து அடிதடிவரை போகிறது. உமறுலெவ்வை கைதுசெய்யப்பட்டுத் தடுப்புக்காவலில் வைக்கப்படுகிறான். அவனை விடுவிப்பதற்கு மீராவட்டானை பெரிய போடியாரின் உதவியை நாடுகிறார். மகன் சம்மதித்தால், தான் அதைச் செய்வதாக பெரிய போடியார் கூறுகிறார். தன் மகளை அவனுக்குக் கலியாணம் செய்யச் சம்மதித்தால்தான் சின்னப் போடி அதற்கு இணங்குவான் என்பது அவருக்குத் தெரியவருகிறது. தவிர்க்க முடியாமல் அவரும் அந்த முடிவுக்கு வருகிறார்.

ஆனால் சின்னப் போடியை செய்னம்புவுக்குக் கட்டிவைப்பதில் யம்னாவுக்கு உடன்பாடு இல்லை. அவள் தன் கணவன் மம்மலியிடம் சின்னப் போடி பற்றிய உண்மையைச் சொல்லிவிடுகிறாள். மம்மலி தன் எஜமான விசுவாசத்தை மறந்து, சந்தர்ப்பம் பார்த்து சின்னப் போடியைக் கொன்று பழிதீர்த்துக்கொள்கிறான். தானும் நச்சுக் காயைத் தின்று மருத்துவ மனையில் இறந்துபோகிறான். யம்னா குழந்தையைப்

பெற்றெடுக்கிறாள். உமறுலெவ்வை செய்னம்பு திருமணம் நிறைவேறுகிறது. யம்னா பெரிய போடியாரிடம் உண்மையைச் சொல்லிவிட்டு தற்கொலைசெய்துகொள்கிறாள். போடியார் அது தன் பேரக் குழந்தைதான் என்பதை அதன் கைவிரல் அமைப்பைக்கொண்டு அடையாளம் காண்கிறார். மக்காவுக்குச் சென்று ஹாஜியாராகத் திரும்பிவந்து தன் பேரனைப் பொறுப்பேற்றுக்கொள்கிறார். இந்த நாவலின் கதைச் சட்டகம் அல்லது எலும்புக்கூடு இதுதான்.

இக்கதையில் தமிழ் சினிமாவின் நிழல் படிந்திருந்தாலும், ஆசிரியர் இதற்கு இரத்தமும் தசையும் சேர்த்து ஒரு அசல் கிராமத்தின் உயிரையும் உருவத்தையும் கொடுக்க முயன்றிருக்கிறார். நவீனத்துவத்தின் வாடைபடியாத கிராமத்து மனிதர்கள் சிலரைப் பாத்திரமாக்கியிருக்கிறார். பெரிய போடியார் அகமது லெவ்வை, மீரா வட்டானை, சின்னப் போடியார் முகம்மது அனீபா, உமறுலெவ்வை, மம்மலி அகிய ஆண் பாத்திரங்களும், யம்னா, செய்னம்பு ஆகிய பெண் பாத்திரங்களுமே இந்த நாவலை நகர்த்திச் செல்கின்றன. இடைக்கிடை வந்துபோகும் முக்குலத்துக் கிழவிக்கும் இந்நாவலில் முக்கிய இடம் உண்டு. போடியார் வீட்டுப் பெண்கள் முகமற்றவர்களாகவே வந்துபோகின்றனர். சிறிது நேரம்தான் வந்துபோனாலும் அத்தர்பாவா நம்மனதில் இடம்பிடித்துவிடுகிறார். காட்டுப்பள்ளி கொடியேற்ற விழாவும், பொத்துவில் பீர் முகம்மது அண்ணாவியார் குழுவினரின் பொல்லடி நிகழ்ச்சியும் கிராமியப் பண்பாட்டுக் கூறுகளாக அறிமுகமாகின்றன.

இந்நாவலில் பயன்படுத்தப்பட்டிருக்கும் உரையாடல் மொழி விசேடமாகக் குறிப்பிடத்தக்கது. கிழக்கிலங்கை முஸ்லீம்களின் பேச்சு வழக்கைக் கையாள்வதில் ஆசிரியர் மிகுந்த கவனம் செலுத்தியிருக்கிறார். இந்த மொழி நாவலுக்கு ஒரு புதிய வலுவைக் கொடுக்கிறது. சமூகக் கட்டமைப்பு பற்றிய ஒரு ஆழமான பார்வையை இந்நாவல் வெளிப்படுத்தாவிட்டாலும், ஒரு புதிய வாழ்க்கைப் புலத்தைத் தமிழ் நாவலுலகுக்கு அறிமுகப்படுத்துவதன் மூலம் தன் முக்கியத்துவத்தை நிலைநாட்டிக் கொள்கிறது எனலாம்.

ஆர். எம். நௌஸாத்தின் – ‘நட்டுமை’ நாவலுக்கான முன்னுரை
காலச்சுவடு பதிப்பகம்; 2009

26

அம்பை: ஒரு சுருக்கமான அறிமுகம்

2008ஆம் ஆண்டுக்கான இயல்விருது பெறும் அம்பையை அறிமுகப்படுத்தும் ஒரு வாய்ப்புக் கிடைத்தமைக்காக நான் மகிழ்ச்சி அடைகிறேன். இந்த வாய்ப்பை அளித்த ஏற்பாட்டுக் குழுவினருக்கு முதலில் நன்றி தெரிவித்துக் கொள்கின்றேன்.

சிலர் விருதுகளால் பெருமை பெறுகிறார்கள், சிலரால் விருதுகள் பெருமை பெறுகின்றன. அம்பை இரண்டாவது வகையைச் சேர்ந்தவர் என்பது என் அபிப்பிராயம். ஏற்கனவே இயல் விருதுபெற்ற சிலரைப் பற்றி மாறுபட்ட அபிப்பிராயங்கள் இருந்தன. தீவிர இலக்கியப் பிரக்ஞை உடையவர் மத்தியில் அம்பையைப் பற்றி அத்தகைய அபிப்பிராய பேதம் இருக்க நியாயம் இல்லை.

அம்பையை ஒரு பெண் எழுத்தாளர் என்றோ அல்லது பெண்ணிய எழுத்தாளர் என்றோ வகைப்படுத்த நான் விரும்பவில்லை. தற்காலத் தமிழ் இலக்கிய உலகில், குறிப்பாகத் தற்காலத் தமிழ்ச் சிறுகதை உலகில் மிக முக்கியமான ஆளுமைகளுள் ஒருவராகவே அவரைப் பார்க்கிறேன். அப்படியே இவரை உங்களுக்கு அறிமுகப்படுத்தவும் விரும்புகிறேன். அம்பை ஒரு பெண்ணாக இருப்பதும்

பெண்ணிய சிந்தனை சார்ந்தவராக இருப்பதும் இவருடைய எழுத்துக்கு ஒரு புதிய பரிமாணத்தைத் தருகின்றது என்பது உண்மைதான். ஆயினும், இவருடைய கலை ஆளுமை இவருடைய மொழி ஆற்றல், வாழ்க்கை பற்றிய இவருடைய பார்வை, அதைக் கலையாக்கித் தரும் அழகில் செய்நேர்த்தி என்பன, பெண், பெண்ணியம் என்ற எல்லைகளுக்கு அப்பாலும் இவரைக் கொண்டு நிறுத்துகின்றன. இவர் இன்றைய மனச்சாட்சியின் குரலாக இருக்கிறார், நம் மனச்சாட்சியை உலுப்பும் ஆற்றல் இவருடைய எழுத்துக்கு இருக்கின்றது.

சி.எஸ். லக்ஷ்மி என்ற சொந்தப் பெயரால் அன்றி, அம்பை என்ற புனைபெயராலேயே அதிகம் அறியப்பட்டவர் இவர். தன்னுடைய 15 வயதில் எழுதத் தொடங்கினார் என்று அறிகிறேன். 'நந்திமலைச் சாரலிலே' என்ற இவருடைய சிறுவர் நாவல் *கண்ணன்* இதழில் வெளிந்ததாக ஞாபகம். பின்னர் தன் இளமைக் காலத்தில், கல்லூரி மாணவியாக இருந்தபோது 'அந்திமாலை' என்ற நாவலை எழுதினார். *கலைமகள்* நடத்திய நாராயணஸ்வாமி ஐயர் நினைவுப் போட்டியில் அது பரிசு பெற்றது. *கலைமகளில்* பிரசுரமாகி, பின்னர் *கலைமகள்* வெளியீடாக நூலுருப் பெற்றது. என்னுடைய இளமைக் காலத்தில் அந்த நாவலை வாங்கிப் படித்திருக்கிறேன். அது *கலைமகள்* விருதுக்குத் தகுதியான நாவல்தான் எனினும், அன்றைய நோக்குநிலையில் அது ஒன்றும் அவ்வளவு மோசமான படைப்பு அல்ல. ஆயினும், அம்பை இப்போது அதற்கு உரிமை கோருவதில்லை. 1970களில் அம்பையின் பார்வையும் எழுத்துமுறையும் பெரிதும் மாறிவிட்டன. இன்றைய அம்பையின் பிறப்பு அப்போதுதான் நிகழ்ந்தது.

1976இல் அவருடைய 'சிறகுகள் முறியும்' சிறுகதைத் தொகுதி வெளிவந்தது. அதுதான் இன்றைய அம்பையின் முதல் வெளிப்பாடு. அது வெளிவந்த சூட்டோடு அதைப் படித்த அனுபவம் இன்னும் என்னுள் பசுமையாக இருக்கிறது. ஆணாதிக்கப் பண்பாட்டுச் சூழலில், பெண்களின் வாழ்க்கையைக் குவிமையப்படுத்திக் கலை முதிர்ச்சியுடன் வெளிவந்த முதல் சிறுகதைத் தொகுதியாக அதைக் கருதலாம். அத்தொகுப்பில் இடம்பெற்ற 'அம்மா ஒரு கொலை செய்தாள்' என்ற கதை எனக்குள் ஒரு அனுபவ அதிர்ச்சியை ஏற்படுத்திய கதை. அதுதான் அத்தொகுப்பில் உள்ள சிறந்த கதை என்பது இதன் பொருள் அல்ல. ஆனால், அந்தத் தொகுப்பில் இன்றும் என் நினைவில் நிற்கும் கதை அதுதான்.

அம்பைக்கு முன்னரே தீவிரமான பெண்ணிய நிலைப்பாட்டில் சிறுகதை எழுதிய ஒரு இளம் படைப்பாளி இலங்கையில் இருந்தார். பவானி ஆழ்வாப்பிள்ளை அவரது பெயர். இன்றைய தலைமுறை

யில் அநேகருக்கு அவரைத் தெரியாது. தமிழில் பெண்ணியச் சிந்தனை வேரூன்றுவதற்கு முன், 1960களின் தொடக்கத்தில், கட்டுப்பெட்டித்தனமான பெண்பாத்திரங்களை வைத்துப் பலரும் கதை எழுதிக்கொண்டிருந்த காலத்தில், பெண்பற்றிய மரபுவழிச் சிந்தனைகளை உடைக்கும் கதைகள் எழுதியவர். 'கடவுளரும் மனிதரும்' என்ற அவரது சிறுகதைத் தொகுப்பு 1964இல் வெளிவந்தது. அந்தக் காலத்தில் அவரது எழுத்தை ஏற்றுக்கொள்ளும் ஆரோக்கியமான சூழல் இருக்கவில்லை. பவானி அதற்குப் பிறகு இலக்கிய உலகில் இருந்து காணாமல் போய்விட்டார். பவானியின் கதைகள் கருத்துநிலை வலுவையே தம் பலமாகக் கொண்டவை. அம்பையும் அதே கருத்துநிலைத் தளத்தில் இருப்பவர்தான். ஆயினும், இவரது கதைகள் கருத்துவலுவை அன்றி அனுபவத் தளத்தை அடிப்படையாகக் கொண்டவை. அதனால் அவை ஒரு கலையாக நம் அனுபவத்தில் ஆழ்ந்த சலனங்களை ஏற்படுத்துபவை.

அம்பை கடந்த சுமார் நாற்பது ஆண்டுகளாக எழுதிவருகிறார். ஆயினும் இவர் அதிகம் எழுதிக் குவித்தவர் அல்லர். சிறுகதைதான் இவரது பிரதான இலக்கிய வடிவம். இதுவரை இவரது நான்கு சிறுகதைத் தொகுதிகள் வெளிவந்துள்ளன. இவர் எழுதிய மொத்தக் கதைகள் 50க்குக் குறைவு என்றுதான் நினைக்கிறேன். வருடத்துக்குச் சராசரி ஒன்று அல்லது இரண்டு கதைகள்தான். எண்ணிக்கைக்கு அன்றித் தரத்துக்கு முக்கியத்துவம் கொடுப்பவர் இவர். தன் மனதை அதிரவைக்கும் அனுபவங்களுக்கே கலைவடிவம் கொடுக்கிறார். சமூகப் பிரக்ஞையுள்ள எந்த ஒரு தேர்ந்த வாசகரையும் உலுப்பும் எழுத்து இவருடையது.

சமூகத்தில் பெண்களின் நிலைபற்றிய முழுமையான பார்வையைக் கொண்டிருப்பவர் அம்பை. அந்தவகையில் சமகால எழுத்தாளர்களுள் முக்கியமானவராகிறார். ஆண் முதன்மைச் சமூகத்தில் பெண், தான் பெண் என்ற காரணத்தினால் சிறகுகள் ஒடிந்து எவ்வாறு குறுகிய வட்டத்துள் ஒடுங்கிப்போகிறாள் என்பதை இவரது பல கதைகள் சித்திரிக்கின்றன. சமூகத்தில் பெண்களின் தாழ்ந்த நிலையும், அதிலிருந்து விடுதலை பெறுவதற்கான அவர்களின் விழிப்பும் இவரது கதைகளில் வெளிப்பாடு பெறுகின்றன. தந்தைவழிச் சமூக அமைப்பு சமையலறையிலும் படுக்கையறையிலும் பெண்ணை ஒடுக்கிவைத்திருப்பதனால் அவள் ஆளுமை ஒடுங்கிப்போவதை இவரது கதைகள் வெளிப்படுத்துகின்றன. இவரது பெண் தமிழ்ப் பெண் அல்ல. ஆனால் பெண். இன, மத, சாதி, பிரதேச எல்லைகளால் வரையறுக்கப்படாத பெண். ஆண்முதன்மைச்

சமூகத்தினால் வரையறுத்துக் கொடுக்கப்பட்ட பால்நிலையை *(gender)*, பால்மையைக் *(sexuality)* கடந்து செல்ல முனையும் பெண்.

இவரது மிகச் சிறந்த கதைகளுள் ஒன்றான 'வீட்டின் மூலையில் ஒரு சமையலறை' பெண் தன் பால்தன்மை நீங்கி தன் குறுகிய சிறையிலிருந்து மேல் எழ வேண்டும் என்பதை அழுத்தமாக வெளிப்படுத்துகின்றது.

ராஜஸ்தான் குடும்பப் பின்னணியில் அமைந்த இக்கதை பெண்களின் வாழ்க்கை பிள்ளைப் பேற்றிலும் சமையலறையிலும் ஒடுங்கிப்போவதைச் சித்திரிக்கின்றது. பதினாலு வயதில் கலியாணம் செய்து, புகுந்த வீட்டுக்குப் புறப்பட்ட ஜிஜியிடம் அவள் தாய் சொல்கிறாள்:

> "சமையலறையை ஆக்கிரமித்துக்கொள் ... அலங்காரம் செய்துகொள்ள மறக்காதே... இரண்டும்தான் உன் பலம்... அதிலிருந்துதான் அதிகாரம்."

பதினாலு குழந்தைகளைப் பெற்ற, சமையலறை அதிக்கத்துக்காகப் போராடி இறுதியில் நோய்ப்படுக்கையில் விழுந்த ஜிஜியிடம் அவளது படித்த மருமகள் மானசீகமாகப் பின்வருமாறு பேசுகிறாள்:

> "நிதம் சுட்ட அந்த முந்நூறு சப்பாத்திகளும், பதினாலு குழந்தைகளை உதைக்கவிட்ட வயிறும் இல்லாவிட்டால், மட்டன் புலவு, மஸாலா, பூரி–ஆலு, தனியாப் பொடி, உப்பு, சர்க்கரை, பால், எண்ணெய், நெய் என்று யோசித்திருக்காவிட்டால் ... மாதவிடாய் தள்ளிப் போயிற்றோ என்று கவலை தள்ளிப்போகாவிட்டால் கவலை என்று மண்டையெல்லாம் பூச்சி, ஊறுகாய், சுண்ணாம்பு அடைத்திருக்காவிட்டால், மூளை இழுப்பறை இவற்றையெல்லாம் போட்டு நிரப்பியிருக்காவிட்டால்,
>
> ஒருவேளை நீங்கள் அந்த ஆப்பிள் விழுவதைப் பார்த்திருக்கலாம், கெட்டிலின் மூக்கு நுனி ஆவியைப் பார்த்திருக்கலாம், புதுக் கண்டங்களைக் கண்டுபிடித்திருக்கலாம், கைலாச பர்வதத்தில் அமர்ந்து காவியம் எழுதியிருக்கலாம், குகைகள் ஓவியம் தீட்டியிருக்கலாம், பறந்திருக்கலாம், போர்கள், சிறைகள், தூக்கு மரங்கள், ரசாயன யுத்தங்கள் இல்லாத உலகத்தை உண்டாக்கியிருக்கலாம்.
>
> நீங்கள் எங்கே போய்விட்டீர்கள் ஜிஜி?

சரியான அளவில் எல்லாம் இடப்பட்ட சமையலில், காதிலும் கழுத்திலும் நுதலிலும் உறுத்திய நகையில், பலம் என்று எப்படி நினைத்துக்கொண்டீர்கள்?

முங்குங்கள் இன்னும் ஆழமாக

அடியை எட்டியதும் உலகளந்த நீரைத் தொடுவீர்கள், சுற்றியுள்ள உலகுடன் தொடர்புகொள்வீர்கள், உங்கள் யோனியும் ஸ்தனங்களும் கருப்பையும் கழன்று விழும்

சமையல் மணம் தூரப்போய்விடும்

நகையின் மினுமினுப்பு மறைந்துவிடும்

பால்தன்மை அற்ற நீங்கள், அதில் சிக்காத நீங்கள், அதில் குறுகாத நீங்கள், அதில்நின்றும் விடுபட்ட நீங்கள்... அதைத் தொடுங்கள்

தொட்டு எழுங்கள், எழுங்கள், எழுங்கள்

அதுதான் பலம், அதில் நின்றுதான் அதிகாரம்."

தன் கதைகளின் ஊடாக அம்பை பெண்களுக்குச் சொல்லும் பிரதான செய்தியாக நாம் இதைக் கருதலாம்.

ஆங்கில மொழிபெயர்ப்பில் அம்பையின் இரு சிறுகதைத் தொகுதிகள் வெளிவந்துள்ளன. *A Purple Sea (1992), In a Froest, a Deer (2006).* கடந்த ஆண்டு சுவீடிஷ் மொழியிலும் இவரது சிறுகதைத் தொகுதி ஒன்று வெளிவந்திருப்பதாக அறிகிறேன். குறைவாக எழுதி, தன் எழுத்தாற்றலால் அதிக கவன ஈர்ப்பைப் பெற்ற எழுத்தாளர் அம்பை என்பதை இந்த மொழிபெயர்ப்புகளும் உணர்த்துகின்றன.

ஒரு படைப்பாளி என்பதோடு, ஆய்வாளராகவும் விமர்சகராகவும் கவனம் பெற்றவர் அம்பை. தனது டாக்டர் பட்டத்துக்காகத் தமிழ் இலக்கியத்தில் பெண்கள் பற்றி அவர் மேற்கொண்ட ஆய்வு, *Face Behind the Mask* (1984) ('முகமூடிக்குப் பின்னால் உள்ள முகம்') என்ற தலைப்பில் வெளிவந்துள்ளது. இன்றுவரை வேறு யாரும் அந்த ஆய்வைத் தாண்டிச் செல்லவில்லை என்றே கூற வேண்டும்.

பெண்கள் தொடர்பான அம்பையின் செயற்பாடுகள் விசாலமானவை. *Sound and Picture Archives for Research on Women (SPARROW)* (மகளிர் பற்றிய ஆராய்ச்சிக்கான ஒலி மற்றும் ஒளிப்பதிவுகளின் ஆவணக் காப்பகம்) என்ற அமைப்பை நிறுவி அதன் இயக்குநர்களுள் ஒருவராக அவர் ஆற்றிவரும் பணிகள்

முக்கியமானவை. இதுவரை இந்த அமைப்பு 25க்கு அதிகமான நூல்களை வெளியிட்டுள்ளது.

அம்பை என் மனதுக்கு இதமான எழுத்தாளர். நான் அவரை நேரில் சந்தித்துப் பழகிய சந்தர்ப்பங்கள் குறைவு. என்றாலும் அவர் என் மனதுக்கு மிக நெருக்கமானவராகவே இருக்கிறார். நான் விரும்பிப் படிக்கும் எழுத்தாளர்களுள் ஒருவராக இருக்கிறார்.

இலக்கியத்தில் வாழ்நாள் சாதனைக்காக வழங்கப்படும் இயல் விருது இம்முறை அம்பைக்கு வழங்கப்படுவதையிட்டு நான் மிகவும் மகிழ்ச்சி அடைகிறேன். விருதுபெறும் அம்பையையும் விருது வழங்கும் தமிழ் இலக்கியத் தோட்ட அமைப்பாளர்களையும் பாராட்டி விடைபெறுகிறேன்.

2009 மே மதம் ரொறொன்டோவில் நிகழ்ந்த 'இயல் விருது' விழாவில் அம்பையை அறிமுகப்படுத்திப் பேசிய பேச்சின் கட்டுரை வடிவம்

27

தாகூரின் மதச்சார்பற்ற ஆன்மீகம்

இளமையில் எனது வாழ்க்கை
ஒரு மலர்போல் இருந்தது
தனது நிறைவிலிருந்து ஒன்று அல்லது இரண்டு
இதழ்களை இழந்த பின்னும்
அதற்காக வருந்தாத மலர் அது
ஏனெனில் வசந்தக் காற்று
இம்மலரிடம் பிச்சை கேட்கிறது

ஆனால், இப்போது
என் இளமைப் பருவத்தின் இறுதியில்
எனது வாழ்க்கை ஒரு கனிபோல் இருக்கிறது
எந்தச் சிறுபகுதியையும் உதிர்க்கச் சக்தியின்றி
தனது நிறைந்த இனிமைச் சுவையுடன்
தன்னையே பூராவும் அர்ப்பணிக்கத்
தயாராய் இருக்கிறது இந்தக் கனி

கனிகொய்தல் 1916

பரபரப்பான போட்டியும் பூசலும் மிகுந்த இந்த உலகில் இறைவனுக்குத் தன்னைப் பூரணமாக அர்ப்பணிக்கும் இந்த ஆன்மீகம்தான் தாகூர் இந்த உலகத்துக்குக் கூறும் முக்கிய செய்தி எனலாம். இந்தப் பூரண அர்ப்பணத்தை 'கீதாஞ்சலி'யில் வரும் பிறிதொரு கவிதையிலும் மிகத் தாக்கமான முறையில் அவர் வெளிப்படுத்துகிறார். அக்கவிதை வருமாறு:

கிராமத்து வீதிகளில் வீடுவீடாக
நான் பிச்சையெடுத்துச் சென்றுகொண்டிருந்தேன்
அப்போது ஒரு அற்புதக் கனவுபோல்

தொலைவில் அந்தத் தங்கரதம் தோன்றியது
இந்த மன்னர் மன்னன் யார் என நான் வியந்தேன்

என் நம்பிக்கைகள் பலப்பட்டன.
என் துன்ப நாட்கள் முடிவுக்கு வந்துவிட்டதாய் நான் நினைத்தேன்.
கேளாமலே தரப்படும் தானத்துக்காகவும்
திரும்பிய பக்கமெல்லாம் புழுதியில் சிதறிக்கிடக்கும்
செல்வத்துக்காகவும் நான் காத்திருந்தேன்.

நான் நின்ற இடத்திலேயே தேரும் வந்து நின்றது.
உன்பார்வை என்மீது விழுந்தது
ஒரு புன்னகையுடன் நீ கீழிறங்கி வந்தாய்
இறுதியில் என் வாழ்வின் அதிஷ்டம் வந்துவிட்டதாக நான் உணர்ந்தேன்.
திடீரென உன் வலக்கரத்தை நீட்டி என்னிடம் கேட்டாய்:
"நீ எனக்கு என்ன தருவாய்?"

ஆ! ஒரு பிச்சைக்காரனிடம் கை நீட்டிப் பிச்சைகேட்கும்
அரசனின் திருவிளையாடலா இது!
நான் குழம்பிப்போய் செய்வதறியாது நின்றேன்.
பின் என் பிச்சைப் பையிலிருந்து
ஒரு சிறு தானிய மணியை எடுத்து உன்னிடம் தந்தேன்

அந்த நாள் முடிவில் என் பிச்சைப் பையைக் கொட்டியபோது
நான் அடைந்த ஆச்சரியத்துக்கு அளவில்லை.
அப்பிச்சைக் குவியலில்
ஒரு சிறிய தங்கத் தானிய மணியைக் கண்டேன்.
என்னிடம் இருந்த எல்லாவற்றையும் கொடுக்கும் மனம்
எனக்கு இருக்கவில்லையே என்று
மனம் கசந்து விம்மி அழுதேன் கீதாஞ்சலி 50

கடவுளிடம் தன்னைப் பூரணமாக அர்ப்பணிப்பதில் உள்ள நன்மை பற்றிப் பேசுகின்ற கவிதை இது என்றே நினைக்கிறேன்.

நவீன உலகின் குழப்பங்களுக்குத் தீர்வாகத் தாகூர் கூறும் இந்த ஆன்மீகச் செய்திதான் அவர் காலத்துப் பிற கவிஞர்களிலிருந்து அவரை வேறுபடுத்துவதாகக் கருதலாம். இந்த வேறுபாடு பற்றிய பிரகடனம்போல் அமைகிறது 1906இல் தனது 45ஆம் வயதில் அவர் எழுதிய 'பிரியாவிடை' என்ற கவிதை. அதன் சில பகுதிகளை இங்கு தருகின்றேன்.

...
உங்களுடன் சேர்ந்து என்னால் வரமுடியவில்லை
எதனை நோக்கி நீங்கள் இன்று விரைகின்றீரோ
அது வெறும் பொய்யாகியது என்வரைக்கும்.
பொன்னும் மணியும் தேடிடும் இவ்வேட்கை,
அரசுகள் தோன்றுவதும் மறைவதும்,
உலகெங்கிலும் அலைந்திடும் சமயப் பூசல்கள்
இவையாவும் என்வரைக்கும் வெறும் பொய்யே.
மோட்டுக் கிளையில் மலரும் பொன் சம்பகம் வேண்டி

மரத்தின் பாத்தியில் நீர்பாய்ச்சுவதை ஒக்கும்!
வானை நிரப்பியே மனத்தை மயக்கும் சிரிப்பு
இன்று என் உள்ளத்தில் வேய்ங்குழல் இசைத்தது
நடந்து நடந்து எனக்கு அலுத்துப் போயிற்று
ஓரே சொல் என் நெஞ்சில் ஒலிக்கிறது
எதன் மீதிலும் காதல் கொள் என்பதே அது
உள்ளத்தைக் கவர்ந்திடும் அச்சிரிப்பு
எதனிலும் உயர்ந்ததன்றோ!
எனக்கு விடைதாருங்கள்
முகில் ஊர்ந்திடும் வழியிலே செல்லும்
யாத்திரிகன் நான்
கடும் காற்றையும் எதிர்த்தே நான் நடந்திடுவேன்
திசையில்லாக் கடலில் செல்லும் மாலுமி நான்
எதிலும் நாட்டமின்றிச் சுற்றித் திரிபவன் நான்
எனக்கு விடைதாருங்கள் யாவரும்.

இக்கவிதையில் தாகூர் தன்னை ஓர் தனித்த யாத்திரிகனாக அடையாளம் காண்கிறார்.

தாகூர் இந்திய ஆன்மிக மரபில் வந்தவர். குறிப்பாக வேதாந்த மரபில் ஊறித் திளைத்தவர் எனலாம். இஸ்லாமிய சூஃபி மரபின் செல்வாக்கும் வைஷ்ணவ பக்தி மரபின் செல்வாக்கும் அவரிடம் இருப்பதாகச் சொல்கிறார்கள். ஆனால் பாரம்பரியமான ஆன்மீகவாதியல்லர் அவர். நவீன வாழ்க்கை முறையுடன் ஆன்மீகத்தை இணைக்க முயன்றவர். பொருளாதார, அரசியல் போட்டிகளின் விளைவான இன்றைய உலகின் நாகரீக நெருக்கடிக்கு ஒரு ஆன்மிகத் தீர்வை வழங்க அவர் முயன்றார்.

தாகூரைப் புரிந்துகொள்வதற்கு அவர் பிறந்து வளர்ந்த குடும்ப, சமூகப் பின்னணியும், அவரது காலப் பின்னணியும் முக்கியமானது. செல்வமும் செல்லாக்கும் மிக்க குடும்பத்தில் பிறந்தவர் அவர். அவருடைய தந்தை தேவேந்திரநாத் தாகூர் வங்காளத்தில் ஒரு முக்கியமான ஆளுமை அவருடைய மூத்த சகோதரர் ஒரு கவிஞர், மெய்யியலாளர்; இன்னும் ஒரு சகோதரர் ஒரு இசைக்கலைஞர், நாடக ஆசிரியர்; ஒரு சகோதரி நாவலாசிரியை. வங்காளத்தில் பண்பாட்டு மறுமலர்ச்சியும் அரசியல் கொந்தளிப்பும் மிக்க காலத்தில் தாகூர் பிறந்து வளர்ந்தார். ராஜாராம் மோகன்ராயின் பிரம்ம சமாஜம் முன்னெடுத்த இந்துமத சீர்திருத்த இயக்கம் தாகூரைக் கவர்ந்தது. அந்த இயக்கத்தில் அவரும் இணைந்து செயற்பட்டார்.

தாகூரை இரண்டு நூற்றாண்டுகளின் புதல்வர் என்று சொல்லலாம். 1861 முதல் 1941 வரை – அதாவது 19ஆம் நூற்றாண்டின் பின் அரைவாசியிலும், 20ஆம் நூற்றாண்டின் முன் அரைவாசியிலும் வாழ்ந்தவர். தன் வாழ்நாளில் இரண்டு

உலக யுத்தங்களை சந்தித்திருக்கிறார். ஏகாதிபத்தியத்தின் குரூர முகத்தையும், அரசியல், பண்பாட்டு அடிமைத்தனத்தின் இழிவுகளையும் பார்த்திருக்கிறார். ரஷ்ய, சீனப் புரட்சிகளையும் சந்தித்திருக்கிறார். உலகின் பல நாடுகளுக்கும் பயணம் செய்திருக்கிறார். சிக்கலான, உலகின் சித்தாந்த மோதல்களுக்கு மத்தியில் எளிமையான ஆன்மீக ஒருமைப்பாட்டுக்கான அவருடைய குரல் – அவருடைய ஆன்மீக இலட்சியவாதம் தனித்து ஒலித்தது.

அவருடைய ஆன்மீகம் மதச்சார்பற்றது. மதச்சார்பற்ற ஆன்மீகம் என்பது பலருக்கும் வேடிக்கையான சொற்சேர்க்கையாகத் தோன்றலாம். எந்தக் குறிப்பிட்ட மதத்தினதும் ஆன்மீகம் அல்ல அவருடையது. அவருடைய கடவுளுக்குப் பெயரில்லை. மனிதனைக் கடவுளாக்குவது, கடவுளை மனிதனாக்குவது என்ற சிந்தனை அவருடையது. 'மனிதனின் சமயம்' என்ற அவருடைய நூல் இவ்வகையில் முக்கியமானது. அவருடைய ஆன்மீகம் சடங்காசாரங்கள் அற்றது. 'கீதாஞ்சலி' 11ஆம் பாடல் இவ்வகையில் முக்கியமானது.

பாட்டையும் பாராயணத்தையும்
ஜபமாலையையும் விட்டுவிடு
கதவுகள் எல்லாம் மூடப்பட்ட கோயிலின்
தனிமையான இருண்ட மூலையில்
நீ யாரைப் வணங்குகிறாய்?
கண்களைத் திறந்து உன் கடவுள்
உன் எதிரே இல்லை என்பதைப் பார்!

கட்டாந்தரையை உழுது பண்படுத்துவோர் இருக்கும் இடத்தில்,
வீதி அமைக்கக் கல் உடைப்போர் இருக்கும் இடத்தில்;
அவன் இருக்கிறான்
வெயிலிலும் மழையிலும் அவன் அவர்களுடன் இருக்கிறான்
அவனுடைய ஆடையில் புழுதி படிந்திருக்கிறது
உன் புனித ஆடையைக் களைந்தெறி
அவனைப் போலவே புழுதி நிறைந்த மண்ணில்; இறங்கி வா

விடுதலை? இந்த விடுதலை எங்கே கிடைக்கும்?
எம் தலைவன் தானே படைப்பின் தளைகளை
மகிழ்வுடன் ஏற்றுக்கொண்டான்
நம் எல்லோருடனும் அவன் எப்போதும் கட்டுண்டிருக்கிறான்

தியானங்களிலிருந்து வெளியே வா
பூக்களையும் நறுமணத்தையும் தள்ளிவை

உன் ஆடை கிழிந்து அழுக்கடைந்தால் என்ன நஷ்டம்?
கடும் உழைப்பில், நெற்றி வியர்வையில்
அவனைக் காண், அவன் அருகில் நில்

இந்திய வேதாந்த மரபில் வேரூன்றிய, அதேவேளை மதச் சார்பற்ற இந்த ஆன்மீக இலட்சிய வாதம்தான் அவருடைய

பெரும்பாலான கவிதைகளில் வெளிப்படுகின்றது. 'கீதாஞ் சலி'யில் மட்டுமன்றி, 'கனிகொய்தல்', 'நைவேத்தியம்' ஆகிய தொகுதிகளிலும் இதைக் காணலாம். அவரது கவிதைகள் கொந்தளிப்பான உலகுக்கு ஒரு ஆறுதலைக் கொண்டு சென்றதனால்தான் அவருடைய கீதாஞ்சலிக்கு நோபல் பரிசு கிடைத்தது.

தாகூர் போன்ற பன்முகப்பட்ட ஒரு பண்பாட்டு ஆளுமையை நவீன உலகில் மிக அரிதாகவே காண்கின்றோம். அவர் கலை இலக்கியத்தின் எல்லாத் துறைகளிலும் காலூன்றியவர். அவர் உலக மகாகவிகளுள் ஒருவர் மட்டுமல்லர் இரண்டாயிரத்துக்கு அதிமான இசைப் பாடல்களை எழுதி, இசையமைத்து 'ரவீந்ர சங்கீதம்' என்ற ஒரு புதிய இசைமரபை வங்காளத்தில் ஏற்படுத்தியவர். நாடக ஆசிரியர், நடிகர், நெறியாளர், வங்காள நாவல், சிறுகதை இலக்கிய வளர்ச்சியில் முக்கிய பங்களிப்புச் செய்தவர். 60 வயதுக்குப் பிறகு ஓவியத் துறையில் புகுந்து முக்கியமான ஓவியராகப் பிரகாசித்தவர். இவ்வாறு எல்லாத் துறைகளிலும் கால்பதித்து அவற்றிலெல்லாம் சாதனைகள் புரிந்த கலைஞன் அபூர்வமானவன் என்பதில் ஐயமில்லை.

தாகூர் தமிழ் வாசகர்களுக்கு அன்னியமானவர் அல்ல. தாகூரின் மிகப் பெரும்பாலான படைப்புகள் தமிழில் மொழிபெயர்க்கப்பட்டுள்ளன. கடந்த நூற்றாண்டின் தொடக்கத்திலேயே மகாகவி பாரதி தாகூரின் சிறுகதைகள் பலவற்றையும் சில கட்டுரைகளையும் தமிழில் மொழிபெயர்த்து அவரைத் தமிழ் வாசகர்களுக்கு அறிமுகப்படுத்தி இருக்கிறார். இன்றுவரை அவருடைய படைப்புகள் பல மீண்டும் மீண்டும் மொழிபெயர்க்கப்பட்டிருக்கின்றன. எனினும் இன்றைய இளந் தலைமுறையினர் தாகூரைப் படிக்கிறார்களா என்று தெரியவில்லை. இந்தக் கட்டுரைக்காக பல்கலைக்கழக நூலகத்தில் தாகூரின் நூல்கள் பலவற்றைத் தேடிப் பெற்றபோது கடந்த 25 வருடங்களாக அவற்றை யாரும் எடுத்துப் படிக்கவில்லை என்பது தெரியவந்தது. இது தாகூருக்கு மட்டும் உரிய நிலையல்ல என்றே நினைக்கிறேன்.

தாகூர், காந்தி போன்றவர்கள் தூய இலட்சியவாதிகள். இவர்களுடைய இலட்சியம் போற்றப்படுகின்றது. ஆனால், அவர்களுடைய கொள்கைகள் நடைமுறைப்படுத்தப்படுவ தில்லை. இதனால் இவர்களுடைய இலட்சியவாதம் பயனற்றது என்று கூறமுடியாது. உலகில் மோதலும் முரண்பாடும் கொந்தளிப்பும் இருக்கும்வரை இவற்றின் தேவையும் உணரப்படவே செய்யும். அவ்வகையில் தாகூர் 21ஆம் நூற்றாண்டுக்கும்

பொருத்தமானவர்தான். இந்தியாபற்றிய அவருடைய கனவை வெளிப்படுத்தும் அவருடைய ஒரு கவிதையுடன் எனது உரையை முடிக்க விரும்புகிறேன். இந்தக் கனவு, பிரார்த்தனை எல்லா நாடுகளுக்கும் பொருத்தமானது. இது நம் எல்லோரதும் பிரார்த்தனையாகவும் இருக்கட்டும்.

எங்கே மனம் அச்சமற்று, தலை நிமிர்ந்து நிற்கிறதோ,
எங்கே அறிவு சுதந்திரமாய் இருக்கிறதோ
எங்கே உலகம் குறுகிய சுவர்களால் கூறுபடாதிருக்கிறதோ
எங்கே சொற்கள் உண்மையின் ஆழத்திலிருந்து
வெளிவருகின்றனவோ
எங்கே தளரா முயற்சி பரிபூரணத்தை நோக்கிக் கைகளை
நீட்டுகின்றதோ
எங்கே பகுத்தறிவு என்னும் தெளிந்த ஊற்று
செத்தொழிந்த பழக்கங்களான பயங்கரப் பாலைவனத்தில்
வழி தொலையவில்லையோ
எங்கே மனது என்றென்றும் விரிவடையும் சிந்தனையிலும்
செயலிலும்
உன்னால் முன்னோக்கி வழிநடத்தப்படுகின்றதோ
அங்கே, அந்தச் சுதந்திரச் சுவர்க்கத்தில்,
தந்தையே என் நாட்டை விழிப்படையச் செய்வாயாக.

'கீதாஞ்சலி' 35

07.05.2014ல் கண்டி இந்திய துணைத் தூதுவராலயம் ஏற்பாடு செய்த ரவீந்திரநாத் தாகூரின் 153ஆவது பிறந்தநாள் நிகழ்வில் ஆற்றிய உரையின் சுருக்கமான கட்டுரை வடிவம்.

28

நவீன தமிழ்க் காவியங்கள்

காவியங்கள் என்னும்போது பொதுவாக இராமாயணம், மகாபாரதம், சிலப்பதிகாரம், சீவகசிந்தாமணி, மணிமேகலை போன்ற பாரிய இலக்கியப் படைப்புக்களையே நாம் மனங்கொள் கின்றோம். தமிழில் மட்டுமன்றி, உலகின் பல்வேறு மொழிகளிலும் ஒரு குறிப்பிட்ட காலகட்டத்தில், ஒரு குறிப்பிட்ட சமுதாயச் சூழ்நிலையில் இத்தகைய பாரிய காவியங்கள் தோன்றியதை உலக இலக்கிய வரலாற்றிலிருந்து நாம் அறிகின்றோம். நிலப்பிரபுத்துவ சமூக அமைப்பும் அரசும் உச்ச நிலையில் இருந்த சோழர் ஆட்சிக் காலத்திலேயே தமிழ்மொழியில் இத்தகைய பெரிய காவியங்கள் பல தோன்றின. சோழர் காலத்தைத் தமிழின் காவிய காலம் என்றும் இலக்கிய வரலாற்று ஆசிரியர்கள் அழைப்பர். அந்தவகையில் காவியம் நிலப்பிரபுத்துவ சமூகத்துக்குரிய ஓர் இலக்கிய வடிவமென்றும் அவர்கள் கூறுவர்.

இவ்வாறு தோன்றிய பழைய காவியங்களுக் கென்று சில பொதுப் பண்புகள் உள்ளன. தண்டியலங்காரத்திலோ அல்லது வேறு அணியிலக்கண நூல்களிலோ காவியத்துக்கு கூறியுள்ள வரைவிலக்கணங்களை நான் இங்கே கூறவேண்டியது அவசியமில்லை. ஆயினும், இக்காவியங்களின் உருவத்திலும், உள்ளடக்கத்திலும் காணப்படும் சில பொதுப்பண்புகளை நாம் பின்வருமாறு தொகுத்துக் கூறலாம்:

1. இவை செய்யுள் நடையில் அமைந்துள்ளன.
2. அளவில் பெரிதாக உள்ளன.

3. ஒரு மையக் கதையையும் பல கிளைக் கதைகளையும் கூறுகின்றன.

4. நடைமுறை வாழ்க்கைக்குப் புறம்பானதாகவும், இயற்கை இகந்த சம்பவங்களையும் நிகழ்ச்சிகளையும் கூறுவனவாகவும் உள்ளன.

5. சில குறிப்பிட்ட அறநெறிகளையும் சமூக நீதிகளையும் போதிப்பதை நோக்கமாகக் கொண்டுள்ளன.

6. அவதார புருஷர்கள், அரசர்கள், உயர்குலத் தோன்றல்கள் முதலிய இலட்சிய மயப்பட்ட தலைமைப் பாத்திரங்களைக் கொண்டுள்ளன.

இத்தகைய பண்புகள் எல்லாவற்றையும் கொண்ட காவிய வடிவம் இன்றைய காலகட்டத்தில், இன்றைய சமூக சூழலில் தோன்றுவது சாத்தியமல்ல என்பதை நாம் அறிவோம். நிலப்பிரபுத்துவ சமுதாய உச்சகட்டத்தில் தோன்றிய காவியம் அச்சமுதாய அமைப்பின் நலிவோடு மறைந்துபோன ஓர் இலக்கிய வடிவமாக மாறிற்று. இராமாயணம்போல் அல்லது சீவகசிந்தாமணி, சிலப்பதிகாரம் ஆகியனபோல் இன்று ஒரு காவியம் படைப்பது சாத்தியமல்ல என்பதோடு, அவ்வாறு படைக்கப்பட்டால் அது கால முரணாக அமையும் என்பதும் வெளிப்படை.

எனினும், இலக்கிய வளர்ச்சிப் போக்கின் அடிப்படையில் நோக்கினால் காலப்போக்கில் ஏற்படும் புதிய சமூக சூழ்நிலைகளுக்கு ஏற்ப முன்னிருந்த சில இலக்கிய வடிவங்கள் வழக்கிறப்பது போல், சில இலக்கிய வடிவங்கள் மாற்றம் அடைவதும் இயல்பாய் இருக்கக் காணலாம். இடைக்காலத்தில் தமிழில் தோன்றிய எத்தனையோ பிரபந்த வகைகள் இப்பொழுது வழக்கிறந்து போயின. இந்த நூற்றாண்டில் பிறந்த போதிலும், பத்தாம், பதினைந்தாம் நூற்றாண்டுகளில் வாழ்ந்துகொண்டிருக்கும் சில புலவர்களைத் தவிர வேறுயாரும் பிள்ளைத்தமிழ், கலம்பகம், உலா என்பன போன்ற இலக்கிய வடிவங்களை இப்போது கையாள்வதில்லை. இவ்வாறு சில இலக்கிய வடிவங்கள் வழக்கிறப்பது போலவே வேறு சில இலக்கிய வடிவங்கள் மாற்றமடைகின்றன. உதாரணமாக நாடகத்தை எடுத்துக் கொள்ளலாம். நாடகம் தொன்மையான இலக்கிய வடிவங்களுள் ஒன்று. ஆயினும், கிரேக்க நாடகங்களில் இருந்தும், காளிதாசன், ஷேக்ஸ்பியர் போன்றவர்களின் நாடகங்களில் இருந்தும் தற்கால நாடகம் அதன் உள்ளடக்கத்திலும் உருவத்திலும் எவ்வளவோ மாறிவிட்டது. சங்ககாலத் தனிக் கவிதைகளில் இருந்து தற்காலத் தனிக் கவிதையும் அவ்வாறே மாறியுள்ளது. ஆரம்பகால நாவல்களில் இருந்து தற்கால நாவல்களும்

அதுபோலவே மாற்றமடைந்துள்ளன. அவ்வகையில், பழைய காவிய வடிவத்தில் இருந்து பெரிதும் வேறுபட்ட இருபதாம் நூற்றாண்டுக்கே உரிய புதிய காவிய வடிவம் ஒன்றும் தோன்றி வளர்ச்சியடைந்துள்ளதை நாம் காண்கின்றோம். பழைய சமூக நிலைமைகளுக்கும் புதிய சமூக நிலைமைகளுக்கும் இடையே உள்ள அடிப்படையான வேறுபாடுகளே இலக்கிய வடிவங்களில் ஏற்படும் இம்மாற்றங்களுக்கான காரணங்களாகும்.

நவீன தமிழ்க் கவிதையின் முன்னோடியான பாரதியே இத்தகைய நவீன காவியத்தின் முன்னோடியாகவும் அமைகின்றான். 1912ஆம் ஆண்டில் பதிப்பிக்கப்பட்ட பாரதியின் 'பாஞ்சாலி சபதம்', 'குயில் பாட்டு' ஆகிய இரண்டும் இத்தகைய நவீன காவிய வடிவத்தின் முதன் முயற்சிகள் எனலாம். பாஞ் சாலி சபதத்துக்கு எழுதிய முன்னுரையில் பாரதி பின்வருமாறு கூறுகிறான்:

> 'எளிய பதங்கள், எளிய நடை, எளிதில் அறிந்து கொள்ளக்கூடிய சந்தம், பொதுசனங்கள் விரும்பும் மெட்டு, இவற்றினை உடைய காவியம் ஒன்று தற்காலத்திலே செய்து தருவோன் தமது தாய் மொழிக்குப் புதிய உயிர்தருவோ னாகிறான்.'

பாரதியின் இக்கூற்றிலிருந்து 'மொழி எளிமையும், ஓசை எளிமை'யுமே நவீன காவியத்தின் அடிப்படைப் பண்புகள் என பாரதி கருதியதாகத் தெரியவருகின்றது. இவை தவிர்ந்த வேறு பிரதான பண்புகளைப் பாரதி சுட்டிக்காட்டவில்லை. எனினும், பாரதியின் பாஞ்சாலி சபதமும், குயில் பாட்டும் தம்மளவில் நவீன தமிழ்க் காவிய வடிவத்தின் பல பொதுப் பண்புகளுக்கு இலக்கணமாகவுள்ளன. பாரதியின் இவ்விரு காவியங்களையும் அடியொற்றி பாரதிதாசன் முதல் பார்வதிநாதசிவம்வரை பல்வேறு கவிஞர்கள், நூற்றுக்கணக்கான காவியங்களைப் படைத்துள்ளனர். இவைகளின் பண்பும் தரமும் பல்வேறு வகைப்படினும் இவற்றின் பொதுவான உருவ அமைப்பை நிர்ணயிக்கின்ற நான்கு முக்கிய பொதுப் பண்புகளை நாம் சுட்டிக் காட்டலாம்.

1. இவை அனைத்தும் செய்யுள் நடையில் அமைந்திருத்தல்.
2. ஒரு குறிப்பிட்ட கதையைக் கூறுதல்.
3. பழைய காவியங்களுடன் ஒப்பிடுகையில் அளவில் சிறியதாக இருத்தல்.
4. உள்ளடக்க ரீதியான, உருவ ரீதியான வரையறைகள் அற்றிருத்தல்.

2

இத்தகைய பண்புகளைக் கொண்ட புதிய இலக்கிய வடிவத்தையே நான் நவீன காவியம் எனக் குறிப்பிட்டேன். இப்பதப் பிரயோகத்தைப் பொறுத்தவரை சில கருத்து வேறுபாடுகள் நிலவுகின்றன. ஆகவே, அதுபற்றி இங்கு சுருக்கமாகவேனும் கூறுவது அவசியமாகும்.

1912இல் வெளிவந்த பாரதியின் குயில்பாட்டு முதல் அண்மையில் வெளியிடப்பட்ட முருகையனின் 'ஆதிபகவன்' வரையுள்ள இத்தகைய படைப்புகளைக் காவியம் எனல் பொருந்தாது என்றும் காவியம் என்பது சிலப்பதிகாரம்போல் சீவகசிந்தாமணிபோல் கம்பராமாயணம்போல் விஸ்தாரமான பொருட்பரப்பு உடையதாக அமைய வேண்டுமென்றும், இத்தகைய சிறு படைப்புக்களை 'நெடுங்கவிதை' என்பதே பொருத்தம் என்றும் சில விமர்சகர்கள் கருதுவர்.

நெடுங்கவிதை என்ற பிரயோகம் இப்படைப்புக்களின் ஒரு அம்சத்தை மட்டும், அதாவது நீளத்தை மட்டும் கவனத்தில் கொள்கிறது என்பதை நாம் கவனிக்க வேண்டும். இவ்வாறு கொள்வதிலே சில இலக்கிய ரீதியான பிரச்சினைகள் உள்ளன.

1. நீளத்தை நாம் எவ்வாறு நிர்ணயிப்பது? (சாதாரண) கவிதைக்கும் நெடுங் கவிதைக்கும் இடையே எல்லைக் கோடு வரைவது எப்படி? எத்தனை வரிக்கு உட்பட்டவை கவிதை? எத்தனை வரிக்கு மேற்பட்டவை நெடுங்கவிதை என்று அழைக்கப்படலாம் என்பன போன்ற கேள்விகள் எழுகின்றன. இதற்குத் திட்டவட்டமான வரையறையைக் கொடுத்தல் சாத்தியம் அல்ல.

2. இவை (சாதாரண) கவிதையிலிருந்து நீளத்தில் மட்டுமன்றித் தன்மையிலும் வேறுபடுகின்றன. இவை தம் அடிச்சரடாக ஒரு கதைப்பின்னலைக் கொண்டுள்ளன. பாத்திரங்களின் நடத்தைகளையும் நிகழ்ச்சிகளையும் கூறுகின்றன. அந்தவகையில் நீள வேறுபாடு அன்றி, தன்மை வேறுபாடே இங்கு பிரதான அம்சமாகின்றது.

உதாரணமாக அகநானூற்றிலுள்ள ஓர் அகத்திணைப் பாடலையும், நக்கீரரின் 'நெடுநல் வாடை'யையும் ஒப்பிடலாம். நெடுநல்வாடை 188 அடிகள் கொண்டது. ஆயினும், ஒரு சிறிய அகத்திணைப் பாடலுக்கும் அதற்கும் தன்மையில் அதிக வேறுபாடு இல்லை. இரண்டும் ஒரு குறிப்பிட்ட சூழ்நிலையில் ஒரு குறிப்பிட்ட பாத்திரத்தின் மன உணர்வுகளையே சித்திரிக்கின்றன. ஆகவே, நமது நோக்கில் இவை இரண்டும் கவிதையே. ஆனால்

நீள வேறுபாட்டைச் சுட்ட வேண்டுமெனில் ஒன்றைக் கவிதை என்றும் மற்றதை நெடுங்கவிதை என்றும் அழைக்கலாம். எனது 'தாத்தாமாரும் பேரர்களும்', 'உலகப் பரப்பில் ஒவ்வொரு கணமும்', 'கோயிலின் வெளியே', நீலாவணனின் 'பாவம் வாத்தியார்' என்பவையும் நெடுநல்வாடை போன்றவையும் நீண்ட அல்லது நெடுங்கவிதை என்று அழைக்கத் தக்கன.

ஆயின், நெடுநல்வாடை அல்லது மேற்குறிப்பிட்ட நீண்ட கவிதைகளுடன் முருகையனின் 'நெடும்பகல்', பாரதியின் 'குயில்பாட்டு', 'பாஞ்சாலி சபதம்' ஆகியவற்றை ஒப்பிட்டால் இவை அனைத்தும் நீளமானவை என்ற அம்சத்தில் ஒற்றுமை கொண்டிருப்பினும் உள்ளமைப்பில் அதிகம் வேறுபட்டிருப்பதைக் காணலாம். இத்தன்மை வேறுபாட்டைச் சுட்டுவதற்கு நெடுங்கவிதை என்ற பதப்பிரயோகம் பயனற்றதாகப் போகின்றது.

வேறு சில விமர்சகர்கள் நெடுங்கவிதை என்பதற்குப் பதிலாக 'கதைப்பாடல்' என்ற பதத்தால் இவ்விலக்கிய வடிவத்தைச் சுட்டுவர். இது ஓரளவு பொருத்தமாகத் தோன்றினும் நாட்டார் இலக்கிய மரபுவழி வந்த கதைப்பாடல்களில் இருந்து புலமைநெறி சார்ந்த நவீன காவியங்களை வேறுபடுத்துவதற்கு இப்பதப்பிரயோகம் தவறி விடுகின்றது. நாட்டார் இலக்கிய மரபு வழிவந்த தேசிங்குராஜன் கதை, நல்லதங்காள் கதை, கட்டபொம்மு கதை, கண்டிராஜன் ஒப்பாரி, சைத்தூன் கிஸ்ஸா போன்றவற்றுக்கும் புலமைநெறிவந்த பாரதியின் 'பாஞ்சாலி சபதம்', பாரதிதாசனின் 'பாண்டியன் பரிசு', முருகையனின் 'நெடும்பகல்', 'ஆதிபகவன்', மகாகவியின் 'சடங்கு', 'ஒரு சாதாரண மனிதனின் சரித்திரம்' ஆகியவற்றுக்கும் இடையே இலக்கிய ரீதியான வேறுபாடுகள் பலவுண்டு என்பதை நாம் அறிவோம். ஆகவே, இவ்விரு படைப்புக்களையும் கதைப்பாடல் என்பது பொருத்தமற்றதாகவே தோன்றுகின்றது.

இவைதவிர 'குறுங்காவியம்' என்ற பெயராலும் இவை அழைக்கப்படுகின்றன. நெடுங்கவிதை என்பதுபோல் இதுவும் நீளத்தை அடிப்படையாகக் கொண்ட வகைப்பாடே ஆகும். பழைய காவிய மரபிலும் பெருங்காப்பியம், சிறுகாப்பியம் என்ற பாகுபாடு உண்டு என்பதையும் நாம் மனங்கொள்ள வேண்டும். சாலை இளந்திரையன் இவற்றைக் 'கவிதைக் கதைகள்' என்று சொல்வதே பொருந்தும் என்பார். கவிதையையும் செய்யுளையும் ஒன்றென மயங்கும் மயக்கத்தின் பிறிதொரு வெளிப்பாடே இது எனலாம். ஆகவே நெடுங்கவிதை, கதைப்பாடல், குறுங்காவியம், கவிதைக் கதை போன்ற சொற்றொடர்கள் இத்தகைய இலக்கிய வடிவத்தைக் குறிக்கப் போதுமானவை

அல்ல என்பது வெளிப்படை. நவீன காவியம் என்ற பெயரால் அழைப்பதே பொருத்தமானதாகத் தோன்றுகின்றது. செய்யுள் நடையில் அமைந்திருப்பதும் கதைகூறும் இயல்பு கொண்டிருப்பதும் பழைய காவியங்களுக்கும் இவற்றிற்கும் இடையே உள்ள பொதுப்பண்புகளாகும். ஆகவேதான் இவை காவியம் எனப்படுகின்றன. ஆயினும், உள்ளடகத்திலும் உத்தி முறையிலும் உருவப் பரப்பிலும் பழையவற்றிலிருந்து இவை பெரிதும் வேறுபடுகின்றன. ஆகவேதான் இவை நவீன காவியம் எனப்படுகின்றன.

3

தமிழ்நாட்டிலே இத்தகைய காவிய வடிவம் பாரதியின் 'பாஞ்சாலி சபதம்', 'குயில் பாட்டு' ஆகியவற்றுடனேயே ஆரம்பிக்கின்றது என்று ஏற்கனவே குறிப்பிட்டேன். பாரதியைத் தொடர்ந்து பாரதிதாசன், தேசிக விநாயகம்பிள்ளை, சுத்தானந்த பாரதியார், நாமக்கல் கவிஞர், கண்ணதாசன், ச.து.சு. யோகியார், முடியரசன், சுரதா போன்ற பல்வேறு கவிஞர்கள் தரத்திலும் தன்மையிலும் வேறுபட்ட அனேக காவியங்களைப் படைத்துள்ளனர். ஆனால், இவையெல்லாம் ஏதொவொரு வகையில் கற்பனை உலகு சார்ந்தவையாகவே இருப்பதைக் காணலாம். தமிழ்நாட்டில் தோன்றிய நவீன காவியங்களை அவற்றின் உள்ளடக்கம் கருதி மூன்று பிரிவாக தொகுத்துக் கூறலாம்:

1. **பழந்தமிழ் இலக்கியக் கதைகளைக் கூறுவன:** பாரதிதாசனின் 'கண்ணகி புரட்சிக் காப்பியம்', 'மணிமேகலை வெண்பா', கண்ணதாசனின் 'ஆட்டன் அத்தி' போன்றவை இப்பிரிவுள் அடங்கும்.
2. **அரச கற்பனைக் கதைகளைக் கூறுவன:** பாரதிதாசனின் 'பாண்டியன் பரிசு', 'புரட்சிக் கவி' போன்றவை இப்பிரிவினுள் இடங்கும்
3. **சமூக கற்பனைக் கதைகளைக் கூறுவன:** பாரதிதாசனின் 'எதிர்பாராத முத்தம்', நாமக்கல் கவிஞரின் 'அவனும் அவளும்', போன்றவை இப்பிரிவுள் அடங்கும்.

தேசிக விநாயகம்பிள்ளையின் 'நாஞ்சில் நாட்டு மருமக்கள் வழி மான்மியம்' சமூகப் பிரக்ஞை உள்ள அங்கதமாகத் தனித்து நிற்கின்றது என்பதையும் இங்கு குறிப்பிட வேண்டும். ஈழத்து நவீன தமிழ்க் காவியங்களிலே இத்தகைய போக்குகள் காணப்படுவதோடு இவற்றிலிருந்து முற்றிலும் வேறுபட்ட

காத்திரமான படைப்புநெறிகளும் காணப்படுகின்றன என்பது குறிப்பிடத்தக்க ஓர் அம்சமாகும்.

4

தமிழ்நாட்டில் தோன்றிய பாரிய காவியங்களைப்போல் ஈழத்தில் எதுவும் தோன்றவில்லை என்பது நாம் அறிந்த உண்மை அந்தவகையில் ஈழத்துகென்று ஒரு பழைய காவிய மரபு இல்லை. சிலப்பதிகாரத்தைத் தழுவி எழுதப்பட்ட கண்ணகி வழக்குரையே ஈழத்தில் தோன்றிய பெரிய காவியம் என்று கூறலாம். 'இரகுவம்சம்' போன்ற மொழிபெயர்ப்புகளும் இங்கு செய்யப்பட்டன. ஈழத்து இலக்கிய மரபிலே காவியம் என்ற சொல் பொதுவாக பாடலை அல்லது செய்யுளையும் குறித்து நிற்கின்றது என்பதையும் நாம் மனங்கொள்ளல் வேண்டும். 'மழைக் காவியம்', 'மாணிக்க கங்கைக் காவியம்' என்பன இதற்குத் தகுந்த உதாரணங்களாகும். மழை பெய்ய வேண்டிக் கடவுளை இரந்து பாடுவது மழைக் காவியம், மாணிக்க கங்கை பெருகி வருமாறு பாடியது மாணிக்க கங்கைக் காவியம். 'ஈழத்துத் தமிழ் நூல் வரலாறு' எழுதிய வித்துவான் எவ்.எக்ஸ்.ஸி. நடராசா அவர்கள் இவ்வுண்மையைக் கவனத்தில் கொள்ளாது மாணிக்க கங்கைக் காவியத்தைக் காவியம் என்ற பிரிவுள் அடக்கி இருப்பது வியக்கத்தக்கது. இது எவ்வாறிருப்பினும் ஈழத்திலே ஒரு காவிய மரபோ, காவிய காலமோ இருக்கவில்லை என்பதை நாம் மனம்கொண்டால் போதுமானது.

ஆனால், 1950ஆம் ஆண்டுகளில் இருந்து இங்கே நவீன காவிய வகை ஒன்று தோன்றி, இலக்கிய முக்கியத்துவம் உடைய துறையாக வளர்ச்சியடைந்திருக்கிறது. பேராசிரியர் கணபதிப்பிள்ளை முதல், காரை செ. சுந்தரம்பிள்ளை வரை பல்வேறு கவிஞர்கள் இத்துறையில் பல படைப்புக்களை வெளியிட்டுள்ளனர். நான் ஏற்கனவே குறிப்பிட்டுள்ளது போல தமிழ்நாட்டின் நவீன காவியப் பாணியில் அமைந்தனவும் அவற்றில் இருந்து பெரிதும் வேறுபட்டனவுமான பல காவியங்கள் இங்கு தோன்றியுள்ளன.

இவ்வேறுபாட்டின் தன்மையை இங்கு விளக்கிச் சொல்வது அவசியம் என்று நினைக்கின்றேன். கற்பனை உலகச் செய்திகளை வைத்தே காவியம் படைக்கலாம் என்ற எழுதா மரபு ஒன்று நமது நவீன தமிழ்க் கவிஞர்கள் மத்தியிலே பல காலமாக நிலவி வந்தது. நாம் காணும் அன்றாட வாழ்க்கை அனுபவங்களும் நிகழ்ச்சிகளும் நவீன உலகு பற்றிய சிந்தனைகளும் காவியத்துக்கு உரியதல்ல என்று அவர்கள் கருதி வந்தனர் போலும். சிலர் தங்கள் படைப்புகளில் சமகாலப் பாத்திரங்களைக் கையாண்ட போதிலும்

அவர்களை மனோரம்மியக் காதல் உலகிலும் கருத்துலகிலும் நடமாட விட்டனர். தேசிக விநாயகம்பிள்ளையின் மருமக்கள் வழி மான்மியமும் அதை அடியொற்றி எழுந்த பேராசிரியர் கணபதிப்பிள்ளையின் 'சீதனக் காதை'யும் இப்பொது மரபுக்குப் புறம்பான முறையில் நடைமுறை வாழ்க்கை உண்மைகளுக்கு வடிவம் கொடுக்க முனைந்தன. எனினும், கவிமணியின் அதீத நொய்மையும், பேராசிரியரின் புதிய உள்ளடக்கத்துக்குப் பொருந்தாத பழைய மொழிநடையும் அவற்றின் இலக்கியத் தகைமையைப் பெரிதும் ஊறுபடுத்திவிட்டன. ஆனால், 1960ஆம் ஆண்டின் பின்னர் ஈழத்தில் எழுந்த சில காவியங்கள் நவீன வாழ்க்கை பற்றிய பிரக்ஞையைத் தமது அடிப்படையாகக் கொண்டிருப்பதுடன் உருவத்திலும் உள்ளடக்கத்திலும் முற்றிலும் நவீனத் தன்மையும் பெற்றுள்ளன. தமது அன்றாட வாழ்க்கை அனுபவங்களும் சமூக முரண்பாடுகளும் நவீன வாழ்க்கைப் பின்னணியிலே உலக மனிதனின் எதிர்காலம் பற்றிய உணர்வும் அவற்றின் பொருளாக உள்ளன. இவ்வாறு பொருளடக்கத்தில் மட்டுமன்றி, காவியத்தின் உருவ அமைப்பிலும் புதிய மாற்றங்களை இவை காட்டின. செய்யுள் நடையில் ஒரு கதையைக் கூறிச் செல்வதே காவியம் என்ற நிலையை இவை மாற்றின. நவீன உரைநடை இலக்கியங்களான நாவல், சிறுகதை போன்றவற்றின் உத்தி முறைகளையும் கலை நுட்பங்களையும் இவை பயன்படுத்தின. கதை கூறும் முறையிலே புதிய அமைப்பு முறைகள் கையாளப்பட்டன. இவ்வாறு ஈழத்துக் காவிய உலகிலே நுட்பமான கலைப்படைப்புகள் சில உருவாகின. இவ்வாறு நவீன தமிழ்க் காவியத்துக்கு ஒரு புதிய பரிமாணம் கொடுத்தவர்களுள் மஹாகவி, முருகையன் ஆகிய இருவரும் பிரதானமாகக் குறிப்பிடத்தக்கவர்கள். இவ்வகையிலே மஹாகவியின் 'சடங்கு', 'கண்மணியாள் காதை', 'ஒரு சாதாரண மனிதனது சரித்திரம்', 'கந்தப்ப சபதம்' ஆகியவையும் முருகையனின் 'நெடும்பகல்', 'ஆதிபகவன்' ஆகியவையும் முக்கியமான படைப்புகள் ஆகும். உண்மையிலேயே முழு அர்த்தத்தில் இவையே நவீன தமிழ்க காவியம் என அழைக்கத் தக்கன என்பதையும் குறிப்பிட வேண்டும்.

இந்தப் பின்னணியிலே ஈழத்து நவீன தமிழ்க் காவியங்களை நாம் இரண்டு பெரும் பிரிவுக்குள் வகைப்படுத்தலாம்.

1. கற்பனை உலகு சார்ந்தவை

2. நடைமுறை உலகு சார்ந்தவை

கற்பனை உலகு சார்ந்த காவியங்களை நாம் மேலும் மூன்று வகைப்படுத்தலாம்:

01. அரச கற்பனைக் கதைகளை அல்லது வரலாற்றுக் கற்பனைக் கதைகளை உள்ளடக்கமாகக் கொண்டவை.

இந்தவகையிலே காரை செ. சுந்தரம்பிள்ளையின் சங்கிலியம், பண்டிதர் ஆ. சபாபதி எழுதிய 'விடுதலை வேட்கை' ஆகியவற்றைக் குறிப்பிடலாம். சங்கிலியம், சங்கிலி மன்னனைப் பற்றிய வரலாற்றுக் கற்பனை. விடுதலை வேட்கை போர்த்துக்கேயர் ஆட்சிக் காலத்தில் நடைபெற்ற நிகழ்ச்சி ஒன்றைச் சுற்றிப் பின்னப்பட்ட கற்பனை.

02. காதல் கற்பனைக் கதைகளை கூறுபவை.

இவ்வகையான காவியங்களே பெரும்பாலும் எழுதப்பட்டுள்ளன. மனோரதியப் பாங்கான காதல் விவகாரங்கள் இவற்றில் சித்திரிக்கப்படுகின்றன. திமிலைத் துமிலனின் 'கொய்யாக் கனிகள்', இ. நாகராசனின் 'குயில் வாழ்ந்த கூடு', சா. வே. பஞ்சாட்சரத்தின் 'எழிலி', எம். சி. எம். சுபைரின் 'மலர்ந்த வாழ்வு', பார்வதி நாதசிவத்தின் 'காதலும் கருணையும்' போன்றவை இத்தகைய காவியங்களுக்குச் சிறந்த உதாரணங்களாகும்.

03. விநோதக் கற்பனைப் புனைவுகள்

இவை பெரும்பாலும் கனவு நிகழ்ச்சிகளாகவே சித்திரிக்கப்படுகின்றன. கனவுக்கே உரிய விநோதப் பண்பு இவற்றின் அடிப்படை. பாரதியின் குயில்பாட்டை இத்தகைய முயற்சிகளுக்கு முன்னோடியாகக் கருதலாம். அந்தவகையில் மஹாகவியின் 'கல்லழகி', திமிலைத் துமிலனின் 'நீரர மகளிர்' ஆகியன இங்கு குறிப்பிடத்தக்கன.

நடைமுறை உலகு சார்ந்த காவியங்களே நான் முன்பு குறிப்பிட்டதுபோல் உண்மையில் இலக்கியப் பெறுமானம் உடையனவாக உள்ளன. சமகால வாழ்க்கை பற்றிய பிரக்ஞை இவற்றில் நன்கு வெளிக்காட்டப்படுகின்றன. இன்றை வாழ்க்கையைத் துருவி ஆராயும் போக்கும் இவற்றிலே காணப்படுகின்றன. இது ஈழத்துக் காவியங்களுக்கே உரிய ஒரு தனிச் சிறப்புப் பண்பாகும். இத்கைய காவியங்களையும் அவற்றின் பொருள் அமைப்பை ஒட்டி மூன்று வகையாகப் பாகுபடுத்தலாம்.

01. சமுதாய அங்கதம்.

சமுதாய வாழ்விலே ஊறிப்போய்க் கிடக்கும் தீமைகளையும் மூடத்தனங்களையும் நகைச்சுவையுடன் கிண்டல் செய்யும்

காவியங்களை இப்பிரிவுள் அடக்கலாம். கவிமணியின் 'நாஞ்சில் நாட்டு மருமக்கள் வழி மான்மிய'மே இத்தகைய படைப்புகளுக்கு முன்னோடியாக உள்ளது. இதை அடியொற்றி ஈழத்தில் எழுதப்பட்ட பேராசிரியர் கணபதிப்பிள்ளையின் 'சீதனக் காதை', அப்துல் காதர் லெவ்வையின் 'செய்னம்பு நாச்சியார் மான்மியம்' ஆகியன இப்பிரிவுள் அடங்கும். சமுதாய அங்கதம் என்ற வகையில் இவை இலக்கிய முக்கியத்துவம் உடையன.

02. சமூக யதார்த்தப் படைப்புகள்

அன்றாட சமுதாய வாழ்வையும் அதன் முரண்பாடுகளையும் இயல்பு குன்றாமல் சித்திரிக்கும் படைப்புகள் இவ்வகையுள் அடங்கும். மஹாகவியின் 'சடங்கு', 'ஒரு சாதாரண மனிதனது சரித்திரம்', 'கண்மணியாள் காதை', நீலாவணனின் 'வேளாண்மை' ஆதியன இப்பிரிவுள் அடங்கும். இவற்றிலிருந்து சற்று வேறுபட்டு குறியீட்டுப் பாங்கில் அமைந்திருப்பினும் அண்மையில் வெளிவந்த முருகையனின் 'ஆதிபகவ'னும் இப்பிரிவிலேயே அடங்கும். இவை தமிழிலே முன்னுதாரணமில்லாத படைப்புகள் ஆகும். பொருள் வீச்சினாலும் கலை முறையினாலும் நவீன செய்யுள் இலக்கிய உலகிலே இவை முதலிடத்தைப் பெறுகின்றன.

03. விஞ்ஞானக் கற்பனைப் புனைவுகள்

இவ்வகையில் ஈழத்தில் எழுந்த இரண்டு முக்கிய படைப்புகள் கவனத்திற்குரியன. ஒன்று முருகையனின் 'நெடும்பகல்', மற்றது, மஹாகவியின் 'கந்தப்ப சபதம்'. இவை இரண்டையும் மேலோட்டமாகப் பார்க்கும்போது இவை நடைமுறை உலகுடன் சம்பந்தம் அற்றவை என்று தோன்றக் கூடும். அபிவிருத்தியும் இயந்திர நாகரிகத்தின் வளர்ச்சியும், ஏகாதிபத்திய அணுவாயுதக் கெடுபிடியும் மிகுந்த இன்றைய நவீன உலகில் எதிர்கால மனிதனைப் பற்றிய அச்சத்தின் பிரதிபலிப்புகளே இவை என்பதைக் காணலாம். அவ்வகையில் இவை இரண்டும் முன்பிரிவில் கூறியவற்றைப் போலவே முன்னுதாரணம் அற்ற படைப்புகளாகும். நவீன விஞ்ஞான அபிவிருத்தியிலும் இடையறாத மனித முன்னேற்றத்திலும் இவை அவநம்பிக்கையை வெளிப்படுத்துகின்றன என்றவகையில் இவ்விரு படைப்புக்களைப் பற்றியும் நமக்குக் கருத்து வேறுபாடுகள் இருப்பது நியாயமானதே. ஆயினும், இவற்றின் இலக்கிய முக்கியத்துவத்தை யாரும் மறுக்க முடியாது.

நான் மேலே குறிப்பிட்ட இரண்டு பிரிவுகளிலும் அடங்கும் காவியங்கள் நவீன தமிழ்க் காவிய உலகின் இலக்கிய முதிர்ச்சியைக் காட்டுகின்றன. இவற்றுக்குச் சமதையான இலக்கிய மதிப்புடைய ஒரு காவியத்தை பாரதிதாசனோ அல்லது வேறு எந்தத் தமிழகத்துப் பிரபல கவிஞனோ படைக்கவில்லை என்பதை நாம் துணிந்து கூறலாம். அந்தவகையில் மஹாகவியும் முருகையனும் நவீன தமிழ்க் காவிய வடிவத்தை வளப்படுத்திய இரு பெரும் கவிஞர்கள் எனலாம். *தேனருவி* சஞ்சிகையில் இருவரும் சேர்ந்து பரிசோதனை முயற்சியாக எழுதிய ‘தகனமும்’ குறிப்பிடத்தக்க ஒரு நவீன காவியமாகும்.

***மல்லிகை*, 1978**

29

பா நாடகங்கள்: சில கோட்பாட்டுப் பிரச்சினைகள்

மேலைத் தேசங்களிலே பா நாடகங்கள் *(verse drama)* பற்றிப் பல நூல்களும் கட்டுரைகளும் எழுதப்பட்டுள்ளன. அங்கெல்லாம் பா நாடகங்கள் பெருமளவில் எழுதப்பட்டமையும் மேடையேற்றப் பட்டமையும் இதற்குக் காரணம் எனலாம். தமிழிலே பா நாடக முயற்சிகள் ஒப்பீட்டளவில் மிகக் குறைவாகவே காணப்படுகின்றமையால் போலும் அது பற்றிய சிந்தனையும் இங்கு குறைவாகவே காணப்படுகின்றது. எனினும், இலங்கையில் கடந்த பத்து ஆண்டுகளில் பா நாடகங்கள் பற்றிய சில குறிப்பிடத்தக்க கட்டுரைகள் எழுதப்பட்டுள்ளன.[1] தமிழ் நாட்டில் இதுபற்றி அதிகம் எழுதப்பட்டதாக எனக்குத் தெரியவில்லை.[2] இலங்கையோடு ஒப்பிடுகையில் தமிழ்நாட்டிலே பா நாடக முயற்சிகள் கவனிக்கத்தக்க அளவு இல்லாதிருப்பது இதற்குக் காரணம் எனலாம். இலங்கையைப் பொறுத்தவரை வானொலிக்காகவும் மேடைக்காகவும் எழுதப்பட்ட பா நாடகங்கள் 50க்குக் குறையாமல் இருக்கும் என நம்புகிறேன். சுமார் 40 நாடகங்கள் பற்றிய விபரங்கள் எனக்குக் கிடைத்துள்ளன.

இலங்கையில் தோன்றிய பா நாடகங்களை வரலாற்று ரீதியாக ஆராய்வதோ, அவை பற்றித் தனித்தனியாக விரித்து மதிப்பிடுவதோ இக்கட்டுரையின் நோக்கமல்ல. பா நாடகங்கள் என்றால் என்ன, தற்காலத்திலே பா நாடகங்கள் பற்றி நிலவுகின்ற கருத்துகள் யாவை, என்பவற்றை

விளக்குவதன் மூலம் பா நாடகம் பற்றிய சில கோட்பாட்டுப் பிரச்சினைகளை ஆராய்வதே எனது நோக்கமாகும்.

1

முதலில் பா நாடகம் என்ற சொல்லின் பொருளை வரையறுப்பது அவசியமாகும். தமிழிலே கவிதை நாடகம், செய்யுள் நாடகம், பா நாடகம் ஆகிய தொடர்கள் ஒரு குறிப்பிட்ட நாடக வடிவத்தைச் சுட்டப் பயன்படுத்தப்படுகின்றன. செய்யுள், பா ஆகிய இரு சொற்களும் யாப்பு வடிவத்தையே சுட்டுவதால் செய்யுள் நாடகம், பா நாடகம் ஆகிய தொடர்கள் ஒரே பொருளையே தருகின்றன. நான் இங்கு பா நாடகம் என்ற பதத்தைச் செய்யுள் ஊடகத்தில் அல்லது பா வடிவில் எழுதப்பட்ட நாடகம் என்ற பொருளிலேயே கையாள்கின்றேன். கவிதை நாடகம் என்ற பதத்தைக் காரணம் கருதியே தவிர்த்துள்ளேன். அதுபற்றி இங்கு சற்று விளக்குவது அசியமாகும்.

வசனம், செய்யுள், கவிதை என்ற சொற்கள் நம்மிடம் உள்ளன. வசனத்தையும் செய்யுளையும் நாம் மிக எளிதாகவும் திட்டவட்டமாகவும் வேறுபடுத்தி விடுகின்றோம். ஆனால், கவிதையும் செய்யுளும் அவ்வளவு திட்டவட்டமாக வேறுபடுத்தப்படவில்லை. சிலவேளை இவை ஒரே பொருளில் பயன்படுத்தப்பட்டிருக்கின்றன. இதை விளக்க இரண்டு உதாரணங்களை மட்டும் இங்கு தருகின்றேன்:

1. "உணர்ச்சி வெளியீட்டுக்கு ஏற்ற மொழியுருவம் கவிதை. சிந்தனை வெளியீட்டுக்கு ஏற்ற மொழி உருவம் உரைநடை. இவற்றுள் முதலில் தோன்றியது கவிதை. பின்னர் தோன்றியது உரைநடை."[3]

2. "முதற்கண் கவிதைக்கும் உரைநடைக்கும் உள்ள வேறுபாட்டினைப் புரிந்துகொள்வது நலம். இவை இரண்டுமே எதிர் எதிர் முனைகள். அடிப்படையிலேயே வேறுபட்டவை. உணர்ச்சிக்கு விருந்து தருவது கவிதை. சிந்தனைக்கு உணவு படைப்பது உரைநடை. கவிதையில் நாம் பெறுவது கற்பனை இன்பம்; உரைநடையில் பெறுவதோ அறிவின்பம்."[4]

இங்கு தரப்பட்ட இரண்டு மேற்கோள்களிலும் கவிதைக்கும் உரைநடைக்கும் இடையே கற்பிக்கப்படும் வேறுபாடு செயற்கையானதும் உண்மைக்குப் புறம்பானதும் என்பது வெளிப்படை. ஏனெனில், கவிதையின் பண்பாக இவர்கள் கூறும் உணர்ச்சி வெளியீடு, கற்பனை இன்பம் ஆகியவை உரைநடை இலக்கியங்களான புனைகதைகள், வசன நாடகம்,

வசன கவிதை போன்றவற்றின் அடிப்படைப் பண்பாகவும் உள்ளது. அதேவேளை உரைநடையின் பண்பாகக் கூறப்படும் சிந்தனை வெளியீடு, அறிவின்பம் ஆகியவை உயர்ந்த கவிதை இலக்கியமாகக் கருதப்படும் திருக்குறள், நாலடியார், நீதிவெண்பா போன்றவற்றின் பிரதான அம்சமாகவும் காணப்படுகின்றது. இது எவ்வாறு இருப்பினும் இங்கு உரைநடை என்ற சொல்லுக்கு எதிர்ச்சொல்லாக கவிதை என்பது பயன்படுத்தப்பட்டுள்ளது என்பதே முக்கியமானது.

இவற்றில் மட்டுமன்றி, நாங்கள் கவிதையில் கடிதம் எழுதிக் கொண்டோம் என்று ஒருவர் கூறும் பொழுதும், கவிஞர் சுரதா தன் கவிதைப் பத்திரிகையில் விளம்பரத்தைக்கூட கவிதையில்தான் பிரசுரிக்கிறார் என்று ஒருவர் சிலாகித்துப் பேசும் பொழுதும், பாரதிதாசன் தன் குயில் பத்திரிகையில் ஆசிரியத் தலையங்களையும் அறிவித்தல்களையும்கூட கவிதையில்தான் எழுதினார் என்று ஒருவர் வியந்து பேசும் போதும் அல்லது ஒரு கவிதையைப் படித்துவிட்டு இது என்ன கவிதை? வசனம்போல் இருக்கிறதே என்று ஒரு வாசகர் குறைபட்டுக்கொள்ளும்பொழுதும் கவிதை என்ற சொல் வசனத்திற்கு எதிர்மறையான பொருளிலே கையாளப்படுகின்றது என்பதை நாம் அறியலாம். அதாவது, உரைநடைக்கு மறுதலையான செய்யுள் நடையே இங்கு கவிதை என்று குறிக்கப்படுகின்றது. பேராசிரியர் வானமாமலை கூறுவதுபோல் கவிதை என்பது ஒரு மொழி உருவம் அல்ல. அதை ஒரு இலக்கிய வடிவமாகக் கருதுவதே பொருத்தமாகும். ஆனால், செய்யுளையும் உரைநடையையும் நாம் மொழி உருவம் எனலாம். இவை இரண்டும் மொழிரீதியான அமைப்பு வேறுபாடுகளைக் கொண்டவை. செய்யுள் வரையறுப்பான ஒத்திசைக் கோலங்களை உடையது. உரைநடை வரையறயான ஒத்திசைக் கோலங்கள் இல்லாதது. செய்யுளும் உரைநடையும் மொழி உருவம் அல்லது மொழி ஊடகம் என்றவகையில், இவை இரண்டுமே உணர்ச்சி வெளியீட்டுக்கும் சிந்தனை வெளியீட்டுக்கும் ஏற்ற சாதனமாகவும் அறிவின்பத்தையும் கற்பனை இன்பத்தையும் ஒருங்கே தருவனவாகவும் உள்ளன. தொல்காப்பியம் போன்ற இலக்கணங்கள், சிவஞான சித்தியார் போன்ற தத்துவ சாஸ்திரங்கள் முதலிய சிந்தனை பூர்வமான அறிவியல் நூல்களுக்கு ஊடகமாக அமைந்த செய்யுள்தான், சங்கக் கவிதைகள், சிலப்பதிகாரம், கம்பராமாயணம் போன்ற உணர்ச்சிச் செறிவுள்ள கற்பனை இலக்கியங்களுக்கும் ஊடகமாக அமைந்தது. அதாவது, கவிதைக்கு மட்டுமன்றி, கவிதை அல்லாதவற்றுக்கும் அது ஊடகமாக அமைகின்றது. உரைநடையும் அது போன்றதே. ‘அறிவாராய்ச்சியியல்’ என்ற தத்துவ நூலுக்கும் ‘அம்மா வந்தாள்’

என்ற கற்பனை இலக்கியத்திற்கும் அது ஊடகமாக அமைகின்றது. இவ்வகையில் கவிதைக்கும் உரைநடைக்கும் இடையில் இரு கூற்று முரண் நிலையைக் கற்பிப்பது தவறானது. ஏனெனில், கவிதை உரைநடையிலும் செய்யுள் நடையிலும் எழுதப்படக்கூடிய இலக்கிய வடிவமாகும். செய்யுள் நடையில் அமைந்த பாரதியின் 'காணி நிலம் வேண்டும்' எவ்வாறு ஒரு கவிதையோ அவ்வாறே வசனத்தில் அமைந்த பிச்சமூர்த்தியின் 'காட்டுவாத்து'ம் ஒரு கவிதையாகும். ஆயினும், நெடுங்காலமாக அறிவுத் துறைக்கும் கற்பனை இலக்கியத் துறைக்கும் செய்யுள் பொது ஊடகமாக பயன்படுத்தப்பட்டுவருவதனால், செய்யுள், கவி ஆகிய சொற்கள் ஒரே பொருளிலே உபயோகிக்கப்பட்டு வந்துள்ளன. மேலைத் தேசங்களிலும் இந்நிலையைக் காண்கின்றோம். ஆங்கிலத்தில் *Prose, verse, poetry* ஆகிய சொற்கள் உள்ளன. *prose*க்கும் *verse*க்கும் இடையில் அவர்கள் வேறுபாடு காண்கின்றபோதிலும், ஆங்கில விமர்சகர்கள் சிலர் இன்றுகூட *prose and poetry* என்ற முரண்நிலைத் தொடரைக் கையாள்வதனைக் காணலாம். ஆயினும், அரிஸ்டாட்டில் காலம் முதலே கவிதையைச் செய்யுளில் இருந்து வேறுபடுத்தும் முயற்சிகளும் நடைபெற்று வந்துள்ளன. அரிஸ்டாட்டில் தனது 'கவிதை இயல்' *(poetics)* என்னும் நூலிலே ஹோமரும் எம்பிடோக்கில்ஸ்சும் *(Homer & Empedocl)* கவிஞர்கள் என்று அழைக்கப்படினும், அவர்கள் பயன்படுத்திய யாப்பைத் தவிர அவர்களிடம் பொதுப் பண்புகள் எவையும் இல்லையென்றும், கவிஞர் என்று அழைக்கப்படும் தகுதி ஹோமருக்கே உரியது என்றும், எம்பிடோக்கில்ஸ் கவிஞர் என்பதைவிட இயற்கை நூல் அறிஞர் என அழைக்கப்படவே தகுந்தவர் என்றும் குறிப்பிடுகின்றார்.[5] ஆயினும் செய்யுள் பொது ஊடகமாகப் பயன்படுத்தப்பட்டு வந்ததினால் 19ஆம் நூற்றாண்டு வரை இப்பிரச்சினை அங்கு உண்மையான முக்கியத்துவத்தைப் பெறவில்லை. மனோரதிய இயக்கம் *(Romantic Movment)*கவிதைக்கு ஒரு சிறப்பான வரைவிலக்கணத்தைக் கொடுத்ததன் பிறகே அங்கு செய்யுள், கவிதை வேறுபாடு முக்கியத்துவம் பெறத் தொடங்கிற்று. கவிதைக்கே உரிய பண்புகள் இலக்கிய அங்கீகாரத்தைப் பெறவும் இது உதவிற்று.[6]

இதுவரை நாம் பார்த்ததிலிருந்து கவிதை என்பது சிறுகதை, நாவல், நாடகம்போல் தனிப் பண்புகளைக் கொண்ட ஓர் இலக்கிய வடிவத்தைக் குறிக்கும் என்றும், செய்யுள் என்பது வசனத்தின் எதிர்மறைப் பண்புகளைக் கொண்ட மொழி ஊடகத்தைக் குறிக்கும் என்றும் வரையறுக்கலாம். ஆகவேதான், கவிதை நாடகம் என்ற பிரயோகத்தைத் தவிர்த்துக் கொண்டேன். கவிதை நாடகம் என்பது, கவிதை என்ற இலக்கிய வடிவத்தையும் நாடகம் என்ற

பிறிதோர் வடிவத்தையும் இணைத்துக் குழப்புகின்றது. செய்யுளில் எழுதப்பட்ட ஒரு நாடகம், நாடகமாக மேடைக்கு உதவாததாக இருந்தபோதிலும் கவிதையைப் பொறுத்தவரையில் ஓரளவு தேறுகின்றது என்று ஒன்றில்லாததைப் பிறிதொன்றாக எண்ணி மயங்க அது வழிசமைக்கிறது. (மு. பொன்னம்பலம் இத்தகைய ஒரு கருத்தைக் கூறியிருக்கின்றார்) இது ஒரு மொழி ஊடகத்தையே இலக்கிய வடிவமாகவும் எண்ணி மயங்குவதன் விளைவாகும். பா நாடகம் என்பது, நாடகம்தான். அது கவிதையல்ல. செய்யுள் நடையில் எழுதப்பட்ட நாடகம் என்பதை இதனாலேயே நான் வலியுறுத்திக் கூறவேண்டியுள்ளது.

பா நாடகம் என்ற சொல்லைப் பயன்படுத்துவதற்குப் பிறிதொரு முக்கிய காரணமும் உள்ளது. தமிழைப் போலவே ஆங்கிலத்திலும் பா நாடகத்தைக் குறிக்கப் பல சொற்கள் பயன்படுத்தப்படுகின்றன. *poetic theater, poetic drama, verse drama, dramatic verse, dramatic poetry* ஆகியன அவை. சிலரால் ஒரே பொருளிலும், சிலரால் வேறுபட்ட பொருளிலும் இவை கையாளப்பட்டுவருகின்றன. *T.S. Eliot, poetic drama, verse drama, dramtic poetry* ஆகிய சொற்களை ஒரே பொருளிலேயே பயன்படுத்துகிறார்.[7] எனினும், சமீபகாலமாக (1960களில் இருந்து) மேலைத்தேச விமர்சகர்கள் *poetic drama, verse drama* ஆகியவற்றுக்கிடையே ஒரு முக்கிய வேறுபாட்டை நிறுவியுள்ளனர். செய்யுள் நடையில் எழுதப்பட்ட நாடகங்களை *verse drama* என்றும் கவித்துவப் பாதிப்புடைய எல்லா நாடகங்களையும் அவை செய்யுள் நடையில் அமைந்தாலும் அல்லது வசன நடையில் அமைந்தாலும் *poetic drama* என்றும் குறிப்பிடுகின்றனர். *verse drama* என்பதைச் செய்யுள் நாடகம் அல்லது பா நாடகம் என்றும் *poetic drama* என்பதை கவித்துவ நாடகம் என்றும் என்றும் நாம் அழைக்கலாம். *Denis Donoghre* என்பவர் தனது *The third voice* என்ற நூலிலே பா நாடகம் *(Verse Drama)* என்பதை முற்றும் ஒரு கலைச் சொற்றொடராகவே கருதுகின்றார் *(purly technical phrase).* முழு நாடகத்தின் பண்பு பற்றி அது எதையும் வெளிப்படுத்தவில்லை என்றும், *poetic drama* என்ற சொற்றொடர் போலன்றி, அது மிகவும் பொதுவானதாக இருக்கிறது என்றும் அவர் குறிப்பிடுகிறார். இப்சன், பெர்னாட்ஷா, ஜே.எம். சிஞ்ச் ஆகியோரின் நாடகங்கள் அவை செய்யுளில் எழுதப்படாத போதிலும் அவற்றை *poetic drama* என அழைப்பதே மரபானதும் பொருத்தமானதும் என்றும் அவர் கூறுகிறார். *Arnold Hinchliffe* என்பவர் தனது *Modern Verse Drama* என்னும் நூலிலே *Donoghre*வின் மேற்காட்டிய கருத்தை முற்றிலும் சரியானது என்று ஆமோதிக்கிறார்.[8]

அமெரிக்க நாடகாசிரியரும் கவிஞரும் பல்கலைக்கழக ஆசிரியருமான *Oscar Mandel* என்பவர், தனது *'poetic theater'* என்னும் கட்டுரையிலே அதுபற்றி விரிவான விளக்கத்தைத் தருகின்றார். கவித்துவ நாடகம் என்பது செய்யுளிலே எழுதப்பட்ட நாடகம் என்பதைவிடக் கூடிய பொருள் உடையது என்றும், செய்யுளுக்குப் புறம்பாகவும் அது இருக்கிறது என்றும் அவர் கூறுகின்றார். அவருடைய கருத்துப்படி கவித்துவ நாடகம் என்பது நமது சாதாரண அன்றாட வாழ்க்கை அனுபவத்தைவிட மேலான ஒன்றைத் தருவதாகும். இவ்வகையிலேயே செக்கோவ், சிஞ்ச், லோர்கா, ஆத்தர் மில்லர், இப்சன், பெர்டோல் பிறக்ற், எல்மாறைஸ், சாமுவேல் பெக்கே, அயனஸ்கோ போன்றோரையெல்லாம் இவர் கவித்துவ நாடகாசிரியர் வரிசையில் சேர்க்கின்றார்.[9]

இதுவரை நோக்கியதில் இருந்து *poetic*–கவித்துவம்–என்பது ஒரு விசேடனச் சொல் என்றும் அது ஒரு நாடகத்தின் சிறப்புப் பண்பைச் சுட்டப் பயன்படுகிறது என்றும் அறியலாம். இப்பண்பு செய்யுளில் எழுதப்பட்ட நாடகங்களுக்கு மட்டும் உரியதல்ல. சிலவேளை செய்யுள் நாடகங்களில் இப்பண்பு இல்லாமலும் இருக்கலாம். தன்மையை முதன்மைப்படுத்தாது ஊடகத்தை முதன்மைப்படுத்தும் பா நாடகம் என்ற சொல்லை நான் பயன்படுத்துவதற்கு இதுவும் காரணமாகும்.

2

செய்யுள் நடையில் நாடகம் எழுதுவது ஒரு வரலாற்று நிகழ்ச்சியே தவிர, அது ஆரம்பத்தில் இருந்தே காரணகாரியத் தொடர்புடன் செய்யப்படவில்லை என்பது தெளிவு. செய்யுள் நடையே பொது ஊடகமாக இருந்த காலத்தில் நாடகம் எழுதுவதற்குச் செய்யுள் நடையைக் கையாள்வது தவிர்க்க முடியாததாக இருந்தது. இப்போதுகூட அது காரணகாரியத் தொடர்புடன்தான் நடைபெறுகின்றது என்று சொல்வதற்கில்லை. தற்காலக் கவிஞர்களுட் சிலர், அதுவும் செய்யுள் நடையையே கவிதை எழுதுவதற்குப் பயன்படுத்துபவர்கள்–தாங்களே நாடகப் படைப்பாற்றலும் உள்ளவர்களாக இருப்பவர்கள் மட்டுமே தாங்கள் படைக்கும் நாடகங்களைச் செய்யுள் நடையில் எழுதுகின்றனர். அதாவது, செய்யுள் ஆற்றல் உள்ள கவிஞர்களே, செய்யுள் நடையில் நாடகங்கள் எழுதுகின்றனர். இங்கு டி. எஸ். எலியட்டின் கருத்தைச் சுட்டிக்காட்டலாம். பா நாடகங்கள் பலவற்றை அவதானித்த பெர்னாட்ஷா நல்ல உரைநடை எழுதுவதைவிட மோசமான செய்யுள் எழுதுவது இலகுவானது என ஒரு முறை குறிப்பிட்டார். அதுபற்றிக் கருத்துத்

தெரிவிக்கையில் 'அதை யாரும் மறுக்கவில்லை; ஆனால் நல்ல உரைநடை எழுதுவது ஷாவுக்கு இலகுவானதாக இருக்கலாம். நல்ல செய்யுள் எழுதுவது அவருக்கு கிஞ்சித்தும் சாத்தியம் இல்லை என எலியட் கூறுகிறார்.[10] செய்யுள் ஆற்றலின் முக்கியத்துவமே இங்கு வலியுறுத்தப்படுகிறது. இங்கு நாம் விளங்கிக் கொள்ள வேண்டியது இவ்வளவுதான். செய்யுளில் நாடகம் எழுதுவது ஒரு வரலாற்று நிகழ்ச்சி. ஆரம்பத்திலிருந்து செய்யுளில் நாடகம் எழுதப்பட்டு வந்ததனால் அந்த வழமை பற்றிச் செய்யுள் ஆற்றல் உள்ள கவிஞர்கள் சிலரால் அது இப்பொழுதும் செய்யுள் நடையில் எழுதப்பட்டு வருகின்றது. எனினும், உரைநடையின் ஆதிக்கம் வளர்ந்த பிற்காலத்தில் சில காரணங்களினால் செய்யுள் மீது சந்தேகமும் அவநம்பிக்கையும் தோன்றின. செய்யுளைக் கையாள்பவர் பழைய மரபிலிருந்து விடுபட முடியாமல் இருந்தது அதற்கு ஒரு பிரதான காரணமாகும். அவர்கள் பழைய மரபு சார்ந்த பொருட்களையே செய்யுள் நடையில் எழுதினர். அதனால் அவர்கள் கையாண்ட செய்யுள் நடை காலத்துக்கேற்றவாறு நவீனத் தன்மை பெற முடியாது போயிற்று. நவீன கல்வியும் வாழ்க்கை முறையும் தவிர்க்க முடியாமல் உரைநடைக்கே முதன்மை கொடுத்ததனால் தற்கால வாழ்வையும் பொருளையும் செய்யுள் நடையில் வெளிக்காட்ட முடியாது என்ற சந்தேகம் பலருக்கு ஏற்பட்டது. செய்யுள் செத்துவிட்டது என்ற கருத்தும் கூறப்பட்டது. ஆனால், அதேசமயம் பிறிதொரு புறத்தில் சிறுபான்மை முயற்சியாகவேனும் செய்யுள் நடை தற்கால வாழ்வுக்கு ஏற்றவகையில் நவீனப்படுத்தப்பட்டு வந்ததைப் பலர் கவனிக்கத் தவறிவிட்டனர்.

எது எப்படி இருந்தபோதிலும், செய்யுள் நடை பொதுவாக இரண்டாம் பட்சமானதாகக் கருதப்படலாயிற்று. இன்றைய வாழ்வுக்கும் செய்யுள் நடைக்குமிடையே பெரிய இடைவெளியும் முரண்பாடும் கற்பிக்கப்பட்டது. அதனால் செய்யுள் நடை கோட்பாட்டு ரீதியாக நிராகரிக்கப்பட்டது. இவ்வாறு நாடகப் பயன்பாட்டுக்குச் செய்யுளை நிராகரித்தவர்களுள் உலகப் பிரசித்திபெற்ற நாடகாசிரியர் ஹென்றி இப்சனும் ஒருவர். ஆரம்பத்தில் சில செய்யுள் நாடகங்களை எழுதிய இவர், இனி நாடகங்கள் செய்யுள் நடையில் எழுதப்படத் தேவையில்லை என்ற கருத்தை வன்மையாக அழுத்தினார். இக்கருத்து பலராலும் முன்வைக்கப்படலாயிற்று. இத்தகைய சூழ்நிலையிலேயே, செய்யுள் நடையில் நாடகம் எழுதியவர்களுக்கு, அவ்வாறு எழுதுவதற்குரிய நியாயமான காரணங்களைக் கண்டுபிடிக்க வேண்டிய அவசியம் ஏற்பட்டது. டி.எஸ்.எலியட் இவ்வாறு பா நாடகங்களை நியாயப்படுத்தியவர்களுள் முக்கியமானவர்.

இங்கு பா நாடகங்களுக்கான நியாயம் பற்றிய சர்ச்சைகளின் முக்கிய அம்சங்களைச் சிறிது நோக்கலாம். முதலில் பா நாடகங்களுக்குக் கூறப்படும் எதிர்ப்புகளை நாம் ஆராயலாம். பா நாடகத்துக்குக் கூறப்படும் முக்கியமான எதிர்ப்பு, அது இயற்பண்புக்கு எதிரிடையானது என்பதாகும். லூசி வூல்ஃப் என்பவருக்கு எழுதிய கடிதத்தில் இப்சன் பின்வருமாறு கூறுகின்றார்:

> *". . . நாடகக் கலைக்குச் செய்யுள் மிகவும் ஊறுவிளைவித்து வந்துள்ளது. சமகால நாடகத்தை மேடையேற்றும் ஒரு உண்மையான அரங்கக் கலைஞன் ஒரு தனிச் செய்யுளைக் கூட தன் உதடுகளால் உச்சரிக்க முயலக் கூடாது."*[11]

தனது *Emperor and Galilean* (1873) நாடகம் பற்றி *Edmund Gosse* என்பவருக்கு எழுதிய கடிதம் ஒன்றில் அவர் பின்வருமாறு எழுதினார்:

> *"இந்த நாடகம் செய்யுளில் எழுதப்பட்டிருக்க வேண்டும் என்றும் அதனால் அது பயன்பெற்றிருக்கும் என்றும் சொல்கிறீர்கள். இதை நான் ஏற்றுக் கொள்ளவில்லை. இந்த நாடகம் மிகவும் யதார்த்த நடையில் அமைந்திருக்கிறது என்பதை நீங்கள் அவதானித்திருக்கலாம். நான் உருவாக்க விரும்பியது யதார்த்தத்தின் ஒரு போலித் தோற்றத்தையே. நான் வாசிப்பது உண்மையில் நடந்த ஒன்றே என்ற மனப்பதிவு வாசகனுக்கு ஏற்பட வேண்டும் என்று நான் விரும்பினேன். நான் செய்யுளைக் கையாண்டிருந்தால் நான் எனது நோக்கத்தில் தோல்வியடைந்திருப்பேன். ஒரேவகையான யாப்பில் பேசுவதற்கு நான் எல்லோரையும் அனுமதித்திருந்தால், நாடகத்தில் நான் உள்நோக்கத்தோடு அறிமுகப்படுத்திய சாதாரணமான, முக்கியத்துவம் அற்ற பாத்திரங்கள், வேறுபாடற்ற, வேறுபடுத்த முடியாதவர்களாக மாறியிருப்பார்கள். நாம் இன்னும் ஷேக்ஸ்பியரின் காலத்தில் வாழவில்லை... நான் மனிதர்களையே சித்திரிக்க முயன்றேன். ஆகவே கடவுளரின் மொழியில் அவர்களைப் பேச நான் அனுமதித்திருக்க முடியாது."*[12]

இங்கு இப்சனின் இயற்பண்புவாதக் கண்ணோட்டம் நன்கு புலப்படுகின்றது. ஆயினும், இப்சனின் நாடகங்களை ஆராய்ந்தவர்கள் அவரது நாடக மொழி சாதாரண பேச்சைவிடக் கவித்துவமானது எனக் கூறுவர். அவர் உயர் ரகமான வசன நடையைக் கையாண்டுள்ளார் என்பர். உதாரணமாக *John Gabriel Brokman* (1896) என்னும் நாடகத்தின் கடைசி அங்கம் கவிதைக்கு மிக அண்மியது என அதன் மொழிபெயர்ப்பாளர் மைக்கல்

மெயர் கருதுகிறார். இதைவிடவும் இப்சனின் *When We Dead Awaken* (1900) நாடகம் செய்யுளில் எழுதப்பட்டிருந்தால் இன்னும் உயர்ந்ததாக இருந்திருக்கும் என்று மெயர் கருதுகிறார். சுருக்கமாகச் சொன்னால் இப்சன் உரைநடையைக் கையாண்ட கவிஞன் எனப்படுகிறார். தனது கடைசி நாடகத்தைப் பெரும்பாலும் செய்யுளில் எழுதப்போவதாக இப்சன் தெரிவித்திருந்தார் என்பதும் இங்கு கவனிக்கத்தக்கது.[13]

செய்யுள் நடை நாடகத்தின் இயற்பண்புக்கு ஊறுசெய்கிறது என்று கருதிய இப்சன், தனது நாடகங்களில் சாதாரணப் பேச்சில் இருந்து வேறுபட்ட கவித்துவப் பாங்கான உரைநடையைப் பயன்படுத்தினார் என்ற உண்மை செய்யுளுக்கு எதிரான அவரது குற்றச்சாட்டை வலுவிழக்கச் செய்கின்றது என்பது வெளிப்படை. தவிரவும் ஒரு நாடகத்தில் – பொதுவாக புனைகதைகளில் – உரையாடல் எந்த அளவுக்குச் சாதாரண பேச்சை ஒத்திருக்கும் என்பதும் பிரச்சினைக்குரியது. இதைப் பொறுத்தவரை டி.எஸ். எலியட் கூறுவது பொருத்தமானதாகத் தோன்றுகிறது.

> "நாடகத்தின் மீது செய்யுள் ஒரு கட்டுப்பாட்டை விதிக்கிறது என்று மக்கள் நினைக்கின்றார்கள். நாடகத்தின் யதார்த்த உண்மையும் உணர்வுப் பரப்பும் செய்யுளால் வரையறுக்கப்படுகின்றது என்று அவர்கள் நினைக்கிறார்கள். நாடகச் செய்யுளில் அவர்கள் ஒரு காலத்தில் திருப்தியுற்றாலும், தாங்கள் திருப்தியுற்றது மட்டுப்படுத்தப்பட்டது, செயற்கையான உணர்வுப் பரப்பிலேயே என்றும் அவர்கள் கூறுகின்றனர். வசனத்தினால் மட்டுமே நவீன உணர்வுப் பரப்பு முழுவதையும் தர முடியும்; உண்மைத் தன்மையுடன் தொடர்பு கொள்ள முடியும் என்றும் சொல்வர். ஆனால், ஒவ்வொரு நாடகப் பிரதிமையும் செயற்கையானது இல்லையா? அதிக அதிக யதார்த்தத்தைக் குறியாகக் கொள்ளும்போது நம்மை நாமே ஏமாற்றிக் கொள்ளவில்லையா? அடிப்படை அம்சங்களை அழுத்துவதற்குப் பதிலாக தோற்றங்களிலேயே நாம் திருப்தி காணவில்லையா" என்று அவர் கேட்கின்றார்.[14]

டி.எஸ். எலியட் மொழியில் மூன்று வேறுபாடுகளைக் காட்டுகின்றார். ஒன்று வசனம், மற்றது செய்யுள், மூன்றாவது செய்யுள் அல்லது வசன மட்டத்தில் இருந்து மிகவும் கீழ் நிலையில் உள்ள நமது சாதாரணப் பேச்சு. இவ்வகையில் நோக்கினால் மேடையிலே வசனமும் செய்யுளைப் போலச் செயற்கையானதாகவே தோன்றும். அல்லது மறுதலையில் செய்யுளும் வசனத்தைப்போல் இயற்கையானதாகவும் இருக்க முடியும். என்பது எலியட்டின் கருத்து.[15]

உரையாடலின் இயற்பண்பு தொடர்பாக இப்சனின் கருத்துடன் தொடர்புடைய இன்னும் ஒரு கருத்தையும் சுட்டிக்காட்ட வேண்டும். அது பின்வருமாறு அமைகிறது: "சமகால நிகழ்ச்சிகளை சமகாலப் பின்னணியில் சித்திரிக்கும் யதார்த்த பூர்வமான நாடகங்களை எழுதுவதற்குச் செய்யுள் நடை ஒத்துவருவதில்லை. ஆனால், பழமை சார்ந்த கருப்பொருட்களை அதாவது, சரித்திர, புராண, இதிகாசக் கதைகளை அல்லது காலதேச வர்த்தமானங்களுக்கு உட்படாத தற்பனைக் கருக்களைக் கொண்ட நாடகங்களுக்குச் செய்யுள்நடை உகந்ததாக அமையலாம். பழமைசார்ந்த நாடகங்களுக்குப் பொருந்தும் செய்யுள்நடை தற்கால நாடகங்களுக்கு ஏன் பொருந்தவில்லை? ஏனெனில் 'பழைய சரித்திர, புராணக் கதைகளைச் செய்யுள் நாடகத்தில் அமைக்கும்போது அப்பாத்திரங்கள் பேசும் பேச்சு செய்யுள் நடையில் அமைந்திருந்தாலும் அது நமக்குச் செயற்கையாகத் தெரிவதில்லை. செய்யுளுக்கும் பழமைக்கும் தொடர்பு இருப்பதால் இப்படித்தான் அந்தக் காலத்தில் கதைத்திருப்பார்கள் என்று நாம் திருப்திப்பட்டுக் கொள்கின்றோம். ஆனால், சமகால நிகழ்ச்சிகளைப் பகைப்புலமாகக் கொண்ட ஒரு செய்யுள் நாடகத்தில் வரும் பாத்திரங்கள் பேசும் பேச்சு செய்யுளில் அமைந்திருப்பது இன்றைய பேச்சு நடையோடு அதை ஒத்துப் பார்க்கும் வாய்ப்பைப் பெற்றிருக்கும் நமக்கு அசௌகரியத்தையே தருகின்றது' எனக் கூறப்படுகின்றது.[16]

பழமைசார்ந்த கருப்பொருட்களைக் கொண்ட நாடகங்களுக்கு ஏற்புடையதாகத் தோன்றும் செய்யுள் நடை சமகால நாடகங்களுக்குப் பொருந்துவதில்லை என்ற கொள்கை இரண்டு அடிப்படைகளில் இருந்து எழுகின்றது. ஒன்று பழக்க மனப்பான்மை. மற்றது கையாளப்படும் செய்யுளின் குறைபாடு. மேல் நாட்டிலும் சரி, தமிழகத்திலும் சரி, இலங்கையிலும் சரி பா நாடக ஆசிரியர்கள் மிகப் பெரும்பாலும் வாழ்க்கையையன்றி, இலக்கியத்தையே பிரதிபலித்துள்ளார்கள். அரங்கு பற்றிய சிந்தனை பெரும்பாலும் அவர்களுக்கு இருக்கவில்லை. நடிப்பதற்காக அன்றி, படிப்பதற்காகவே அவர்கள் பெரிதும் எழுதினர். சமயம் சார்ந்த, வரலாறு, இலக்கியம் சார்ந்த அல்லது வினோதார்த்தமான பொருள்களையே கையாண்டனர்.[17] இத்தகைய பழக்கத்தின் காரணமாக சமகால நாடகங்களுக்குச் செய்யுள் பொருந்தாது என்ற மனப்பதிவு ஏற்பட்டிருக்கலாம். இதைவிட அடிப்படையான காரணம் நாடகத்தில் கையாளப்படும் செய்யுளின் குறைபாடு ஆகும். கவிதையில் கையாளப்படும் செய்யுளுக்கும் நாடகத்தில் கையாளப்படும் செய்யுளுக்கும் இடையே வேறுபாடு இருக்க வேண்டியது மிக இன்றியமையாத அம்சமாகும். அதாவது,

நாடகச் செய்யுள் பெரிதும் பேச்சோடு இசைந்ததாக இருக்க வேண்டும். ஆனால், பெரும்பாலான பாநாடக ஆசிரியர்கள் தமது நாடகங்களை நடிப்பதற்காக அன்றி, படிப்பதற்காகவே எழுதிய காரணத்தால் நாடகச் செய்யுளைப் பேச்சோடு இயைபுபடுத்துவதில் அக்கறை காட்டவில்லை. மேடைக்காக எழுதியவர்கள்கூட அதில் பெரிய வெற்றிகளை ஈட்டவில்லை. மிகச் சிறுபான்மையினரின் ஒரு தேடலாக அல்லது பரிசோதனை முயற்சியாகவே அது இருந்தது. இத்தகைய சூழலில் சமகால நாடகங்களுக்குச் செய்யுள் ஏற்புடையதல்ல என்ற கருத்து எழுவது இயல்பானதே. ஆனால், இத்துறையில் நடைபெற்ற சில பரிசோதனைகளும், அடைந்த சில வெற்றிகளும் இக்கருத்தின் அடிப்படையைப் பெரும்பாலும் நீக்குகின்றன எனலாம்.

ஆங்கில நாடக உலகிலே பாநாடகத் துறையில் சமகாலப் பொருளைக் கையாண்டு வெற்றிகண்டவராகக் கருதப்படுபவர் டி. எஸ். எலியட். 1924ஆம் ஆண்டு முதல் சமகால வாழ்வைப் பொருளாகக் கொண்ட பாநாடகங்களை எழுதுவதில் அவர் ஆர்வம் காட்டி வந்தார். ‘மக்கள் பழங்காலத்துப் பாணியில் உடையணிந்தவர்களின் வாயில் இருந்து செய்யுள் பேசப்படுவதைக் கேட்க ஆயத்தமாக உள்ளனர். நம்மைப் போன்ற உடையணிந்த, நம்முடையதைப் போன்ற வீடுகளில் வாழ்கின்ற, நம்மைப் போன்று டெலிபோனும், காரும், ரேடியோவும் பயன்படுத்துகிறவர்களின் உதட்டில் இருந்தும் செய்யுளைக் கேட்பதற்கு அவர்களைப் பயிற்ற வேண்டும். பார்வையாளன் வாழ்கின்ற உலகுக்கு நாம் கவிதையைக் கொண்டுவர வேண்டும். பார்வையாளனை முற்றிலும் அவனுடையதைப் போன்றதல்லாத, கவிதை சகித்துக் கொள்ளப்படுகின்ற யதார்த்தபூர்வமற்ற கற்பனையான உலகுக்கு நாம் கொண்டு செல்லக்கூடாது’ என எலியட் கூறுகின்றார்.[18] இதன் அடிப்படையிலே அவர் எழுதிய *The Family Reunion, The Cocktail Party, The Confidential Clerk* ஆகிய பாநாடகங்கள் விதந்து போற்றப்படுகின்றன. பாநாடகம் பற்றி 1928ஆம் ஆண்டு எழுதிய கட்டுரையிலே “எலிசபத்தியன் காலத்தவர்களுக்கு *blank verse* பயன்பட்டதைப் போல நமக்குத் திருப்திகரமான ஒரு ஊடகமாகப் பயன்படுத்தத்தக்க ஒரு புதிய செய்யுள் வடிவத்தை நாம் கண்டுபிடிக்க வேண்டும்” என்று எழுதினார்.[19] இவ்வகையில் தனது பாநாடகங்களுக்காக செய்யுள் அமைப்பில் தான் செய்த பரிசோதனைகள் பற்றி ‘கவிதையும் நாடகமும்’ என்ற தனது பிற்காலத்திய நூலில் எலியட் விரிவாகப் பேசுகிறார்.

எலியட்டின் பரிசோதனைகளுக்கு ஒத்தவகையில் இலங்கையிலே சமகால வாழ்வைப் பொருளாகக் கொண்ட மஹாகவியின் ‘கோடை’, ‘புதியதொரு வீடு’, முருகையனின் ‘கடூழியம்’

ஆகிய பா நாடகங்கள் வெற்றிகரமாக மேடையேற்றப்பட்டன. இவைகளின் வெற்றி சமகால நாடகங்களுக்குச் செய்யுளின் பயன்பாடு பற்றிய ஐயத்தை நீக்குகின்றது எனலாம்.

3

இதுவரை பா நாடகங்களுக்கு எதிராகக் கூறப்படும் முக்கியமான கருத்துக்களைப் பரிசீலித்தோம். இனி, பா நாடகங்களுக்கு ஆதரவாகக் கூறப்படும் சில நியாயங்களைப் பார்க்கலாம். பா நாடகத்தின் முக்கியமான ஆதரவாளர் என்ற வகையில் எலியட்டின் சில கருத்துக்கள் பரிசீலிக்கத்தக்கன. அவர், பின்வருமாறு கூறுகின்றார்:

> "வசன நாடகம் முற்றிலும் செய்யுள் நாடகத்தின் ஒரு உப விளைவு என்றே நான் கூறுகிறேன். உணர்வின் உச்ச நிலையில் மனித ஆத்மா தன்னைச் செய்யுளிலேயே வெளிப்படுத்த முயல்கின்றது. ஏன் இது இவ்வாறு இருக்கிறது? ஏன், எப்படி உணர்வும் ஒத்திசையும் இணைந்துள்ளன என்பதைக் கண்டுபிடிப்பது எனக்குரியதல்ல. நரம்பியலாளனுக்கு உரியது. வசன நாடகத்தின் சார்பு எந்த வகையிலும் தற்காலிக மானதையும் மேலோட்டமானதையும் அழுத்துவதிலேயே உள்ளது. நிரந்தரமானதையும் சர்வவியாபகமானதையும் *(Universal)* நாம் பெறவேண்டுமானால் நாம் நம்மைச் செய்யுளிலேயே வெளிப்படுத்த வேண்டும்"[20]

எலியட்டின் இவ்வார்த்தைகள் விஷயத்தை அளவுக்கதியமாக மிகைப்படுத்துகின்றன என்பது வெளிப்படை. சிலவேளை இவர் செய்யுள் என்ற சொல்லை *(verse)* பயன்படுத்தும்போது, கவிதையைக் கருத்தில் கொண்டிருக்கலாம். எவ்வாறெனினும் இது மிகைப்படுத்திய கூற்றே ஆகும். வசன நாடகம் பா நாடகத்தின் ஒரு உப விளைவு *(by-product)* என்று கூறமுடியாது. நான் ஏற்கனவே கூறியதுபோல் அது வரலாற்று விளைவு ஆகும். உணர்வின் உச்ச நிலையில் மனித ஆன்மா தன்னைச் செய்யுளிலேயே வெளிப்படுத்த முயல்கின்றது என்பது தெய்வாம்சப்படுத்தப்பட்ட *(mystified)* ஒரு கூற்றேயாகும். ஒத்திசைக்கும் உணர்வுக்கும் எப்போதும் உள்ளார்ந்த பிணைப்பு இருக்கின்றது என்று சொல்ல முடியாது. சிலவேளை யாப்பின் ஒத்திசை உணர்வு வெளிப்பாட்டுக்கும் உணர்வுக் கிளர்ச்சிக்கும் இடைஞ்சலாகவும் இருக்க முடியும். தற்காலிகமானதற்கும் மேலோட்டமானதற்கும் வசனத்தையும் நிரந்தரமானதற்கும் சர்வவியாபகமானதற்கும் செய்யுளையும் கற்பிப்பது ஏற்கத்தக்கதல்ல. வசனமும் செய்யுளும் வெறும் சாதனங்களே. வெளிப்படுத்துபவனின் ஆற்றல், உணர்வாழம்

ஆகியவற்றைப் பொறுத்தே அவற்றின் வெளிப்பாட்டுத்திறன் அமையும் கவிதைக்கும் செய்யுளுக்கும் ஓர் இயற்கை இகந்த ஆற்றலைக் கற்பிக்கும் மனப்பாங்கே இங்கு வெளிப்படுகின்றது. எலியட் பிறிதோர் இடத்தில் 'பா நாடகத்துக்கான பேரார்வம் மனித இயற்கையில் நிரந்தரமானது' *(the craving for poetic drama is permanent in human nature)* என்று கூறுகிறார்.[21] நிரந்தரமான மனித இயற்கைக் கோட்பாட்டை நாம் ஏற்றுக் கொள்வதற்கில்லை. மனித இயற்கையில் நிரந்தரமானது என்று எதையும் கூற முடியுமா என்பது சந்தேகமே அடிப்படையில் கவிதை நாட்டம் மனித சமூகத்தில் தொடர்ந்து நிலவலாம்; ஆனால் அதன் இயல்பு மாறிக்கொண்டே இருக்கின்றது. எலியட் கவித்துவமான நாடக நாட்டத்தையே நிரந்தரமானதாகக் கருதியிருக்கலாம். 'அது உண்மையாகக்கூட இருக்கலாம். ஆனால், அத்தகைய ஒரு நாடகம் செய்யுளில்தான் இருக்க வேண்டும் என்று ஒரு கவிஞன் மட்டுமே கருதுவான்' என்ற *Hinchliffe* இன் கருத்தையும் நாம் மறுக்க முடியாது. எவ்வாறெனினும் செய்யுளின் தேவையை மிகைப்படுத்துவது ஏற்கத்தக்கதல்ல.

எலியட் பிறிதொரு சந்தர்ப்பத்தில் (1954இல்) பின்வருமாறு கூறுகின்றார்:

> "சொல்லவேண்டிய எல்லாவற்றையும் சொல்லக்கூடியதாக நமது செய்யுள் விசாலித்து இருக்குமானால் அது எல்லாச் சந்தர்ப்பங்களிலும் கவிதையாக இருக்கமாட்டாது என்பதும் பெறப்படும். கவிதை இயற்கையான கூற்றாக வரக்கூடிய அளவுக்கு நாடகச் சூழ்நிலை ஒரு உச்சநிலையை எட்டும்போது மட்டும்தான் அது கவிதையாக இருக்கும். ஏனெனில், அப்போதுதான் உணர்ச்சிகள் வெளிப்படுத்தப் படக்கூடிய ஒரு மொழியாக அது அமையும்."[22]

மேற்காட்டிய கூற்றில் நாடகச் செய்யுள் சில சந்தர்ப்பங்களில் மட்டும்தான் கவிதையாக இருக்கும் என்பது தெளிவுபடுத்தப் படுகின்றது. அவ்வாறெனின் முழுமையான ஒரு பா நாடகத்துக் கான தேவையை நாம் அளவிறந்து வலியுறுத்த முடியாது. ஏனெனில், இத்தகைய உச்சநிலைகளில் கவிதை வசனத்திலும் சாத்தியமாகலாம்.

பா நாடகத்தை நியாயப்படுத்தும் வகையில் பிறிதொரு கருத்தும் கூறப்படுகின்றது. வசனத்தில் எழுதப்படும் நாடகத்தைவிட செய்யுளில் எழுதப்படும் நாடகம் இறுக்கமாகவும் செறிவாகவும் அமைய முடியும் என்பதே அக்கருத்து. நமது நாட்டு முக்கிய பாநாடக ஆசிரியர்களுள் ஒருவரான முருகையன் இதுபற்றிப் பின்வருமாறு கூறுகின்றார்:

"எல்லா நாடகக்காரர்களும் கவிஞர்களிடம் கற்றுக் கொள்ளக்கூடிய பாடம் ஒன்று உண்டு. அலும்பல் இலும்பல் இல்லாது செறிவாகவும் இறுக்கமாகவும் சொற்களைக் கையாள்வதே அந்தப் பாடம்."[23]

இறுக்கமும் செறிவும் எல்லாக் கவிஞர்களிடமும் காணப்படும் ஒரு பண்பு அல்ல. தவிரவும் மிகச் சிறந்த கவிஞனிடமும்கூட எல்லாச் சந்தர்ப்பங்களிலும் நாம் இந்நிலையைக் காணமுடியாது. கவிஞர்கள் பல சந்தர்ப்பங்களில் யாப்பின் பிடியிலே இழுபட்டுச் செல்வதை நாம் காணமுடிகிறது. இதை விளக்க முருகையனின் 'கடூழிய'த்தில் இருந்து இரண்டு உதாரணங்களை இங்கு தரலாம்:

1. இங்கு நடந்த கலக விவரங்கள்
யாவும் பதிவு புரிந்து கணக்கெடுப்பீர்
கண்ணாடிச் சுக்கல், கயிற்றுச் சிலும்பல்கள்
பண்ணுமெழிற் பாத்திரத்தின் பக்கச் செவித்துணுக்கு
யாவும் கணிப்பீடு செய்தே எழுதிவையும்

2. வதங்கி நீ சோரவேண்டாம்
வலியதோர் கருவி வேண்டும்
புதன் கிழமைக்கு முன்னால்
தோழரும் அதைத்தான் சொன்னார்.

முதல் உதாரணத்தில் பதிவு புரிந்து என்ற வினைத்தொடர், பண்ணுமொழிற் பாத்திரம் என்ற அடைமொழித்தொடர் ஆகியவை வருகின்றன. பதிவு புரிந்து என்ற தொடர் இயல்பானதல்ல. பதிவுசெய்து என்பதே வழக்கு. ஆனால், இங்கு யாப்புத் தேவைக்காகவே புரிந்து என்ற சொல் இடம் பெற்றிருக்கின்றது எனலாம். இது வெண்பா வகையைச் சேர்ந்தது. பதிவு என்பது மாச்சீர்; அதை அடுத்து நிரையசையே வரலாம். ஆகவே நேரசையில் தொடங்கும் செய்து என்பதற்குப் பதிலாக நிரையசையில் தொடங்கும் புரிந்து என்பது எடுத்தாளப்பட்டுள்ளது. இவ்வகையில் மொழி வழக்கை மீறி, தளை மரபு பேணப்பட்டுள்ளது எனலாம். அதுபோன்றதே பண்ணுமொழிற் பாத்திரம் என்ற அடைமொழி இங்கு எதுகையைப் பேணுகிறதே தவிர வேறுவகையான முக்கியத்துவத் தைப் பெறவில்லை.

இரண்டாவது உதாரணத்திலே 'புதன்கிழமைக்கு முன்னால் தோழரும் அதைத்தான் சொன்னார்' என்ற தொடர் வருகின்றது. இங்கு புதன்கிழமைக்கு முன்னால் என்ற தொடருக்கு என்ன அவசியம்? புதன்கிழமை தோழரும் அதைத்தான் சொன்னார் என்றும் வரலாம். ஏன் முன்னால் என்று வர வேண்டும்? முன்னால் என்றால் எப்போது? செவ்வாய்க்கிழமையா, திங்கட்கிழமையா, அல்லது அதற்கு முன்பா? இங்கும் வதங்கி

என்பதற்கு எதுகையாகவே புதன்கிழமை வந்திருக்கிறது. வேறு சிறப்பான முக்கியத்துவம் இல்லை.

முருகையனின் 'கூடல்' நாடகத்திலே 'மைந்தன் இன்றுடன் வயது ஈரொன்பதை அடைகிறான்' என்று ஒரு தொடர் வருகின்றது. இங்கு பதினெட்டு என்பதற்குப் பதிலாக ஈரொன்பது என்று வந்தது செய்யுள் மரபுக்காகவேயாகும். மஹாகவியின் நாடகங்களிலும் இத்தகைய சில இடங்களைக் காணலாம். உதாரணமாக கோடையில் வரும் 'பாவிகளின் பற்கள் உடைக்கப்பட வேண்டும்' என்ற தொடரைக் காட்டலாம். பேச்சிலே நாம் செயப்பாட்டு வினை வாக்கியங்களைப் பயன்படுத்துவதில்லை. பல்லை உடைக்க வேண்டும் என்று செய்வினை வாக்கியமாகவே சொல்வோம். மஹாகவி இங்கு செயப்பாட்டுவினை வாக்கியத்தைப் பயன்படுத்தி இருப்பது யாப்புத் தேவைக்காக என்றே கூற வேண்டும்.

இவையெல்லாம் செய்யுளின் தகைமையைக் கேள்விக்கு இடமாக்குகின்றன. யாப்பின் உள்ளியல்பு வரையறையும் இறுக்கமும் ஆகும். பாநாடக ஆசிரியன் இவற்றைப் பேண முனையும்போது, நாடக உரையாடலில் நெகிழ்ச்சியும் அலும்பல் சிலும்பலும் ஏற்பட முடியும். வசனத்தின் உள்ளியல்பு நெகிழ்ச்சியாகும். இதுவே நாடக உரையாடலை இறுக்கமாக அமைப்பதற்கு உதவ முடியும். எல்லாத் தகைமையையும் சிறப்பையும் செய்யுளுக்கும் கவிஞனுக்கும் ஏற்ற முடியாது என்பதை வலியுறுத்துவதற்கே இதைக் கூறுகின்றேன். நான் திரும்பவும் எனது கருத்தை அழுத்திக் கூற விரும்புகின்றேன். வசனத்திலும் செய்யுளிலும் ஒரு படைப்பாளி உணர்வின் சிகரங்களையும் அடையலாம். இடறியும் விழலாம். இது அந்த ஊடகத்தின் மீது அவன் கொண்டுள்ள ஆற்றலைப் பொறுத்தது. ஆகவே, செய்யுளின் தேவையை இப்சனைப்போல் முற்றாக நிராகரிப்பதோ எலியட்டைப்போல் மிகைப்படுத்தி வலியுறுத்துவதோ அவசியமில்லை. இதற்குச் சார்பாக முருகையனுடைய ஒரு கருத்தை இங்கு சுட்டிக்காட்டலாம்:

"நாடகங்களைக் கவிதை நாடகம் என்றும் வசன நாடகம் என்றும் வேறுபடுத்திச் செய்யப்படும் பாகுபாடு அனாவசியமானது என்ற உண்மை எனக்குப் புலப்படுகிறது. வசனமாக இல்லாமல் யாப்புக்கு அமைய இருப்பதனால் மாத்திரம் எந்த நாடகமும் சிறப்புப் பெறாது. எல்லா நாடகத்துக்கும் பொதுவான கலை இலக்கண நியதிகளே கவிதை நாடகத்துக்கும் உரியவை. சுவைப் பயனுக்குக் காலான அம்சங்கள் எல்லா நாடகங்களுக்கும் பொதுவாகவே உள்ளன. ஆயினும், கவிதை நாடகத்தில் சொல் பற்றிய உணர்வு மிகவும் கூர்மைபெற்று முழு விழிப்புடன்

செயலாற்றுமாறு இயக்கப்படுகின்றது. இதுதான் ஒரு பிரதான மான வித்தியாசமாகும். இந்த வித்தியாசத்தை அளவு மீறிப் பிராதனப்படுத்த வேண்டியதில்லை"[24]

பாநாடகம், வசன நாடகம் என்ற பாகுபாடு உண்மையில் மொழி ஊடகத்தின் அடிப்படையில் நிகழும் பாகுபாடே ஆகும். நாடகம் இலக்கியம் மட்டுமல்ல. அதை விட முக்கியமாக அது ஒரு அரங்கக் கலையாகும். இந்த வகையில் நாடகத்தின் மொழி என்பது சொல் மட்டுமல்ல. சொல் அதன் ஒரு சிறு பகுதியே என்றுகூடச் சொல்லலாம். மௌனம், இடையீடு, பாவனை, இயக்கம், அரங்கு, ஒழுங்கு ஆகியவையும் நாடக மொழியின் பாற்படுபவை என *John Russell Brown* என்பவர் தனது *Theater Language* எனும் நூலிலே கூறுகின்றார்.[25] ஆகவே, பாநாடகத்துக்கு மொழியின் அடிப்படையில் கோட்பாடு ரீதியான அதீத முக்கியத்துவத்தை கொடுப்பதோ அல்லது அதை முற்றிலும் நிராகரிப்பதோ பொருளற்றது.

ஆயினும், மொழியாற்றலும் நுண்ணுணர்வும் மிக்க ஒரு கலைஞனின் கையில் பிறக்கும் இயல்பான, அளவான யாப்போசை நாடகப் பேச்சுக்கு ஓர் ஆழமான கவித்துவ வீச்சை வழங்குகின்றது என்பதை மறுக்க முடியாது. இத்தகைய நாடகங்களே பாநாடகத்துக்கான ஜீவிய நியாயத்தை வழுங்குகின்றன எனலாம்.

அடிக்குறிப்புக்கள்

1. ஈழத்தில் பா நாடகம் பற்றி வெளிவந்த கட்டுரைகள் சில பின்வறுமாறு:

(அ) 'கவிதை நாடகங்கள்' – கலாநிதி க. கைலாசபதி; *தினகரன்* 'நாடக விழா மலர்', 1969.

(ஆ) 'கவிதை நாடகம் சில வரலாற்றுக் குறிப்புக்கள்' – முருகையன், *மல்லிகை* – மே 1971.

(இ) 'கவிதையில் ஏன் நாடகம் எழுத வேண்டும்' – மு. பொன்னம்பலம், *மல்லிகை* – நவம்பர், 1971.

(ஈ) 'கவிதையும் நாடகமும்' – எம். ஏ. நுஃமான், *மல்லிகை* – ஜனவரி – பெப்ரவரி – மார்ச், 1972.

(உ) 'கவிதை நாடகம் இருதளப் பார்வை' – மு. பொன்னம்பலம், *மல்லிகை* – ஏப்ரல், 1972.

(ஊ) 'ஈழத்துத் தமிழ் நாடக இலக்கிய வளர்ச்சி' – க. சொக்கலிங்கம் ('கவிதை நாடகங்கள்' பக். 172 – 188), 1977.

(எ) *'மஹாகவியின் சிறு நாடகங்கள்' – முருகையன், மல்லிகை – ஆகஸ்ட், 1980.*

2. பேராசிரியர் அ. சீனிவாசராகவன், 'ஒரு நூற்றாண்டுத் தமிழ் கவிதை' (தூத்துக்குடி – 1970) என்னும் நூலில் சுந்தரம்பிள்ளையின் 'மனோன்மணியம்' பற்றி எழுதுகையில் பாநாடகம் பற்றிய சில பொதுவான கருத்துக்களைக் கூறுகின்றார் (பக். 75–58). இது பற்றித் தமிழகத்தில் எழுதப்பட்ட வேறு கட்டுரைகள் எனது பார்வைக்குக் கிடைக்கவில்லை.

3. வானமாமலை, நா. – *தாமரை.*

4. இராமலிங்கம், ம. 'புதிய தமிழ் உரைநடை', சென்னை – 1978, பக். 9.

5. மணவாளன், அ. அ. 'அரிஸ்டாட்டிலின் கவிதை இயல்' (மொ.பெ), சென்னை – 1976, பக். 20.

6. Hinchliffe, Arnold, P., *Modern Verse Drama,* London, 1977.

7. Eliot T .S. *(1) Poetry and Drama (2), A Dilogue on Dramatic 'poetry' in selected Essays.*

8. Hinchliffe, Arnold p . p.2.

9. Oscar Mandel : 'Poetic Theater' in *Dialogue,* vol. 11, No 3.,1978. PP. 67-77.

10. Eliot T.S. *Selected Essays,* P. 53.

11. Hinchiliffe, Arnold,P., p.7. மேற்கோள்

12. அதே நூல். பக்.7.

13. அதே நூல். பக். 9.

14. Eliot T.S. *Selected Essays,* P. 46.

15. Eliot T .S., *Poetry and Drama,* p. 13.

16. பொன்னம்பலம், மு., 'கவிதையில் ஏன் நாடகம் எழுத வேண்டும்', *மல்லிகை, நவம்பர், 1971.,* see also Eliot T.S., *Poetry and Drama,* pp. 22-23.

17. *Hinchliffe, Arnold,P., p. 10,17.*

18. Eliot T .S., *Poetry and Drama,* p. 26.

19. Eliot T.S. *Selected Essays,* P. 57.

20. *அதே நூல். பக்.46.*

21. *அதே நூல். பக். 56.*

22. Eliot T .S., *Poetry and Drama,* p. 15.

23. *முருகையன், 'கவிதை நாடகம் சில வரலாற்றுக் குறிப்புக்கள்', மல்லிகை, மே 1971.*

24. *அதே கட்டுரை.*

25. *Hinchliffee Arnold, P. பக். 68. மேற்கோள்*

கவிதை நாடகம் என்ற பொருள்பற்றி *மல்லிகை*யில் 1971, 1972இல் நடைபெற்ற விவாதம் தொடர்பாக மு. பொன்னம்பலத்தின் கருத்துகளை மறுதலித்து 'கவிதையும் நாடகமும்' என்ற தலைப்பில் 1972 ஜனவரி, பிப்ரவரி, மார்ச் மாத *மல்லிகை* இதழ்களில் நான் எழுதிய கட்டுரைகளின் திருந்திய வடிவம். இக்கட்டுரை முதலில் 1979ஆம் ஆண்டு யாழ்ப்பாணப் பல்கலைக்கழகத் தமிழ்த் துறைக் கருத்தரங்கில் வாசிக்கப்பட்டது. பின்னர் 1982இல் *புதுசு* இதழிலும் பிரசுரமாகியது

30

இரண்டு பூக்காரிகள்: தமிழ்க் கவிதையில் மரபும் புதுமையும்

தமிழ்க் கவிதையில் மரபும் நவீனத்துவமும் பற்றிய பிரச்சினை சிக்கலானது, கருத்து வேறுபாடுகளுக்கும் சர்ச்சைகளுக்கும் களனாக இருப்பது. சுமார் அரை நூற்றாண்டுக்கு மேலாக நாம் இதுபற்றிச் சர்ச்சித்தும் விவாதித்தும் வந்துள்ளோம். மரபுக் கவிதை, புதுக் கவிதை என்ற அடிப்படையிலேயே இந்த விவாதம் நிகழ்ந்தது. பாரம்பரிய யாப்பு வடிவங்களில் எழுதுவது மரபுக் கவிதை என்றும், அதை மீறி எழுதுவது புதுக் கவிதை என்றும் நாம் பொதுவாக வரையறுத்தோம். மரபுக்கவிதை செத்துவிட்டதென்றும் தற்கால வாழ்க்கை அனுபவங்களை வெளிப்படுத்துவதற்கு செய்யுள் வடிவங்கள் உதவா என்றும் புதுக் கவிதைக் கோட்பாட்டாளர்கள் வலியுறுத்தினர். கவிதை என்பது ஓசையை அடிப்படையாகக் கொண்டது, அவ்வகையில் செய்யுளைப் புறக்கணித்த கவிதை கவிதையே அல்ல வெறும் வசனமே என்று மரபுக் கவிதை உபாசகர்கள் வாதிட்டனர். இத்தகைய வாதங்கள் எல்லாம் இன்று பெரும்பாலும் ஓய்ந்து விட்டன. மரபுக் கவிதையை ஓரங்கட்டிவிட்டு புதுக் கவிதை அரியாசனத்தில் அமர்ந்துவிட்டது.

இந்த விவாதத்தை மீண்டும் கிளறுவது எனது நோக்கமல்ல. கவிதைக்கும் செய்யுளுக்கும் இடையிலான உறவு மொழிவரலாற்று அடிப்படையிலானதே தவிர இலக்கிய வடிவ அடிப்படையிலான

தல்ல என்பதையும், நல்ல கவிதையும் மோசமான கவிதையும் யாப்பிலும் யாப்பை மீறியும் எழுதப்படலாம் என்பதையும் நான் தொடர்ந்தும் வலியுறுத்தி வந்திருக்கிறேன். அதை மீள வலியுறுத்துவதும் இங்கு எனது நோக்கமல்ல.

ஒரே பொருள்பற்றி, ஒரே தலைப்பில் ஒரு 'புதுக் கவிஞரும்' ஒரு 'மரபுக் கவிஞரும்' சம காலத்தில் எழுதிய இரண்டு கவிதைகளை வாசகர்களின் கவனத்துக்குக் கொண்டுவருவதும், அவை பற்றிய வாசகர்களின் எதிர்வினையை அறிந்துகொள்வதுமே இங்கு எனது முக்கிய நோக்கமாகும்.

இவ்விரு கவிஞர்களும் யார்? ஒருவர் ந.பிச்சமூர்த்தி, மற்றவர் கலைவாணன்

நவீன இலக்கிய வாசகர்களுக்கு பிச்சமூர்த்தியைப் பற்றிய அறிமுகம் தேவையில்லை. தமிழ்ப் புதுக் கவிதை முன்னோடிகளுள் அவரே முதன்மையானவர் என்பதில் அதிக கருத்து வேறுபாடுகளுக்கு இடமில்லை என்று நினைக்கிறேன். 1934முதல் 1976வரை, இடையில் ஒரு பத்தாண்டுகாலம் தவிர, அவர் தொடர்ச்சியாகக் கவிதை எழுதிவந்திருக்கிறார். சி. சு. செல்லப்பா அவரைத் தமிழின் 'மாகவிஞன்' என அழைப்பார். 'மகாகவி' என்ற சொல்லை அவர் பயன்படுத்தாவிட்டாலும் அந்த அர்த்தத்தில்தான் 'மாகவிஞன்' என்ற சொல்லை அவர் பயன்படுத்தியிருக்கிறார் என்று நினைக்கிறேன்.

இன்றைய தமிழ் இலக்கியச் சூழலில் கலைவாணனைப்பற்றி அறிந்தவர்கள் மிகவும் குறைவு அல்லது இல்லை என்றே சொல்லிவிடலாம். கலைவாணன் என்றால் என்.எஸ். கிருஷ்ணனா என்று கேட்பவர்களே அதிகம் இருக்கக் கூடும். அவருடைய வாழ்க்கைப் பின்னணி, வரலாறு பற்றி எனக்கு எதுவும் தெரியாது. அவரைப்பற்றிய மதிப்புரைகளை, விமர்சனங்களை நான் அதிகம் காணவில்லை. நவீன விமர்சகர்கள் அவரைக் கண்டுகொள்ளவே இல்லை. தமிழவன் 'இருபதில் கவிதை' என்ற தனது முதலாவது நூலில் கலைவாணன் பற்றி ஒரு சிறு குறிப்புத் தந்திருக்கிறார். மா. இராமலிங்கம் தனது 'இருபதாம் நூற்றாண்டுத் தமிழ் இலக்கியம்' நூலில் கலைவாணனைச் சிலாகித்து ஒரு பத்தி எழுதியிருக்கிறார். மற்றும்படி அவரைப்பற்றிய குறிப்புகள் எவையும் என் பார்வைக்குக் கிடைக்கவில்லை.

புதுமைப்பித்தன், பிச்சமூர்த்தி, கு. பா. ராஜகோபாலன் ஆகியோர் சிறுகதை, கவிதைத் துறைகளில் வீச்சுடன் செயற்பட்ட அதேகாலப்பகுதியில், 1930களின் பிற்பகுதியிலிருந்து, திருச்சியை மையமாகக் கொண்டு கவிதைத்துறையில் தீவிரமாக ஈடுபட்டவர்

கலைவாணன். இவர்களுடன் அவருக்கு நெருங்கிய உறவு இருந்திருக்கக்கூடும் என்றும் யூகிக்க முடிகின்றது. கு.ப.ரா. இறந்தபோது கலைவாணன் எழுதிய சற்று நீண்ட இரங்கற்பாவில் கு.பா.ராவுக்கும் அவருக்கும் இடையே இருந்த நெருக்கம் நன்கு வெளிப்படுகின்றது.

இலங்கையில் நவீன தமிழ்க் கவிதை முன்னோடிகளான மஹாகவி, முருகையன் ஆகியோர் தங்கள் ஆரம்பகாலத்தில் கலைவாணனின் செல்வாக்குக்கு உட்பட்டிருந்தனர். திருச்சி வானொலியில் ஒலிபரப்பாகிய கலைவாணனின் பாநாடகங் களைக் கேட்ட பின்பே தானும் பாநாடகங்கள் எழுதத் தொடங்கிய தாக முருகையன் குறிப்பிட்டிருக்கிறார். பாரதிதாசனும் கலைவாணனும் தனக்குத் தாயும் தந்தையும் போல என்று மஹாகவி ஒருமுறை என்னிடம் சொன்னார். கலைவாணனின் கவிதைகள் சில அவருக்கு மனப்பாடமாய் இருந்தது. கு.பா.ரா பற்றிய கலைவாணனின் நீண்ட இரங்கற்பா முழுவதையும் அவர் மனப்பாடமாகச் சொல்லக் கேட்டிருக்கிறேன். அதைக்கேட்ட பிறகே கலைவாணன்மீது எனக்கும் கவர்ச்சி ஏற்பட்டது.

கலைவாணன் பாரதி, பாரதிதாசன் செல்வாக்குக்கு உட்பட்டவர் அல்லர். இவர்களின் சமூக, அரசியல் கருத்துநிலைகள் அவரைப் பாதித்ததாகத் தெரியவில்லை. ஆன்மிகச் சார்புடைய அழகில் கற்பனாவாதி என்று அவரை அடையாளப்படுத்தலாம் என்று தோன்றுகின்றது. காந்தியத்தில் அவருக்கு அதிக ஈடுபாடு இருந்தது. அவருடைய ‘உதயம்’ காந்தி பற்றிய காவியம். இந்தவகையில் பிச்சமூர்த்தியும் கலைவாணனும் ஒன்றிணைவார்கள் என்று நினைக்கிறேன்.

யாப்பைப் பொறுத்தவரை கலைவாணனை கம்பன், மாணிக்கவாசகர் ஆகியோரின் தற்கால வாரிசு என்று சொல்லலாம். அவ்வளவு இலகுவாகவும் சுகமாகவும் யாப்பைக் கையாண்டவர் அவர். மஹாகவி, முருகையன் ஆகியோருக்கு அவரைப் பிடித்துக்கொண்டதற்கும் அதுவே காரணமாகலாம். ‘உதயம்‘, ‘மனச்சிமிழ்’, ‘நிவேதனம்’, ‘விட்டில்’, ‘காவிரி’ முதலிய கவிதைத் தொகுதிகளில் அவரது யாப்பாற்றலை நாம் காணலாம்.

பிச்சமூர்த்திக்கு யாப்பு கைவராது. அவர் யாப்பில் இடறிவிழுந்து எழும்பியவர் என்பதற்கு அவருடைய ‘குயிலின் சுருதி’ சான்று. பின்னர் வெளிவந்த பிச்சமூர்த்தி கவிதைத் தொகுதிகளில் குயிலின் சுருதி கவிதைகள் சேர்த்துக்கொள்ளப்படவில்லை என்று நினைக்கின்றேன். பிச்சமூர்த்தி பற்றிப் பேசுபவர்கள் குயிலின் சுருதி பற்றிப் பேசுவதும் இல்லை.

பிச்சமூர்த்தி, கலைவாணன் இருவரும் ஒரே பொருள்பற்றி ஒரே தலைப்பில் கிட்டத்தட்டச் சமகாலத்தில் இரண்டு கவிதைகள் எழுதியிருக்கிறார்கள். 'பூக்காரி' என்பது தலைப்பு. இரண்டாம் உலக யுத்தகாலப் பின்னணியில் எழுதப்பட்ட கவிதை. பிச்சமூர்த்தியின் கவிதை 1943 – 1944 காலப்பகுதியில் அவர் எழுதிய கவிதைகளில் இறுதியாகத் தரப்பட்டுள்ளது ('பிச்சமூர்த்தி கவிதைகள்', க்ரியா வெளியீடு, 1985). 1944இல் அது எழுதப்பட்டிருக்கலாம். கலைவாணனின் 'பூக்காரி' எழுதப்பட்ட காலம் சரியாகத் தெரியவில்லை. 1963இல் வெளிவந்த அவரது 'காவிரி' முதலிய கவிதைகள் என்ற தொகுப்பில் அது இடம் பெற்றுள்ளது. ஆனால் அதற்குப் பல ஆண்டுகளுக்கு முன் அது எழுதப்பட்டிருக்க வேண்டும். சிலவேளை பிச்சமூர்த்தியின் பூக்காரி எழுதப்பட்ட அதே காலப் பகுதியில் அல்லது அதற்குச் சற்றுப் பின்னாக எழுதப்பட்டிருக்கலாம். இதுபற்றி விபரம் தெரிந்தவர்கள் சொல்ல வேண்டும்.

என்னுடைய நோக்கம் யார் முதலில் எழுதியவர், யார் யாருக்கு ஆதர்சமாக இருந்தார் என்பதை நிறுவுவதல்ல இரண்டு கவிதைகளையும் ஒப்புநோக்குவதுதான்.

இரண்டு கவிதைகளும் இரண்டாம் உலக யுத்த சூழலில் வன்முறைக்கு எதிராக அஹிம்சையை வலியுறுத்துவன. காந்தியின் இந்தியா அவ்வகையில் உலகுக்கு வழிகாட்டும் என்ற கருத்தை முன்வைப்பன. நுட்ப விபரங்களைத் தவிர்த்துப் பார்த்தால் இரண்டு கவிதைகளையும் மூன்று பகுதிகளாகப் பகுத்து நோக்கலாம்.

1. இரண்டு கவிதைகளும் மழை இருட்டில் பூக்காரி ஒருத்தி பூக்குடை சுமந்து கூவிவரும் காட்சியுடன் தொடங்குகின்றன. மழைக் குளிரில் பூ வாங்குவார் யாரும் இல்லை. பெண்கள் வீடுகளுக்குள் முடங்கிவிட்டனர். பூக்காரி கூவிக் களைத்துப்போகிறாள்.

2. வர்த்தகப் போட்டி காரணமாக உலகெங்கும் யுத்த மேகம் கவிகிறது. போர் வெடிக்கிறது. எங்கும் பேரழிவு.

3. யுத்தப் பேரழிவின் மத்தியில் மீண்டும் பூக்காரி கூவுகிறாள். இது வேறு பூக்காரி. அன்பையும் அஹிம்சையையும் விற்கும் பூக்காரி. அதை வாங்குவார் யாரும் இல்லை. ஆயினும் சலியாமல் கூவுகிறாள்.

பிச்சமூர்த்தியின் கவிதை இறுக்கமாகவும் செறிவாகவும் இருக்கிறது. அதிக விபரங்களை அவர் தவிர்த்திருக்கிறார். இது புதுக்கவிதைக்கே உரிய முக்கியமான பண்பு என்று கூறமுடியாது.

வளவள என்று நீட்டி இழுக்கும் புதுக்கவிதைக்காரர்கள் பலர் இருக்கிறார்கள். சொற்சுருக்கமும் இறுக்கமும் மிக்க யாப்புவழிக் கவிதைக்கு தமிழ்க்கவிதைப் பாரம்பரியத்தில் பஞ்சமே இல்லை.

கலைவாணனின் கவிதை சற்று நீண்டுவிட்டது. அவர் சில விபரங்களைத் தவிர்த்திருக்கலாம் என்று தோன்றுகின்றது. வாசகர் மத்தியில் உணர்ச்சியைக் கிளறுவதற்கு அவை அவசியம் என்று கவிஞர் நினைத்திருக்கலாம். பிச்சமூர்த்தியோடு ஒப்பிடாது கவிதையைத் தனித்து நோக்கினால் இது பெரிய குறையாகத் தோன்றாது.

பிச்சமூர்த்தி காந்தியையோ, பாரதத் தாயையோ தன் கவிதைக்குள் கொண்டுவரவில்லை. எனினும் அவர் கூறும் 'தெய்வக் குரல்', 'கனவுத் தெய்வம்' என்பன எதைக்குறித்து நிற்கின்றன என்பதை அக்கவிதை எழுதப்பட்ட காலப் பின்னணியில் நாம் யூகித்து உணரலாம். கலைவாணன் அவைபற்றித் தன் கவிதையில் வெளிப்படையாகப் பேசுகிறார். "தாரணித் தெருவில் நம் பாரதத்தாய்" என்பதும், "காந்திமுனி பண்டு நவ காளியில் அளித்த சாந்தியெனும் பூக்குடலை" என்பதும் பாரதத்தாய் உலகுக்கு வழங்க முயலும் அஹிம்சை வழியையே பேசுகின்றன.

இரண்டு கவிதைகளிலும் பூக்காரி குறியீடுதான். சி. சு. செல்லப்பா கூறுவது போல் மழைக்காலத்தில் பூவுக்குக் கிராக்கியில்லை யுத்தகாலத்தில் அஹிம்சைக்குக் கிராக்கியில்லை என்பதை பூக்காரி உணர்த்துவதாகக் கொள்ளலாம்.

பிச்சமூர்த்தி கவிதையில் யுத்தத்தின் மத்தியில் 'அன்புச் சரக்கு அழியாத சரக்கு' என்று கூவிவருபவள் வாங்குவோர் இல்லாவிடினும், அவர்கள் செவியில் 'தெய்வக் குரல்' ஏறாவிடினும் ஓயாது கூவுகிறாள். 'நெஞ்சுடையாக் கனவுத் தெய்வம் கூவுதலைக் குறைக்கவில்லை. வேண்டுவோர் வாரீர். வாங்குவோர் கூடீர்' என்று கூவுவதாகக் கவிதை முடிகிறது. என்றோ ஒரு நாள் உலகம் தன்னிடமிருந்து அதை வாங்கும் என்ற நம்பிக்கை ஓயாது கூவும் அவளுக்குள் இருப்பதாக நாம் யூகித்து உணரலாம்.

கலைவாணனுக்கு அது போதவில்லை. அவர் வெளிப்படை யான தன் நம்பிக்கைக் குரலோடு தன் கவிதையை இவ்வாறு முடிக்கிறார்:

ஏங்குவதேன் அம்மா! நின்
    இனிய மலர்ப் பூஞ்சரத்தை
வாங்கிடுவாள் அகிலம்மை
    வாங்கியதைத் தன்னழகுப்
பூங்குழலிலே யணிந்த
    பூரிப்பில் நடம்புரிவாள்

ஈங்கிதை எல்லாம் நாளை
இரவி எழக் காண்பேன் நான்!

இரண்டு கவிதைகளும் எனக்குப் பிடித்திருக்கிறன. கலைவாணன் கவிதையில்; உணர்ச்சி சற்றுத் தூக்கலாகவும், பிச்சமூர்த்தி கவிதையில் அறிவு சற்றுத் தூக்கலாகவும் வெளிப்படுவதாகச் சொல்லலாமா? கலைவாணனின் யாப்போசை அவருடைய கவிதைக்கு ஒரு வலுவைக் கொடுப்பதாகவே நான் நினைக்கிறேன். அந்தக் கவிதையை மூன்றில் இரண்டு பகுதியாக அவர் வெட்டிக் குறைத்திருந்தால் இன்னும் செறிவாகவும் இறுக்கமாகவும் இருந்திருக்கும்.

புதுக்கவிதையில் புதுமை என்பது யாப்பு மீறல் மட்டும்தானா? மரபுக் கவிதையில் மரபு என்பது யாப்பு பேணுதல் மட்டும்தானா? பிச்சமூர்த்தியின் பூக்காரியை புதுக்கவிதை என்றும், கலைவாணனின் பூக்காரியை மரபுக்கவிதை என்றும் வகைப்படுத்துவதன் அடிப்படை அதுதானா? பொருளைப் பொறுத்தவரை இரண்டு கவிதைகளுக்கும் இடையே அடிப்படையான வேறுபாடுகள் இல்லை. இரண்டு கவிதைகளின் அடிக்கருத்தும், மனோபாவமும் ஒன்றதான். ஆனால் இரண்டு கவிதைகளும் எடுத்துரைப்பு அல்லது வெளிப்பாட்டு முறையில் பெரிதும் வேறுபடுகின்றன. இந்த வேறுபாடு பிச்சமூர்த்தி வழிவந்த புதுக்கவிதைக்கு மட்டும் சொந்தமானதல்ல. அதற்கு முன்பே பாரதி தோற்றுவித்த நவீன கவிதை மரபின் முக்கிய பண்புகளில் ஒன்றாகத் தோன்றியது. தமிழ்நாட்டில் பாரதிக்குப்பின் யாப்பைப் பயன்படுத்திய நவீன கவிஞர்கள் பலர் தங்கள் வெளிப்பாட்டுமுறையை நவீனப்படுத்துவதில் அதிகம் வெற்றிபெற வில்லை. ஆனால் இலங்கையில் மஹாகவி, முருகையன், நீலாவணன் முதலியோர் யாப்பை நவினப்படுத்தியதிலும் வெளிப்பாட்டு முறையிலும் சில உச்சங்களைத் தொட்டனர். அவ்வகையில் அவர்களே நவீன கவிதையில் யாப்பின் பயன்பாட்டுக்கு ஒரு ஏற்புடைமையை, நியாயத்தை ஏற்படுத்தினர்.

கலைவாணன் யாப்பை இலகுவாகவும் வளமாகவும் பயன்படுத்தி நல்ல கவிதைகள் பலவற்றை எழுதினார், ஆயினும், பாரதிதாசனுக்குப் பின்வந்த எல்லா யாப்புவழிக் கவிஞர்களையும் போலவே அவரும் அதை நவீனப்படுத்தவில்லை என்றே சொல்லலாம். பிச்சமூர்த்தியின் பூக்காரியும் கலைவாணனின் பூக்காரியும் எனக்கு அதையே உணர்த்துகின்றன.

வாசகர்களின் ஒப்புநோக்கலுக்காக இரண்டு கவிதைகளும் இங்கு தரப்படுகின்றன.

பூக்காரி 1

பிச்சமூர்த்தி

1

மழைக்காலின் மையிருட்டில்,
மேகம் குனிய இடி முழங்க,
வீடுவந்த மழையின் கண்ணீர்.
பூக்காரி பொங்கும் குரல்
மையிருட்டில் மேவி ஓங்கி
மழைநீரின் குரலினோடு
பரவிற்று திசையெங்கும்.
“மல்லிகை வேணுமா ?”
“ஜாதி மல்லிகை ?”

2

மழை இருட்டில்
தெருவி லொரு
ஈகுருவி பறக்கவில்லை.
மேகம் வலுத்தது.
மழை மீன்கள் துள்ளின.
மின்னல்கள் சிரித்து
மேகத்தைக் கொளுத்தின.
கூதலெனும் நாகம்
குடையோடு சீறிற்று.
அஞ்சி ஒடுங்கிய அழகிய பெண்கள்
அடுப்பங்கரை சேர்ந்து
கணப்பை மருவினர்

“மல்லிகை ரத்தினம்,
மருக்கொழுந்து பச்சை,
ஏறி மணக்கும் கூந்தலோர் வாரிர்.
மல்லிகை வேணுமா
ஜாதி மல்லிகை!”
என்றமுதாள் பூக்காரி.
பூக்காரி பொங்கும் குரல்
பெண்களை எழுப்பவில்லை.

சாரலின் கடுஞ்சினத்தில்
பூமோகம் ஆடவில்லை
பூக்காரி குரலினோடு
கூடிற்று மழையின் கண்ணீர்.
பூக்காரி பொட்டுக்கூடை
திரும்பிற்று வீடுநோக்கி.

3

உலகெங்கும் உற்பத்தியாய்
நாடெங்கும் சந்தைமேடாய்
வியாபாரத்தில் போட்டிமூள
சந்தைக் குரலிடையே
போர் விதைகள் கருவடைந்த
கனவுத் தெய்வம் கடைத்தெருவில்
கொட்டின்றி முழக்குமின்றி,
தூக்கிப்பேச ஆளுமின்றி,
அருஞ்சரக்கை விரித்துவைத்து
வாங்குவோர்க் கேங்கிற்று.

“அன்புச் சரக்கு
அழியாத சரக்கு.
தின்றாலும் எக்காலும்
தித்திக்கும் சரக்கு,
வேண்டுவோர் வாரீர்
வாங்குவோர் கூடீர்”
சந்தைக் கலவரத்தில்
தெய்வக்குரல் கேட்கவில்லை
சந்தைக்கடை கலைந்ததும்
கனவுத்தெய்வம் போகவில்லை...

4

சூலம் எழுந்தது.
அண்டம் அதிர்ந்தது.
உலகெங்கும் கூடாரம்.
ஊரெங்கும் விஷப்புகை.
வானெங்கும் பிளேனிறகு
தெருவெங்கும் பிணமலை.
பீரங்கிக் குரல் பேச
கேட்டதொரு வேறுகுரல்.

“அன்பும் அஹிம்சையும்
விற்று வந்தேன் ஆதிமுதல்,
பூக்காரி பூவைப் போல
கண்ணெடுப்பார் யாருமில்லை.
ருத்திரனின் வெறிக்கூத்தில்
கடுமோகம் கொண்டுவிட்டார்.
காமனை எரித்த ருத்ரன்
கண் சிமிட்டில் தணிந்து போவான்;
அன்பே சிவமாவான்
மங்கலமாய் மலர் தருவான்
வேண்டுழிலீர் வாரீர்
வாங்குவோர் கூடீர்”

பிளேனிறகின் உயரம்
தெய்வக்குரல் ஏறவில்லை.
நெஞ்சுடையாக் கனவுத் தெய்வம்
கூவுதலைக் குறைக்கவில்லை

"அன்பே சிவமாவான்.
மங்கலமாய் மலர் தருவான்
வேண்டுவோர் வாரிர்,
வாங்குவோர் கூடீர்."

'பிச்சமூர்த்தி கவிதைகள்', க்ரியா, சென்னை, 1985

பூக்காரி 2

கலைவாணன்

சந்தடி தேய்ந்து மறைந்தது
சாயந்திரப் பொழு தானது.
பந்திக் கடைகளின் விற்பனைப்
பண்டங்கள் முற்றும் பதுங்கின.
சந்தை முழுதுங் கலைந்தது
சாலையில் மாக்கள் விரைந்தனர்
இந்த நிலையினில் பிந்தினோர்க்
கெப்படிப் பேரம் நடக்குமோ ?

தேங்கித் தயங்கா தத்
தெருவழியே "வாசமலர்
வாங்கலையோ ? வாங்கலையோ
வாங்கலையோ!" என்ற குரல்
ஓங்கி எழக் கூவியதோ
ஓர் கிழவி பூக் குடலை
தாங்கத் தனிமையில்கால்
தள்ளாடச் செல்லுகிறாள்.

முன்னிராவின் இருள்
மூட்டம் கவிந்திட
முகிலேறி வானையே
மூடிக் குதித்தது
இன்னிளம் தென்றலும்
புயலாய்த் திரிந்தது
எழுகின்ற மின்னொளிச்
சாட்டை நெளிந்தது

பின்னிருந் தெழுமிடி
பேயாய்ச் சிரித்தது.
பிணமொத்து வீதியே
பேச்சற் றிருந்தது.
முன்னுள்ள கடைகளோ
மூடிக் கிடந்தன
முடிவான சந்தையின்
தடமீதில் அங்கதோ!

தாங்கியபூக் கூடையொடு
தாமதித்தே யானாலும்
"வாங்கலையோ! வாசமலர்!
வாங்கலையோ! பூக்கதம்பம்!
வாங்கலையோ!" என்றொருத்தி
வாய்வலிக்கக் கூவிவரும்
தீங்குரல் நம் காதுகளில்
தெளிவாய் ஒலிக்கிறது.

கார்முகில் மேதிகள்
நீர்விளையாடக்
கவனித்ததும் இசை
தவளைகள் மீட்டும்
ஊர்ப்புறத் தோர் நரி
ஊளை இட்டோட
ஓயாமல் பின் சில
நாய்கள் குரைக்கும்

வீரிடும் ஆந்தையைக்
கோட்டான் விரட்ட
விண்ணேறி மின்மினி
கண்ணைச் சிமிட்டும்.
மாரி முத்தம் பட
மண்ணே சிலிர்க்கும்
மானுடச் சாதியே
கூனிக்கிடக்கும்.

ஏங்கி இருள் பொந்தினுக்குள்
எலிபோல் பதுங்கி யுளார்
தூங்கிவிழும் நெடுந்தெருவில்
தூற்றல் சிணுங்கையிலும்
"வாங்கலையோ! வண்ணமலர்
வாங்கவையோ!" என்ற குரல்
ஆங்கொருபால் கேட்கிறது,
அக் கிழவியின் குரல்தான்.

நாடெலாங் கடைகளாய் நானிலஞ்

சந்தையாய்
நலமோடு தீங்கை விற்க

நாடிவந் தீண்டிதில் கூடிடும்
ஆண்களும்
நாரியரும் வாணிபர்களாய்
வீடெலாம் விஞ்ஞான மேடையாய்
வாழ்க்கையே
வியாபார மாகி விடவும்
விற்கவும் வாங்கவும் முற்படும்
போட்டியில்
விழுக்காட்டை எண்ணுகின்ற
ஏடெலாம் வேதமாய் ஏமாற்று
வித்தையை
எடுத்துரைப்பது நீதியாய்
எங்கணும் மாறிடப் பொங்கிடும்
போட்டியில்
எண்ணங்கள் வேறுபடவும்
கேடெலாம் சூழ்ந்தது, கெடுபிடிச்
சண்டைகள்
கீழ் மேலெனப் பிரிக்க
கெஞ்சுவதும் விஞ்சுவதும்
அஞ்சுவதுமாய் உலகு
கேடுற்று விட்டதெங்கும்.

வர்த்தகப் போட்டியால் வளருமப்
பூசலின்
வடிவமே மாறுபட்டு
அர்த்தமில்லாச் சமர்க்
காரம்பமாகவும்
அத்த மித்தது ஞானமே
தூர்த்தராய் அரசியல் கர்த்தர்கள்
யாவரும்
தூம கேதுக்க ளாக
நர்த்தனம் செய்வதை நானிலம்
காணவும்
நடுங்குகின்றது ஐயகோ!

ஆங்காங்கு பேய்கள்போல்
டாங்கிகள் கூடின
ஆயுதக் கும்பல் பல்
லாயிரம் ஆயின
வீங்கு ராக்கட்டுகள்
விண்ணைப் பிளந்தன
விமானங்கள் அக்கினி
வியூகம் சமைத்தன
நாங்களே முடிவென
நாய்குடைத் தீப்புகை
நஞ்சுவாய்க் குண்டுகள்
நமனாய்ச் சிரித்தன

தாங்காம லீண்டிதில்
ஏங்கிப் பதுங்கிடம்
தாரணித் தெருவில் நம்
பாரதத் தாய் அதோ!

“வாங்கீரோ நல்லமைதி
வாதனைக்குப் பொன்னளித்து
ஏங்கியழும் மானிடமே!
எதிர்த்து நிற்கும் நாடுகளே!
தீங்ககன்று சாந்திமலர்த்
தெய்விகமும் முள்கமழத்
தேங்குவதேன்? மிகமலிவு
தேவை இல்லை யோ?” என்று

நாவறண்டுடலம் சோர
நடைதளர்ந் திடைபுண்ணாக
கூவவோ குரலும் தேங்க
கொடுத்ததை அடுத்து வாங்கும்
ஆவலே அறியா நெஞ்சத்
தவர்களாம் மாக்களூடே
பாவம்! இங்கின்னும் நெஞ்சப்
பரிவுடன் கூவுகின்றாள்

காந்திமுனி பண்டு நவ
காளியில் அளித்த
சாந்தி யெனும் பூக்குடலை
மாந்தர்களின் முன்னே
ஏந்தியருள் அன்பமைதி
என்ற குரலோடு
போந்தலைகிறாள் அவள் தம்
போக்கவல மாமோ?

பேயே அனையார் பிழைபுரியப்
பேதுற் றயர்ந்து பேசாமல்
நாயே யென இந்நானிலமே
நடுங்கிக் கிடக்கும் நாளிதிலென்
தாயே! ஈண்டுன் தவக்குரற்குத்
தலையைத் திருப்பத் தயங்கிடினும்
நீயே சதமென் றோடிவரும்
நேரம் நெருங்கிவிட்டது காண்!

ஏங்குவதேன் அம்மா! நின்
இனியமலர்ப் பூஞ்சரத்தை
வாங்கிடுவாள் அகிலம்மை
வாங்கியதைத் தன்னழகுப்
பூங்குழலிலே யணிந்த
பூரிப்பில் நடம்புரிவாள்
ஈங்கிதை எல்லாம் நாளை
இரவி எழக் காண்பேன் நான்!

‘கலைவாணன்’, ‘காவிரி’ முதலிய கவிதைகள்,
சேக்கிழார் இல்லம், திருச்சி, 1963

www.ingramcontent.com/pod-product-compliance
Lightning Source LLC
LaVergne TN
LVHW101405051026
849519LV00005BC/1669
* 9 7 8 9 3 8 6 8 2 0 1 9 8 *